# இந்திய ஞானம்

## தேடல்கள், புரிதல்கள்

AF766228

**ஜெயமோகன்**

பிறந்தது 1962, ஏப்ரல் 22ல். பள்ளி நாள்களில் 'ரத்னபாலா' என்கிற சிறுவர் இதழில் முதல் கதையை எழுதினார். 1987ல் 'கணையாழி'யில் எழுதிய 'நதி' சிறுகதை பரவலாகக் கவனம் பெற்றது. 1988ல் எழுதப்பட்ட 'ரப்பர்' நாவல் அகிலன் நினைவுப் போட்டியின் பரிசைப் பெற்றது. இது தவிர கதா விருதும் சம்ஸ்கிருதி சம்மான் தேசிய விருதும் பெற்றுள்ளார். இவர் எழுதிய 'விஷ்ணுபுரம்' தமிழ் இலக்கிய உலகில் பெரிய கவனத்தைப் பெற்றதோடு விவாதத்தையும் ஏற்படுத்தியது. இவரது படைப்புகள் தொடர்ந்து தமிழ் இலக்கிய உலகில் அதிர்வலைகளையும் புதிய சாத்தியங்களையும் ஏற்படுத்திய வண்ணம் உள்ளன. தமிழ் மற்றும் மலையாளத் திரைப்படத் துறைகளிலும் இவரது பங்களிப்பு தொடர்கிறது.

**கிழக்கு பதிப்பக வெளியீடுகளாக ஜெயமோகனின் புத்தகங்கள்**

*வெண்முரசு (மகாபாரதம் நாவல் வடிவில்)*

- முதற்கனல்
- மழைப்பாடல்
- வண்ணக்கடல்
- நீலம்
- பிரயாகை
- வெண்முகில் நகரம்
- இந்திரநீலம்
- காண்டீபம்
- வெய்யோன்
- பன்னிரு படைக்களம்
- சொல்வளர்காடு

*வெண்முரசு (நாவல் பகுதிகள்)*

- எரிமலர்
- புல்லின் தழல்
- செம்மணிக்கவசம்
- இருள்விழி
- ஆயிரம் கைகள்

*பிற நூல்கள்*

- விஷ்ணுபுரம்
- ஏழாம் உலகம்
- உலோகம்
- கன்னிநிலம்
- ஊமைச்செந்நாய்
- ஜெயமோகன் சிறுகதைகள்
- ஜெயமோகன் குறுநாவல்கள்
- விசும்பு (அறிவியல் புனைகதைகள்)
- பேய்க்கதைகளும் தேவதைக்கதைகளும்
- நாவல் (கோட்பாடு)
- சாட்சிமொழி
- முன்சுவடுகள்
- வாழ்விலே ஒரு முறை
- லோகி (லோகிததாஸ் நினைவு)
- நவீன தமிழ் இலக்கிய அறிமுகம்
- புதியகாலம் (இலக்கிய விமர்சனம்)
- இன்று பெற்றவை (நாட்குறிப்புகள்)
- சிலுவையின் பெயரால்
- இந்து ஞான மரபில் ஆறு தரிசனங்கள்
- இந்திய ஞானம்
- புல்வெளிதேசம் (ஆஸ்திரேலிய பயணக்கட்டுரை)
- அண்ணா ஹசாரே
- அபிப்பிராய சிந்தாமணி
- சொல்முகம்
- தனிக்குரல்
- அருகர்களின் பாதை
- இந்தியப் பயணம்
- நூறு நிலங்களின் மலை
- குகைகளின் வழியே
- ஈழ இலக்கியம்
- இலக்கியவிவாதக் கட்டுரைகள்
- சூரியதிசைப் பயணம்

# இந்திய ஞானம்

## தேடல்கள், புரிதல்கள்

ஜெயமோகன்

கிழக்கு

இந்திய ஞானம்: தேடல்கள், புரிதல்கள்
India Gnanam: Thedalgal, Purithalgal
*Jeyamohan* ©

Kihakku First Edition: December 2016
264 Pages
Printed in India.

ISBN 978-81-8493-682-7
Kizhakku - 960

Kizhakku Pathippagam
177/103, First Floor,
Ambal's Building, Lloyds Road,
Royapettah, Chennai - 600 014.
Ph: +91-44-4200-9603

Email : support@nhm.in
Website : www.nhm.in

kizhakkupathippagam
kizhakku_nhm

Author's Email: jeyamohan.writer@gmail.com

Author's Website: www.jeyamohan.in | venmurasu.in

Kizhakku Pathippagam is an imprint of New Horizon Media Private Limited.

ஸ்ரீ ஸ்ரீகுமாரன் நாயர் அவர்களுக்கு
அன்புடன் வணக்கத்துடன்

# பொருளடக்கம்

# நதிப்பெருக்கில்...

**செ**ன்ற ஒருதலைமுறையாக நம் சிந்தனையில் ஒரு பெரிய சிக்கல் உருவாகியிருப்பதை நடராஜகுருவும் நித்ய சைதன்ய யதியும் பலமுறை சுட்டிக்காட்டியிருக்கிறார்கள். சிந்தனைக்கு ஒரு தொடர்ச்சி உள்ளது. அது எளிய படிமங்களாக பழங்குடி வாழ்விலிருந்து எழுகிறது. பின்னர் சொல் வடிவமும் தர்க்க வடிவமும் பெறுகையில் தரிசனமும் தத்துவமும் ஆகிறது. அதன்பின் பிற தரிசனங்களுடனும் தத்துவங் களுடனும் உரையாடுகிறது. வாழ்க்கையின் பல்வேறு தருணங்களில் அன்றாட யதார்த்ததுடன் மோதுகிறது. விளைவாக வளர்சிதை மாற்றம் அடைந்து நம்மிடம் வந்துசேர்கிறது. நம்மிடமிருந்து வருங்காலம் நோக்கிச் செல்கிறது.

ஆனால் சென்ற தலைமுறைமுதல் நாம் தொல்நூல்களை அவற்றின் வேர்களையும், கடந்தகால வளர்ச்சிப்போக்கையும் முழுமையாக உதாசீனம் செய்து மொழிப்புலத்தில் இருந்தும் பண்பாட்டுப்புலத்தில் இருந்தும் முழுமையாகத் துண்டித்து எடுத்துக்கொண்டு சமகால தேவைகளுக்கும் புரிதல்களுக்கும் ஏற்ப விளக்கிக்கொள்ள ஆரம்பித்துள்ளோம். திருக்குறள் இப்போக்கின் முதற்பெரும்பலி; பதஞ்சலி யோகசூத்திரம் வரை இந்த மனநிலையின் பலிகளாக ஆகியிருக்கின்றன. இது நம் கல்விச்சோம்பலின் விளைவு. மரபின் மீதான கல்வியை அளிக்கும் அமைப்புகளின் வீழ்ச்சியும் இதற்குக் காரணம்.

அத்துடன் எளிய அரசியல் முன்முடிவுகளும், இனமொழிவட்டாரக் காழ்ப்புகளும் இதில் ஊடாடுகின்றன. சிந்தனைமரபு என்பது அத்துடன் எந்தத் தொடர்பும் இல்லாத முச்சந்தி அரசியல்வாதிகளின் உள்நோக்கங்களுக்கும் உணர்ச்சிகளுக்கும் ஏற்பத் திரிபடைவதென்பது மிகப்பெரிய அழிவு. மீட்டெடுக்கமுடியாத சரிவு அது. ஒவ்வொரு

மெய்தேடியும் ஒவ்வொரு அறிதலுக்கும் இந்த காக்காக் கும்பலுடன் சண்டைக்கு நின்றாகவேண்டும் என்னும் நிலை மெல்ல இந்தியாவெங்கும் இன்று உருவாகிவிட்டிருக்கிறது.

இதன் விளைவாக உருவான குறுகல்களே இன்று நம் மெய்நூல்கள் அனைத்தையும் சூழ்ந்துள்ளன. குறள் என்றாலும் கீதை என்றாலும் இரு எல்லைகளில் நின்றிருக்கும் குறுக்கல்களையே நாம் இயல்பாக அடைவோம். அவற்றைக் கடந்து அந்நூல்களைச் சென்றடைவதென்பது மிகப்பெரிய சவால். ஒவ்வொரு சிந்தனையின் மீது எடைமிக்க வெறுப்பும் கசப்பும் ஏற்றிவைக்கப்பட்டிருக்கிறது. எண்ணிப்பாருங்கள், இன்று தமிழகத்தில் பிறந்த ஒருவர் அத்வைத வேதாந்தத்தை கற்கவேண்டுமென்றால் அவர் கடந்துவரவேண்டிய பொதுப்புத்தித் திரிபுகள், வெறுப்பு முத்திரைகள் எவ்வளவு!

இந்தச்சூழலிலேயே இந்தியமெய்யியல் சார்ந்து நான் சிலவற்றை எழுதத் தொடங்கினேன். எனக்கு அதில் பெரிய தயக்கம் இருந்தது. என் தகுதி சார்ந்து அல்ல, அது என் ஆசிரியர்களின் தகுதி. அதில் எனக்கு ஐயமில்லை. நான் இலக்கியவாதி, புனைவெழுத்தாளன் என்பதன் தயக்கம் அது. என் பணியிலிருந்து விலகிச்செல்வதைப்பற்றிய ஐயம். ஆனாலும் இங்கு அது தேவையாகிறதென்று உணர்ந்தேன். ஒன்று நவீன அறிவுச்சூழலுக்குரிய மொழிநடை எனக்கு உள்ளது. நவீன அறிவுச்சொல்லாடலின் பகுதியாகவும் இருக்கிறேன். ஆகவே என்னால் மட்டுமே சொல்லக்கூடிய சில உள்ளன எனத் தோன்றியது.

ஆயினும் அபூர்வமாகவே இந்தத்தளத்தில் ஏதாவது எழுதியிருக்கிறேன். பெரும்பாலும் இவை சொற்பொழிவுகளின் வரிவடிவங்கள். நாம் சாதாரணமாக புழங்கும் நூல்களையும், சிந்தனைகளையும் அவற்றின் மெய்யியல் பின்புலத்தில் பொருத்தி முழுமையாகப் பார்ப்பதற்கான முயற்சிகள் என இவற்றைச் சொல்லமுடியும். அந்தக்கோணத்தில் இவை சில திறப்புகளை நிகழ்த்தக்கூடும். இதன் முதல்பதிப்பு தமிழினி வசந்தகுமாராலும் இரண்டாம்பதிப்பு சொல்புதிது சீனுவாலும் வெளியிடப்பட்டது. மூன்றாம்பதிப்பை வெளியிடும் கிழக்கு பதிப்பகத்திற்கு நன்றி.

**ஜெயமோகன்**

(மூன்றாம் பதிப்புக்கான முன்னுரை)

# பேரறிவுகளின் திருநடையில்

ஓர் எளிய வாசகனாக இந்திய மெய்ஞானிகளின் நூல்களில் நான் ஈடுபட ஆரம்பித்து இப்போது இருபத்தைந்து வருடங்களாகின்றன. இன்றும் தளர்ச்சியில்லாமல் முன்னகரும் தேடலாகவே இந்தப் பயணம் உள்ளது. எனக்கு மிகச் சிறந்த வழிகாட்டிகள் அமைந்தனர். நித்ய சைதன்ய யதி என் குருநாதராக அமைந்தது அந்தப் பயணத்தில் நான் உண்மையுடன் இருந்திருக்கிறேன் என்பதற்கான ஆதாரம்.

இந்த நூலில் இந்திய மெய்ஞான மரபுகளைப் பற்றிய என்னுடைய தேடல்களும் கண்டடைதல்களும் என் நண்பர்களுடன் என் இணைய தளம் வழியாக நான் விவாதித்ததும் உள்ளது. பல்வேறு தருணங்களில் நான் ஆற்றிய விரிவான உரைகள், அந்த உரைகளின் மீதான எதிர்வினை கள் ஆகியவற்றினூடாக என்னுடைய பயணத்தின் சுவடுகள் பதிவாகி யுள்ளன. அவை வாசகர்களுக்கு உதவக் கூடும் என்று நம்புகிறேன்.

இந்தக் கேள்வி பதில் அம்சத்தைப் பற்றி சிறப்பாகக் கூறவேண்டும். வேதங்களிலேயே,

ஒன்று சேர்ந்து பயணம் செய்யுங்கள்
சேர்ந்தமர்ந்து விவாதம் செய்யுங்கள்
உங்கள் மனங்களெல்லாம் ஒன்றாகட்டும்
முன்பு தேவர்கள்
ஒன்றாக அவி பங்கிட்டதைப்போல
ஒன்று கூடி சிந்தியுங்கள்
உங்கள் சங்கம் ஒற்றுமையுடையதாகட்டும்

என்ற ஆசியுரை காணப்படுகிறது. ஞானம் சேர்ந்து விவாதிக்கும் தோறும் பெருகும். ஞானம் விவாதிக்கப்படும் இடமே சபை என்று கூறப்படுகிறது. நமது மரபில் விதவிதமான ஞான சபைகளைப் பற்றிய சித்திரங்கள் உள்ளன.

இன்று இணையம் மிக எளிதாக சபைகளை உருவாக்க உதவுகிறது. உலகில் பற்பல நாடுகளில் வாழும் மக்கள் ஒரே மின்வெளி இடத்தில் இணைந்து விவாதிக்க அது வழி வகுக்கிறது. வியப்பிற்குரிய ஒரு சாத்தியம்தான் இது. இதன் மூலம் உலகமே ஒரு குடும்பமாகிறது. வேதம் கூறியதுபோல வசுதைவ குடும்பகம் என்ற நிலை எய்தப் படுகிறது.

இத்தகைய விவாதங்களின் பயன் என்னவென்றால் சரியாக வழி நடத்தப்பட்டால் சிந்தனைகளை மிக மிகப் பயனுள்ளதாக, முனை கொண்டதாக நடத்த இது வழி வகுக்கிறது என்பதுதான். எவை நம் சூழலில் உள்ள உண்மையான வினாக்களோ, அவை இயல்பாகவே எழுந்து வருகின்றன. இந்த விவாதத்தில் உள்ள பல விஷயங்களை இவை கேட்கப்பட்டிராவிடில் யோசித்திருக்க மாட்டேன். அந்நண்பர் கள் அனைவருக்கும் நன்றி.

இந்திய ஞான மரபு என்பது ஒரு வளமான காடு போன்றது. நீர் உள்ள இடமெல்லாம் அதன் விதைகள் சென்று சேர்கின்றன. வடிவம் இல்லாத வடிவத்துடன் அது தழைத்துப் பரவிக்கொண்டே உள்ளது. உயிரின் பேராற்றலே அதைப் பரவச் செய்கிறது. கிளை விட்டுப் பிரிந்தும் ஒன்றுடன் ஒன்று போராடியும் வளர்கின்றன அதில் உள்ள பல கோடி மரங்கள். அம்மரங்களில் பூக்கின்றன பல கோடி மலர்கள். நுரைத்து எழுகின்றன தேன் ஊற்றுக்கள்.

அந்த வளத்தைத் தாங்கியபடி அதன் கோடானு கோடி வேர் நுனி களுக்கு உப்பும் நீரும் வழங்கியபடி பரந்திருக்கிறது தொன்மையான மெய்ஞானம் என்ற நிலம். இங்கே வாழ்ந்து மறைந்த மக்கள் அடைந்த காலாதீத விவேகம்.

அதன் மீது பிரகாசித்துக் கொண்டிருக்கின்றது பிரபஞ்ச சக்தியாகிய சூரியன். அவன் அருகில் இது பசுமை கொண்டிருக்கிறது. அவன் வாழ்க.

இந்த எளிய நூலை எனது அண்டை வீட்டுக்காரரும் வேதாந்தியுமான ஸ்ரீ ஸ்ரீகுமாரன் நாயர் அவர்களுக்கு சமர்ப்பணம் செய்கிறேன். பத்து வருடங்களுக்கும் மேலாக அவர் எனக்கு வேண்டியவர். வயது வேறுபாடு உருவாக்கிய தூரம் காரணமாக நான் அவரிடம் அதிகம் உரையாடியதில்லை. ஆயினும் அவரது அருகாமையும் ஆசிகளும் எனக்கு எப்போதும் ஊக்கமூட்டி வந்துள்ளன.

**ஜெயமோகன்**

பகுதி

# 1

## அறிமுகங்கள்

# இங்கிருந்து தொடங்குவோம்

**கொ**ஞ்ச நாள் முன்னர் நானும் நண்பர்களும் வட தமிழ்நாட்டில் ஒரு சிறிய கிராமத்தில் பயணம் செய்து கொண்டிருந்தோம். அப்போது ஒரு விவசாயி சொன்ன வசனம் காதில் விழுந்தது. ''அப்பாலே சடங்கு சாங்கியம் லாம் செஞ்சு பொண்ணைக் கூட்டிட்டு வந்தாச்சு.'' நண்பர் கேட்டார். ''சடங்கு சரி, அதென்ன சாங்கியம்?''

இந்து ஞான மரபில் பரிச்சயம் உள்ள ஒருவருக்கு சாங்கியம் என்ற சொல் மிக அறிமுகமானதாகவே இருக்கும். அது நம் சிந்தனை மரபில் உள்ள ஒரு முக்கியமான பிரபஞ்ச தரிசனத்தின் பெயர். சாங்கிய தரிசனத்தை கபில ரிஷி தொகுத்தளித்தார். அவர் எழுதிய நூல் சாங்கிய காரிகை.

சாங்கிய தரிசனம் கடந்த காலத்தில் மிக முக்கியமான சிந்தனையாக இருந்திருக்கிறது. 'முனிகளில் நான் கபிலன்' என்று பகவத் கீதையில் கிருஷ்ணன் சொல்கிறான். கபிலர் பிறந்த ஊர் கபிலவாஸ்து. அந்த ஊரில்தான் புத்தர் பிறந்தார். பௌத்த சிந்தனையில் சாங்கியத்தின் செல்வாக்கு அதிகம். சாங்கியத்தின் துணைத் தரிசனமாகத் தான் யோகம் உருவாகி வந்தது. இன்று யோகம் இந்து, சமண, பௌத்த மதங்களுக்கு பொதுவான ஒரு ஞான வழிமுறையாக உள்ளது.

சாங்கியம் என்ற சொல்லுக்கு என்ன பொருள்? ஜெக்கோபி என்ற இந்தியவியல் அறிஞர் 'சங்கிய' என்ற சொல்லில் இருந்து வந்தது என்று ஊகிக்கிறார். கறாரான கணிதத் தன்மைகொண்ட ஒரு சிந்தனை என்ற பொருளில் வந்திருக்கலாம் என்கிறார். அது ஒரு ஊகம்தான்.

சாங்கியம் ஒரு ஜடவாத தரிசனம். என்றால் இன்றைய அர்த்தத்தில் பொருள் முதல் வாதம். இப்பிரபஞ்சம் பொருளால் ஆனது. பொருளின் இயல்புகளினால் செயல்படுவது. இதன் அடிப்படை விதிகள் பொருண்மை விதிகளே என்று வாதிடுவது.

ஆதியில் எல்லாப் பொருளும் ஒரே பொருளாக இருந்தன என்று சாங்கியம் சொல்கிறது. அந்த ஒற்றைப் பெரும் பொருளில் மூன்று குணங்கள் உருவாயின. அதை சத்வ குணம், ரஜோ குணம், சாத்வீக குணம் என்று சொல்லலாம். ரஜோ குணம் என்பது செயலூக்க நிலை. தமோ குணம் என்பது செயலில்லா நிலை. சத்வ குணம் என்பது இரண்டுக்கும் நடுநிலை. இந்த மூன்று குணங்களின் சம நிலை என்றோ, எப்போதோ இல்லாமலாகியது. அந்தக் கணம் முதல் ஒன்றாக இருந்த பிரபஞ்சப் பொருள் பலவாக மாறிப் பிரிந்து வளர்ந்து இன்றைய பிரபஞ்சம் என்ற நிலையை அடைந்தது. இது கிட்டத்தட்ட பெருவெடிப்பு என்ற கொள்கைக்கு நிகரானது.

இந்தச் சிந்தனைக்கு ஆதாரமாக இருந்த மூதாதை தரிசனம் எது? ஒரு தத்துவ தரிசனம் என்பது மிக மிகச் சிக்கலானது. வளர்ச்சி அடைந்தது. ஆனால், அந்த தரிசனம் மிக எளிமையான ஓர் அனுபவ உண்மையாக மனித மனத்தில் தோன்றியிருக்க வேண்டும். அதன் பின்னர்தான் அது ஒரு பெரிய பிரபஞ்ச தரிசனமாக வளரும்.

சாங்கியத்தின் அடிப்படை தரிசனம் நிலத்தை வழிபட்ட தொல்குடி மனத்தில் இருந்து வந்திருக்கலாம். மண் பொருண்மையானது. எல்லாவற்றையும் அது உருவாக்குகிறது. விதை மூலம் அதன் சம நிலை இல்லாமலாகும்போதுதான் அது முளைத்து முளைத்து காடாக ஆகிறது. நம் நாட்டில் இன்றும்கூட விவசாயிகள் மண்ணின் சம நிலையைக் குலைப்பதற்காக மண்ணிடம் மன்னிப்பு கோரும் சடங்குகள் உள்ளன. விவசாயம் செய்ய ஆரம்பித்த பழங்குடிகள் மண்ணை முழுமுதல் தெய்வமாகக் கண்டிருக்கலாம். மண்ணின் பேருருவமாக அவர்கள் பிரபஞ்சத்தைக் கண்டிருக்கலாம்.

நம்முடைய பெரும்பாலான சடங்குகள் மண் சார்ந்தவை. வேளாண்மை சார்ந்தவை. உழுவதற்கு முன் உள்ள சடங்குகள். உழுத பின் விதைப்புக்கான சடங்குகள், பூச்சிகளைக் கட்டுவதற்கும் பின்னர் நீர் பெருக்குவதற்கும் உரிய சடங்குகள், அறுவடைச் சடங்குகள், பின்னர் நெல்லைப் படையலிடும் சடங்குகள். பொங்கல், விஷு போன்ற நம் பண்டிகைகள் கூட வேளாண்மை சார்ந்தவை. ஆகவே, புராதனமான வேளாண்மை சார்ந்த மதம் சாங்கியமாக இருந்திருக்க லாம். சாங்கியமே சடங்குகளுக்கு ஆதாரமாக இருந்திருக்கலாம். சாங்கிய மதம் பலவாறாக வளர்ந்து மறைந்த பின்னரும் சடங்குகளுக்கு சாங்கியம் என்னும் பெயர் நீடிக்கிறது என்று படுகிறது.

இன்று நாம் நம் மொழியைக் கூர்ந்து பார்க்கும்போது எத்தனை சொற்கள் வழியாகச் சென்றுகொண்டிருக்கிறோம். 'அவரு சொன்னா அது வேத வாக்கு' என்கிறோம். வேதங்களின் சொல் மாற்ற முடியாத அடிப்படை என்ற பொருளில், 'யோகம் இருந்தா நடக்கும்' என்கிறோம். 'அதில ஒரு நியாயம் வேண்டாமா?' என்கிறோம். இந்தச் சொற்களுக் கான பொருள் நமக்குத் தெரியுமா? இவற்றின் ஊற்று மூலம் தெரியுமா?

நாம் ஒரு மொழியில் ஒரு சிந்தனைச் சூழலில் பிறந்து விழுகிறோம். ஆனால், அந்த மொழியையும் சூழலையும் நாம் முறைப்படி கற்பதில்லை. அதற்கான எந்தக் கல்வி அமைப்பும் இன்று நம் மண்ணில் இல்லை. ஆகவே, நாம் நம் மரபின் சிந்தனைத் தொடர்ச்சி அறுபட்டவர்களாக இருக்கிறோம். இன்னொரு சிந்தனை மரபின் நுனியில் இரண்டாம்தர மக்களாகச் சென்று ஒட்டிக்கொள்கிறோம். நம் மரபில் நமக்குப் பயிற்சி இருக்கும் என்றால் அதை நாம் உலகின் எந்தச் சிந்தனை மரபுடனும் இணைத்துக்கொண்டு வளர்த்தெடுக்க முடியும். அது நமக்குத் தனித் தன்மையையும் நமக்கே உரிய சிந்தனை வழிகளையும் அளிக்கும். நம்மை உலகில் முன்னிலைப்படுத்தும். உலகின் புத்தம் புதிய சிந்தனைகள் எல்லாமே இப்படித்தான் உருவாகியிருக்கின்றன.

இப்போது நாம் அடிக்கடி கேட்கும் ஒரு வரி உண்டு. இந்திய சிந்தனை என்று ஒன்று இல்லை. இந்து ஞான மரபு என்று ஒன்று இல்லை. அதெல்லாம் வெள்ளைக்காரன் வந்து உருவாக்கியது. பல தளங்களில் இந்தக் கூச்சல் எழுந்துகொண்டே இருக்கிறது. இந்தக் குரல் பெரும் பாலும் மேலை நாட்டுப் பல்கலைக் கழகங்களில் தயாரிக்கப்பட்டு நமக்கு அனுப்பப்படுகிறது. அதாவது உங்கள் சிந்தனைகளையும் நாங்கள்தான் உருவாக்கினோம் என்ற குரல்.

இந்தக் குரலை எவர் எதிரொலி செய்கிறார்களோ அவர்களுக்கே இந்தியாவில் இன்று வாய்ப்புகளும் வசதிகளும் அதிகம். அவர்களை மேலை நாட்டுப் பல்கலைகள் அழைத்து கௌரவிக்கும். பட்டங்களும் நிதிக்கொடைகளும் அளிக்கும். அவர்களுக்கு அதை ஒட்டி உயர்பதவிகள் கிடைக்கும். ஆங்கில இதழ்களில் முக்கியத்துவம் கிடைக்கும். இந்த வலையை விரும்பி ஏற்றுக்கொண்டவர்களின் குரல் களையே நாம் அதிகம் இந்திய ஊடகங்களில் கேட்கிறோம். அசலான குரல்கள்; மிக மிக அபூர்வமானவை.

உண்மையில் அப்படித்தானா? உதாரணமாக இந்து ஞான மரபு என்ற ஒன்று எப்போதிருந்து இருக்கிறது? அதற்கு இந்து ஞான மரபு என்ற பெயர் பத்து நூற்றாண்டுகளாகப் புழங்கி வருவது. அதற்கு முன்னர் அது சனாதன தர்மம் - புராதனமான வழிமுறை - என்று சொல்லப்பட்டது.

நமக்கு எப்போது முதல் நூல்கள் கிடைக்கின்றனவோ அப்போது முதல் இதற்கு ஒரு பாடத் திட்டம் - கரிக்குலம் - தெள்ளத் தெளிவாகவே கிடைக்கிறது. இருந்தும் இப்படி ஒரு அமைப்பே இல்லை என்று நம்மிடம் வாதிடுகிறார்கள் நம் அறிவுஜீவிகள்.

இந்தப் பாடத் திட்டம் எல்லா இந்து ஞான வழிகளுக்கும் பொதுவானது. நீங்கள் திருவாவடுதுறை மடம் சென்று சைவம் கற்றாலும் சரி, அகோபிலம் சென்று வைணவம் கற்றாலும் சரி, இதைக் கற்றாக வேண்டும். செவ்வியல் இலக்கியங்களை விடுங்கள். நாட்டுப் புற இலக்கியங்களில் கூட அப்படித்தான். ஒரு கதாநாயகன் சகலகலா வல்லவன் என்றால் உடனே அவன் இந்தப் பாடத் திட்டத்தைக் கற்றவன் என்பார்கள். நீங்களே கேட்டிருக்கலாம். சுடலைமாடன் கொடையில் மாடன் கதை பாடுவார்கள். ''ஆறு சாத்திரமும் ஆறு தத்துவமும் வேதம் அடங்கலுடனே அள்ளி வந்தானையா'' – அதுதான் இந்து மெய்ஞான மரபு.

அந்தப் பாடத் திட்டம் இதுதான்.

1. வேதங்கள்.
2. மூன்று தத்துவங்கள். அதாவது பிரஸ்தான திரயம். கீதை, உபநிடதங்கள், பிரம்ம சூத்திரம்.
3. ஆறு தரிசனங்கள். சாங்கியம், யோகம், நியாயம், வைசேடிகம், பூர்வமீமாம்சம், உத்தர மீமாம்சம்.
4. ஆறு மதங்கள். சைவம், வைணவம், சாக்தம், கௌமாரம், காணபத்யம், சௌரம்.

இவற்றை எல்லாம் ஒன்றுடன் ஒன்று இணைந்த ஒரு நூல் வரிசையாக எண்ணிவிடக் கூடாது. இவை ஒன்று இன்னொன்றை மறுத்து விவாதித்து வளர்ந்த ஒரு பெரிய ஞானத் தொகுப்பாக எடுத்துக்கொள்ள வேண்டும். ஒன்றுக்கு இன்னொன்றுடன் உள்ள உறவும் முரண்பாடும் முக்கியமானவை.

முதல் பெரும் பிரிவினை வைதிகம், அவைதிகம் என்ற பகுப்புதான். எந்தத் தரப்புகள் வேதங்களை அடிப்படை நூல்களாக ஏற்றுக் கொள்கின்றனவோ அவை வைதிகம். எவை அப்படி ஏற்றுக்கொள்ள மறுக்கின்றனவோ அவை அவைதிகம்.

ஆறு தரிசனங்களில் சாங்கியம், யோகம், நியாயம், வைசேஷிகம் ஆகிய நான்குமே அவைதிக மரபைச் சேர்ந்தவை. அவற்றில் சாங்கியத்தில் ஒரு பகுதி பின்னாளில் வேதத்தை ஏற்றுக்கொண்டது.

அதேபோல இன்னொரு பகுப்பு என்பது ஜடவாதம். ஆன்ம வாதம் என்பது பொருள் முதல்வாதம், கருத்து முதல்வாதம் என்ற பிரிவினை தான் இது. இந்தப் பிரபஞ்சம் அதன் பொருள்சார்ந்த விதிகளால் செயல் படுகிறதா அல்லது அதற்கு அடிப்படையில் ஒரு கருத்து உள்ளதா என்ற கேள்வி.

வேதமே கூட முழுக்க ஒரே தரப்பைச் சேர்ந்தது அல்ல. அதுவே இந்த இரு வகைச் சிந்தனைகளுக்கும் இடம் அளிக்கிறது. ரிக் வேதத்தில் உள்ள பிரகஸ்பதி ரிஷியும் அவரது சீடர்களான கணாதன் ப்ரமேஷ்டி போன்றவர்களும் ஜடவாதிகள்தான். ரிக் வேதத்தில் இருந்தே பொருள் முதல்வாதத் தரப்பு வளர்ந்து வந்தது. அதாவது எளிமையாகச் சொல்லப் போனால் நாத்திக வாதம் சாங்கியம், யோகம், வைசேஷிகம், நியாயம் போன்ற தரிசனங்கள் ஜடவாதம் சார்ந்தவைதான்.

இன்னும் ஒரு பிரிவினை உள்ளது. அதை கர்ம வழி மற்றும் ஞான வழி என்று பிரிக்கலாம். ரிக் வேதத்தின் பெரும் பகுதி சடங்குகளைப் பற்றியது. இன்ன சடங்குக்கு இன்ன பலன் என்று சொல்வது. ஆகவே, அது கர்ம காண்டம் என்று சொல்லப்பட்டது.

ஆனால், அதன் பத்தாவது பகுதி தூய மெய் ஞானத்தை மட்டுமே முன்வைக்கிறது. ஆகவே இது ஞான காண்டம் என்று சொல்லப் படுகிறது. இது சடங்குகளுக்கு எதிரானது. இதைத்தான் பாரதியார், ‘சுத்த அறிவே சிவமெனப் பாடும் சுருதி’ என்றார்.

வேதத்தின் இறுதிப் பகுதி வேதாந்தம். வேத-அந்தம். அதுவே பின்னர் உடநிடதங்களாக வளர்ந்தது. உபநிடதங்கள் வேதத்தின் சடங்குகளை — அதாவது கர்ம காண்டத்தை நிராகரிக்கின்றன. அவை பேசுவது தத்துவத்தை மட்டுமே.

அந்தத் தத்துவ அமைப்பை மூன்று பகுதிகளாகச் சொல்கிறது மரபு. உபநிடதங்கள் ஒரு பகுதி. பல்வேறு ஞான வழிகள் விவாதிக்கப்பட்ட காலகட்டம் இது. இந்த விவாதத்தின் ஒரு உச்சம் கீதை. இன்னொரு உச்சம் பிரம்ம சூத்திரம்.

இவையெல்லாம் சேர்ந்ததே இந்து ஞான மரபின் தத்துவக் கட்டுமானம்.

இந்து ஞான மரபை நாம் இன்னும் இரண்டாகப் பிரிக்கலாம். ஒன்று தத்துவம். இன்னொன்று புராணம். தத்துவார்த்தமாக ஒரு உயர் தளத்தில் நின்று ஒரு தரிசனத்தை அடைகிறது இந்து மதம். அந்த தரிசனத்தைக் கதைகளாக, நம்பிக்கைகளாக, வழிபாட்டு முறைகளாக முன் வைத்து எளிய மக்களிடம் பேசுகிறது.

உண்மையில் இந்த இரு தரப்புக்கும் நடுவே முரண்பாடே இல்லை. பாம்பின் தலை தத்துவம் என்றால் வால் புராணம். இரண்டும் ஒன்றே. தலை போன வழியேதான் வால் போகும். மெய்ஞானம் அடைபவன் நெஞ்சில் தன் வாலைத் தானே விழுங்கிச் சுருண்டு கிடக்கும் அந்தப் பாம்பு.

சாதாரணமாக நாம் கடவுள், தெய்வம், இறைவன் போன்ற சொற்களைப் பொத்தாம் பொதுவாகப் பயன்படுத்துகிறோம். உண்மையில் பிற மதங்கள் இச்சொற்களைப் பயன்படுத்துவதற்கும் நமக்கும் இடையே வேறுபாடு உண்டு. உதாரணமாக கிறித்தவ மதத்தில் கடவுளைப் பிதா என்கிறார்கள். அவர் ஒரு மாபெரும் தந்தை. பூமியை அவர் படைத்தார். மனிதனை உருவாக்கினார். அதன்பின் வானத்தில் இருந்துகொண்டு மண்ணில் உள்ள மனித வாழ்க்கையைக் கண்காணிக்கிறார்; காக்கிறார்.

ஆனால், வேதங்களில் காணும் இறை உருவகம் இதெல்லாம் அல்ல. வேதங்கள் இறை ஆற்றலை பிரம்மம் என்கின்றன. பிரம்மம் என்றால் ஒரு வியப்பு ஒலிதான். அதற்கு மேல் அதைப் பற்றி ஒன்றுமே சொல்ல முடியாது. அதற்கு உரிய குணங்களாக வேதங்கள் சொல்வது எல்லாமே எதிர்மறைக் குணங்களைத்தான். அதாவது எந்தச் சொல்லாலும் சொல்ல முடியாதது. எந்த அடையாளமும் இல்லாதது. எந்த விவரணைக்கும் அப்பாற்பட்டது - இப்படி. அதை 'தத்' அது என்றே சொல்கின்றன.

இந்த இறை உருவகம் மிக மிகத் தத்துவார்த்தமானது. அது உலகை சிருஷ்டிக்கும் ஒரு சக்தி அல்ல. அது உலகைக் காக்கவும் இல்லை. அது ஒரு பிரபஞ்ச சக்தி. அதுவேதான் பிரபஞ்சம். அதுவேதான் முடிவற்ற வெளி. காஸ்மாஸ் அதுதான். ஆற்றல் அதுதான். ஏராளமான வரிகள் வழி வேதங்கள் அந்த முடிவிலா ஆற்றல் வெளியைப் பற்றிச் சொல்கின்றன.

அந்த ஞானத்தை உபநிடதங்கள் தர்க்கபூர்வமாக வளர்த்தெடுக்கின்றன. ஈஸோ வாஸ்யம் இதம் சர்வம் - இவை அனைத்திலும் இறை உறைகிறது. தத்வமசி - அது நீதான். அஹம் பிரம்மாஸ்மி - நானே பிரம்மம் என்றெல்லாம் அதை விளக்குகின்றன உபநிடதங்கள்.

இங்கே நாம் காண்பதெல்லாமே பிரம்மம் என்றால் காணும் எதை வணங்கினாலும் அதெல்லாமே பிரம்மத்தை வணங்கியதுதானே? இந்த ஞானத்தில் இருந்து உருவானதே இந்து மரபின் பல தெய்வ வணக்கம். அதாவது ஒற்றைப் பரம்பொருளின் பல முகத் தோற்றமே இங்குள்ள எல்லாம். நாயில் நன்றியாக, பறவையில் வேகமாக, பாம்பில் விஷமாக, மரத்தில் உயிராற்றலாக, அலைகடலில் கொந்தளிப்பாக,

அதிகாலையில் சிவப்பாக, இரவில் இருளாகத் தெரிவதெல்லாமே பிரம்மம்தான். எல்லாமே தெய்வம்தான். அப்படித்தான் இந்து மரபில் தெய்வங்கள் முடிவிலாது உருவாயின. உங்களால் முடிந்தால் நீங்கள் கூட ஒரு தெய்வத்தை உருவாக்கிக்கொள்ளலாம்.

இந்த இடத்தில் இன்னொரு பிரிவினை உருவானது. இறை அல்லது பிரம்மம் என்பது இரு வகையாகப் பார்க்கப்பட்டது. நிர்குண பிரம்மம் என்பது ஞானத்தால் அறியப்படுவது. எந்த வகையான குணங்களும் இல்லாத பிரம்மம் அது. அதைத்தான் உபநிடதங்கள் பேசுகின்றன. பிரம்ம சூத்திரம் பேசுகிறது.

அந்த நிர்குண பிரம்மத்தை அன்றாட வாழ்க்கையில் நம்மால் உணர முடியவில்லை என்றால் நாம் சகுண பிரம்மத்தை வழிபடலாம். இது எல்லாக் குணங்களும்கொண்ட பிரம்மம். ஏனென்றால் எல்லாக் குணங்களும் அதனுடையது அல்லவா?

இவ்வாறு சகுண பிரம்மம் ஆக வழிபடப்படும் தெய்வங்கள்தான் நம்முடைய எல்லாத் தெய்வங்களும்! சாலையோர மாரியம்மன் கோயிலில் ஒரு கல் கண் தீட்டப்பட்டு சாமியாக இருக்கும். ஆனால், என்ன மந்திரம் சொல்லப்படுகிறது என்று பாருங்கள். ஆயிரம் கண் கொண்டவளே, முடிவற்றவளே, ஆற்றல் வடிவானவளே, அறியப் படவே முடியாத பெரும் சக்தியே...

இதுதான் இந்து வழிபாட்டு முறை. அறியப்படாததை அறியப்பட்ட ஏதேனும் ஒரு வடிவில் வழிபடுவது. இவ்வாறு உருவான பல தெய்வ வழிபாடுகள் பொதுவாக ஆறு மதங்களாக தொகுக்கப்பட்டன.

சிவனை வழிபடுவது சைவம். அதற்குள் பல வழிபாடுகள் சேர்க்கப் பட்டன. அதேபோல விஷ்ணுவை வழிபடுவது வைணவம். சக்தியை வழிபடுவது சாக்தேயம். முருகனை வழிபடுவது கௌமாரம். கணபதியை வழிபடுவது காணபத்யம். சூரியனை வழிபடுவது சௌரம்.

இவற்றில் சைவமும் வைணவமும் பெரு மதங்களாக வளர்ந்தன. சாக்தம் கேரளத்திலும் வங்காளத்திலும் மட்டும் நீடித்தது. மற்ற மதங்களில் காணபத்யமும் கௌமாரமும் சைவத்தில் இணைந்தன. சௌரம் வைணவத்தில் கலந்தது.

பெருமதங்கள் பக்தியை முதல் தளத்தில் முன்வைக்கும். சைவ மதம் சிவ வழிபாட்டையே முதல் தளத்தில் சொல்லும். ஆனால், உச்சிக்குச் சென்றால் அது பேசுவது சைவ சித்தாந்தமாக இருக்கும். அந்தச் சிந்தனைகள் நம் பல்லாயிரம் வருட மரபில் இருந்து உருவானவையாக இருக்கும்.

ஒரு சாதாரணமான பாடலிலே கூட நாம் உயர் தத்துவமும் பக்தியும் கலந்திருப்பதைக் காணலாம். சகுண பிரம்ம வழிபாட்டில் நிர்குண பிரம்ம வழிபாடு கலந்திருக்கக் காணலாம்.

உலகெலாம் உணர்ந்து ஓதற்கு அரியவன்
நிலவுலாவிய நீர்மலி வேணியன்
அலகில் சோதியன் அம்பலத்தாடுவான்
மலர் சிலம்படி வாழ்த்தி வணங்குவம்

முதல் வரியில் நிர்குண பிரம்மம். ஞானத்தால் உணரப்படும் தத்துவார்த்தமான கடவுள். உலகையே உணர்ந்தாலும் உணர முடியாதவன். அடுத்த வரி சகுண பிரம்மம். புராண சித்திரம். நிலவு உலாவி நீர் மலிந்த கூந்தல் கொண்டவன். அதற்கடுத்த வரி மீண்டும் தத்துவ உருவகம். அலகில்லா - எல்லையற்ற - சோதியானவான். அடுத்த வரி மீண்டும் புராணம். அம்பலத்தில் ஆடுபவன்.

இவ்வாறு இரு வழிகளும் நம் மரபில் மிக இணைந்து ஒரு அழகிய முரணியக்கத்தை நிகழ்த்தியுள்ளன.

இந்த மரபுதான் இந்து ஞான மரபு என்று சொல்லப்படுகிறது. இது வெறும் மத வழிபாடு மட்டும் அல்ல. இதில் தத்துவம் உள்ளது. அழகியல் உள்ளது. இலக்கியம் உள்ளது. உங்களுக்கு மத நம்பிக்கை இல்லாவிட்டாலும் கூட இதுவே உங்கள் பல்லாயிரம் ஆண்டு கால சிந்தனை மரபு. பல்லாயிரம் ஆண்டு கால அழகியல் மரபு. நீங்கள் நாத்திகரானாலும் இதில் உங்களுக்கு வேர் உண்டு.

அந்த வேரில் இருந்தே நீங்கள் அசலாக முளைக்க முடியும். அப்போதே நீங்கள் புதிதாகச் சிந்திக்கவும் முடியும். மரபில்லாமல் சிந்தனை இல்லை. சிந்தனைகளுக்கு அடிப்படையாக அமைபவை ஊகங்கள். Hypothesis. அவற்றை உருவாக்குவது வாழ்க்கைத் தரிசனம். பிரபஞ்ச தரிசனம். அவை பண்பாட்டால் உருவாக்கப்பட்டு நெடுங்காலமாக மெல்ல மெல்ல வளர்ந்து வந்தவையாகவே இருக்கும்.

நாம் காணும் மொத்த மேலைச் சிந்தனையும் கிரேக்க மரபு அல்லது செமிட்டிக் மரபு என்ற இரு பெரும் மரபின் வளர்ச்சி நிலையே. நம் மரபு அவற்றுக்கு இணையானதோ, மேலானதோ ஆன ஒரு பெரும் செல்வம். அந்தச் செல்வத்தை நம் மொழியில் நம் வாழ்க்கையில் வைத்திருக்கிறோம். ஆனால், கற்காமல் உதாசீனம் செய்கிறோம். எதிர்காலத்திலாவது இந்நிலை மாற வேண்டும்.

# இருபுரிச் சாலை

தமிழில் மட்டுமல்ல; மலையாளத்திலும் கூட வேதாந்தம் என்ற சொல் பெரும்பாலான சாதாரண காதுகளுக்கு எதிர்மறையாகவே ஒலிப்பதைக் கவனித்திருக்கிறேன். அதற்குக் காரணம் 'வறட்டு வேதாந்தம்' என்ற சொல் லாட்சி. வேதாந்தியான நாராயண குருவின் மாணவரும் வேதாந்தியுமான குமாரன் ஆசான் கூட வறட்டு வேதாந்தம் என்ற சொல்லாட்சியைக் கையாண்டிருக்கிறார். நடை முறைக்குப் பயன்படாத உயர் தத்துவங்களை தர்க்கபூர்வ மாகப் பேசுவது என்று இச்சொல்லுக்குப் பொருள்.

இந்தச் சொல்லாட்சி எப்போது உருவாகியிருக்கும் என்று எண்ணிக்கொண்டேன். இந்திய தேசம் அதன் அனைத்து அறிவார்ந்த மரபுகளும் அறுபட்டு அரசியலும் பண்பாடும் சிதறி கஞ்சிக்குப் பறந்த ஒரு நீண்ட காலகட்டம் உண்டு. அன்று, பட்டினியால் பரிதவித்தலைந்த மக்களுக்கு இந்திய ஞான மரபின் தத்துவ உச்சங்கள் எப்படிப் பொருள் பட்டிருக்கும்? வறட்டு வேதாந்தம் என்பதில் உள்ள கசப்பு அப்போது உருவானதாகவே இருக்க வேண்டும்.

வேதாந்தம் நம் ஞான மரபில் ஆழமாக வேரூன்றிய தாகையால் அது அத்தனை எளிதாக நம் சூழலில் இருந்து சென்றிருக்காது. பட்டினி கிடந்தும் வேதாந்தம் பேசியவர் கள் கண்டிப்பாக இருந்திருப்பார்கள். அவர்கள் இந்த வசைச் சொல்லால் மெல்ல மெல்லப் பின்னுக்குத் தள்ளப் பட்டு மறைந்திருப்பார்கள். இன்று வேதாந்தம் என்றால் என்ன என்ற எளிய அறிமுகம் உடைய மதப் பேச்சாளர் களை அல்லது மதச் சிந்தனையாளர்களைக்

கண்டுபிடிப்பது மிகவும் கடினம். வேதாந்தமே இந்து ஞான மரபின் உச்சம் என்ற போதிலும்கூட!

இன்று தென்னிந்தியாவில் அத்வைத வேதாந்தத்துக்கு என்று இரு பெரும் மடங்கள் உள்ளன. சிருங்கேரி சங்கர மடம் சங்கரரால் நிறுவப் பட்டதென்று சொல்லப்படுகிறது. காஞ்சி சங்கர மடம் சிருங்கேரியின் கிளையாக உருவானது. வைஷ்ணவ வேதாந்தம் பேசும் இரு பெரும் மரபுகள் உள்ளன. ஆந்திராவிலும் தமிழ்நாட்டிலும் ராமானுஜ மடங்கள். கர்நாடகத்தில் மாத்வ மடங்கள்.

ஆனால், நானறிந்து எங்குமே வேதாந்தம் சொல்லிக்கொடுக்கப் படுவதில்லை, விவாதிக்கப்படுவதில்லை. நம்முடைய பிரபலமான சைவ, வைணவ ஆசாரியர்களையும் பேச்சாளர்களையும் பார்க்கையில் அவர்கள் பக்தியை மட்டுமே பேசுகிறார்கள் என்றுதான் புரிந்து கொள்கிறேன். மாபெரும் வேதாந்த நூலான கீதையைக்கூட சரணாகதியை மட்டுமே முன்வைக்கும் எளிய பக்தி நூலாக விளக்கும் போக்குதான் நம்மிடையே பிரபலமாக இருக்கிறது.

வறட்டு வேதாந்தம் என்ற சொல்லால் இந்து ஞான மரபின் அறிவார்ந்த பகுதி ஒதுக்கப்பட்ட பின்னர் எஞ்சியது இந்த லௌகீக பக்தி மட்டுமே. இன்று பேசப்படும் பக்தியின் கீழ்நிலை என்பது சடங்குகள், வழிபாடுகள் மூலம் கடவுளிடம் கோரிக்கை விடுப்பது. உச்ச நிலை என்பது லௌகீகமான அனைத்தையும் உதறி விட்டு கடவுளைச் சரண் அடைவது. இந்த இரு எல்லைக்குள் இன்று இந்து ஞான மரபு முழுமையாகவே நிறுத்தப்படுகிறது.

ஆனால், பக்தி என்பதே கூட இந்து மரபில் ஒரு முதல் படி மட்டுமே. பக்திக்கும் அப்பால் செல்லும் ஞான வழியையும் தியான வழியையும் தான் இந்து மரபு விரிவாகப் பேசியிருக்கிறது. வேதங்களையே கர்ம காண்டம், ஞான காண்டம் எனப் பிரித்து ஞானத்துக்கு அதிக முக்கியத்துவம் அளித்து மேலே சென்றது இந்து மரபு. வேதங்களின் இறுதியே வேதாந்தம்.

வேதாந்தம் இந்து சிந்தனையின் உச்சம். வேத அந்தம் என்ற சொல்லாட்சியே அதைத்தான் குறிக்கிறது. இந்து மெய்ஞான மரபின் தத்துவார்த்தமான சாரமாகச் சொல்லப்படும் முத்தத்துவம் - பிரஸ்தானத் திரயம் - வேதாந்தத்தை விவாதிக்கும் நூல்களே. கீதை, உபநிடதங்கள், பிரம்ம சூத்திரம். வேதாந்தம்தான் பௌத்த சிந்தனை களை அடுத்த கட்டத்துக்குக் கொண்டுசென்ற மூல விசை. அத்வைதம், விசிஷ்டாத்வைதம், துவைதம் போன்ற பிற்கால வேதாந்த மரபுகளே இந்து மரபை மீட்டெடுத்த சக்திகள்.

இந்து மரபில் பக்திக்கும் ஞானத்துக்கும், சடங்குகளுக்கும் தத்துவத்துக்கும் இடையேயான முரணியக்கம் என்றும் உள்ளது. ஒன்று இன்னொன்றுக்கு எதிரானது என்று முதல் தோற்றத்தில் படும். ஒன்று இன்னொன்றை உருவாக்கும் முரணியக்கமே நடந்துகொண்டிருக்கிற தென்பது ஓரளவு அவதானித்தாலே தெரிய வரும்.

கி.பி. ஏழாம் நூற்றாண்டு வாக்கில் இந்தியாவில் பக்தி இயக்கம் உருவாக ஆரம்பித்தது. பௌத்த சமண மதங்களின் ஆதிக்கத்தில் இருந்து இந்து மரபு வெளிவந்து அடுத்த கட்டத்தை நோக்கி நகர்ந்த காலம் இது. பக்தி இயக்கமே அந்த மாற்றத்தை நிகழ்த்தியது. ஆனால், கூடவே இக்காலகட்டத்தில் உருவான பிற்கால வேதாந்த மரபுகளும் அதில் பங்களிப்பாற்றின. வேதாந்தமானது பௌத்த மெய்யியலை உள்ளிழுத்துக்கொண்டு அடைந்த அடுத்தகட்ட நகர்வு எனப் பிற்கால வேதாந்தங்களைச் சொல்லலாம்.

ஏழாம் நூற்றாண்டு முதல் பன்னிரண்டாம் நூற்றாண்டு வரையிலான காலகட்டத்தில் ஒரு பக்கம் இந்தியாவில் உள்ள பல நூறு நாட்டார் வழிபாட்டு மரபுகளையும் சடங்குகளையும் ஏன் சிறு தெய்வங்களை யும் உள்ளிழுத்துக்கொண்டு சைவ வைணவ மதங்கள் பேருருவம் கொண்டெழுந்தன. பக்தி முறை அம்மதங்களை நிறுவும் அடித் தளமாக அமைந்தது. இதே காலகட்டத்தில் ஏராளமான பிற்கால வேதாந்த மரபுகளும் உருவாகி உயர் தத்துவ தளத்தில் பௌத்தத்தை எதிர் கொண்டன.

கறாராக நோக்கினால் இந்த இரு போக்குகளும் ஒன்றை ஒன்று மறுப்பவை. ஒரு வேதாந்தியால் பக்தியை ஏற்க முடியாது. ஒரு பக்தனுக்கு அஹம் பிரம்மாஸ்மி என்ற வரி இறை நிந்தனை அன்றி வேறல்ல. ஆனால், ஆச்சரியம் என்னவென்றால் ஒரு அபாரமான முரணியக்கத்தால் இவ்விரு போக்குகளும் ஒன்றை ஒன்று வலுவூட்டும் விதமாகவே செயல்பட்டன.

சைவ வைணவ மதங்களை நோக்கினால் அந்த அற்புதமான முரணியக்கத்தைக் காணலாம். அம்மதங்களின் ஒரு நுனியில் பக்தி இயங்கிக்கொண்டிருக்கும். மறு நுனியில் தூய வேதாந்தம் ஒளி விடும். பக்தி அளிக்கும் விவேக ஞானம் ஒருவரை வேதாந்தம் நோக்கிக் கொண்டுசெல்லும். ஞானம் அளிக்கும் கனிவு ஒருவரை பக்தி நோக்கிக் கொண்டுசெல்லும்.

ஒவ்வோரு பக்தித் தோத்திரத்துக்குள்ளும் வேதாந்தமே பேசப்படும். ஒவ்வொரு வேதாந்த ஞானமும் பக்தியை ஒரு வழிமுறையாக அங்கீகரிப்பதாகவே இருக்கும். சம காலம் வரை இந்த

முரணியக்கத்தைக் காணலாம். ராமகிருஷ்ண பரமஹம்சர் ஒரு மாபெரும் பக்தர். உருவ வழிபாடு செய்தவர். வேதாந்தியும்கூட. அவரது முதல் மாணவரான விவேகானந்தர் தூய வேதாந்தி. ஆனால், பக்தியை ஏற்றுக்கொண்டவர்.

அதேபோல்தான் நாராயணகுருவும். 'அறிவில் அறிவாய் அமர்ந்திருத்தலை' முக்தி என்று சொல்லும் நாராயணகுரு 'ஒன்றொன்றாய் தொட்ட எண்ணி எண்ணும் பொருள் ஒடுங்கையில் நின்றிடும் பரம்' என ஞான வழியைச் சொன்ன நாராயணகுரு சாரதா அஷ்டகமும் காளி நாடகமும் சுப்ரமணிய ஸ்துதியும் எழுதினார்.

அந்த முரணியக்கத்துக்குச் சிறந்த உதாரணம் அவரது பெரும் புகழ் பெற்ற தெய்வ தசகம் என்ற பத்து செய்யுட்கள். தன்னை வந்தடைந்த தன் மக்களுக்கு அவர்களின் கோரிக்கைக்கு ஏற்ப குரு எழுதிக்கொடுத்த 'தெய்வ தசகம்' என்ற பிரார்த்தனை இன்றும் பல லட்சம் பேரால் ஒவ்வொரு நாளும் வீடுகளில் பாடப்படுகிறது. 'தெய்வமே காத்துக் கொள்க எங்களை' என்று ஆரம்பிக்கும் அந்தப் பிரார்த்தனை அதன் இறுதியில் 'அறிவும் அறிபடுபொருளும் அறிபவனும் ஒன்றாகும்' நிலையையே வரமெனக் கேட்கிறது. பக்தியின் நுனி வேதாந்தமாக நிற்கிறது!

பக்தி இயக்கத்தின் ஆகச் சிறந்த நூல்களில் எல்லாமே இந்த முரணியக்கத்தைக் காணலாம். வேதாந்தம் பக்தியைத் தன் ஒளிர் சிம்மாசனமாக ஆக்கிக்கொண்டு அமர்ந்திருக்கிறது. நேற்று பன்னிரண் டாம் வகுப்பு பாடத்தில் உள்ள இந்த கம்ப ராமாயணப் பாடல் என் காதில் விழுந்தது. பக்தி இயக்கத்தின் முதல் சிற்பிகளில் ஒருவரான கம்பன் எழுதும் வரி இது.

ஒன்றே என்னின் ஒன்றே ஆம்
பல என்று உரைக்கின் பலவே ஆம்
அன்றே என்னின் அன்றே ஆம்
ஆமே என்னின் ஆமே ஆம்
இன்றே என்னின் இன்றே ஆம்
உளது என்று உரைக்கின் உளதே ஆம்
நன்றே நம்பி குடிவாழ்க்கை
நமக்கு இங்கு என்னோ பிழைப்பு அம்மா!

'ஒன்று என்றால் ஒன்றுதான். பல என்றால் பல. அல்ல என்றால் அல்ல. ஆம் என்றால் ஆம். இல்லை என்றால் இல்லை. உண்டு என்றால் உண்டு. இவற்றில் எது நலம் பயக்குமோ அதை நம்பி நம் வாழ்க்கை செல்கிறது. இதைவிட வேறென்ன வழி மானுடனுக்கு?'

எத்தனை மகத்தான பன்மைத் தரிசனம்! 'ஒன்றே, இதுவே, பிறிதெல்லாம் பிழை' என வாதிட்டு, அதன் விளைவாகச் செல்லுமிடமெல்லாம் பேரழிவை விதைத்த எத்தனையோ வழிகளுடன் ஒப்பிடுகையில் இந்நிலத்தின் கோடானு கோடி மக்கள், தொல்லினங்கள் மீதான வரலாற்றின் பெருங்கருணையே இந்த தரிசனமாக வந்தது என்றே படுகிறது.

பக்தி நூல்களில் எல்லாம் இதே வேதாந்த தரிசனம் மீண்டும் மீண்டும் விளங்கி நிற்கிறது. 'உருவென அருவென உளதென இலதென அருமறை இறுதியும் அறிவரு நிலையென' - உருவமாக அருவமாக உள்ளதாக இல்லாததாக வேத இறுதி அறிந்துரைக்கும் நிலையென - என்று திருவரங்கக் கலம்பகம் சொல்கிறது.

வேதாந்த தரிசனத்தை ஒற்றை வரியில் சொல்லப் போனால் 'ஒன்றே அனைத்தும், அனைத்தும் அதுவே' எனக் கூறிவிடலாம். ஆனால், குறிப்பிட்ட ஒரு தெய்வத்தை, திட்டவட்டமான ஒரு வழிபாட்டு முறையை முன்வைக்கும் மதங்களும் வேதாந்தத்தில் சென்று முடிவதைக் காண்கிறோம். அதன் வழியாகத்தான் இந்திய ஞான மரபின் சாராம்சமான சமரசத் தன்மை, அணைத்து உள்ளிழுக்கும் தன்மை உருவாகி வருகிறது. வேதாந்தம் இந்தியப் பண்பாட்டுக்கும் வரலாற்றுக்கும் அளித்த கொடை அதுவே.

# உள்ளான்

ஓயாமல் ஒவ்வொரு கணமும் எண்ணிக்கொண்டிருப் பவர்களின் உள்ளே இருந்துகொண்டிருக்கும் உள்ளே ஆனவனை, உள்ளவனை, தொலைவிலிருப்பவனை, அருகிலிருந்து அனைத்துக்கும் உதவும் சேவகனை, தென்னன் பெருந்துறையில் கோயில் கொண்டவனை, வேதங்களாக ஆனவனை, பெண்ணை உடலில் பாதியாக்கிய வனை, எளியவனாகிய என்னை ஆட்கொண்ட நாயகனை, தாய் வடிவமாக ஆன தத்துவத்தை, ஏழுலகும் தானே ஆனவனை, அவ்வுலகங்களை ஆள்பவனைப் பாடியபடி ஆடுவோம் அம்மானை!

சொல்லிச் சொல்லி எஞ்சும் ஒன்றின் முன் வைக்கப்பட்ட சொற்கள். உள்ளமெல்லாம் கனிய எண்ணுபவர்களின் உள்ளே குடிகொள்பவன். அனைத்துக்கும் உள் ஆக ஆனவன். உள்ளவன். உள்ளுவதும் ஆனவன். உள்ளல் என்றால் இருத்தல் என்றும் எண்ணுதல் என்றும் உட்பக்க மாக ஆதல் என்றும் ஒரே சமயம் பொருள் தரும் தமிழ் மொழி இயல்பாகவே வேதாந்த மெய்ப் பொருளைத் தன்னுள் கொண்டிருக்கும் மாயத்தில் மாணிக்கவாசகரின் கவிதை திளைக்கிறது.

சேய்மையிலிருப்பவனை, செம்மையானவனை, வேண்டிய தெல்லாம் அளிக்கும் சேவகனானவனை, எக்கணமும் சென்று காணும்படி திருவண்ணாமலையில் பருவடிவமாக அமர்ந்தவனை எங்குமிருக்கும் நுண் ஒலி வடிவமாகிய வேதம் ஆனவனை, வேதப் பொருளாக ஆனவனை, வேத நாயகனைச் சொல்லி வணங்குகிறது மணிவாசகரின் கவிதை.

பெண்ணை இடம் சேர்த்தவனை, அவ்வண்ணமே என்னையும் ஆட்கொண்ட நாயகனை, ஆட்கொண்டு எனக்கு அன்னை வடிவமாக ஆன தத்துவ சாரத்தை அறிகிறது அவரது மனம். 'தத்'வம் எது, அதுவாக ஆனதோ அது, அவனே ஏழுலகும் தானே ஆனவன். அவற்றை ஆள்பவன். அவனைப் பாடி அம்மானை ஆடுவோம் என்று துள்ளுகிறது மனம்.

ஓயாதே உள்குவார் உள்ளிருக்கும் உள்ளானை,
சேயானை, சேவகனை, தென்னன் பெருந்துறையின்
மேயானை, வேதியனை, மாதிருக்கும் பாதியனை,
நாயான நந்தம்மை ஆட்கொண்ட நாயகனை,
தாயான தத்துவனை, தானே உலகேழும்
ஆயானை, ஆள்வானை, பாடுதுங்காண் அம்மானை.

விசித்திரமான முரண்கள் வழியாக ஓடுகிறது இக்கவிதை. ஒன்றைச் சொன்னதுமே அவ்வாறு வகுத்துவிட முடியாத அதன் இயல்பு கண்டு, அதனால் விடப்படுவதும் அவனே என்று சொல்லி முன்னகர்கின்றன சொற்கள். சிலையாக வழிபடப்படுவதும் அவனே. சொல்லால் வழிபடப்படுவதும் அவனே. அவனே பிரபஞ்சம். அப்பிரபஞ்சத்திற்கு அப்பால் ஒரு கட்டளை வல்லமை இருக்குமென்றால் அதுவும் அவனே.

எல்லையின்மையை, அதைச் சொல்லும் சொல்லின்மையை உணர்ந்த பின் ஆடுவதோ ஓர் எளிய அம்மானை. கொண்டும் கொடுத்தும் பெற்றும் இழந்தும் ஆடும் பொருளற்ற ஆட்டம். அவனை உணர்ந்து அவனை நினைத்து ஆடினால் அதன் ஒவ்வொரு ஆடலும் பிரபஞ்ச லீலையாகிவிடும்போல. ஆடுக அம்மானை.

(மாணிக்கவாசகர் திருவண்ணாமலையில் அருளிய திருஅம்மானை.)

# ஒக்கலை ஏறிய உலகளந்தோன்

**ச**ங்க இலக்கியத்திற்கும் பக்தி காலகட்ட இலக்கியங்களுக்கும் உள்ள முக்கியமான வேறுபாடு பின்னதில் பயின்று வரும் பல அன்றாட வழக்குச் சொற்கள். சங்க இலக்கியச் சொல்லாட்சி நம்மிடமிருந்து விலகித் தொலை தூரத்தில் நிற்கும்போது தேவார திருவாசக பிரபந்தப் பாடல்களின் சொல்லாட்சிகள் நமக்கு மிக அண்மையவாய் உள்ளன. நாம் செல்லமாகவும், மழலையாகவும், கடுமையாகவும், நுட்பமான பொருளில் பயன்படுத்தும் வட்டாரச் சொற்களை அப்பாடல்களில் காணும்போது ஒரு வகை உவகை ஊற்றெடுக்கிறது.

பல தஞ்சை வட்டார வழக்குச் சொற்களைக் கேட்டு நான் உவகை கொண்டதுண்டு. அதில் ஒன்று 'ஒக்கில' என்பது. குழந்தையை இடுப்பில் பக்கவாட்டில் வைத்துக்கொள்வதை அப்படிச் சொல்கிறார்கள். 'ஒக்கில ஒக்காச்சுக்கோ' என்று சொன்னால் குழந்தை மடிப்பு விழுந்த குட்டித் தொடைகளை ஆட்டி கை வீசிச் சிரித்து எம்ப எம்பத் துடிக்கிறது. அதென்ன ஒக்கு?

ஒக்கு என்றால் இணையாக என்று பொருள். இணைந்து என்றும் வரும். ஒக்கடித்தல் என்றால் சேர்ந்து தாளமிடுதல் என்று வையாபுரிப் பிள்ளையின் அகராதி சொல்கிறது. ஒக்க நோக்குதல் என்றால் சமமாக பாவித்தல். 'ஓடும் செம்பொன்னும் ஒக்கவே நோக்குவார்' என்னும் தேவாரம்.

ஒக்கல் என்றால் சுற்றத்தார். 'தென்புலத்தார் தெய்வம் விருந்து ஒக்கல் தான் என்று ஐம்புலத்தார் ஓம்பல் தலை'

என்று வள்ளுவர். மூதாதையர், தெய்வம், விருந்தினர், சுற்றத்தினர், தான் என்று ஐந்து பேரையும் பேணுவது கடமை. ஒக்கலித்தல் என்றால் பேணுதல் என்ற பொருள் இதிலிருந்து வந்திருக்கலாம்.

பேச்சு வழக்கில் ஒக்கல் என்றும் ஒக்கலை என்றும் வழங்கும் சொல்லுக்கு இடை என்ற பொருள் உள்ளது. இடை அல்ல. பக்கவாட்டு இடுப்புக்கு மட்டும்தான் ஒக்கலை என்று பெயர். இணையான, ஓரமான என்ற முந்தைய பொருளே நீட்சி பெற்றதாக இருக்கலாம். இன்று குடத்தையும் குழந்தையையும் பெண்கள் இடுப்பில் ஏந்திக்கொள்வதை மட்டுமே குறிக்கும் ஒரு சொல்லாக அது நாட்டு வழக்கில் உள்ளது.

நம்மாழ்வாரின் திருவாய்மொழி படித்துக்கொண்டிருக்கும்போது அச்சொல் பொன்னிடை மணியெனச் சுடருடன் தெரிந்தது.

உடன் அமர் காதல் மகளிர்
        திருமகள், மண்மகள், ஆயர்
மடமகள் என்றிவர் மூவர்.
        ஆளும் உலகமும் மூன்றே.
உடன் அவை ஒக்க விழுங்கி
        ஆலிலை சேர்ந்தவன் எம்மான்.
கடல்மலி மாயப்பெருமான்
        கண்ணன் என் ஒக்கலையானே!

பெருமாளுடன் அமரும் காதல் மகளிர் மூவர். சீதேவி, பூதேவி மற்றும் ஆயர் மடமகளாகிய ராதை. விண், மண், ஆழம் என அவன் ஆளும் உலகங்களும் மூன்று. ஊழிப் பெருவெள்ளத்தில் அவற்றையெல்லாம் விழுங்கித் தன்னிலாக்கி ஆலிலை மேல் கைக் குழந்தையாகத் துயில்பவனும் அவனே. எல்லையில்லாத விண்ணகப் பாற்கடலின் மாயப் பெருமான் அவன். இதோ கண்ணனாக அவன் என் ஒக்கலில் இருக்கிறான்!

நம்மாழ்வார் கவிதையைப் 'பறக்கும் யானை' என்று முன்பு சொல்லியிருந்தேன். உயர் தத்துவமும் உணர்ச்சிகரமான அதி தூய பித்து நிலையும் பிசிறிலாது முயங்கும் ஒரு மொழிவெளி அது. பெருமாளை உருவகம் செய்ய இப்பாடல் அளிக்கும் விவரணைகளில் நம்மாழ்வார் என்ற தத்துவ ஞானி தெரிகிறார். அவன் பரவிய மூன்று வெளிகளை அவர் சுட்டும் விதம் விரிவான வேதாந்த நோக்கில் மேலும் மேலும் நுணுகி ஆராயத்தக்கது.

பெருமாளை பிரபஞ்ச ரூபனாக, பிரபஞ்சத்தை ஆளும் வல்லமையாக, அலகிலாதவனாக அவர் மனம் காண்கிறது. அவனுடன் அமரும் காதல்

மகளிர் மூவர். முதலில் பிரபஞ்சத்தை ஆளும் 'சைதன்யம்' (உயிரொளி) ஆன திருமகள். அவன் மார்பில் அவனே ஆக மாறி உறைபவள். பிரபஞ்ச சாரமேயான ஆற்றல். அடுத்து மண்மகள். இந்த பூமியாக மாறி முடிவில்லாத தோற்றம்கொண்டு விளையாடும் பருப் பொருள்.

மூன்றாவதாக ஆயர் மடமகள். கூடலும் ஊடலும் பிரிவுமாக காதலின் எழில் வடிவமாக ஆனவள். உறவுகளின் மாய விளையாட்டின் சின்னம். மாயை! பிரபஞ்சத்தின் பேரழகுகளையெல்லாம் தன் அணிகலன்களாகக் கொண்டது மாயை என்று வேதாந்தம் சொல்கிறது. மாயையைத் தீமையாக அது காண்பதில்லை. அதுவும் அலகிலாத பிரபஞ்ச ரூபனின் 'அருகமர் ஆற்றல்'தான். அவன் அணியும் அணிகலன்தான். அவன் சிறு விரல் மோதிரம். அது பொய்யல்ல. மெய்யே ஆனவனின் மாயத் தோற்றம் மட்டுமே.

ஆளும் உலகமும் மூன்றே என்ற சொல்லாட்சியினூடாக அந்த தரிசனத்தை மேலும் வலுப்படுத்துகிறார் நம்மாழ்வார். விண்ணும் மண்ணும் பாதாளமும்தானே ஆனவன். ஒளியும் நிழலும் இருளுமாக ஆனவன். இருத்தலின் மூன்று சாத்தியங்களும் தானே ஆனவன்.

அவ்வாறு ஒரு விசிறியை விரிப்பதுபோல பெருமாள் என்னும் தரிசனத்தை விரித்தபின் உடனே அதைச் சுருக்கி அந்த தரிசனத்தின் மறு பக்கத்தைக் காட்டி அதுவும் அவனே என்று சொல்கிறது கவிதை. அனைத்தும் ஆனபின் அவையனைத்தையும் விழுங்கி அழித்து உண்டு தானே ஆகித் தானன்றி ஏதுமில்லா நிலையில் ஊழிப் பெருவெள்ளத்தில் ஆலிலை மேல் துயிலும் கல்கியும் அவனே என்கிறார்.

அப்போதும் எஞ்சும் ஒன்று உண்டு. அவன் துயின்ற அந்த ஆழி வெள்ளம். அதுவும் அவனே. கடலேயானவன். கடல்மலி கடவுள். ஆழியன். அவனை மாயன், மாயப் பெருமான் என்று அல்லாமல் வேறு எப்படிச் சொல்ல முடியும்?

அந்த மாயத்தின் உச்சமல்லவா அவன் குட்டித் தொப்பையும், மணி மார்பும், மயில் பீலியும், வேய்ங்குழலும், கிண்கிணியும், ஐம்படைத் தாலியும், மலர் விழிகளும், குமிண் சிரிப்புமாக, கார்வண்ணமேனிக் கண்ணனாக வந்து ஆயர் குலத்து அன்னையின் இடையில் அமர்ந்தது?

அந்த அன்னையின் நிலையில் தன்னை உணர்ந்து, அது வரை சொல்லிச் சொல்லி சொல்ல முடியாமை வழியாக உணர்த்திய பெருமாள் என்னும் பேரனுபவத்தை முழுமையாக மறுதலித்து, தாய்மையின் பெரும் பேதைத் தனத்தின் சிகரமேறி நின்று, ஆழ்வார் சொல்கிறார். 'அக்கண்ணன் இதோ என் ஒக்கலில் இருக்கிறான்' என்று.

ஒக்கல் என்ற சொல் அங்கே எத்தனை சொகுசாக அமர்ந்திருக்கிறது. அன்னையின் ஒக்கலில் பிள்ளைபோலக் கண்ணன் என் கையில் இருக்கிறான். தோளில் இருக்கிறான். மார்பில் இருக்கிறான். மடியில் இருக்கிறான் என்று எப்படிச் சொன்னாலும் வராத நுண்பொருள் ஒக்கல் என்னும் சொல் வழியாகக் கைகூடுகிறது.

ஆம், அது பெண்மையைக் குறிக்கிறது. அக்கணத்தில் கவிஞன் அங்கே பெண்ணாகிப் பூத்து தாயாகிக் கனிந்து நிற்கிறான். அவன் உடல் மென்மையில் குழைந்திருக்கலாம். தாய்மையில் பாலூறியிருக்கலாம். அடுத்த பாடலின் முதல் வரியில் நாம் அதைக் காண்கிறோம். 'ஒக்கலை வைத்து முலைப்பால் உண்ணென்று.'

விண்ணிலிருந்து மண் வரை ஆடும் ஒரு பெரும் ஊஞ்சல். உயர் தத்துவமும் ஞானப் பேதைமையும் ஆரத் தழுவும் ஒரு விளையாட்டுக் கணம். அதை நிகழ்த்திக்கொண்டே செல்கின்றன நம்மாழ்வாரின் பாடல்கள்.

# மந்திர மாம்பழம்

“**சா**வான பாவம் மேலே
வாழ்வெனக்கு வந்ததடீ
நோவான நோவெடுத்து
நொந்து மனம் வாடுறண்டீ.”

நான் இருபத்தேழு வருடம் முன்பு திருவண்ணாமலையில் பார்த்த ஒரு பண்டாரம் பாடிய வரி இது. இதை நான் ஏழாம் உலகம் நாவலின் மகுட வரியாகக் கொடுத்திருக்கிறேன்.

அவர் விசித்திரமான மனிதர். சிக்குப் பிடித்த தலை மயிரும் அழுக்கு உடையுமாக பித்தர் கோலம், பேசுவதேயில்லை. பாடுவதுடன் சரி. எங்காவது போய் எதையாவது சாப்பிட்டு விட்டு வந்து கோயிலின் பின் பக்க கோபுர வாசலில் படுத்துக்கொள்வார். நானும் அன்று கிட்டத்தட்ட அதே வாழ்க்கைதான்.

அவர் பகல்களில் பாடுவதில்லை. இரவில் தனிமையில் தனக்குத் தானேதான். அவரது வரிகள் பெரும்பாலும், அவரே உருவாக்கியவை என்பது தெரியும். பல வரிகளை நான் நினைவிலிருந்து எடுத்தாண்டிருக்கிறேன். ‘சாவான பாவம்’ என்பது ஒரு கிறித்தவச் சொல்லாட்சி. அவரது மெட்டுகளில் காதில் விழும் சினிமாப் பாடல்களின் பாதிப்பும் உண்டு. சில வரிகளில், ‘மந்திரத்தால் விளுந்த மாங்கா மனசிலே இனிக்குதடி’ போன்ற அபூர்வமான கவித்துவமும் தெரியும். அவர் யார் எவரென யாருக்கும் அக்கறையில்லை.

ஒரு முறை அவரை ஒரு தூணில் சாய்ந்தவராக அமர்ந்திருக்கக் கண்டேன். அசைவில்லாமல் விழிகள்

மேலேறி. மூன்றாம் நாள் அதே நிலையில் கண்டபோதுதான் செத்து விட்டாரோ என்ற ஐயம் ஏற்பட்டது. ''சாமி நிட்டையிலே இருக்கு'' என்றார் அவர் அருகே கவலையில்லாமல் கிடந்த கேப்பைப் பண்டாரம். ஆறு நாள் சாகவில்லை என்பதே எனக்கு வியப்பாக இருந்தது. ஏழாம் நாள் ஆளைக் காணவில்லை. ''சாமி வடக்கே போயிட்டுது'' என்றார் கேப்பைப் பண்டாரம். ''அவுக சித்தர்லா? சில்லற இருக்கா மலையாளச் சாமி, பீடி வாங்கணும்.''

விசித்திரமான மர்மம் சூழ்ந்த நாடோடிகள் நம் கிராம வாழ்க்கையில் மீண்டும் மீண்டும் அடையாளம் கண்டுகொள்ளப்பட்டிருக்கிறார்கள். அவர்கள் அனைவருக்குமே பொதுவான பெயர் சித்தர்கள். கிறுக்கென ஒரு தோற்றமும் ஞானியென மறு தோற்றமும் காட்டும் மனிதர்கள். அவர்களை நம் லௌகீக மனம் தனது தேவைகளை வைத்துப் புரிந்து கொள்கிறது. 'சாமி தொட்டுக் குடுத்தா வேவாரம் விருத்தியாகும்லா' என்பதில் தொடங்கி, 'சாமி கல்யாணமாகி பத்து வருசமாட்டு பிள்ளையில்ல' என்பது வரை. அவர்கள் இறந்ததுமே அவர்களுக்கு சமாதி உருவாகிறது. குரு பூஜைகள் நிகழ ஆரம்பிக்கின்றன.

தமிழ்நாட்டில் எந்த ஐந்து கிலோ மீட்டரிலும் குறைந்தது இரு சித்தர்கள் வாழ்ந்த வரலாறு இருக்கும். குமரி மாவட்டத்தில் அறியப்பட்ட சித்தர் சமாதிகளே இருபதுக்கும் மேல். சித்தர்களின் இஸ்லாமிய வடிவம் சூஃபிகள். அவர்களுக்கு தர்காக்கள். அவர்களில் வெகு சிலர் பாடல்கள் பாடியிருக்கிறார்கள். கூட இருந்த சீடர்கள் கைச் சரக்கு கலந்து பதிவு செய்திருக்கிறார்கள். பலருடைய பாடல்களில் யாப்பு சித்தர்களின் மாணவர்களின் பங்களிப்புதான் என்பவர்கள் உண்டு.

பெரும்பாலான சித்தர் பாடல்கள் பாமர மொழியிலானவை. பாமரர்கள் புரிந்துகொள்ள முடியாதவை. இந்த மர்மமே சித்தர் பாடல்களின் உச்சகட்ட வசீகரம் என்று படுகிறது. சித்தர்கள் பற்றிய கதைகளிலும் இந்த இரண்டு தளங்கள் உள்ளன. அரிய மெய்ஞானக் குறிப் பொருட்கள் உள்ள கதைகள் உண்டு. அதேபோல மிகச் சாதாரணமான அற்புதக் கதைகளும் உண்டு. சித்தர்கள் பாமர மனத்தின் வியப்புக்கும் உயர் தத்துவத்தின் மர்மத்துக்கும் நடுவே உள்ள ஒரு இடத்தில் நிலை கொள்கின்றனர்.

சித்தர் என்ற கருதுகோள் நம் பண்டைய இலக்கியங்களில் அதிகம் இல்லை. பதினாறாம் நூற்றாண்டைச் சேர்ந்த பரஞ்சோதி முனிவரின் திருவிளையாடற் புராணத்தில் வரும் சிவ லீலைகளில் ஒன்று சிவபெருமான் சித்தராகியது. அதற்கு முன்னால் திருமூலரின் திருமந்திரம் சித்தர் ஞானத்தின் தொகுதியாக உள்ளது. அதற்கு முந்தைய இலக்கியப் பதிவு எதுவெனத் தெரியவில்லை. சித்தர்கள் பதினைந்தாம் நூற்றாண்டு முதல் தொடர்ச்சியாக அறியக் கிடைக்கிறார்கள்.

அதாவது சித்தர்கள் என்ற கருத்துருவம் பதினைந்தாம் நூற்றாண்டு முதல்தான் உருவாகி வலுப்பெற்று வந்திருக்கிறது என்று பொருள். பௌத்த சமண மதங்களின் அழிவிற்குப் பின் தமிழகத்தில் பக்தி இயக்கம் தொடங்கியது. இக்காலகட்டத்தில் காளாமுகம், காபாலிகம் போன்ற தாந்த்ரீக மதங்கள் தமிழ்நாட்டில் அறிமுகமாகியிருக்கலாம். இவை அதிகமும் சைவம் சார்ந்தவை. சாக்த மதம் சார்ந்தவையும் உண்டு. பொதுவான மதச் சடங்குகளான வேள்வி, பக்தி என்ற இரு வழிகளிலும் இவர்களுக்கு நம்பிக்கை இல்லை. உபாசனை மற்றும் யோகம் ஆகிய செயல்முறைகளில் நம்பிக்கை கொண்டவர்கள் இவர்கள். ஏற்கெனவே இங்கே வலிமையாக இருந்த வஜ்ராயன பௌத்தம் என்ற பிரிவு, உபாசனையில் நம்பிக்கை கொண்ட ஒன்று. அதுவும் இதனுடன் சேர்ந்துகொண்டது.

சமண மரபில் உள்ள திகம்பரர் என்ற கருதுகோளுக்கும் சித்தர் என்ற கருதுகோளுடன் உறவிருக்கலாம். உடைகள் உட்பட உலகியல் அனைத்தையும் துறந்துவிட்டவர்கள். அத்துடன் தொன்மையான தமிழ் யோகப் பயிற்சி மரபு ஒன்று இருந்திருக்கலாம். அது ஊழ்கம் என்ற சொல்லால் குறிப்பிடப்படுகிறது. அதைப் பயின்றவர்கள் படிவர்கள் எனப்படுகிறார்கள். இந்த மரபுகள் எல்லாம் கலந்து உருவானதே சித்தர் என்ற உருவகம். சோறிடும் நாடு, துணி தரும் குப்பை என்று ஏதொரு குறையில்லாமல் வாழும் மனிதர் என்ற இலட்சியக் கனவு.

இவ்வாறாக நாடெங்கும் பரவியிருந்த, புரிந்துகொள்ள முடியாத இந்த மனிதர்கள் சித்தர் என்ற பொதுப் பெயரால் சட்டென்று அடையாளப் படுத்தப்பட்டார்கள். அவர்களில் சிலர் கவிஞர்கள். சிலர் யோகிகள். சிலர் மாயாவாதம் பேசியவர்கள். சிலர் சிவ பக்தர்கள். சிலர் மருத்துவர்கள். சிலர் ரசவாதிகள். சிலர் ஜடவாதிகள். அவர்களின் பாடல்கள் வாய்மொழிப் பதிவாக இருந்து, பின்னர் நேரடியாக அச்சுக்கு வந்தன. எஸ். வையாபுரிப் பிள்ளை சித்தர் பாடல்களுக்கு ஏடுகளே கிடைக்கவில்லை என்று குறிப்பிடுகிறார். அக்காரணத்தா லேயே அவர் சித்தர் பாடல்களைத் தொன்மையான இலக்கியம் என்ற தகுதிகொடுத்து நோக்க மறுத்தார்.

சித்தர்களில் சிவவாக்கியர், பத்ரகிரியார், பட்டினத்தார் ஆகியோர் பெரும் புகழுடன் இருந்திருக்கிறார்கள். தனித்தனியாக சாணித் தாள் வெளியீடுகளாக சந்தைகளில் விற்கப்பட்ட இவர்களின் நூல்களை ஒன்றாக 'பெரிய ஞானக் கோவை' என்ற பெயரில் ரத்தின நாயகர் அண்ட் சன்ஸ் என்ற பிரசுர நிறுவனம் 'மாம்பழக்கவி சிங்கராயர்' என்பவரின் உதவியுடன் தொகுத்து வெளியிட்டது என்று சொல்லப் படுகிறது. நாம் இன்று காணும் பதினெட்டுச் சித்தர்கள் என்ற முறையை உருவாக்கியவர் மாம்பழத்தாரே, கைக்குக் கிடைத்த ஒழுங்கில்.

பதினெண் சித்தர்கள் என்ற சொல்லாட்சியை ஏதேனும் தொல் நூலில் இருந்து எடுத்திருக்கலாம். ஒன்பது, பதினொன்று, ஏழு ஆகியவை உபாசனை மரபில் உள்ள மர்மமான, புனிதமான எண்கள்.

பதினெட்டுச் சித்தர் பெயர்கள் ஒவ்வொரு நூலிலும் ஒவ்வொன்றாகவே இருக்கும். முக்கிய சித்தர்கள் தவிர பிறர் மாறிக்கொண்டே இருப்பார்கள். ராமலிங்க வள்ளலாரும் பாரதியாரும் கூட அப்பட்டியலில் சேர்க்கப் பட்டதுண்டு. ஐம்பது வருடம் முன்பு கவிஞர் ச.து.சு. யோகியார் சித்தர் பாடல்களுக்கு ஒரு தொகுப்பு கொண்டுவந்தபோது அதில் பொதுவுடைமைச் சித்தர் என்ற பெயரில் கம்யூனிசக் கருத்துகளைப் பாடல்களாக எழுதிச் சேர்த்தார். அதை கோமல் சுவாமிநாதன் அவரது சுயசரிதையான 'பறந்து போன பக்கங்கள்' என்ற நூலில் பதிவு செய்கிறார். இன்னும் இடதுசாரிகள் பொதுவுடைமைச் சித்தரை அடிக்கடி மேற்கோள் காட்டுகிறார்கள்.

சித்தர் பாடல்களில் ஐந்தாறு சித்தர்கள் பாடல்களைத் தவிர பிற பாடல்கள் கவித்துவம் அற்றவை, புரிந்துகொள்ளவே முடியாதவை என்பதே உண்மை. ஏராளமான பாடல்கள் இன்று நாம் புரிந்துகொள்ள முடியாத விசித்திரமான குறியீடுகளால் ஆனவை. தங்கள் மேதாவித் தனத்தைக் காட்ட அவற்றுக்கு மனம்போல பொருள் தந்து பேருரை ஆற்றுபவர்களும் உள்ளனர். சித்தர் பாடல்களில் ஆழ்ந்த பயிற்சி உடைய வடலூர் ராமலிங்க வள்ளலார் அவற்றில் உள்ள குறியீட்டு சாத்திரங்களினால் எந்தப் பயனும் இல்லை என்று முழுமையாக நிராகரித்திருப்பதைக் காணலாம். ஒரு வேளை அவற்றுக்கு பொருளும் பயனும் இருக்கலாம். ஆனால் நம் மொழிப் பிளப்பு ஆசாமிகள் நிகழ்த்துவது போன்ற ஆய்வால் அங்கு சென்று சேர முடியாது. அந்த ஞான மரபின் நீட்சியாக ஏதேனும் குரு வரிசை இன்று இருக்கு மென்றால் அதனூடாகவே சென்று சேர முடியும்.

சித்தர் பாடல்கள் இன்று சாதாரணமாக சைவ சித்தாந்தத்தில் இணைத்தே பார்க்கப்படுகின்றன. ஆனால், சென்ற நூற்றாண்டு வரைக்கும் கூட அவற்றுக்கு சைவ சித்தாந்தத்துக்குள் இடமில்லை என்ற நிலையே இருந்தது. சித்தர் பாடல்கள் ஆசார சைவர்களால் அநாச்சாரமானவை என்று கருதப்பட்டன. குறிப்பாக திருநெல்வேலி சைவர்கள் சித்தர்களை முழுக்கவே நிராகரித்தனர். சித்தர் பாடல்களும் சரி, சித்த மருத்துவமும் சரி வண்ணார் சாதியினரிடமே அதிகம் புழக்கத்தில் இருந்தன என்பது கூர்ந்து கவனிக்கப்பட வேண்டிய ஒன்று. சித்தர் பாடல்கள் வாய்மொழி மரபாக இருந்து நேராக 'குஜிலி' பதிப்புகளாக சந்தையில் விற்கப்பட்டமை - ஏட்டுச் சுவடிகளில் எழுதப்படாமை - இவ்வாறுதான் புரிந்துகொள்ளப்பட வேண்டும்.

இதற்கான காரணத்தைத் தேடிப் போவது விரிவான ஆய்வுக்குரிய விஷயம் என்றாலும் ஒரு சிலவற்றைச் சுட்டிக் காட்டலாம். நெல்லைப் பகுதிகளில் தாந்த்ரீக சைவம் — அதாவது வாம மார்க்கம் - ஒரு காலத்தில் புகழ் பெற்று இருந்திருக்கிறது. காரணம், தென்பொதிகை மலைதான். குற்றாலநாதர் ஆலயம், சங்கரன் கோயில் ஆலயம் போன்ற வற்றில் தாந்த்ரீக வழிபாட்டு முறைகளுக்கு இடமிருந்த தகவலை அறிய முடிகிறது. படிப்படியாக காபாலிகர், காளாமுகர் போன்ற சைவ தாந்த்ரீகர்கள் சைவ பக்தி இயக்கத்தால் பின் தள்ளப்பட்டார்கள். அவர்களின் வழிமுறைகள் மேல் ஒரு வெறுப்பு பொதுவாக உருவாக்கப்பட்டது. அதற்கு அவர்களின் குரூரமான வாழ்க்கை முறையும் மக்கள் விரோத தனிமைப் போக்கும் காரணமாக இருந்திருக் கலாம். இந்தியாவெங்கும் தாந்த்ரீக வழிமுறைகளை பக்தி இயக்கமே இல்லாமலாக்கியது. சித்தர்கள் வாம மார்க்கத்தின் தொடர்ச்சிகள் என்பதனால் அவர்களை பக்தி சார்ந்த சைவம் நிராகரித்தது. அவர்களின் கட்டற்ற போக்கு சைவர்களுக்கு மனமறுப்பை உருவாக்கியிருக்கலாம்.

சென்ற நூற்றாண்டில் மெல்ல மெல்ல சைவம் சித்தர் மரபை உள்ளிழுத்துக்கொண்ட பரிணாமத்தை நாம் காண்கிறோம். அதனுடன் இணைந்து பிறர் நோயைத் தொட்டு மருத்துவம் செய்ய வேண்டும் என்பதனால் ஆசாரமானவர்கள் செய்யத் தயங்கி வந்த மருத்துவமும் உயர்குடிச் சைவர்களால் கையகப்படுத்தப்பட்டது. சென்ற நூற்றாண்டில் வெளிவந்த நூல்களைப் பார்த்தோமென்றால் ஒரு பெரும் பகுதி சைவ நூல்கள் என்பதைக் காணலாம். ஒரு மாபெரும் அறிவுக் கொந்தளிப்பே நடந்திருக்கிறது. அந்நூல்களில் பெரும் பகுதி அப்படியே காலத்தின் ஆழத்தில் மூழ்கி இல்லாமலாயின. அவற்றில் நடந்திருக்கும் கருத்துச் செயல்பாட்டை மூன்று புள்ளிகளில் வகுக்கலாம். அவை:

1. வேத, வேதாந்த மரபில் இருந்து முடிந்த வரை சைவத்தை விலக்கிக் கொண்டுவருதல்.
2. சைவத்தையும் தமிழையும் ஒரே நாணயத்தின் இரு பக்கங்களாகக் காட்டுதல். திருக்குறள் போன்ற நூல்களை சைவத்துக்குள் கொண்டு வந்து நிறுவுதல்.
3. சித்தர் மரபு போன்றவற்றை சைவத்திற்குள் கொண்டுவந்து ஒரு தொகுப்புத் தன்மையை உருவாக்குதல்.

இவ்வாறு எழுதப்பட்ட பல்லாயிரம் பக்கங்கள் வழியாகவே சைவ மரபு சித்தர் மரபை உள்வாங்கிக்கொண்டது. ஆனால், சித்தர் பாடல் களை நேரடியாகப் படிப்பவர்கள் அவை சைவத்துக்குள் அடங்குபவை அல்ல என்பதை எளிதில் காணலாம். அவற்றுக்கு இந்து ஞான மரபில்

உள்ள ஜடவாத தரிசனங்களுடனும் வேதாந்த தரிசனங்களுடனும் ஆழமான உறவு உண்டு. சித்தர்களை அப்படி ஒரு குறிப்பிட்ட தத்துவக் கோட்பாட்டுச் சட்டகத்துக்குள் அடக்க முடியாது.

அதேபோல ஆரம்ப கால இடதுசாரிகள் - குறிப்பாக ஜீவா, ஆர்.கே. கண்ணன் ஆகியோர் - சித்தர்களை சமூகப் புரட்சியாளர்களாகச் சித்தரித் தார்கள். அவர்களில் உள்ள சாதி மறுப்பு, ஆசார மறுப்பு போன்ற விஷயங்களை முன்னிலைப்படுத்தினர். அவர்களை கலகக்காரர் களாகச் சித்தரிக்கும் ஒரு போக்கும் இப்போது உள்ளது. இதன் உச்சமே பொதுவுடைமைச் சித்தர் போல போலிச் சித்தர்களை எழுதிச் சேர்த்த செயல். இந்த கருத்துகளே இன்று சித்தர்களைப் பற்றிய நமது பொதுப் புத்தியில் உள்ளன. சித்தர்கள் சமூக சீர்திருத்தவாதிகள் அல்லர். அவர்களை சமூக மறுப்பாளர்கள் அல்லது சமூக நிராகரிப்பாளர்கள் என்று வேண்டுமானால் சொல்லலாம். அவர்களின் இலக்கும் வழி முறைகளும் இந்த அரசியலாளர்கள் சற்றும் புரிந்துகொள்ள முடியாதவை.

சித்தர்களை நாம் இன்று ஒரு பக்கம் சைவர்களும் மறுபக்கம் முற்போக்காளர்களும் மூச்சு முட்ட கண் பிதுங்க நெரித்து வளைத்து ஒடித்து செய்யும் விளக்கங்கள் மூலமே அணுகிக்கொண்டிருக்கிறோம். திறந்த நோக்குடன் சித்தர் பாடல்களை அணுகுவதற்கான பயிற்சி நம்மிடம் இல்லை. அதற்கு உள்நோக்கம் இல்லாத பார்வை தேவை. இந்து ஞான மரபுகளில் பழக்கமும், தாந்த்ரீக வழிமுறைகளைப் பற்றிய அறிவும் தேவை. மேலும் சித்தர்களை அவர்களின் சம காலத்தில் இந்தியாவெங்கும் இருந்த இதே போன்ற போக்குகளுடன் ஒப்பிட்டு ஆராயும் நோக்கும் தேவை. குறிப்பாக கன்னட வசன இயக்கத்துக்கு சித்தர் மரபுடன் மிக நெருக்கமான உறவு உண்டு. இன்று வரை இவ்விரு மரபுகளையும் ஒப்பிட்டு ஆராயும் ஒரு நல்ல ஆய்வை நான் கண்டதில்லை.

சித்தர் பாடல்களை வைத்து சித்தர்களைப் புரிந்துகொள்ள முடியாது. அவர்கள் ஒவ்வொரு கணமும் புதிதாக நிகழ்பவர்கள். மனிதன் என்பவன் வெறும் மனம் மட்டுமல்ல. இப்பிரபஞ்சத்துக்கு உள்ள ஆழமும் விரிவும் அவனுக்கும் உண்டு என்ற எண்ணமிருந்தால் அவர்களை நெருங்க முடியும். நம்மிடையே இன்றும் சித்தர்கள் உருவாகிக்கொண்டுதான் இருக்கிறார்கள். உதாரணமாக கன்யாகுமரியில் வாழ்ந்த மாயம்மா. நானே அவரைப் பலமுறை கண்டிருக்கிறேன். எண்பது வயதுக்கும் மேற்பட்ட அந்தப் பெண்மணி சாதாரணமாகவே பாறைகள் மண்டிய, உக்கிரமான அலைகள் எழும் கடலில் நீந்திச் செல்வார். தேர்ந்த மீனவர்கள் கூட செல்லாத

இடங்களில் அவரைக் கண்டிருக்கிறேன். அவர் யார் என்று புரிந்து கொள்ள அவரைப் பற்றிய எந்தப் பதிவும், எந்தக் கதையும் உதவாது என்பதே உண்மை.

பதினெட்டு வருடம் முன்பு ரிஷிகேசத்தில் ஒரு சடைச் சாமியாரைக் கண்டேன். தினம் ஒரு ரூபாய்க்கு மேல் பிச்சை எடுக்க மாட்டார் என்றார்கள். அதற்குச் சப்பாத்தி வாங்கிவிட்டு மலை ஏறிச் சென்று விடுவாராம். நான் ஒரு பத்து ரூபாயை திருவோட்டில் போட்டேன். அப்படியே கவிழ்த்துவிட்டு ஒன்றுமே நிகழாததுபோல் அமர்ந்திருந்தார். அவர் ஒரு வெள்ளைக்காரர்.

# மணியும் ஒளியும்

**அ**ன்புள்ள ஜெயமோகன்,

நீங்கள் அவ்வப்போது பழைய பாடல்களுக்கு அளிக்கும் விளக்கங்களை வாசிக்கிறேன். ஆனால், நம் பக்தி மரபில் பெரும்பாலும் தோத்திரப் பாடல்கள்தானே உள்ளன. முருகா உனக்கு அதைத் தருகிறேன், இதைத் தருகிறேன். எனக்கு நீ இதையெல்லாம் தர மாட்டாயா என்ற மாதிரியான பேரம் பேசல்கள். நீ அப்படிப்பட்டவன் அல்லவா, இன்னாருக்கு மருமகன் அல்லவா, இன்னாருக்குப் பிள்ளை அல்லவா, இத்தனை பெண்களுக்குக் கணவன் அல்லவா — என்பது போன்ற துதிகள். இவற்றை ஒருவன் மனப்பாடம் செய்து தினமும் சொல்லிக் கொண்டிருப்பதனால் என்ன பயன் கிடைக்கப் போகிறது?

எங்கள் அப்பா முருக பக்தர். சின்ன வயதில் எங்களுக்கு அவர் முருக பக்திப் பாடல்களைச் சொல்லிக்கொடுத்து மனப்பாடம் செய்ய வைத்தார் - பிரம்பு நுனியில்தான். ஒரு சொல் தவறினாலும்கூட செம அடி விழும். அதனாலேயே எனக்கு இந்தத் துதிகள் மேல் ஒரே கசப்பு. அப்பாவுக்குப் பணம் தவிர வேறு நோக்கமே கிடையாது. 'உருவாய் அருவாய்...' என்று அவர் தினம் முருகனைத் துதிப்பது கூட அந்தப் பாடல் முழுக்க 'ரூபாய் ரூபாய்' என்ற சத்தமாக மாறி காதில் விழுவதனால்தான் என்று என் அம்மா சொல்லிச் சிரிப்பார். எங்களை எல்லாம் அமெரிக்காவுக்கு அனுப்புவதைப் பற்றி மட்டுமே எங்கள் அப்பா நினைத்தார். அந்தக் கனவை நிறைவேற்றிக்கொண்டார்.

இப்போது அவ்வப்போது சம்பந்தமில்லாமல் இந்த வரிகள் நினைவுக்கு வரும். என் அப்பா இவர் என்பதை எப்படி மாற்ற முடியாதோ, அதே மாதிரி இந்த வரிகளையும் இனிமேல் மனதில் இருந்து மாற்ற முடியாது என எண்ணிக்கொள்வேன். மற்றபடி அப்பா காலத்து பழைய மேஜைபோல என்னுடன் இணைந்து கொண்டிருக்கிறது இந்த வரி.

- கணேசமூர்த்தி.

**அ**ன்புள்ள கணேசமூர்த்தி,

அமெரிக்காவில் செல்லுபடியாகக் கூடிய புதிய தோத்திரங்கள், டாலர் டாலர் என்று ஒலிக்கக் கூடியவை, எவற்றையாவது நீங்கள் கற்றுக் கொள்ளலாம். நடைமுறைக்கு உதவியாக இருக்கும். எப்படியும் எவரையாவது துதி பாடிக்கொண்டுதானே இருக்கிறோம். நாம் துதி பாடினால் நம்மை அற்பமாக எண்ணாத ஒருவரை, அவர் கற்பனையே ஆனால்கூட, துதி பாடுவதனால் தவறில்லை. முகத் துதிக்கு முருகத் துதி ஒன்றும் பெரிய தப்பு கிடையாது.

இந்து ஞான மரபில் எதுவுமே விதி இல்லை. உங்களுக்குத் துதிகள் பிடிக்கவில்லை என்றால் அதை நீங்கள் தாண்டிச் செல்லலாம். செல்வதற்கான வழி தூரம் அதிகம். ஏறுவதற்கான படிகளும் அதிகம். அவற்றில் உங்கள் மூதாதையர்களின் காலடிகளைக் கொஞ்சம் கவனித்தால் நீங்கள் காண முடியும்.

துதிகள் என நீங்கள் சொல்லும் பெரும்பாலான பாடல்கள் பேரளவிலான பாடல்களில் இருந்து நம் மரபால் நெடுங்கால ஈடுபாட்டின் விளைவாக மெல்ல மெல்லத் தேர்வு செய்யப்பட்டவை. எவர் எப்படி இப்பாடல் களை முன்னே கொண்டுவந்தார்கள் என அறிவது சாத்தியமாக இல்லை. அவை தானாகவே மேலே வந்துள்ளன என நம்புவதே சிறந்ததாக இருக்கிறது.

இப்பாடல்கள் வெறும் துதிகள் அல்ல. துதியே போதும் என்றால் நீங்கள் இதே சொற்களில் இப்படியேதான் துதித்தாக வேண்டும் என்ற கட்டாயம் எங்கே வருகிறது? அவை தியான மந்திரங்களாகவே நம் மரபால் முன்வைக்கப்பட்டிருக்கின்றன.

தியான மந்திரங்கள் அல்லது ஆப்த வாக்கியங்கள் என்பவை எளிமையான வரிகள் அல்ல. அவை ஒரு ஆழ்ந்த நிலையில் இருந்து வெளிப்பாடு கொண்டவை. ஆகவே, அவற்றினூடாக நாம் ஆழ்ந்த நிலை ஒன்றை அடைய முடியும். அவற்றில் நாம் முடிவிலாது ஆழ்ந்து செல்லப் பாதை இருக்கும்.

தியான மந்திரங்களை முதலில் அவற்றின் சொல்லமைப்பு மாறாமல் மனப்பாடம் செய்யச் சொல்கிறார்கள். பெரும்பாலான குரு மரபுகளில் தியான மந்திரங்களை குரு விளக்குவதே இல்லை. சொற்களை மட்டுமே அளிக்கிறார். அச்சொற்கள் வழியாக மீண்டும் மீண்டும் நமது பிரக்ஞை ஓடிக்கொண்டே இருந்தது என்றால் அவற்றின் பொருள் திறந்துகொள்ள ஆரம்பிக்கும். பின்னர் நம் ஆழ் மனம் அவற்றின் மேல் திறந்துகொள்ளும். முடிவில்லாத படிம வெளியாக அது விரியத் தொடங்கும்.

சிறு வயதிலேயே செய்யுட்களை குழந்தைகளுக்கு அளிக்கும் வழக்கம் எவ்வாறு உருவானதென்றால் அச்செய்யுளின் வரிகள் எந்நிலையிலும் அவர்கள் மனதில் இருக்கும் என்பதனால்தான். வாழ்க்கையின் ஏதோ ஒரு கட்டத்தில் அவை அனுபவத்தின், சிந்தனையின் நீர் பட்டு முளைத் தெழும். நிழல் மரமாக ஓங்கி வளரும். விதை எப்போதும் கூடவே இருக்கட்டும் என்ற எண்ணமே அவற்றை விதைக்கச் செய்கிறது.

பிரம்பாலடித்துச் சொல்லிக்கொடுத்தலை நான் ஆதரிக்கவில்லை. அது நம் அப்பாக்கள் ஆசிரியர்களின் வழி. அப்படிப் பிரம்பாலடித்துத்தான் உங்களுக்கு ஆங்கில அகர வரிசையையும் கணிதப் பாடத்தையும் சொல்லிக்கொடுத்திருப்பார்கள். அவற்றை நீங்கள் வெறுத்ததுபோலத் தெரியவில்லை. கணிப் பொறியியலில் அவை கூட வருகின்றன அல்லவா?

நீங்கள் சொன்ன அந்த 'ரூபாய்' பாடல் கந்தரனுபூதியில் வருகிறது. அருணகிரிநாதர் எழுதியது. அருணகிரிநாதரின் ஏராளமான பாடல்கள் பொதுவான பக்திப் பாடல்களாகப் படிக்கப்படுகின்றன. ஆனால், தமிழில் திருமூலரின் திருமந்திரம், அருணகிரிநாதரின் திருப்புகழ் ஆகிய நூல்கள்தான் மிகக் குறைவாகப் பொருள்கொள்ளப்பட்ட நூல்கள். அவற்றின் பெரும் பகுதிப் பாடல்களின் சரியான பொருளை உணர்ந்த உரைகளே குறைவு. அதிலும் அருணகிரிநாதர் நுட்பமான சமஸ்கிருத தத்துவக் கலைச் சொற்களைத் தாராளமாகவே பெய்து தன் பாடல்களைப் பாடியிருக்கிறார். இரு பெரு மொழிகளிலும் ஆழந்த ஞானம் உடைய ஒருவரால் மட்டுமே அந்நூலின் அகம் காண முடியும். அனுபூதியும் கனியுமென்றால் கந்தரனுபூதியும் அப்படிப்பட்ட நூலே.

நீங்கள் சொன்ன கவிதை இது. பெரும்பாலான சைவர்களுக்குத் தெரிந்த பாடல் இதுவாகவே இருக்கும்.

> உருவாய் அருவாய் உளதாய் இலதாய்
> மருவாய் மலராய் மணியாய் ஒளியாய்
> கருவாய் உயிராய் கதியாய் விதியாய்
> குருவாய் வருவாய் அருள்வாய் குகனே!

மிக எளிமையாக 'முருகனே நீ வந்து எனக்கு அருள்வாய்' என்று கூவும் வரிகள் இவை என நம்மில் பலர் சொல்லலாம். ஆனால், இவ்வரிகள் வழியாகச் செல்லும் ஒரு கூர்ந்த மனம் அடையும் பொருள் நிலைகள் முடிவில்லாதவை.

முருகனை பரம்பொருளாகக் கண்டு வணங்குகிறது இக்கவிதை. பொதுவாக, நம் மரபில் உருவம்கொண்ட எந்த ஒரு தெய்வத்தையும் தோத்திரங்களில் உருவங்களுக்கு எல்லாம் அப்பாற்பட்ட பிரம்ம வடிவமாக, நினைப்புக்கு எட்டாத எல்லையற்ற பரம்பொருளாக உருவகித்துப் பாடுவதே வழக்கம். அந்தப் பரம்பொருளின் சித்திரத்தை இக்கவிதை அளிக்கும் விதமே கூர்ந்து கவனிக்க வேண்டியது. 'உருவமாகவும் அருவமாகவும், மொட்டாகவும் மலராகவும், மணியாகவும் அதன் ஒளியாகவும், கருவாகவும் அதன் உயிராகவும், செயலாகவும் அதன் விதியாகவும் இருப்பவனே, நீ குருவாக வந்து அருள்வாய்' என்று இறைஞ்சுகிறது.

இந்த வரிகளில் அருவமான பரம்பொருள் உருவ வடிவம்கொண்டு வருவதன் ஒரு நுண் சித்திரத்தை அருணகிரிநாதர் அளிக்கிறார். இப் பிரபஞ்ச வெளியின் சாரமாக உள்ள அலகிலா ஆற்றல் அல்லது இப் பிரபஞ்சத்தின் அடிப்படையாக உள்ள பெருங்கருத்து அல்லது இப் பிரபஞ்சமேயாக மாறித் தெரியும். அது எவ்வாறு நாமறியும் நூறாயிரம் பொருட்களாக, அவற்றில் நாம் கண்டு வணங்கும் தெய்வங்களாக, உரு மாற்றம்கொண்டது? இன்றைய இயற்பியலாளனின் பெருவினாகவும் அதுவே என நாம் அறிவோம்.

'உருவாய் அருவாய்' என்ற எதிரீடு முதலில் முன்வைக்கப்படுகிறது. நாம் காணும் அனைத்துமே உருவமாக உள்ளன. அவ்வுருவங்கள் அனைத்துமாகத் தன் இறைவனை உருவகிக்கும் இக்கவிதை பொருள் வயப் பிரபஞ்சமாகவே அவனை முன்னிறுத்துகிறது. அந்தப் பொருள்வயப் பிரபஞ்சம் அல்லாத அருவமான வெளியாகவும் அவனை உருவகிக்கிறது.

உருவம்கொண்ட இறை வடிவமாகவும் உருவமில்லாத இறை வடிவமாகவும் இருப்பவன் எனச் சொல்லிவிட்டு அதன் பின் அதற்கு இணையாக பிற எதிரீடுகளை வைத்துச் செல்கிறது கவிதை. 'உள்ளதாகவும் இல்லாததாகவும்' என்பது அடுத்த எதிரீடு. உள்ளது உருவம். இல்லாதது அருவம். உள்ளவை எல்லாம் அவனே. இல்லை என்ற நிலையிலும் அவனே இருக்கிறான். பெருவெளியில் இன்மையும் கூட ஓர் ஆற்றலாக, பரம்பொருளின் இருப்பாக ஆகலாம். அது இல்லாமல் இருக்கும் நிலைகூட அதுவே!

அடுத்த எதிரீடு எளிய உவமை. 'மொட்டாகவும் மலராகவும்' என்ற வரி இந்திய வேதாந்த மரபை உணர்ந்தவர்களுக்கு ஒரு ஆச்சரியத்தை அளிக்கும். 'பரம்பொருள் அருவ நிலையில் இருந்து உருவமாகி வருகிறது' என்பதே வேதாந்த தரிசனம். அருவ நிலையே உண்மை யானது. உருவ நிலை அந்த அருவ நிலை உருவாக்கும் ஒரு மாயத் தோற்றமே என அத்வைதம் வாதிடும்.

ஆனால், இந்த வரி உருவப் பிரபஞ்சத்தை முதல் நிலை உண்மையாக முன் வைத்து அதன் நுண் வடிவமாக அருவ நிலையை உருவகித்துக் காட்டுகிறது. உருவத்துக்கு மொட்டும் அருவத்துக்கு மலரும் உவமையாக ஆக்கப்பட்டிருக்கிறது. உருவம்கொண்டு நம் முன் நிற்கும் இந்தப் பெருவெளி என்ற மொட்டு மலர்ந்த நிலையே உருவமிலாப் பரம்பொருள் என்று சொல்லப்பட்டிருக்கிறது!

அடுத்த எதிரீடு இன்னொரு உவமை மூலம் அதையே மேலும் வலியுறுத்துகிறது. 'மணியாகவும் ஒளியாகவும்' இந்தப் பருப் பிரபஞ்சம் மாணிக்கம் என்றால் அதன் ஒளிதான் அலகிலாத ஆற்றலாக விரிந்த பரவெளி. அருவம் என்பது உருவமாகி நிற்பவற்றின் சாரமாக உறையும் ஒளியே என்கிறது இந்த உவமை!

மேலும் வலியுறுத்துகிறது அடுத்த எதிரீடு. 'கருவாகவும் உயிராகவும்' கரு என்று இதன் பொருள்வயப் பிரபஞ்சமே சொல்லப்படுகிறது. அந்தக் கருவுக்குள் உள்ள உயிரே ஆற்றல் பிரபஞ்சம் அல்லது அருவ வெளி!

கடைசி எதிரீடு பௌத்த தரிசனத்துடன் தொடர்புடையது. பௌத்தம் இப்பொருள்வயப் பிரபஞ்சம் என்பது ஒரு முடிவிலா நிகழ்வே என்று வகுக்கிறது. இந்நிகழ்வின் இயங்கு விதியாக உள்ளதே பேரறம் அல்லது மகா தர்மம். 'கதியாகவும் விதியாகவும்' என்ற வரி அதையே சுட்டுகிறது. கதி என்றால் நிகழ்வு. அந்நிகழ்வாகவும் அதன் விதியாகவும் முருகனை உருவகிக்கிறது இவ்வரி.

எதிரீடுகளின் வரிசையை வைத்துப் பார்த்தால் உருவமாக, உள்ளதாக, மொட்டாக, மாணிக்கமாக, கருவாகச் சொல்லப்பட்ட பொருள் பிரபஞ்சத்தையே கதி என்று சொல்கிறார் அருணகிரிநாதர். இப் பருப் பிரபஞ்சம் ஒரு கதி (இயக்க முறை) மட்டுமென்றால் அதன் சாரம் அதன் விதி. அந்த விதியே அருவம், இன்மை நிலை, மலர், ஒளி, உயிர்... இரண்டும் அவனே என்று சொல்கிறது.

கடைசி வரி மிக இனிய ஒரு முடிச்சுடன் முடிகிறது. 'குருவாய் வருக' என்று முருகனை அழைக்கிறது அது. குரு என்பது இங்கே உருவமாக,

உள்ளதாக, மொட்டாக, மாணிக்கமாக, கருவாகச் சொல்லப்பட்ட முதல் நிலையின் இடத்தில் வைக்கப்பட்டிருக்கிறது. அப்படியானால் அருவம். இன்மை, மலர், ஒளி, உயிர் எனச் சொல்லப்பட்ட இரண்டாம் நிலையில் இருப்பது எது?

மொட்டு மலராவது போல, மணியில் ஒளி பிறப்பது போல, கருவில் உயிர் நிகழ்வது போல, குருவின் விளைவாக உள்ளது ஞானமே. அனுபூதியே உயர் ஞானம். குருவாக முருகன் வந்தாலும் ஞானமுமாக அவனே நிற்பான் என உரைக்கிறது பாடல். குருவாய் வருக என்ற அழைப்பு அவ்வகையில் மேலும் முன்னகர்ந்து ஞானமுமாக வருக என முடிகிறது.

இவ்வரிகள் கந்தரனுபூதியின் கடைசிப் பாடல். இவ்வரிகளில் இருந்து பின்னால் நகர்ந்து முன்னாலுள்ள வரிகளை எட்டினால் பல வரிகளின் ஆழமும் தீவிரமும் நம்மைத் திகைக்கச் செய்யும்.

> 'தன்னந் தனி நிற்பது தானறிய
> இன்னம் ஒருவர்க்கு இசைவிப்பதுவோ'

என்ற வரி ஓர் உதாரணம். வேதங்கள் முடிவிலாப் பரவெளியின் ஈடிணையற்ற தனிமையைப் பாடுகின்றன. அதுவல்லாமல் வேறொன்றுமில்லை என்ற நிலையின் தனிமை, பரம்பொருளின் தனிமை. அந்த எல்லையற்ற தன்னந்தனிப் பொருள் தன்னை இன்னொருவருக்கு எப்படி அறிவுறுத்த இயலும்?

அவ்வினாவுக்கு விடையாகவே குருவாக வருக என்ற அழைப்பு. குருவாகி அது வருகையில் ஞானத்தின் அனுபூதி அதன்விளைவாக நிகழ்ந்தாக வேண்டும் அல்லவா?

கந்தரனுபூதி சைவ சித்தாந்தத்தில் கிளைத்த நூல். ஆகவேதான் அது வேதாந்த மரபைப் போல உருவத்தை நிராகரிக்கவில்லை. பருப் பிரபஞ்சமும் அதற்கு ஓர் உண்மையே. அது மாயத் தோற்றம் அல்ல. மாயை என்பது, அதை முழுதுணராது மயங்கும் நமது குறை நிலையே. பருப் பிரபஞ்சத்தை அல்லது உருவத்தை முதல் நிலையாக்கி அதில் இருந்து அதன் நுண் நிலையாகப் பரவெளியை அல்லது அருவத்தைக் கண்டு முன்வைக்கிறது இப்பாடல்.

ஆனால், இந்திய மெய்ஞான மரபுகள் அனைத்துமே உச்ச நிலையில் 'ஆற்றல் × ஜடம்' அல்லது 'உருவம் × அருவம்' என்னும் எதிரீடுகளைத் தாண்டிய ஒருமையையே முன்வைக்கின்றன. அதையே பரம்பொருள் தன்மையாகக் காட்டுகின்றன. மேலும் பின்னால் சென்றால் இன்னொரு வரியில் அதைக் காணலாம்.

*அறிவு ஒன்று அற நின்று அறிவார் அறிவில்*
*பிறிவொன்று அற நின்ற பிரான் அல்லையோ?*

'அறிவு என்ற ஒன்று அழியும் நிலையில் நின்று அறிபவர்களின் அறிவில் பிறிது என்ற ஒன்றே அழியும்படியாக நின்ற பிரான் அல்லவா நீ?' அறிவின் உச்சம் என்பது அறிகிறேன் என்னும் நிலை இல்லாமலாதல். அறிவுடன் அறிபவனும் ஒன்றாதல். அந்நிலையில் நின்று அறிபவர் நெஞ்சில் அவர்களில் இருந்து பிறிதாக அல்லாமல் நிற்கும் அதுவே அவன் என்கிறார் அருணகிரிநாதர். அனுபூதி என்பது அந்நிலையே.

அன்புள்ள கணேசமூர்த்தி, டாலருக்கு மட்டுமல்ல, ரூபாய்க்கும் ஒரு மதிப்பு இருக்கக் கூடுமென எப்போதாவது நீங்கள் உணரக்கூடும்.

பகுதி

# 2

## ஆய்வுகள்

# சங்க காலமும் இந்திய சிந்தனை மரபும்

**ப**தினைந்து வருடங்களுக்கு முன்னர் நானும் மலையாளச் சிந்தனையாளரும் நாவலாசிரியருமான பி.கே. பால கிருஷ்ணனும் திருவனந்தபுரத்தில் அவரது வீட்டில் இருந்து சற்று தள்ளி இருந்த மதுக் கடை நோக்கி ஆட்டோ ரிக்ஷாவில் சென்றுகொண்டிருந்தோம். ஆட்டோக்காரர் தமிழர். ஆட்டோவில் ஒலி நாடாவை ஓட விட்டுக் கொண்டிருந்தார். ஏதோ ஒரு தமிழ் நாட்டுப்புறப் பாடல் ஒலித்தது. அக்காலத்தில் சொந்தமாகவே பாடிப் பதிவு செய்து ஒலி நாடா வெளியிடும் மோகம் பரவலாக இருந்தது.

நல்ல கரடுமுரடான குரல். உரத்த உச்சகதிக் குரல். தப்பு அல்லது முழவு போன்ற ஏதோ வாத்தியத்தின் தோழமை. நாஞ்சில் வட்டார வழக்கில் அமைந்த பாடல். அந்த ஓட்டுநர் குமரி மாவட்டத்தின் ஏதேனும் பகுதியைச் சேர்ந்த வராக இருக்கலாம். அவருக்கு அந்தப் பாடல் வழியாக அவரது நிலமும் மனிதர்களும் மீண்டு வருகிறார்கள் என்று எண்ணிக்கொண்டேன்.

பாடல் வரிகளைக் கவனித்தேன். காதல் தாபம்தான். காதலியின் உடலில் உள்ள நகைகளாகத் தன்னைக் காண்கிறான் காதலன்.

> ''கழுத்தில் ஆடுறேனே கண்ணம்மா - உன்
> கவையிலே வளையறேனே கண்ணம்மா.''

நான் புன்னகை செய்வதைக் கண்டு பாலகிருஷ்ணன், ''அந்த வரி என்ன?'' என்றார். நான் விளக்கினேன்.

காதலியின் கழுத்தில் மாலையாக ஆடுகிறேன். அவளுடைய மார்புகளின் இடுக்கில் உள்ள வளைவில் நானும் வளைகிறேன். ''ஆ!'' என்றார் பாலகிருஷ்ணன். பின்னர் ''நாட்டுப்புறப் பாடலில் செவ்வியல் கலந்தால் அது பிரிந்துதான் நிற்கும். ஆனால், சரியான உணர்ச்சி வேகத்துடன் அந்தக் கலவை நிகழ்ந்தால் இதைப்போல மிக அபூர்வமான ஓர் அழகு உருவாகும்'' என்றார்.

மதுக் கடைக்குப் போனதும் நான், ''அந்த வரியை எப்படி செவ்வியல் பண்புள்ளது என்று சொல்ல முடியும்?'' என்றேன். ''அந்தப் பிரிவினை குத்து மதிப்பாகச் செய்யக்கூடிய ஒன்றல்ல'' என்று சொன்னார் பி.கே. பாலகிருஷ்ணன். ஒரே வரியில் செவ்வியல் பண்பு என்றால் என்ன என்ற விளக்க வேண்டுமென்றால் இப்படிச் சொல்லலாம். ஒரு படைப்பைக் கூர்ந்து கவனித்து சிந்தனை செய்தும் கற்பனை செய்தும் ரசிகன் தன்னுடைய மனதில் வளர்த்து எடுத்தால் மட்டுமே அதன் அழகு கிடைக்கும் என்றால் அதுதான் செவ்வியல் பண்பு.

அப்படியானால் நாட்டார் பண்பை இதற்கு நேர் எதிரானதாகச் சொல்லலாம். கேட்கும் அனைவரிடமும் கேட்ட அக்கணத்திலேயே நேரடியாக உரையாட ஆரம்பிப்பதே நாட்டார் பண்பின் இயல்பு. அதில் நுண்பொருள் தளங்கள் இல்லை. அதற்கு ரசிகனின் நுண்ணுணர்வும் தேவையில்லை. நுண்ணுணர்வுள்ள ஒரு ரசிகன் அதன் வழியாக மேலும் மேலும் நகர முடியக்கூடும். ஆனால், அது தன்னியல்பில் அப்பட்டமானது.

தொல் பிரதிகளைப் புரிந்துகொள்ள 'நாட்டார் × செவ்வியல்' என்ற பிரிவினையை ஒரு நல்ல கருவியாக நாம் பயன்படுத்தலாம். எல்லாக் கருவிகளும் அக்கருவிகளின் எல்லைக்குட்பட்டவற்றையே கையாள முடியும் என்ற எச்சரிக்கையுடன் நாம் இதைச் செய்ய வேண்டும். முதல் முற்றாக வகுத்துவிட எப்போதுமே முயலக் கூடாது.

செவ்வியல் என்பதன் ஐந்து அடிப்படை இலக்கணங்களை நான் இவ்வாறு அளிப்பேன்.

1. செவ்வியலில் ஆசிரியன் வலுவாக இருப்பான். அப்படைப்பின் வழியாக நாம் ஓர் ஆசிரியனின் இருப்பைச் சென்று அடைவோம். அவன் அப்படைப்பில் நேரடியாக வெளிப்பட மாட்டான். அவனுடைய உணர்ச்சிகள் வெளிப்படாது. ஆனால், அவனுடைய தனித் தன்மை, அவனுடைய ஆளுமைத் திறன் அப்படைப்பில் இருக்கும்.

2. செவ்வியலை ரசிக்க தேர்ச்சி பெற்ற ரசிகன் அல்லது வாசகன் தேவை. ஒரு சமூகம் ரசனையிலும் வாசிப்பிலும் தொடர்ச்சியான

பயிற்சியைத் தன் சமூகத்துக்கு அளிப்பதன் வழியாகவே செவ்வியலை ரசிப்பதற்கான சூழல் உருவாகிறது.

3. செவ்வியலுக்குத் திட்டவட்டமான வடிவ வரையறை இருக்கும். செவ்வியல் அவ்வடிவத்தால் கட்டுப்படுத்தப்பட்டதாக இருக்கும்.

4. செவ்வியல் ஒரு சமூகத்தின் கனவையும் யதார்த்தத்தையும் சாராம்சப்படுத்தவும் பொதுமைப்படுத்தவும் முயலும்.

5. செவ்வியல் எப்போதும் நுண்மைக்கு முயன்றபடி இருக்கும். ஆகவே, ஒரு கட்டத்தில் பொதுவான விஷயங்களை நிரந்தரமாக ஆக்கிவிட்டு அதில் நுண்ணிய சுவை பேதத்தை உருவாக்குவதில் தன் முழுக் கவனத்தையும் செலுத்தும்.

ஒரு சமூகத்தின் தொல் பிரதிகள் பெரும்பாலும் நாட்டார் பிரதிகளாகவே இருக்கும். அல்லது நாட்டார்தன்மை மேலோங்கிய பிரதிகளாக இருக்கும். நாட்டார் கலைகள் வழியாக ஒரு சமூகம் இலக்கியத்துக்கும் நுண்கலைகளுக்கும் வந்த பின்னர்தான் மெல்ல மெல்ல செவ்வியல் அங்கே உருவம்கொள்கிறது. நாட்டார் கலைகளின் வழியாகத் திரண்டு வரும் சில சாராம்சங்கள் விரிவான விவாதக் களத்தில் செம்மைப்படுத்தப்பட்டு செவ்வியலின் அடிப்படைகளாக ஆகின்றன.

ரிக் வேதத்தை ஒரு நாட்டார் பிரதி என்று சொல்லலாம். வேறு சொற்களில் அதை பண்படாப் பிரதி என்றும் சொல்வதுண்டு. மிகத் தொன்மையான ஒரு சமூகம் தன் பண்பாட்டு நினைவுகளை மொழி வடிவில் அழியாமல் பாதுகாக்க முடிந்ததனால் அவை நமக்குக் கிடைக்கின்றன. ரிக் வேதத்தை ஒரு நூல் என்று சொல்வதைவிட ஒரு தொகுப்பு என்றே சொல்லவேண்டும்.

ரிக் வேதத்தில் ஆரம்ப காலச் செய்யுட்கள் மிக நேரடியான பிரார்த்தனைகள் மட்டுமே. ஆனால், அதன் பிற்பகுதிகள் மெல்ல மெல்ல செவ்வியல் தன்மைகொள்கின்றன. அதன் பத்தாவது மண்டலம் ஒரு பெரும் செவ்வியல் படைப்பாக உள்ளது. அதன் பரிணாமத்தை நாம் ரிக்வேதம் முழுக்கக் காண்கிறோம். வேதங்களுக்குப் பின்னர் சமஸ்கிருத இலக்கியத்தில் உள்ள எல்லா ஆக்கங்களும் செவ்வியல் தன்மை கொண்டவைதான்.

தமிழ் மரபை எடுத்துப் பார்ப்போம். நமக்குக் கிடைக்கும் ஆகப் பழைய இலக்கியப் பிரதி என்றால் அது நற்றிணை, புறநானூறு, குறுந்தொகை ஆகிய மூன்றுமாக இருக்கலாம். தொல்காப்பியம் காலத்தால் பிற்பட்டது என்பதே இன்றைய ஆய்வாளர் பலரின் கருத்தாகும்.

இப்பிரதிகள் மூன்றுமே தூய செவ்வியல் பிரதிகள். செவ்வியலின் எல்லா இலக்கணங்களும் கொண்டவை என்பதுடன் சிறிதளவுகூட நாட்டார் கூறுகள் இல்லாதவை என்பதும் நம் கவனத்தைக் கவர்கிறது. செவ்வியல் இலக்கியம் உருவாகிப் பல நூற்றாண்டுகள் வழியாக முதிர்ச்சி அடைந்து முழுமை பெற்றபின் உருவான படைப்புகள் இவை.

சமீபத்தில் ஐராவதம் மகாதேவன் போன்றவர்களின் தொல்பொருள் ஆய்வுகளின் முடிவுகள் கூட இந்த எண்ணத்தை உறுதி செய்வதாகவே உள்ளன. சங்க காலத்துக்கும் வெகுவாக முந்தைய தாழிகளில் உள்ள எழுத்துருக்கள் அன்று கல்வி மிகப் பரவலாக இருந்ததைக் காட்டு கின்றன என்கிறார் ஐராவதம் மகாதேவன். அத்தகைய முழுமையான கல்வி கொண்ட சமூகம் இயல்பாகவே செவ்வியலை உருவாக்கும் என்று சொல்லலாம்.

இன்னொரு ஆதாரத்தையும் சொல்லலாம். தமிழ் மரபின் புராதனமான சிற்ப வடிவங்களில் ஒன்று தட்சிணாமூர்த்தி. தென்றிசை முதல்வன் இன்று சிவபெருமானின் ஒரு தோற்றமாகக் கருதப்பட்டாலும் கூட அது ஆசிரியர் என்ற உருவகத்தின் சிலை வடிவம் என்பதே உண்மை. ஆலமர்ச் செல்வனாகிய தென்றிசை முதல்வன் ஆசிரியன் என்பதை முதல் இறைவடிவாகக் கொண்ட ஒரு சமூகத்தின் நினைவு.

ஆனால் உலகமெங்கும் நாம் செவ்வியலாக்கத்தையும் தத்துவ மயமாக்கத்தையும் பிரித்துப் பார்க்க முடிவதில்லை. ஒரு சமூகம் தன் வளர்ச்சிப் போக்கில் சில தரிசனங்களைக் கண்டுகொள்கிறது. அவற்றை தர்க்க ரீதியாக வகுத்துக்கொண்டு பொதுமைப்படுத்தி தத்துவமாக ஆக்கிக்கொள்கிறது. அந்தத் தத்துவங்கள் அந்தச் சமூகத்தின் அற-ஒழுக்க அடிப்படைகளை உருவாக்குகின்றன. இந்தப் போக்கின் உடன் விளைவாகவே செவ்வியலாக்கம் நிகழ்கிறது என்று சொல்பவர்கள் உண்டு. செவ்வியலாக்கம் என்பது தத்துவ வளர்ச்சியின் வழிகாட்டி சக்தி என்று நான் சொல்வேன்.

நாம் சங்க காலகட்டத்தில் செவ்வியல் முழுமையைப் பார்க்கிறோம். அப்படியானால் அக்காலகட்டத்தின் தத்துவங்கள் என்ன? உபநிடதங்கள், பிரம்ம சூத்திரம், கீதை, சாங்கிய காரிகை, வைசேஷிக சூத்திரங்கள் போன்ற முழுமையான தத்துவ நூல் எதுவும் நமக்கு பழந்தமிழ் மரபில் இருந்து கிடைக்கவில்லை. அப்படி இருந்த நூல்களைப் பற்றிய தகவல்களும் இல்லை. அகத்தியம், ஐந்திரம் போன்ற இன்று கிடைக்காமல் போன நூல்கள் தத்துவ நூல்களே என்று சிலர் சொல்வதுண்டு.

இன்றைய நிலையில் சங்க செவ்வியலை உருவாக்கிய தத்துவ வளர்ச்சிப் புலம் எது என்ற வினா மிக முக்கியமானது. அதற்கான பதிவின் அடிப்படையிலேயே நாம் இந்திய தத்துவ ஞானத்தின் பரிணாம சித்திரத்தில் தமிழ் மரபின் பங்களிப்பு என்ன என்பதை வகுக்க முடியும்.

•

இந்த விவாதத்தில் நான் முனைவர் செ. சாரதாம்பாள் எழுதிய சங்க செவ்வியல் (மீனாட்சி புத்தக நிலையம், 1992) என்ற ஆய்வு நூலைப் பரிந்துரைக்கிறேன். மரபான ஓர் ஆய்வுப் பாதையில் செல்லும் இந்த நூல் தமிழண்ணல் அவர்களின் வழிகாட்டலில் செய்யப்பட்ட முனைவர் பட்ட ஆய்வேடாகும். இதில் செவ்வியல் என்றால் என்ன என்ற மேலை நாட்டு நோக்குகள் ஓர் அத்தியாயம் முழுக்க விரிவாக விரித்துரைக்கப்பட்டிருக்கின்றன.

சாரதாம்பாள் செவ்வியலுக்கு மேலை நாட்டில் சொல்லப்பட்ட வரையறைகளை இவ்வாறு அளிக்கிறார். கீழ்க்கண்ட இயல்புகளினால் ஒரு படைப்பை நாம் செவ்வியல் எனலாம்.

1. கிரேக்க உரோம இலக்கியத்தின் தொடர்பு இருப்பது.
2. ஓர் இலக்கிய மரபில் முதன்மைத் தன்மையுடன் இருப்பது.
3. தொன்மை.
4. விரிவான ஒரு பாரம்பரியம் இருப்பது.
5. பல்வேறுபட்ட பண்பாட்டுக் கூறுகள் இயைந்து செல்லும் தன்மை.
6. படைப்பாளியின் அந்தரங்கக் குரல் நேரடியாக வெளிப்படாமலிருத்தல்.
7. ஏதோ ஒரு வகையில் உலகளாவிய ஒரு தன்மை இருப்பது.
8. இலக்கிய காலகட்டத்தின் ஒரு பகுதியின் பிரதிநிதியாக இருப்பது.
9. அதன் கூறுகளுக்குள் தெளிவான காரண காரிய தொடர்பு இருப்பது.
10. உருவம், உள்ளடக்கம் இரண்டும் பொருந்தி வருதல்.
11. இலக்கிய உத்திகள் இருத்தல்.
12. விரிவான கற்பனைத் தன்மையுடன் இருப்பது, கற்பனையைக் கோருவது.
13. திரும்பத் திரும்ப ஒன்றைச் செய்து மேம்படுத்தும் தன்மை.
14. பெரும் கதை மாந்தர்களை உருவாக்கும் தன்மை.
15. பிறகு வரும் படைப்புகளுக்கு முன்னோடியாகத் திகழ்தல்.

இவற்றில் எல்லா அம்சங்களும் சங்க இலக்கியங்களுக்குப் பெரிதும் பொருந்திச் செல்கின்றன, ஒன்றைத் தவிர. காரண காரிய தொடர்பு. காரண காரிய தொடர்பு என்னும்போது அதை எளிய விளக்கமாகப் புரிந்துகொள்ளக் கூடாது. பிரபஞ்ச நிகழ்வை, அதன் உட்கூறுகளை முழுமையாக விளக்கும் தன்மை என்று அதைச் சொல்ல வேண்டும். வாழ்க்கையை, மரணத்தை, சரி தவறுகளை, அறத்தைப் பற்றிய திட்டவட்டமான விளக்கம்.

சங்க இலக்கியத்தை நாம் படிக்கும்போது அத்தகைய ஒரு சீரான தத்துவ விளக்கத்தைக் காண முடிவதில்லை. தனி வெளிப்பாடுகளாக உள்ள கருத்துகளை இணைத்து நாமே ஒரு தொடர்ச்சியை உருவாக்கிக் கொள்ளவேண்டியிருக்கிறது. சங்க இலக்கியத்தில் நமக்குக் காப்பியங் கள் இல்லை. சங்கம் மருவிய காலகட்டத்திலேயே காப்பியங்கள் உருவாகின்றன. சீரான தத்துவ விளக்கம் உருவாகாமையினால் காப்பியங்கள் உருவாகவில்லை என்று சொல்வது ஒரு விளக்கம். காப்பியங்கள் கிடைக்காமையினால் தத்துவ விளக்கம் உருவாக வில்லை என்று சொல்வது இன்னொரு விளக்கம்.

மூன்று பெரும் காப்பியங்களிலும் திட்டவட்டமாகவே தத்துவார்த்த மான காரண காரிய உறவு விளக்கப்பட்டிருக்கிறது. சிறந்த உதாரணம் சிலப்பதிகாரம். அதன் பாயிரத்திலேயே 'அரைசியல் பிழைத்தோர்க்கு அறம் கூற்று ஆவதும் உரைசால் பத்தினியை உயர்ந்தோர் ஏத்தலும் ஊழ்வினை உருத்து வந்து ஊட்டும் என்பதும்' அதன் தத்துவ விளக்கமாகச் சொல்லப்பட்டுவிட்டது. காப்பியம் முழுக்க எல்லாத் தருணங்களிலும் கவுந்தி, மாடலமறையவன் போன்றவர்கள் மூலம் தத்துவ விளக்கம் முன்வைக்கப்படுகிறது. இன்னும் சொல்லப் போனால் பௌத்த சமண தத்துவங்களே நம் காப்பியங்களுக்கு அடிப்படையாக ஆயின.

சங்க காலத்தில் தத்துவ விவாதங்கள் நடந்தனவா? ரிக் வேதத்தை நோக்கும்போது அக்காலத்தில் பல வகையான தத்துவ விவாதங்கள் நடந்ததை நாம் பல்வேறு செய்யுட்கள் வழியாக அவதானிக்க முடிகிறது. ஆனால், சங்க காலத்தில் தத்துவ விவாதத்துக்கான முறையான அமைப்புகள் ஏதும் இருந்ததாகத் தெரியவில்லை. அரச சபைகளுக்கு வரும் புலவர்கள் அறிவுரை கூறும் காட்சிகளை நாம் புறநானூறில் காண்கிறோம். அவர்கள் நடுவே முரண்பட்டு விவாதிக்கும் முறைமை இருந்தமைக்கு ஆதாரம் இல்லை.

புறநானூறில் உள்ள பொருண்மொழிக் காஞ்சித் திணை பொதுவாக சிந்தனைகளை முன்வைக்கிறது. அதைத் சார்ந்த பல்வேறு தனிச்

செய்யுட்களைத் தொகுத்து ஒரு தத்துவப் போக்கை ஊகிக்கும் வகையிலான ஆய்வுகள் தொடர்ச்சியாகத் தமிழில் நிகழ்ந்துள்ளன. ஆனாலும், புறநானூறில் உள்ள இப்பகுதியைத் தத்துவார்த்தமாக அணுகி விவாதிக்கும் போக்கு பொதுவாக நம்மிடம் குறைவே.

சங்கம் மருவிய காலகட்டத்தில் உருவான பெருங்காப்பியங்களில் மிக விரிவான தத்துவ விவாதங்கள் உள்ளன. அந்தத் தத்துவ விவாதங்கள் நிகழ்வதற்கான சபைகள் மற்றும் விவாத முறைகள் பற்றிய குறிப்புகள் உள்ளன. அது திடீரென்று நிகழ்ந்து விடாது. ஆகவே, சங்க காலம் என நாம் வகுக்கும் ஐந்து நூற்றாண்டுக் காலகட்டத்தின் இறுதியில் பௌத்த சமண மதங்கள் தமிழ்நாட்டில் வேரூன்றி விரிவான தத்துவ விவாதங்களை உருவாக்கிவிட்டிருந்தன என்று ஊகிக்கலாம்.

இந்த நோக்கில் அணுகினால் சங்கப் பாடல்களில் உள்ள தத்துவக் கருத்துகள் சமண பௌத்த மதங்களின் ஆரம்ப கால வடிவங்களால் உருவாக்கப்பட்டவையாக இருக்கலாம். சமண மதத்தின் முன்னோடி வடிவமான ஆசீவகம் தமிழகத்தில் அழுத்தமாக வேரூன்றியிருந்தது என்று வலுவான ஆய்வுத் தரப்பு உண்டு. சங்க கால தத்துவ நோக்கின் உச்சம் என்று கருதப்படும் 'யாதும் ஊரே யாவரும் கேளீர்' என்ற கணியன் பூங்குன்றனின் பாடல் ஒரு முழுமையான ஆசீவகக் கொள்கை விளக்கம் என்பதைக் காணலாம்.

இதற்கும் முற்காலத்திலேயே தமிழ்நாட்டில் செவ்வியல் உருவாகி விட்டிருந்தது. அந்தச் செவ்வியலுக்கு அடிப்படையாக அமைந்த தத்துவக் கருத்துகள் என்ன? அவை வெளியே இருந்து வந்த சமண பௌத்த கருத்துகளுடன் விரிவான உரையாடலில் ஈடுபட்டு அதன் விளைவாகவே காப்பியங்களில் நாம் காணும் தத்துவ வளர்ச்சி நிகழ்ந்தது என்று ஊகிக்கலாம். அந்தத் தத்துவக் கருத்துகள் என்ன? அவற்றின் பரிணாமம் என்ன?

•

**தொ**ன்மையான சமஸ்கிருத மரபைப் பார்க்கும்போது விவாதம் அதன் அடிப்படை இயல்பாக இருப்பதைக் காண முடிகிறது. 'சதஸ்' என்னும் சபை எப்போதுமே முரண்படும் கருத்துகள் ஒன்றுடன் ஒன்று மோத வழியமைக்கும் இடமாக இருந்துள்ளது. இதன் விளைவாக இரண்டு அறிவுத் துறைகள் சமஸ்கிருதத்தில் பெரும் வளர்ச்சி பெற்றன. ஒன்று, சொல்லாராய்ச்சி செய்யும் மீமாம்சை. விவாதத்துக்கான பொதுத் தளமான மொழியைத் துல்லியமாக வகுத்துக்கொள்ள வேண்டிய தேவை ஏற்பட்டதனால்தான் இவ்வளர்ச்சி. அடுத்ததாக விவாதத்தின் மெய்காணும் முறைகளை வகுத்துரைக்கும் நியாய சாஸ்திரம்.

இந்த இரு துறைகளும் தொன்மையான கிரேக்க மரபிலும் பெரும் வளர்ச்சிகொண்டிருந்ததைக் காணலாம். காரணம் கிரேக்க மரபும் சமஸ்கிருத மரபைப் போலவே அடிப்படையில் உரையாடல் தன்மை, விவாதத் தன்மைகொண்டது. ஆனால், கிரேக்க மரபின் ஆகப் பெரிய சாதனையாக இருப்பது அது தர்க்கவியலை வளர்த்து எடுத்த விதம்தான்.

சங்க காலத்துத் தமிழ் மரபைக் கவனிக்கும்போது முதலில் நாம் காண வேண்டியது அன்று தத்துவ விவாதமோ அதற்கான அமைப்போ இருந்ததாக ஆதாரம் இல்லை என்பதே. அதே சமயம் அறிஞர்களும் கவிஞர்களும் கூடியிருந்து அறிவாய்வு செய்யும் அமைப்புகளைப் பற்றிய பல குறிப்புகள் சங்கப் பாடல்களில் உள்ளன.

'தொல்லாணை நல்லாசிரியர்
புணர்கூட்டுண்ட புகழ்சால் சிறப்பன்' (மதுரைக் காஞ்சி 761)

'ஓங்கிய சிறப்பன் உயர்ந்த கேள்வி
மாங்குடி மருதன் தலைவனாக
உலகமொடு நிலையிய பலர் புகழ் சிறப்பன்
புலவர்' (புறநானூறு 78)

என்று புலவர் சபைகள் குறிப்பிடப்படுகின்றன. இத்தகைய கல்வியாளர் சபைகளையே தொல்காப்பியம் முதலிய நூல்களில் 'என்ப' என்றும், 'என்மனார் புலவர்' என்றும் குறிப்பிடப்படுகிறது என்று ஊகிக்கலாம்.

ஆக, அவை இருந்திருக்கிறது. அறிவோர் இருந்திருக்கிறார்கள். ஆனால், தத்துவ விவாதங்கள் நடந்தன என்று மட்டும் சொல்ல முடிவதில்லை. இந்த தனித் தன்மையைத்தான் நாம் கூர்ந்து கவனிக்க வேண்டியிருக்கிறது.

சங்க கால வாழ்க்கையைப் பற்றி அப்பாடல்கள் அளிக்கும் சித்திரங் களைத் தொகுத்துக்கொண்டும், அவ்வப்போது நேரடியாக வரும் கருத்துகளை வைத்தும் சங்க காலத்தின் தத்துவ நிலைப்பாடு என்னவாக இருந்திருக்க முடியும் என்று ஊகிக்கலாம்.

சங்க காலப் பாடல்களில் நாம் முதன்மையாகக் கவனிக்க வேண்டியது அக்காலத்தில் நிலத்துக்கு அளிக்கப்பட்டிருந்த முக்கியத்துவம். சங்க காலத்தில் ஆயர்களும் பரதவர்களும் நாடோடிகளும் இருந்தார்கள் என்றாலும் அடிப்படையில் அது ஒரு வேளாண்மைச் சமூகம் என்று சொல்லலாம். வேளாண்மைச் சமூகத்தில் நிலம் எப்போதுமே முக்கியமானது. மேய்ச்சல் சமூகங்களைப்போல அவர்கள் நிலத்தை விட்டு விட்டுச் செல்வதில்லை. அவர்களுக்கு வாழ்விடம் என்பது ஒரு

இடம் மட்டுமல்ல. அது பிரபஞ்சத்திலிருந்து அவர்களுக்குக் கிடைத்திருக்கும் ஒரு துளி.

ஆகவே, ஊர் நீங்குதல் என்பது அவர்களைப் பொறுத்தவரை ஒரு வகை மரணம். பூம்புகாரைச் சொல்லும்போது 'பதியெழு அறியா பழங்குடி கெழீஇய' என்று சொல்கிறது சிலப்பதிகாரம். ஊரை விட்டு விலகுதல் என்பதை ஒரு இழிவாக அச்சமூகம் கருதியிருக்கிறது. நிலத்தை ஐந்து வகையாகப் பிரித்து அதன் வழியாக இறைவனையும் மனிதர்களையும் மானுட வாழ்க்கையையும் ஐந்தாகக் கண்டது சங்க காலத் தமிழ் மனம்.

தமிழில் நிலம் உலகம் என்ற பொருளில் பயின்று வருகிறது. நிலம் என்பது தத்துவம்கொள்ளும் விரிவான பொருளில் இயற்கையே ஆகும். சங்க காலப் பாடல்கள் இயற்கையின் சித்திரங்களையே தங்கள் கவித்துவத்துக்கான ஆதாரமாகக்கொண்டவை. இயற்கையே மனித மனமாகத் தோற்றம் அளிக்கிறது சங்கப் பாடல்களில். துயரிலும் கலையிலும் நீங்காது கூடவே வரக்கூடிய இயற்கையை நாம் சங்கப் பாடல்களில் காண்கிறோம். சங்க காலத்து விழாக்கள் இறைவனுடன் தொடர்புடையவையாக இல்லை. இயற்கையுடன் தொடர் புடையவை அவை. புதுப் புனலாட்டு, கொன்றை பூத்தல் போன்றவையே விழாவாக ஆகின்றன.

இயற்கை தமிழரின் முக்கியமான வழிபடுபொருள் என்பதை இன்றும் தமிழ்நாட்டு மத வழிபாட்டு முறைகளைக்கொண்டு சொல்லிவிட முடியும். நம்முடைய ஆலயங்கள் அனைத்துமே மரங்களின் அடியில் சிறிய கல்பதிட்டைகளாக இருந்திருக்கின்றன. அங்கிருந்துதான் அவை பேராலயங்களாக எழுந்தன. எல்லாக் கோயில்களுக்கும் தல விருட்சங்கள் உள்ளன. நெல்லை என்றால் அது மூங்கில் காடுதான். வணங்கப்பட்ட மூங்கில் காடுதான் நெல்லையப்பனாகி நெல்லை என்ற நகரமாகி வளர்ந்திருக்கிறது. ஆகவே, தொன்மையான இயற்கை வழிபாட்டில் இருந்தே தமிழர்களின் தத்துவ நிலைப்பாடு உருவாகி வந்திருக்கும் என்று கூறலாம்.

நாடானாலும் காடானாலும் 'எவ்வழி நல்லவர் ஆடவர் அவ்வழி நல்லை வாழிய நிலனே' என்று புறநானூறில் ஔவையார் கூறுகிறார். நிலத்தை வைத்து வகுக்கப்பட்ட மானுட வாழ்க்கையின் நெறிகளுக்கு நிலத்தில் இருந்தே ஆதாரங்கள் கொள்ளப்பட்டிருக்கலாம். அதில் ஒன்றே தமிழர் சிந்தனையில் ஆழமாக வேரூன்றிய மறுபிறப்புக் கோட்பாடு. இந்தியத் தத்துவ மரபின் தொல்காலத்தில் மறுபிறவிக் கோட்பாடு அழுத்தமாக இருந்தது என்று சொல்ல முடியாது. வேத காலத்தில் அதில் ஒலிக்கும் பல குரல்களில் ஒன்றாகவே மறுபிறப்பு சிந்தனையும் இருக்கிறது.

இதிகாசங்களை எடுத்துக்கொண்டால்கூட மறுபிறப்புக் கோட்பாடு வலுவாக இருப்பதாகச் சொல்ல முடியாது. இதிகாசங்களின் மையக் கதாபாத்திரங்களின் முற்பிறப்புகள் விரிவாகச் சொல்லப்பட்டதில்லை என்பதை ஆய்வாளர்கள் சுட்டிக் காட்டியிருக்கிறார்கள். மைய முக்கியத்துவம் இல்லாத மறுபிறப்புக் கதைகள் பெரும்பாலும் பிற்காலச் சேர்க்கைகளாக இருக்கலாம் என்று சொல்பவர்கள் உண்டு. பொதுவாக மறுபிறப்புக் கோட்பாடு இந்தியத் தொல் பழங்கால நம்பிக்கைகளில் இருந்து மையத் தத்துவத்துக்கு வந்த ஒன்று.

டி.டி. கோஸாம்பி மறுபிறப்புக் கோட்பாடு என்பது வேளாண் சமூகங்களின் அடிப்படைப் பிரபஞ்ச உருவகங்களில் ஒன்றாக உள்ளது என்கிறார். இதை அவர்கள் பயிர் சுழற்சியை உருவகமாகக்கொண்டு அடைந்திருக்கலாம். பயிர் கதிர் முற்றி பழுத்து மறைகிறது. ஆனால், விதையிலிருந்து அது மீண்டும் எழுந்து வருகிறது. அதற்கு அழிவில்லை. அது ஒரு நிரந்தரமான சுழற்சி. அது போன்றதே மானுட வாழ்க்கையும் என்பதே அந்த தரிசனம்.

இந்திய நிலப்பரப்பில் இருந்த பல்வேறு தொல்குடிகளில் இந்த இரு சிந்தனைப் போக்குகளும் வலுவாக இருந்து அவை மையப் போக்குக்குச் சென்று சேர்ந்திருக்கலாம் என்று நாம் ஊகிக்க முடியும். இயற்கை வழிபாடே ஆறு தரிசனங்களில் ஒன்றாகிய சாங்கியத்தின் அடிப்படையாக அமைந்தது. நிலத்தை இயற்கையாகவும் இயற்கையை பிரம்மாண்ட வடிவில் பிரபஞ்சமாகவும் கண்டதே சாங்கியமாக ஆகியது. சாங்கியத்தின் மைய உருவகமே ஆதி இயற்கை (மூலப் பிரகிருதி) என்பதுதான். பிறவிச் சுழற்சி என்ற கருதுகோளும் அவ்வாறு மைய விவாதத்திற்குச் சென்று சேர்ந்தது.

தமிழ்ச் சிந்தனை மரபின் அடிப்படைத் தனிச் சிறப்பாக இருப்பது அகம் - புறம் என்ற அதன் பிரிவினைதான். பின்னர், இந்தக் கருதுகோள் அகப்புறம், புறப்புறம் என்று மேலும் விரிவாக்கம் செய்யப்பட்டது. வாழ்க்கையையும் பிரபஞ்சத்தையும், அகம் புறம் என இரண்டாகப் பிரித்தது தமிழ் மரபு. அகம் நம் அகத்தில் நிகழ்கிறது. உணர்ச்சிகள் கனவுகள் எண்ணங்கள். ஆனால், அகம் நிகழ புறத்தின் பருப் பொருட்கள் தேவைப்படுகின்றன. சங்கப் பாடல்களைப் பார்த்தால் மிக நுண்மையான இயற்கைச் சித்திரங்கள் மனதைச் சொல்ல முற்படும் அகத்துறைப்பாடல்களிலேயே உள்ளன என்பதைக் காணலாம்.

அதேபோல புறம் என்பது மானுட உணர்ச்சிகளினால் ஆன புற வாழ்க்கையாக உள்ளது. பின்னர் புறம் என்ற கருதுகோளை அறமும் பொருளும் இணைந்த ஒன்றாகத் தமிழ் மனம்

பிரித்துக்கொண்டிருக்கிறது என்று சொல்லலாம். புறம் என்று சொல்லப்படும் பிரிவினையில் பொதுவாக இயற்கைச் சித்திரங்களை விட நிகழ்வுகளும் உணர்வுகளும்தான் அதிகமாக உள்ளன. வெளியே நாம் காண்பது அகத்தையே என்றும், அகமாகத் தோன்றுவது புறமே என்றும் புரிந்துகொண்ட ஒரு தரிசனத்தின் வெளிப்பாடுகளே சங்கப் பாடல்கள்.

இந்த மூன்று அடிப்படைகளில்தான் சங்க காலத்தின் தத்துவம் அமைந்திருந்தது என்று ஊகிக்கலாம். சங்க காலத்தில் பேசப்பட்ட காதல், மானம், வீரம் மூன்றுமே இந்தப் பிரபஞ்ச உருவகத்தின் மீதுதான் நிறுத்தப்பட்டன.

தமிழகத்தில் தொன்மையான இந்துத் தத்துவப் பண்பாட்டுக் கூறுகளின் நேரடிச் செல்வாக்கு நமக்குக் கிடைக்கும் ஆகப் பழைய சங்கப் பாடல்களிலேயே உள்ளது. வேத-வேதாந்தக் கருத்தியலுடன் உரையாடி வளர்ந்த நிலையில் இருக்கும் சிந்தனைகளாகவே நமக்கு சங்க காலப் பாடல்கள் காணக் கிடைக்கின்றன. வைதிக மரபில் இருந்து பெற்ற அறம் பொருளின்பம் என்னும் மூவகை புருஷார்த்தங்கள் (வாழ்க்கைச் சாரங்கள்) நம் சிந்தனையைப் பின்னர் வடிவமைத்தன.

> அதனால் அறனும் பொருளும் இன்பமும் மூன்றும்
> ஆற்றுக பெரும! (புறம் 28)

என்று புறநானூறு குறிப்பிடுகிறது. பின்னர் திருக்குறள் வழியாக இந்தத் தத்துவக் கட்டுமானம் தமிழ்ச் சிந்தனையின் அடிப்படையாக ஆகியது.

இங்கே கவனிக்க வேண்டியது ஒன்று உண்டு. அறமும் பொருளும் இன்பமும் மட்டுமே புருஷார்த்தங்களாக உள்ளன என்பது. இதற்கு இரு விளக்கங்கள் உள்ளன. அறமும் பொருளும் இன்பமும் அமைந்தால் அதுவே வீடுபேறு என்ற கருத்து தமிழுக்கு உரியது என்பது ஒன்று. வீடு பேறை முக்கியமான புருஷார்த்தமாக முன்வைக்கும் கோணம் வேத காலத்துக்குப் பின்னர் தரிசனங்களின் காலகட்டத்தில்தான் உருவாகி வந்தது என்பதும், அதற்கு முன்னரே தமிழ்ப் பண்பாட்டுடன் வேத நெறியின் உரையாடல் நடந்துவிட்டது என்பதும் இன்னொன்று.

வேத மரபுக்குப் பின்னர் தமிழ்ப் பண்பாட்டுடன் உரையாடியது ஆசீவகம். பின்னர் சமணம். அதன் பின்னர் பௌத்தம். இந்த உரையாடல்களின் விளைவாகத் தமிழில் விரிவான தத்துவ விவாதங்கள் உருவாயின. விளைவாகக் காப்பியங்கள் பிறந்தன.

•

இந்தக் கோணத்தில் யோசிக்கும்போது காப்பிய காலகட்டத்துக்கு முன்பு ஏன் விரிவான தத்துவ விவாதங்கள் நிகழவில்லை. ஏன் முக்கியமான தத்துவ நூல்கள் உருவாகவில்லை என்ற கேள்விக்கு ஒரு பதிலை ஊகிக்க முடியும்.

சமஸ்கிருத மரபில் ஏன் விரிவான தத்துவ விவாதங்கள் உருவாயின? வேத காலத்திலேயே அந்தப் பண்பாடு வெளிப் பண்பாடுகளுடன் விரிவான உரையாடலுக்கு வந்திருக்கிறது. அது பிற பண்பாடுகளை நோக்கி விரிந்து அனைத்தையும் தன்னுள் இணைத்துக்கொள்ளும் தன்மையுடன் இருந்திருக்கிறது. நான்கு வேதங்களும் நான்கு வகையான பண்பாட்டு உரையாடல்களின் விளைவுகள்.

இந்த உள்ளிழுக்கும் இயல்பு காரணமாக வேதப் பண்பாடும் வேத சிந்தனையும் பல்வேறு கருத்தியல் நெருக்கடிகளைச் சந்தித்தன. அந்நெருக்கடிகள் வழியாக அவை வந்தபோது விரிவான தீவிரமான தத்துவ விவாதத்துக்கான தேவை எழுந்தது. இதை வேதங்களில் முதலில் காணலாம். அக்னி, காற்று, ஒளி, இரவு பகல்கள் போன்ற இயற்கை உருவகங்கள் சார்ந்த வழிபாட்டில் இருந்து விஷ்ணு, ருத்ரன் போன்ற தெய்வங்களை நோக்கி வருவதே தொன்மையான ஒரு பண்பாட்டுப் பரிமாற்றத்தின் விளைவாகத்தான் இருக்கவேண்டும்.

பல்வேறு இறை உருவகங்கள், வழிபாட்டு முறைகள், வேதப் பண்பாட்டுக்குள், மழைக் காலக் குளத்தை நிரப்பும் ஓடைகள்போல, இந்திய நிலத்தில் இருந்து வந்துகொண்டே இருந்திருக்கின்றன. அவையனைத்தையும் ஒன்றுடன் ஒன்று உரையாடச் செய்து சமரசப் புள்ளிகளைக் கண்டடைந்து மையப்படுத்தித் தொகுக்கும் ஒரு பிரம்மாண்டமான அறிவுச் செயல்பாடு தொய்வில்லாமல் நிகழ்ந்தது. அதைச் செய்த அறிவாளர் ரிஷிகள் எனப்பட்டார்கள். வேறு எந்த மரபிலும் காணக் கிடைக்காத இத்தனை ஆயிரம் அறிவாளர்களின் தேவை இவ்வாறு உருவானதே.

இந்தத் தேடல் சென்றடைந்த மாபெரும் உருவகமே பிரம்மம். அனைத்தையும் உள்ளடக்கிய தூய தத்துவார்த்தமான கடவுள் உருவகம். மானுடத்தின் முதல் தத்துவார்த்தமான இறையுருவகமும் இதுவே. அதன் பின் விவாதம் முழு முற்றாகத் தூய தத்துவத்துக்குள் சென்றுவிட்டது. பிரம்மத்தை மையமாக்கித் தன்னுள் வந்து சேரும் எல்லாச் சிந்தனைகளையும் தொகுக்கும் பெருமுயற்சியே மானுடத்தின் மாபெரும் தத்துவத் தொகுப்பை உருவாக்கியது.

வேத காலத்துக்குப் பின்னர் தரிசனங்களின் காலகட்டத்திலும் சரி, அதன் பின் அவைதிக மதங்களான பௌத்த சமண மதங்களின் கால கட்டத்திலும் சரி, கடைசியில் ஆங்கில ஆட்சியின்போது வந்த

ஐரோப்பிய சிந்தனைப் போக்குகளின் காலகட்டத்திலும் சரி, இந்திய தத்துவ விவாதங்களின் ஒரு தரப்பாக வேதாந்தம்தான் இருந்து வந்திருக்கிறது. அதன் விவாதம் ஒருபோதும் ஓயாமல் முன்செல்கிறது.

அத்தகைய ஒரு உள்ளிழுப்பு - தொகுப்புத் தன்மை தமிழ்ப் பண்பாட்டில் இல்லை. ஏற்கெனவே கல்வியிலும் சிந்தனையிலும் முதிர்ந்து ஒரு செவ்வியல் தன்மையை அடைந்துவிட்டிருந்த தமிழ்ப் பண்பாடு தன்னுள் தான் நிறைந்து அசைவற்று இருந்தது. அதை 'ஒரு பதி எழுவறியாப் பழங்குடி'த் தன்மை எனலாம். ஆகவே, அது புறப் பண்பாடுகளுடன் உரையாடவோ, அவற்றை வென்று உள்ளடக்கவோ முயலவில்லை. அதற்கும் பிற தரப்புகளுக்கும் விரிவான விவாதமே நிகழவில்லை.

சங்க காலத்துக்கு முன்னரே வேதப் பண்பாடு தமிழகத்திற்கு வந்திருக்கிறது. ஆனால், வைதிகர் எப்போதும் அந்நியராகவே சொல்லப்படுகிறார்கள். எப்போது வைதிகர்கள் குறிப்பிடப்படுகிறார் களோ அப்போதெல்லாம் அவர்களின் தவம், வேள்விச் செயல், அவர்களின் வேதம் ஆகியவற்றைச் சுட்டும் ஒரு மதிப்புடனும் வழிபாட்டுடனும்தான் சொல்லப்படுகிறார்கள். ஆனாலும் அவர்கள் தமிழ்ச் சமூகத்தின் உறுப்பினராகச் சொல்லப்படவில்லை.

அந்த வைதிகர்களிடமிருந்து வந்த வைதிக சிந்தனைகளில் இருந்து மூன்று புருஷார்த்தங்கள், வேள்விப் பயன் (அபூர்வம்) போன்ற சில தத்துவக் கருத்துகளை தமிழ்ச் சிந்தனைகளைப் பெற்றுக்கொண்டிருந் தாலும்கூட விரிவான விவாதங்கள் நிகழ்ந்ததாகவோ, அதன் மூலம் தத்துவ நகர்வு உருவானதாகவோ சொல்ல முடியாது. நேர்மாறாக தமிழ்ச் சிந்தனையின் பல கூறுகளை வைதிகம் தன்னுடையதாக ஆக்கிக்கொண்டிருக்கலாம் என்று படுகிறது.

பின்னர் ஆசீவக சமண பௌத்த மதங்கள் வந்தபோது அவை தன்னுள் நிறைவுற்றிருந்த தமிழ்ச் சிந்தனையின் சிம்மாசனங்களை அசைத்தன. தத்துவ அறைகூவல் விடுத்தன. அந்தச் சிந்தனைகளை உள்வாங்கும் படி தன்னை மாற்றியமைக்கும் கட்டாயம் தமிழுக்கு உருவானது. விளைவாக தத்துவ மோதல்களும் விவாதங்களும் உருவாயின.

தன் தத்துவ தரிசனங்களை விவாதங்களாக ஆக்கிக்கொள்ள வேண்டிய வரலாற்றுத் தருணம் தமிழ்ப் பண்பாட்டுக்கு அமையவில்லை என்று சொல்லலாம். கரை கவியா ஏரிபோல அது அலையற்று நெடுங்காலம் அப்படியே இருந்தது. பர சிந்தனைகளை எதிர்கொள்ளும் படைக் கருவியாக சிந்தனைகளை ஆக்கவேண்டிய தேவையே அவர்களுக்கு உருவாகவில்லை. சிந்தனைகளை முறைப்படுத்தித் தொகுத்துக் கொள்ளவேண்டிய தேவை மட்டுமே உருவாகியது. ஆகவேதான்

தொல்தமிழ்ப் பண்பாட்டின் அக்கறை இலக்கணங்களில் ஊன்றியிருந்தது.

தமிழில் பழங்கால அறிவோர் அவை என்று நாம் காண்பவை எல்லாமே இலக்கண அவைகளாகவும் இலக்கிய அரங்கேற்றக் கூடுகைகளாகவும் இருந்தன. இலக்கண நூல்கள் ஒன்றில் இருந்து இன்னொன்றாக உருவாகிக்கொண்டே இருந்தன. எல்லாக் கருத்தும் ஏற்கெனவே சொல்லப்பட்ட ஒன்றாக இருந்தது. தத்துவம் மத்தினால் கடைந்து உருட்டி வைக்கப்படவில்லை - அது இலக்கியம் என்னும் பாலில் கரைந்த நிலையிலேயே இருந்தது.

தமிழ்ச் சிந்தனையின் மையக் கருத்துகளான இயற்கை வழிபாடு, பிறவிச் சுழற்சி மற்றும் அகப்புறம் ஆகிய மூன்றும் இந்திய சிந்தனை மரபில் தமிழிலிருந்து சென்று வலுப் பெற்றவை என்று சொல்ல வாய்ப்புகள் உள்ளன. குறிப்பாக, பிந்தைய இரு கருத்துகளும் பௌத்தத்தில் அழுத்தமாக வேரூன்றின. சூனியவாத பௌத்தமும் விக்ஞானவாத பௌத்தமும் அதிலிருந்தே உருவாகின. அவற்றில் இருந்து அத்வைதம், விசிஷ்டாத்வைதம், துவைதம் போன்ற பிற்கால வேதாந்தங்கள் உருவாயின. இவற்றை உருவாக்கிய அனைத்து சிந்தனையாளர்களும் தென்னிந்தியாவைச் சேர்ந்தவர்கள். பலர் காஞ்சியில் படித்தவர்கள். இந்திய சிந்தனை மரபில் இன்றுள்ள வேதாந்த ஞானம் என்பது பெரும்பாலும் தெற்கின் - தமிழகத்தின் - கொடை என்றால் அது மிகையல்ல.

# இந்திய சிந்தனை மரபில் குறள்

## அ. சமூகப் பரிணாமமும் நீதி நூல்களும்

வியாச மகாபாரதத்தைக் கூர்ந்து வாசிக்கும் வாசகனுக்கு உண்மையில் அது சாதியைப் பற்றி என்னதான் சொல்கிறது என்ற குழப்பம் எழாமலிருக்காது. மகாபாரதக் கதையே பிரம்மாண்டமான குலக் கலப்பின் வரலாறு என்றால் அது மிகையல்ல. அதன் கதைசொல்லியும் குரு வம்ச பிதா மகருமான மகா வியாசன் கிருஷ்ண துவைபாயனனே குலக் கலப்பில் பிறந்தவர்தான். பராசர முனிவருக்கு காளி என்ற மீனவப் பெண்ணில் பிறந்தவர் அவர். காளி என்றால் கறுப்பி என்று பொருள். கிருஷ்ணன் என்றாலும் கறுப்பன்தான். மாறாகவும் நிகழலாம். மதங்க ரிஷி பிராமணப் பெண்ணுக்கு ஒரு சவரக்காரர் உறவில் பிறந்தவர்.

மகாபாரதம் சாந்தி பர்வத்தில் நான்கு வர்ணங்களையும் ஒருவனின் செயல்களை மட்டுமே வைத்து வரையறுக்க வேண்டும் என்ற குரலை நாம் மீண்டும் மீண்டும் காணலாம். பிறப்பால் எந்த மனிதனையும் சாதி அடையாளம் செய்யக்கூடாது என்று பல இடங்களில் கூறப் பட்டுள்ளது. 'பிராமணனின் குணமில்லாதவன் பிராமணன் அல்ல. க்ஷத்ரியனின் குணமில்லாதவன் க்ஷத்ரியனல்ல' - மகாபாரதம் சாந்தி பர்வம் 189/8 'பிராமணனின் மகனாகப் பிறந்த ஒருவன் தன் இயல்பாலும் சூழலாலும் பிராமணனாக வாழ முடியவில்லை என்றால் அவன் க்ஷத்ரிய குலத்தவனாகி அச்செயலைச் செய்யலாம். அல்லது வைசிய குலத்தவனாகி அச்செயல்களைச் செய்யலாம்' என்கிறது மகாபாரதம்.

மகாபாரதத்தில் போரிடும் பிராமணர்களை நாம் காண்கிறோம். அரசியல் தொழில் செய்பவர்களை நாம் காண்கிறோம். மகாபாரதத்தின் ஒரு பகுதியாக விளங்கும் கீதையில் அர்ஜுனன் அர்ஜுன் விஷாத யோகத்தில் 'குலக் கலப்பு ஏற்பட்டால் தர்மம் அழியும்' என்கிறான். ஆனால், அவனே குலக் கலப்பால் பிறந்தவன். அவனுக்கு விளக்கமளிக்கும் கிருஷ்ணன் 'நான்கு வர்ணங்களும் இயல்புகள், செயல்கள் ஆகியவற்றின் அடிப்படையில் படைக்கப் பட்டவை' என்று சொல்கிறான். கீதையின் வேதாந்தப் பகுதி மகாபாரதத்தைவிடப் பழமையானது என்பது என் எண்ணம். அர்ஜுனன் வரும் முதல் பகுதி மகாபாரத காலத்துக்கு நெடுங்காலம் கழித்து உருவானது.

க்ஷத்ரியனாகிய விஸ்வாமித்திரன் பிரம்ம ரிஷியாக ஆனார். ஒட்டுமொத்தமாக சாதி மாறும் நிகழ்ச்சிகளைக்கூட புராணங்களில் நாம் காணலாம். க்ஷத்ரிய மன்னராகிய ரிஷப தேவரின் நூறு மகன்களில் 81 பேர் பிராமணர்களாக ஆனார்கள் என்று விஷ்ணு பாகவதத்தில் சொல்லப்பட்டிருக்கிறது. க்ஷத்ரியனாகிய பிரஷாக்னன் சூத்திரனாக ஆனான் என்றும் இன்னும் பல விதமான வருண, சாதி மாதீறங்களையும் நாம் விஷ்ணு பாகவதத்தில் காணலாம்.

சூத்திரர்கள் வேதம் ஓதலாம் என பண்டைய நெறிகள் சொல்லின. மீமாம்சா சூத்திரத்தில் பாதராயணர் அனைவருக்கும் வேதம் ஓதும் உரிமை உண்டு என்று சொல்கிறார். அதை சபரர் இன்னும் விரிவாக நிறுவுகிறார். வேள்வியில் அவி அர்ப்பிப்பவன் பிராமணன் என்றால் அவனை 'ஏஹி' என்றும், க்ஷத்ரியன் என்றால் அவனை 'அகோஹி' என்றும், வைசியன் என்றால் அவனை 'ஆத்ரவ' என்றும், சூத்திரன் என்றால் அவனை 'ஆதாவ' என்றும் அழைக்க வேண்டுமென்று சதபதப் பிரமாணம் சொல்கிறது. பஞ்ச ஜனா மம ஹோத்ரம் ஜுஷத்வ' என்று ரிக்வேதமே சொல்கிறது. ஐந்து வகை மக்களும் வேள்வி அர்ப்பிக்க வேண்டும் என்று அச்சொற்களுக்குப் பொருள். பெண்களுக்கும் அவ்வுரிமை இருந்தது.

இந்து சிந்தனை மரபில் சுருதிகள், ஸ்மிருதிகள் என மூல நூல்களை இரண்டு வகையாகப் பிரிப்பதுண்டு என நாம் அறிவோம். சுருதிகள் அடிப்படையான பிரபஞ்ச தரிசனங்களை முன்வைக்கும் நூல்கள். ஸ்மிருதிகள் என்பவை வாழ்க்கை நெறிகளை அறிவுறுத்துபவையும் சமூகச் சட்டங்களை வகுத்துரைப்பவையும் ஆகும். வேதங்கள், உபநிடதங்கள், பிரம்ம சூத்ரம் போன்றவை சுருதிகள். பற்பல ஸ்மிருதிகள் இந்திய மரபில் இருந்துள்ளன மனு ஸ்மிருதியின் பெயர், நாம் அனைவரும் அறிந்தது. மனு ஸ்மிருதிக்கு முன்னரே நாரத ஸ்மிருதி, யாக்ஞவல்கிய ஸ்மிருதி, யம ஸ்மிருதி போன்ற பல நூல்கள்

இருந்துள்ளன. பராசர ஸ்மிருதி முதலிய சில நூல்கள் உண்மையில் மனு ஸ்மிருதிக்குப் பின்னர் வந்தவை என்று ஆய்வாளர் சொல்வதுண்டு.

இந்து மரபின் கொள்கையின்படி சுருதிகள் முழுமுதன்மையான விஷயங்களை முன்வைப்பவை. ஆகவே, அவை காலச் சார்பு கொண்டவை அல்ல. ஆனால், ஸ்மிருதிகள் காலச் சார்பு கொண்டவை. விவாதத்துக்கு உரியவை. ஸ்மிருதிகள் சுருதிகளின் ஞான தரிசனங்களை நடைமுறைப்படுத்தும் நோக்கம் கொண்டிருக்கவேண்டும் என்று சொல்லப்பட்டிருக்கிறது. பல நூல்களில் மகாபாரதம், ராமாயணம் என்னும் இரு இதிகாசங்களையும் ஸ்மிருதிகளாக, அதாவது நெறி நூல்களாக எடுத்துக்கொள்ளலாம் என்று சொல்லப்பட்டிருக்கிறது. அப்படியானால் மகாபாரதம் முன்வைக்கும் குலக் கலப்பின் முன்னுதாரணம் என்பது ஒரு நெறியே.

ஆனால், மிக விரைவிலேயே அந்தக் குலக் கலப்பின் சாத்தியங்களை நெறி நூல்கள் நிராகரிப்பதை நாம் காண முடிகிறது. 'பிராமணன் தீயவனானாலும் வழிபாட்டுக்குரியவன். சூத்திரன் முனிவனாக இருந்தாலும் மதிக்கப்பட வேண்டியவனல்ல' என்று பராசர ஸ்மிருதி வகுக்கிறது (பராசர ஸ்மிருதி 8/33). தாழ்ந்த குலத்துக்குரிய செயல்களைச் செய்தாலும் பிராமணன் பிராமணனே என்கிறது மனு ஸ்மிருதி. பிராமணனின் அதிகாரம் மன்னனின் அதிகாரத்தைவிட மேலானது. அவனே தன்னிடம் தவறு செய்தவர்களைத் தண்டிக்கலாம் என்று வகுக்கிறது (மனு ஸ்மிருதி P/32). வேதம் ஓதுவது மட்டுமல்ல. காதால் கேட்பதுகூட சூத்திரனுக்கு விலக்கப்படுகிறது மனுவால். அதாவது இவ்விரு ஸ்மிருதிகளின்படி பழங்காலத்தின் ரிஷிகளும் மகாபாரத பிதாமகர்களும் தண்டிக்கப்பட வேண்டியவர்கள்!

இந்த மாற்றம் எப்படி நடந்தது? எந்த ஒரு சமூக மாற்றமும் எளிதாக நடந்துவிடாது என்று நாம் இன்று அறிவோம். சீரான ஒரு பரிணாம மாற்றம் அதற்குத் தேவையாகிறது. ஒரு பரிணாம காலகட்டமும் அதற்குத் தேவையாகிறது. ஒரு நீண்ட உரையாடல் மூலமே இந்த மாற்றம் நிகழ்ந்திருக்க முடியும். வேத காலத்தில் இருந்து மனு ஸ்மிருதியின் காலம் வரையிலான சமூக நீதியைப் பற்றிய மொத்தக் கருத்துகளையும் தொகுத்து அவற்றில் இருந்துதான் நாம் அந்த விவாதச் சூழலை இன்று உருவாக்கிப் பார்க்க முடியும்.

எந்த ஒரு சமூகத்திலும் நீதி ஓர் உரையாடலாகவே நிகழ்ந்து கொண்டிருக்கிறது என்று நாம் புரிந்துகொள்ள வேண்டும். நீதி என்று வகுத்துச் சொல்லப்படுவதென்பது அந்த உரையாடலின் சமரசப் புள்ளியாகும். ஒரு பெரும் புனைவுவெளி என்ற வகையில் மகாபாரதம் எல்லா வகையான குரல்களுக்கும் இடமளிக்கும் கருத்துப் பரப்பாகவும்

இருக்கிறது. அங்கே நாம் இந்த உரையாடலின் சித்திரத்தை வாசித்தறிய முடியும். ஒரு பக்கம் செயல்கள் மூலமே ஒருவனை அடையாளப்படுத்தும் தரப்பு. மறுபக்கம் பிறப்பை மட்டுமே அளவீடாகக்கொள்ளும் இன்னொரு தரப்பு. நடுவே பல நூறு நீதிமுறைகளின் தனிக் குரல்கள்.

நாம் நம்முடைய நீதி நூல்களைப் பற்றிப் பேசும்போது இத்தகைய ஒரு விரிந்த சித்திரத்தை உருவாக்கிக்கொண்டோமென்றால்தான் அவற்றைப் புரிந்துகொள்ள முடியும். அந்நூல்களை ஓர் ஆசிரியனுடைய அல்லது ஒரு குழுவினுடைய அல்லது ஓர் அதிகார மையத்தினுடைய சதிகள் என்று புரிந்துகொள்ளும் தட்டையான நோக்கு நம்மிடையே இருந்ததென்றால் நாம் அடைவது மிகத் திரிபுபட்ட சித்திரத்தைத்தான். நம் அரசியல் தளத்தில் உருவாக்கப்பட்ட சதிக் கோட்பாடு நம் அறிவுத் துறைகளையும் பீடித்திருப்பதை நாம் காண்கிறோம். விரிவான ஓர் வரலாற்றுப் பார்வைக்கு அது பெருந்தடையாக அமைந்து நம் ஆய்வுகளை எல்லாம் வெற்றுக் கூக்குரல்களாக ஆக்கிவிட்டிருக்கிறது.

அவ்வகையில் நான் டி.டி. கோஸாம்பியின் மரபைச் சேர்ந்த இந்திய மார்க்ஸிய வரலாற்றாசிரியர்களின் அணுகுமுறையையே பெரிதும் ஏற்றுக்கொள்கிறேன். அவர்களின் முன்முடிவுகளும் பிழைகளும் கோட்பாடட்டு விசுவாசமும் எனக்கு உடன்பாடாக அமையாத சந்தர்ப்பங்கள் உண்டு என்றாலும், அவர்கள் ஒவ்வொன்றையும் ஒரு விரிந்த வரலாற்றுப் புலத்தில் வைத்துப் பார்க்க முனைந்ததை இந்திய தத்துவ சிந்தனை வரலாற்றின் பெரும் பாய்ச்சலாகவே எண்ணுகிறேன். மிக விரிவாக ஏற்கெனவே இதைப் பற்றிய என் கருத்துகளைப் பதிவு செய்துமிருக்கிறேன்.

நம் நீதியுணர்வில் மேற்குறிப்பிட்ட நகர்வு எப்படி நிகழ்ந்தது? அதற்கான சமூகவியல் காரணங்கள் என்ன? அதற்கான அரசியல் காரணங்கள் என்ன? அதற்கான பொருளியல் காரணங்கள் என்ன? இந்திய வரலாற்றாய்வில் செய்யப்பட்டுள்ள பல்வேறு ஊகங்களுக்குள் செல்ல இப்போது நான் முனையவில்லை. இக்கட்டுரையின் பேசுபொருள் அதுவல்ல. அந்த ஆய்வு முறையைச் சுட்ட பிரபலமான ஊகத்தை மட்டும் சொல்கிறேன்.

செயல் வழியாக மனிதர்களைப் பகுக்கும் நோக்கானது சிறிய சமூகங்களுக்கே சரியாக இருந்தது. பல்வேறு வகையான மனிதர்களின் கூட்டான ஒத்துழைப்பின் மூலம் இயங்கிய சமூகங்கள் அவை. சுரண்டலின் மூலம் இயங்கும் அதிகார அமைப்புகள் கொண்ட பிரம்மாண்டமான சமூகங்கள் உருவானபோது அது சாத்தியமில்லாமல் ஆயிற்று. காரணம் அந்த முறையில் உள்ள நிலையின்மைதான். பெரும்

சமூகங்களுக்கு இன்னும் திட்டவட்டமான உறுதிப்பாடுகள் தேவை. ஆகவே, பிறப்பின் அடிப்படையிலான பகுப்பு ஏற்கப்பட்டது. அதில் ஐயங்கள் இல்லை. ஒருவன் சூத்திரனா, பிராமணனா என்பதைத் தீர்மானிப்பதில் சிக்கலே இல்லை.

மேலும் பெரும் சமூகங்களுக்குள் மேலும் மேலும் சிறிய இனக் குழுச் சமூகங்கள் உள்ளிழுத்துக்கொள்ளப்பட்டபடியே இருந்தன. அச் சமூகங்களை எப்படி ஒன்றின் கீழ் ஒன்றாக அடுக்கி, ஒரு சமூகக் கட்டமைப்பை உருவாக்குவது என்ற வினா எழுந்தது. அதற்கும் பிறப்பின் அடிப்படையிலான பகுப்பே உதவியாக இருந்தது.

பிறப்பை அடிப்படையாகக்கொண்ட தொழில் பிரிவினையானது உறுதியான மாறாத பொருளாதார அமைப்பை உருவாக்குகிறது. அதன் மூலம் சீரான பொருள் திரட்டல் நிகழ்ந்து விளைவாக வலிமையான மைய அதிகாரம் உருவாகிறது. இதன் விளைவாகவே பேரரசுகள் உருவாயின. இந்திய நிலத்தில் பேரரசுகளின் உருவாக்கத்துக்கும் சாதி முறையின் உருவாக்கத்துக்கும் நேரடியான தொடர்பு உண்டு என்பதே டி.டி. கோஸாம்பி போன்ற ஆய்வாளர்களின் ஊகம். பெரும் கட்டடங்களுக்கு உறுதியான அடித்தளம் தேவை.

அதாவது மகாபாரதம் பேசும் குலக் கதைகளின் காலத்தில் தொழிலும் இயல்பும் மனிதர்களை தீர்மானித்தன. அந்தப் போரின் காலத்தில் பிறப்பு தீர்மானித்தது. அதை நாம் கர்ணனின் கதையில் தெளிவாகவே காண்கிறோம். மகாபாரதம் சொல்லும் கதைக் களம் என்பது மனு ஸ்மிருதியை நோக்கி மெல்ல மெல்ல நகர்ந்து வரும் ஒரு சமூகத்தின் சித்திரமே.

நாம் நீதியைப் பற்றிப் பேசும்போது அது ஒரு சமூகக் கருவி என்ற அளவில் எடுத்துக்கொண்டு பேச ஆரம்பிப்பதே நேர்மையானது. ஒரு சமூகம் தன்னைத் தொகுத்துக்கொள்ளவும் திறம்படச் செயல்படச் செய்யவும் தனக்குத் தானே உருவாக்கிக்கொண்டிருக்கும் நெறிகளையும் நம்பிக்கைகளையும்தான் நாம் நீதி என்கிறோம். ஏதோ ஒரு வகையில் பயனில்லாத ஒன்றை எச்சமூகமும் ஏற்றுக்கொள்ளாது என்றே கொள்ளவேண்டும்.

சாதிப் பிரிவினையை எடுத்துக்கொண்டால் அதனால் உறுதியான உற்பத்திக் கட்டுமானம் உருவாயிற்று. அந்த உற்பத்தியின் உபரியைச் சுரண்டி மைய அதிகாரம் வலிமை பெற வழி அமைந்தது. அதன் மூலம் பேரரசுகள் உருவாயின. கலைகளும் இலக்கியங்களும் சிந்தனைகளும் உருவாயின. மானுட நாகரிகத்தின் சில உச்ச நிலைகள் சாத்தியப் பட்டன. சுரண்டலும் நாகரிகமும் ஒன்றுக்கொன்று பிரிக்க முடியாதபடி

இணைந்தவை என்கிறார் டி.டி. கோஸாம்பி. கூடவே அடிமை முறை இல்லாமல் கிரேக்க நாகரிகம் இல்லை என்ற மார்க்ஸின் மேற்கோளையும் சுட்டிக் காட்டுகிறார் (பண்டைய இந்தியா).

இதற்கு இன்னுமொரு கோணம் உண்டு. நாம் மகாபாரதத்திலேயே பார்த்தால் கூட ஏராளமான இனக் குழுச் சமூகங்கள் வருகின்றன. அவையெல்லாமே தங்கள் உதிர அடையாளத்தைப் பேணக் கூடியவையாகவே உள்ளன. உலகமெங்கும் பழங்குடிகளும் இனக் குழுச் சமூகங்களும் அப்படித்தான் இருக்கின்றன. இந்தியச் சாதியமைப்பு என்பது இந்தப் பல்லாயிரம் இனக் குழூச் சமூகங்கள் மையச் சமூகத்தில் தொடர்ச்சியாக உள்ளிழுக்கப்பட்டு நால்வகை வருணங்களின் படிக்கட்டில் ஒரு இடத்தில் வைக்கப்பட்டு கட்டப்பட்டதேயாகும். நால்வருணப் பிரிவினையைப் பிறப்படையாளமாக ஆக்கிக்கொண்டாலொழிய இந்தப் பழங்குடிகளை எல்லாம் உள்ளிழுக்கும் ஒரு மாதிரி அமைப்பை உருவாக்க முடியாது.

ஆகவே, நீதி என்பது ஒரு வகையில் சமூகம் மெல்லத் திரட்டிக் கொள்ளும் ஒரு கருத்துக் கருவிதான். தொடர்ச்சியான உரையாடல் மூலம்தான் நீதி அவ்வாறு திரட்டிக்கொள்ளப்படுகிறது. அதன் பின்னரும் நீதி ஒரு உரையாடல் தரப்பாகவே இருக்கிறது. வலிமையான தரப்பாக இருக்கலாம். ஒருபோதும் முழுமையாக ஏற்கப்பட்டதாக இருக்காது.

அப்படிப் பார்த்தால் மனு நீதி உள்பட எல்லா நீதி நூல்களும் நம் சமூகத்தின் நீதி சார்ந்த விவாதத்தின் குரல்கள் மட்டுமே. மனுநீதி உட்பட எந்த ஒரு நீதி நூலும் இந்தியாவின் எப்பகுதியிலும் முழுமையாகச் செயல்படுத்தப்பட்டதில்லை. மனுநீதியைக் கூர்ந்து கவனித்தாலே அதை அறியலாம். அதில் பிராமணர் உள்ளிட்ட சாதிகளுக்கு விதிக்கப்பட்டுள்ள வாழ்க்கை நெறிகள் எப்போதுமே நடைமுறைப்படுத்தச் சாத்தியமல்லாதவை.

உதாரணமாக பிராமணர்கள் வேதம் ஓதுதல், வேள்வி செய்தல், கற்றல், கற்பித்தல் அல்லாமல் பிற தொழில்கள் எதையும் செய்யலாகாது என்று விலக்கப்பட்டிருந்தார்கள். அவர்களுக்குத் தானமாக செல்வம் அளிக்கப்படும்போது அவர்கள் அவற்றை உடனடியா மீண்டும் பகிர்ந்தளித்துவிட வேண்டும். இந்தியாவில் எந்த ஊரிலும் எப்போதும் பிராமணர்கள் அப்படி இருந்ததில்லை என நாம் அறிவோம். அதே போல் சூத்திரர்கள் அவர்களால் இயன்றாலும்கூட செல்வம் சேர்க்கக் கூடாது என்று மனு ஸ்மிருதி தடை விதிக்கிறது (மனு xi 129). மகாபாரதத்திலும் சரி, கதாசரித சாகரம் போன்ற பிற்கால நூல்களிலும் சரி, நாம் செல்வந்தர்களான சூத்திரர்களைப் பார்த்துக்கொண்டேதான் இருக்கிறோம்.

ஆனால், மனு நீதி போன்ற ஸ்மிருதிகள் சொல்லும் பிறப்பு வகைப்பட்ட பகுப்பு முறையானது பின்னர் ஓர் ஒட்டுமொத்தத் தரிசனமாகவே மாறி விட்டிருப்பதைக் காண்கிறோம். அதை ஒரு சமூக நெறியாக மட்டும் காணாமல் மொத்தப் பிரபஞ்சத்தையே புரிந்துகொள்ளும் ஒரு வழிமுறையாக அவர்கள் மாற்றிக்கொண்டார்கள். மிருகங்களும் தாவரங்களும் பூச்சிகளும் கூட நான்கு வர்ணப் பிரிவினைக்கு ஆளாயின. பிங்கள சந்தஸ் சாஸ்திரம் என்ற நூலில் வெள்ளாடு பிராமண வர்ணம் என்றும் செம்மறியாடு க்ஷத்ரியன் என்றும் பசு வைசியன் என்றும் குதிரை சூத்திரன் என்றும் பிரிக்கப்பட்டிருப்பதைக் காணலாம்.

இன்னொன்றும் இங்கே கவனிக்கத்தக்கது. ஒரு நீதி நூலுக்குள்ளேயே உரையாடலும் சமரசமும் இருக்கும். ஒரு நீதி நூல் என்பதே கூட தன்னளவில் நீதி சார்ந்த ஒரு விவாதம்தான். பெரும்பாலான தருணங்களில் பல்வேறு வகையான மக்கள் குழுக்கள் ஒரு சமூகமாகத் திரளும்போது அவர்களின் நெறிகளுக்கு நடுவே ஒரு பொதுத் தளத்தை உருவாக்கும் பொருட்டே நீதி நூல்கள் உருவாகின்றன. அவற்றுக்குள் பல்வேறு வகையான நெறிகள் ஒன்றுடன் ஒன்று சமப்படுத்தப்பட்டும் இணைக்கப்பட்டும் காட்சியளிக்கும்.

மனு ஸ்மிருதி, யாக்ஞவல்கிய ஸ்மிருதி போன்றவற்றில் உள்ள குல நெறிகள் புதிதாக உருவாக்கப்பட்டு முன்வைக்கப்பட்டவையாக இருக்க வாய்ப்பில்லை. ஏனென்றால் அது சாத்தியமே இல்லை. அவை ஏற்கெனவே நடைமுறையில் இருந்த நெறிகளின் தொகுக்கப்பட்ட வடிவமாகவே இருக்க முடியும். மனு ஸ்மிருதி முடி வெட்டிக் கொள்வதைப் பற்றிக்கூட ஆசாரங்களை வகுக்கிறது. அவை யெல்லாமே பழக்க வழக்கங்களாக இருந்தவையே. இவ்வாறு ஒரு நீதி நூலுக்குள்ளேயே நீதிக்கான ஒரு விவாதம், ஒரு தொகுப்புத் தன்மை செயல்படுகிறது.

இந்த இடத்தில் நம்முடைய மார்க்ஸிய வரலாற்றாய்வாளர்களின் ஆய்வு நோக்கைத் தாண்டி அப்பால் செல்லும் ஒரு தளம் திறக்கிறதென நான் எண்ணுகிறேன். நீதி என்பது தேவையிலிருந்து உருவாகி வரும் வெறும் கருவி மட்டும்தானா? அது ஒரு அடிப்படையான மானுடக் கனவு அல்லவா? நீதி நூல்கள் முன்வைக்கும் நீதி என்பது நடைமுறை சார்ந்த ஒரு தொகுப்பு மட்டுமல்ல. அவை நீதி பற்றிய ஓர் எதிர்பார்ப்பும் கூடத்தானே? உலகில் மகத்தான நீதி நூல்கள் முன்வைக்கும் நீதியின் பெரும் பகுதி உண்மையில் எப்போதுமே மண் மீது நிலவியிராத ஒன்றுதானே?

ஆம். மண்ணில் மானுடத்தின் சாரமாகத் திரண்டு வந்திருக்கும் நீதியுணர்வு என்பது ஒரு பெரும் வியப்பு என்றே நான் எண்ணுகிறேன்.

மனிதனை உருவாக்கிய சக்திகளுக்கு அவன் மீது நம்பிக்கை இருக்கிறதென்பதன் ஆதாரம் அதுவே. நீதி என்பது தேவையிலிருந்து கண்டடையப்படும் ஒரு சாத்தியக் கூறு மட்டும் அல்ல. அது மானுடத்தின் மிகச் சிறந்த மனங்கள் தங்கள் மன எழுச்சியின் உச்சங்களில் கண்டடையும் தரிசனம் ஆகும். அந்தத் தரிசனங்களில் சிலவற்றைத் தேவை கருதி அச்சமூகம் எடுத்துத் தன் நடைமுறை நீதியாக மாற்றிக்கொள்கிறது.

அதாவது நீதி சார்ந்து ஒரு சமூகத்தில் நடந்துகொண்டிருக்கும் தீராத விவாதத்தின் முதன்மையான தரப்பென்பது அச்சமூகத்தின் ஆகச் சிறந்த மனங்களின் இலட்சியக் கனவாக இருக்கும் அழியாத நீதி என்னும் தரப்பேயாகும். அப்படி ஒரு ஆன்மிகக் குரல் எப்போதும் ஒலித்துக்கொண்டிருக்கும் சமூகங்களே முன்னேற்றம்கொள்கின்றன. மேலான தொழில் நுட்பத்தை உருவாக்கிக்கொண்ட சமூகங்கள் அல்ல, மேலான நீதியை உருவாக்கிக்கொண்ட சமூகங்களே வெற்றி கொள்கின்றன.

அந்த மாபெரும் இலட்சியக் கனவு எப்போதும் ஓர் அகத் தரிசனமே. ஆகவேதான் அது சமூகச் சட்டங்களை உருவாக்கும் நீதியாளர்களாலும் ஆட்சியாளர்களாலும் உருவாக்கப்படுவதில்லை. சமூகத்தின் சராசரித் தளத்தை விட மேலான தளத்தில் இருப்பவர்களால் அது கண்டடையப் படுகிறது. ஆன்மிக ஞானிகளாலும் பேரிலக்கியப் படைப்பாளி களாலும் அவர்களின் மெய்ஞானமே நீதியாக முதலில் வெளிப்பாடு கொள்கிறது. ஞானக் கூற்றாகவும் கவித்துவமாகவும் அது தன்னை நிகழ்த்திக்கொள்கிறது. அதன் பின்னரே அது நீதியாளர்களால் கண்டடையப்படுகிறது.

ஆகவேதான் பண்டைய பெரும் நீதி நூல்கள் பேரிலக்கியங்களாகவும் இருந்தன. பேரிலக்கியங்களில் தரிசனங்களாக ஊறி வந்த நீதியையே பின்னர் சட்ட நூல்கள் விதிகளாகத் தொகுத்தன. அடிப்படை மானுட தரிசனங்களை நிகழ்த்தும் சுருதிகள் என்னும் மூல நூல்களுக்கு முதன்மையை அளித்து அவற்றின் வழி நடக்கும் வழிநூல்களாக மட்டும் நீதி - சட்ட நூல்களை நம் மரபு வகுத்துரைத்தது இதனாலேயே. நம் மரபில் எப்போதுமே ஆன்மிகமும் இலக்கியமும் முதன்மையாக எண்ணப்பட்டன. அவையிரண்டும் வேறு வேறாகக் கருதப்பட்டது மில்லை.

இதனால்தான் மனுநீதியோ, பராசர நீதியோ முன் வைக்கும் நீதிச் சட்டங்களுக்குக் கட்டுப்படாததாக இருக்கிறது மகாபாரதத்தின் நீதியுணர்வு, அது நேரடியாகவே வாழ்க்கையில் இருந்து திரட்டிக் கொண்டதாக இருக்கிறது. மகத்தான மானுட நுண்ணுணர்வால்

கண்டடையப்பட்டதாக இருக்கிறது. மகாபாரதத்தில் அரச நீதியும் அதிகார அரசியலும் பேசப்படுகிறது. ஆனால், அதற்கு எதிரான சாமானியர்களின் குரலும் ஒலிக்கிறது. சமூக நலம் சார்ந்த நெறிகள் பேசப்படுகின்ற அதேசமயம் தனி மனிதர்களின் அந்தரங்கக் குரலும் எழுகிறது. ஒரு எளியவனின் குரல்கூட அதில் மறைக்கப்படவில்லை.

மகாபாரதத்தை ஒரு ஸ்மிருதியாகவும் கொள்ளலாம் என்று சொல்லும் முன்னோர் அதை ஒரு சுருதியாகவும் கொள்ளலாம் என்கிறார்கள். ஏனென்றால், ஒரு பக்கம் உள்ளுணர்வின் ஒளியில் முன்னகர்வதாகவும் மறுபக்கம் அந்த உள்ளுணர்வை நீதியாக வகுத்துச் சொல்ல முயல்வதாகவும் அது உள்ளது. பேரிலக்கியங்களின் இடம் அத்தகையது. நீதி என்பது எப்போதும் பேரிலக்கியங்களின் சிறகுகள் சென்ற வழியில் தன் குளம்படித் தடத்தைப் பதித்துச் செல்வதாக இருக்க வேண்டும்.

ஒரு நீதி நூல் என்பதை இவ்வாறு வகுத்துக்கொள்ளலாம் என்று நான் எண்ணுகிறேன்.

1. அது ஒரு சமூகத்தில் நிகழும் நீதி சார்ந்த உரையாடலின் ஒரு தரப்பு. ஆகவே, அச்சமூகத்தின் வளர்ச்சிப் போக்கின் ஆவணம் அது.

2. அது நீதி சார்ந்த உரையாடலின் சமரசப் புள்ளிகளைத் தொகுத்து வைக்கும் ஒரு தளம். ஆகவே, அது ஒரு சமூகத்தின் நெறிகளின், சட்டங்களின் ஆவணம். அச்சமூகத்தின் வாழ்க்கை நோக்கின் ஆவணம் அது.

3. அது நீதிக்கான இலட்சியப் பெருங்கனவைப் பதிவு செய்துள்ள ஓர் இலக்கியம். மாபெரும் நீதி நூல் அச்சமூகத்தின் பிரதிபலிப்பு மட்டும் அல்ல. அச்சமூகத்தின் கனவின் பிரதிபலிப்பும் கூட.

●

## ஆ. குறள் என்னும் நீதிநூல்

கி.பி. ஒன்றாம் நூற்றாண்டுக்கும் மூன்றாம் நூற்றாண்டுக்கும் நடுவே, தமிழகத்தை சமணர்களான களப்பிரர்கள் ஆண்ட காலகட்டத்தில், திருவள்ளுவர் என்று சிறப்புப் பெயரால் குறிப்பிடப்படும் நூலாசிரியரால் இயற்றப்பட்ட திருக்குறள், பதினெண்கீழ்க்கணக்கு என்னும் நீதி நூல் வரிசையில் முதன்மையானதாக நெடுங்காலமாகவே போற்றப்பட்டு வருகிறது. தமிழர்களின் முதல் நூலாகவும் தமிழ்ப் பண்பாட்டின் கொடியடையாளமாகவும் குறள் முன்னிறுத்தப் படுகிறது. திருக்குறளைப் போன்ற ஒரு நூலை அவ்வாறு

முன்னிறுத்துவது எந்த ஒரு சமூகத்துக்கும் பெருமையளிக்கக்கூடிய ஒன்றே.

மேலே குறிப்பிட்ட விவாதத்தில் குறள் என்ன சொல்கிறது?

பிறப்பொக்கும் எல்லா உயிர்க்கும் சிறப்பொவ்வா
செய்தொழில் வேற்றுமையான்

எல்லா உயிர்களும் பிறப்பு சார்ந்து நிகரானவையே. ஆனால், சிறப்பு என்பது அவ்வணணம் நிகரானது அல்ல. அது செய்யும் தொழிலால் வேறுபடுகிறது என்பது இதன் நேரடிப் பொருள். இதற்கு பரிதியார் ‘நற்குலத்தாரவர் என்றதால் இழிதொழிலாலே இழிகுலமாவார் என்பதாம்’ என்று விளக்கம் அளிக்கிறார்.

இந்தக் குறளை கீழான தொழில் செய்பவர்கள் கீழானவர்கள் என்றோ, கீழான தொழில் செய்யும் சாதிகளில் பிறந்தவர்கள் கீழானவர்கள் என்றோ பொருள் கொள்பவர்கள் சிலர் உண்டு. ஆனால், அடுத்த குறள் இன்னும் தெளிவான விளக்கத்தை இந்தப் பாடலுக்கு அளிக்கிறது. உண்மையில் இவ்விரு குறள்களையும் பிரிக்காமல்தான் பொருள் கொள்ளவேண்டும்.

மேல் இருந்தும் மேல் அல்லர் கீழ்இருந்தும்
கீழ்அல்லர் கீழ் அல்லவர்

மேன்மைக் குணம் இல்லாதவர் சமூகத்தின் மேல் படிகளிலிருந்தாலும் மேலானவர்கள் அல்லர். சமூகத்தின் கீழ்ப் படிகளில் இருந்தாலும் கீழ்மைக் குணம் இல்லாதவர்கள் கீழானவர்கள் அல்லர்.

இக்குறளுக்குப் பரிமேலழகர் ‘செயற்கரிய செய்யலாகாது சிறியராயினர் உயர்ந்த அமளி மிசை இருந்தாராயினும் பெரியார் ஆகார். அவை செய்து பெரியராயினர் தாழ்ந்த வறுநிலத்து இருந்தாராயினும் சிறியார் ஆகார்’ என்று உரை கொள்கிறார். பிற உரையாசிரியர்களும் அவ்வண்ணமே உரை கொள்கிறார்கள். செயல் மற்றும் தகுதி மூலம் மட்டுமே ஒருவரை மேல் கீழ் என்று அடையாளப்படுத்த முடியும் என்று குறள் தெளிவாகவே சொல்கிறதென்று கூறலாம்.

அதேபோல பிராமணர்களைப் பற்றி அல்லது பிராமணத் தன்மை பற்றி குறள் சொல்வதென்ன என்றும் பார்க்கலாம். அந்தணர் என்று குறள் சொல்வது பிராமணர்களை அல்ல என்றுதான் கொள்ள வேண்டியிருக்கிறது. அறவழி நின்றவர் என்ற பொருளில் அது பயின்று வருவதனாலும் குறளின் பொதுவான கருத்து நிலையாலும் அது அறிவர் என்றும் அறவோர் என்றும் சமணர்களால் சொல்லப்படும்

துறவிகளையே குறிக்கிறது என்று எடுத்துக்கொள்ளலாம். குறட் பாக்கள் அதற்குத்தான் பொருந்தி வருகின்றன.

ஆனால் குறள்,

> ஆபயன் குன்றும் அறுதொழிலோர் நூல் மறப்பர்
> காவலன் காவான் எனின்

என்று சொல்லும் இடத்தில் அது பிராமணர்களையே குறிக்கிறது. இங்கே புராதன ஸ்மிருதிகள் வகுத்த ஆறு தொழில்களையே குறிக்கிறது என்பது தெளிவு. வேதங்களின் விளக்க நூலான சதபத பிரமாணத்தில் தான் பிராமணர்களின் ஆறு தொழில்கள் சுட்டடப்பட்டிருக்கின்றன. பின்னர் யாக்ஞவல்கிய ஸ்மிருதி பத்து வகையான ஆசாரங்களை அவர்களுக்குப் பட்டியலிடுகிறது. பின்னர் வந்த ஸ்மிருதிகளில் பதினாறு ஆசாரங்களாக அவை மேலும் விரித்துரைக்கப்பட்டிருக் கின்றன. இவையவனைத்துமே கல்வியையும் வேள்வியையும் மட்டுமே செய்து அதற்குரிய வாழ்க்கை நெறியைக் கடைப்பிடித்து வாழ வேண்டியவர்களாக பிராமணர்களை வகுத்துரைப்பவை.

குறள் அறுதொழிலோர் நூல் மறப்பர் என்ற சொல்லாட்சியின் வழியாக பிராமணர்களின் இந்தச் செயல் சார்ந்த அடையாளத்தையே முன்னிறுத்துகிறது என்று சொல்லலாம். பிறப்பின் அடிப்படையில் பிராமணர்களுக்கு வரக்கூடிய மேலிடத்தையோ உரிமைகளையோ அது பொருட்படுத்தவில்லை. ஞானம் மூலமும் ஆசாரங்கள் மூலமும் உருவாகும் முதன்மையையே அது கணக்கில்கொள்கிறது. பிறப் பொக்கும் எல்லா உயிர்க்கும் சிறப்பொவ்வா செய்தொழில் வேற்றுமையான் என்ற குறளில் உள்ள செய்தொழில் என்ற சொல்லுடன் இங்குள்ள அறுதொழில் என்ற வரியை இணைத்துக் கொள்ளலாம்.

ஆக, முழுமையாக மனு முதலிய ஸ்மிருதிகளில் இருந்து வேறுபட்டுச் செல்கிறது குறள். இதைக் குறள் பிற மதிப்பீடுகளைப் பேசும் இடங்களைச் சுட்டிக் காட்டியும் விரிவாக நிறுவ முடியும். ஆனால், குறளுக்கு உரை எழுதும் பரிமேலழகர் தன் உரைப் பாயிரத்தில் 'அறமாவது மனு முதலிய நூல்களில் விதித்தன செய்தலும் விலக்கியன ஒழித்தலும் ஆகும்' என்று சொல்கிறார். அது ஒழுக்கம், வழக்கு, தண்டம் என்ற மூன்று என்று சொல்லும் பரிமேலழகர் 'அவற்றுள் ஒழுக்கமாவது அந்தணர் முதலிய வருணத்தார் தத்தமக்கு விதிக்கப் பட்ட பிரம்மச்சரியம் முதலிய நிலைகளில் நின்று அவ்வவற்றுக்கு ஓதிய அறங்களின் வழுவாது ஒழுகுதல்' என்று சொல்கிறார். அத்துடன் தண்டம் என்பது 'நால்வகை நிலத்ததாய் வருணந்தோறும் வேறுபாடு உடையது' என்கிறார்.

அதாவது குறளின் நீதியிலிருந்து பரிமேலழகரின் நீதி மனு முதலாகிய பிற்கால ஸ்மிருதிகளை நோக்கி நகர்ந்திருக்கிறது. இந்த நகர்வு தமிழகத்தின் நீதிப் பிரக்ஞையில் எந்தக் காலத்தில் நிகழ்ந்தது, அதற்கான உரையாடற்களம் எது, அதற்கான சமூக அரசியல் காரணங்கள் எவையெவை என்பதையே நாம் குறளைப் பற்றிப் பேசும்போது கூர்ந்து அவதானிக்க வேண்டியிருக்கிறது.

குறள் தமிழில் எழுதப்பட்ட சமூகச் சூழல் எது என்ற வினா அதற்கு முன் எழுப்பப்பட வேண்டும். இன்று வரையிலான குறள் ஆய்வுகளை எடுத்து நோக்கினால் பெரும் கருத்துக் குழப்பத்தையே நாம் அடைய வேண்டியிருக்கும். குறளை ஒரு சைவ நூலாகக் காட்டும் பெரும் ஆய்வுகள் நடத்தப்பட்டிருக்கின்றன. குறள் சங்க காலத்தைச் சேர்ந்த அல்லது அதற்கும் முந்தைய தொல்தமிழ் நூல் என்று வாதிடும் ஆய்வுகளும் பல உள்ளன.

இந்த விவாதங்களின் ஒட்டுமொத்தமாகத் திரண்டு வந்திருக்கும் இன்றைய கருத்துகளைச் சார்ந்து இந்த ஆய்வை அமைத்துக் கொண்டிருக்கிறேன். குறள் கி.பி. மூன்றாம் நூற்றாண்டுக்கு முன்னர் தமிழில் எழுதப்பட்டிருக்கலாம். அக்காலத்தில் தமிழகம் களப்பிரர் களால் ஆளப்பட்டது. அவர்கள் சமண - பௌத்த மதங்களைச் சேர்ந்தவர்கள். அக்காலத்தில் பரவலாக நீதி நூல்கள் எழுதப்பட்டன. அவை பிற்காலத்தில் பதினெண்கீழ்க்கணக்கு என்று தொகுக்கப் பட்டன. 'திருவள்ளுவர் காலம்' என்ற தலைப்பில் மா. இராசமாணிக்கனார் எழுதிய ஆய்வுரையில் சொல்லும் இக்கருத்துகள் எனக்குப் பெரிதும் ஏற்புடையனவாகவே உள்ளன.

திருக்குறளின் ஆசிரியரான திருவள்ளுவர் பிறப்பால் வள்ளுவர் சாதியைச் சேர்ந்தவர். வள்ளுவர் என்ற சாதி முரசறையும் சாதி என்று இராசமாணிக்கனார் சொல்கிறார். வள்ளுவர் என்ற சாதி இன்றும் கேரளத்தில் உள்ளது. இவர்கள் சோதிடம் மற்றும் பூசைத் தொழில் களைச் செய்யும் சாதியினர். மத்திய கேரளம் வள்ளுவ நாடு என்றே இன்றும் அழைக்கப்படுகிறது. வள்ளுவர்கள் செல்வாக்கான சாதியாக இருந்து பின்னர் பலவாறாகச் சிதைந்து பரவியிருக்கலாம்.

வள்ளுவர் குறித்துக் கூறப்படும் தொன்மக் கதைகளைப் பெரிதும் பொருட்படுத்த முடியாதென்றே இராசமாணிக்கனார் சொல்கிறார். அவர் நெசவாளர் என்றும் வாசுகி என்ற மனைவி அவருக்கு இருந்தார் என்றும் சென்னை அருகே மயிலாப்பூரில் அவர் வாழ்ந்தார் என்றும் சொல்லப்படும் செய்திகளெல்லாம் மிகப் பிற்கால நூல்களான திருவள்ளுவ மாலை, ஞானாமிர்தம், கபிலர் அகவல், புலவர் புராணம்,

தமிழ் நாவலர் சரிதை போன்றவற்றில் உள்ளவை. திருவள்ளுவரை சைவராகக் காட்டும் திருவள்ளுவ நாயனார் புராணமும் உள்ளது.

ஆனால், சமணர்களால் சொல்லப்படும் ஒரு கருத்து அத்தகைய எளிய நிராகரிப்புக்கு உரியதல்ல என்று நான் நினைக்கிறேன். திருப்பாதிரிப் புலியூரில் வாழ்ந்த குந்தகுந்தாச்சாரியார் என்ற சமணத் துறவியால் இயற்றப்பட்டதே திருக்குறள் என்று சில சமண நூல்கள் சொல்கின்றன. சமண மூல நூல்களை ஆராய்ந்து இக்கருத்தை இன்னமும் தெளிவாக விவாதிக்கலாமென்றே படுகிறது.

இந்தத் தளத்தில் மிக முக்கியமானதாக நான் எண்ணும் ஒரு நூல் டாக்டர் ர. விஜயலட்சுமி எழுதிய உலகத் தமிழாராய்ச்சி நிறுவனத்தால் வெளியிடப்பட்டுள்ள 'தமிழகத்தில் ஆசீவகர்கள்' என்ற நூலாகும். தமிழகத்தில் சங்க காலம் முதல் எவ்வாறு ஆசீவகக் கருத்துகள் வேரூன்றியிருந்தன என்பதை விவரிக்கும் இந்நூல் தமிழகத்தில் சமணத்தின் முன்னோடி மதமாக ஆசீவகம் இருந்ததைக் குறிப்பிடு கிறது. ஆசீவகத்துக்கே உரிய பல சிறப்புக் கருத்துகள் தமிழ் நூல்களில் காணப்படுகின்றன என்பதை விஜயலட்சுமி சுட்டிக் காட்டுகிறார்.

சங்கம் மருவிய காலகட்டத்து நூல் எனத் திருக்குறளை எண்ணுவது பொதுவான வழக்கம். தமிழிலக்கியங்களை வைத்துப் பார்த்தால் சங்க காலம் என்பது பழங்குடி அரசுகளில் இருந்து பெரிய அரசுகள் உருவாகிக்கொண்டிருந்த போராட்ட காலம் என்றே ஊகிக்க முடிகிறது. வேளிர் மன்னர்கள், கடல் சேர்ப்பர்கள், குன்றுகளை ஆண்ட குறவ மன்னர்கள் என பல நூறு மன்னர்களால் அக்காலத் தமிழகம் ஆளப்பட்டது. இவர்களில் இருந்து உருவான சேர, சோழ, பாண்டிய மன்னர்கள் இந்தச் சிறு மன்னர்களை வென்று பெரிய அரசுகளை உருவாக்கும் ஓயாத போரில் இருந்தார்கள்.

இந்தக் காலத்தில்தான் தமிழகத்தில் களப்பிரர் ஆதிக்கம் ஏற்பட்டிருக்கிறது. களப்பிரர்கள் தமிழகத்துக்கு வடக்கே உள்ள ஆந்திர கர்நாடக மையப் பகுதியில் இருந்து வந்தவர்களாக இருக்கலாம். அப்பகுதியில் இருந்து வரலாற்றுக் காலம் முழுக்க தமிழகத்தில் குடியேற்றம் நிகழ்ந்தபடியேதான் இருக்கிறது. இங்கிருந்த அரசியல் நிலையின்மை காரணமாக அவர்கள் எளிதில் இப்பகுதியைக் கைப்பற்றி ஆள ஆரம்பித்தனர். இரண்டு நூற்றாண்டு காலம் அவர்களின் ஆட்சி நிகழ்ந்திருக்கலாம். திருக்குறள் உள்பட உள்ள நீதி நூல்கள் அக்காலகட்டத்தில் உருவானவை.

களப்பிரர் காலத்தில் அத்தனை நீதி நூல்கள் எவ்வாறு உருவாயின? அவற்றுக்கான தேவை எது? விவாதக் களம் எது? இந்த வினாவை எழுப்பிக்கொண்டு பல காலமாக விடை தேடப்பட்டுள்ளது. களப்பிரர்

காலம் இருண்ட காலகட்டம் என்றும் ஆகவே அக்கால தமிழகம் நெறி வழுவிக் கிடந்தது என்றும் அதன் பொருட்டே நீதி நூல்கள் உருவாயின என்றும் ஒரு தரப்பு உண்டு. அது சமூக இயக்கத்தை முற்றிலும் உணராது சொல்லப்படுவது. நூல்கள் அறியாமையில் இருந்து உருவாவன அல்ல, அறிவில் இருந்தே அவை உருவாகின்றன.

டி.டி. கோஸாம்பி இந்திய வரலாற்றுக்கு ஒரு முகவுரை நூலில் இந்தியாவில் பிராமணியம் ஆற்றிய பங்கு குறித்துச் சொல்வதை நான் இங்கே கணக்கில்கொள்கிறேன். இந்தியாவில் எப்படி பிராமணியம் முக்கியமான ஒரு கருத்தியலாகவும் அதிகார அமைப்பாகவும் ஆகியது? சமூக வளர்ச்சியில் அது எத்தகைய பங்கை ஆற்றியதன் மூலம் அந்த இடத்தை அடைந்தது? கோஸாம்பி அளிக்கும் சித்திரம் இது. கங்கைச் சமவெளி நாகரிகத்தில் ஏராளமான உபரி உருவாகி அதன் வழியாகப் பெரும் அரசுகள் பிறந்தன. அவ்வரசுகள் சுற்றியுள்ள நிலப் பரப்புகளை வென்றும் ஈர்த்துக்கொண்டும் தங்களுடன் இணைத்துக்கொள்ள ஆரம்பித்தன. மிக மெல்ல பற்பல நூற்றாண்டுகளாக நடந்த இந்த இணைப்புச் செயல் இந்தியப் பண்பாட்டு உருவாக்கத்தின் அடிப்படை என்கிறார் கோஸாம்பி.

இவ்விணைப்பில் ராணுவ ஆதிக்கம் முடிந்தவரை பயன்படுத்தப் பட்டது. ஆனால், அதற்கான வாய்ப்புகள் மிகக் குறைவாகவே இருந்தன. அடர்ந்த காடுகளுக்குள் போக்குவரத்து வசதிகள் எட்டாத தூரங்களில் சிதறிக் கிடந்த ஆயிரக்கணக்கான பழங்குடி, அரைப் பழங்குடி இனக் குழுக்களை வென்று இணைத்துக்கொள்ள ராணுவத்தை அனுப்புவது சாத்தியமாக இல்லை. இந்நிலையில் பேரரசுகளின் ஆதாரக் கருத்தியலாக இருந்த பிராமணியத்தை அப்பகுதிகளுக்கு அனுப்பி வைப்பதே சிறந்த வழிமுறையாக இருந்தது. தொலை தூர நாடுகளுக்கு பிராமணர்கள் சென்றார்கள். அங்கே அவர்கள் பிராமணக் கருத்தியலைப் பரப்பினார்கள்.

பிராமணர்கள் மையப் பண்பாட்டின் அறிவுஜீவி வர்க்கம். அவர்களிடம் மையப் பண்பாடு அடைந்த ஞானம் முழுக்க இருந்தது. அதில் பருவ நிலை மாற்றங்கள் குறித்து ஞானம், மொழியிலக்கணம், மருத்துவம், நடைமுறை அறிவியல் ஆகியவை அடங்கும். அவை அவர்கள் செல்லுமிடங்களுக்கெல்லாம் தேவையானவையாக இருந்தன. ஆகவே, அவர்கள் எளிதில் தொலைதூர நிலங்களை ஊடுருவினர். அம்மக்களிடையே தங்கள் கருத்தியலைப் பரப்பினர்.

அக்கருத்தியலின் மையமாக இருந்தது அவர்களுடைய பிரம்மம் என்னும் இறைக் கோட்பாடுதான். பிரபஞ்ச சாரமாக உள்ள அறிய முடியாத ஆற்றல் என்ற தத்துவ உருவகம் அது. பிற அனைத்து தெய்வங்களும் அந்த பிரம்மத்தின் தோற்ற நிலைகளே என்ற

கருத்தியல் அனைத்து வழிபாட்டு முறைகளையும் ஒரே சரடில் கோர்க்க அவர்களுக்கு உதவியது. அனைத்து இனக் குழுக்களையும் தங்கள் நால்வருணம் என்னும் கட்டமைப்புக்குள் கொண்டுவரவும் அவர்களால் முடிந்தது. விளைவாக படிப்படியாக இந்திய சமூக உருவாக்கம், அதிகார மைய உருவாக்கம் நிகழ்ந்தது.

இந்தச் சட்டகத்தை அப்படியே களப்பிரர் காலத்தில் நீதி நூல்கள் உருவானமைக்குப் போட்டுப் பார்க்கலாம். களப்பிரர் தமிழ் நிலத்தை ராணுவ பலத்தால் மட்டுமல்லாமல் கருத்தியலாலும் வெற்றி கொண்டு மேலாதிக்கம் பெற்றனர் என்று கொள்ளலாம். அக்கருத்தியலாதிக் கத்துக்காக உருவானவையே இந்த நீதி நூல்கள் என்று கொள்வதே பொருத்தமானதாகப் படுகிறது. பல்வேறு இனக் குழுக்களும் சிறு அரசுகளும் தமிழ்நாட்டைப் பகிர்ந்துகொண்டு ஆண்ட அக்கால கட்டத்தில் பொதுவான ஒரு நீதியமைப்பை உருவாக்குவதே அனைவரையும் ஒருங்கிணைப்பதற்கான வழியாக இருந்திருக்கலாம். அதற்கு ஆசீவக, சமண, பௌத்த மதங்களின் பங்களிப்பு அவர்களுக்கு உதவியிருக்கலாம்.

ஆசீவக, சமண, பௌத்த மதங்களை வைசிய எழுச்சியுடன் தொடர்பு படுத்துவது நம் ஆய்வாளர்களின் வழிமுறையாகும். அவை பழங்காலத்தில் சிரமண மதங்கள் - உழைப்பவர்களின் மதங்கள் என்று சொல்லப்பட்டன. எப்படி க்ஷத்ரிய எழுச்சியின்போது பிராமணியம் ஒரு கருத்தியல் மேலாதிக்க சக்தியாகப் பயன்பட்டதோ அதேபோல வைசிய எழுச்சியின் கருத்தியல் மேலாதிக்க சக்தியாக ஆசீவக, பௌத்த, சமண மதங்கள் பயன்பட்டன. இந்தியப் பெருநிலம் வணிகப் பாதைகள் மூலம் ஒருங்கிணைக்கப்பட்டபோது வணிகம் பெருகியது. வணிக குலங்கள் தழைத்தன. அக்காலத்தில் உருவானதே வணிகர்களின் எழுச்சி. அவர்கள் செல்வமும் அதன் விளைவான அதிகாரமும் கொண்ட சமூகப் பிரிவாக ஆனார்கள். அவர்களின் கருத்தியலாக வளர்ந்தன ஆசீவக, சமண, பௌத்த மதங்கள்.

சங்கம் மருவிய காலகட்டத்தில் வணிகர்கள் தமிழகத்தில் பெரும் அதிகார மையங்களாக ஆகிவிட்டிருந்தமையை நாம் காப்பியங்களில் காணலாம். வட இந்திய நகரங்களான மகதம், பாடலிபுத்திரம் போன்ற வற்றில் இருந்த பெரு வணிகர்களின் ஆதிக்கத்தைப் பற்றி நாம் கதாசரித சாகரம் முதல் சமஸ்கிருத நாடகங்கள் வரையிலான இலக்கியங்களில் காண முடிகிறது. முத்ரா ராட்சஸம் அரசியல் சதிகளில் வணிகர்கள் ஆற்றிய பங்கைப் பற்றிச் சொல்லும் ஆவணமாகும். அர்த்த சாஸ்திரத்தில் வணிகர்களிடமிருந்து அரசர்கள் எப்படியெல்லாம் நயந்தும் பயந்தும் பொருளைக் கவரலாம் என்று சாணக்யன் பேசுவதை நாம் காணலாம்.

ஆகவே சங்கம் மருவிய காலகட்டத்தில், ஏற்கெனவே வணிகர்கள் ஒரு சக்தியாக இங்கே ஆகிவிட்டிருந்த சூழலில், சிரமண மதங்களாகிய ஆசீவக, சமண, பௌத்த மதங்கள் இங்கே பரவின. அதைத் தொடர்ந்து களப்பிரர் ஆட்சியும் உருவாயிற்று என்று கொள்ளலாம். அதற்கு முன்னரே தமிழ் நிலத்தில் வைதிக மதமும் பிராமணியக் கருத்தியலும் அறிமுகமாகியிருந்தன என்பதற்கு ஏராளமான இலக்கிய ஆதாரங்கள் உள்ளன. அவற்றின் போதாமையை அல்லது இடைவெளியை சிரமண மதங்கள் நிரப்பின என்று சொல்லலாம்.

புராதன தமிழகத்தில் பிராமணியம் என்ன பங்கை ஆற்றியிருக்க முடியும்? புறநானூறில் பிராமணர்களைப் பற்றிய சித்தரிப்புகள் பெரும்பாலும் அவர்களை வேள்விகள் செய்பவர்களாகவும், விரதங்களால் மெலிந்து வெளிறிய உடல்களைக் கொண்டவர் களாகவும், போர்களில் தூது போய் சமரசங்கள் செய்பவர்களாகவும் தான் காட்டுகின்றன. புறநானூற்றுப் பாடல் ஒன்று மெலிந்த பார்ப்பனன் போரில் இருந்த நகரத்தில்கூட எந்த விதமான தடையும் இல்லாமல் 'நில்லாமல் சென்று' மன்னனைச் சந்தித்ததாகச் சொல்கிறது. இது அவர்களுக்கு இருந்த மரியாதையையும் சமூக இடத்தையும் சுட்டுகிறது.

ஆகவே டி.டி. கோஸாம்பி சொல்வதுபோல் பார்ப்பனர்கள் அக்கால மன்னர்களுக்குத் தேவையாக இருந்த சமூகத் தொகுப்புப் பணியை, சமூக இணக்கப் பணியைச் செய்யும் கருத்தியல் சக்தியாகவே இருந்திருக்கிறார்கள். அவர்கள் ஆற்றிய பணி என்பது பல்வேறு இனக் குழுச் சமூகங்களை பொதுவான ஒரு கட்டமைப்புக்குள் இருத்தும் செயல்தான். அந்தக் காலகட்டத்துக்கு அடுத்த காலகட்டமான வணிக யுகம் கோரிய அதே போன்ற ஒரு பணியையே சிரமண மதத்தின் அறிவர்களும் துறவிகளும் செய்தார்கள் என்று கொள்ளலாம்.

பிராமணர்களைப் போலன்றி சமணர்களுக்கும் பௌத்தர்களுக்கும் மேலும் ஒருங்கிணைக்கப்பட்ட செயல்முறை இருந்தது. பள்ளி, சங்கம் போன்ற அமைப்புகள் அவர்களின் செயல்பாடுகளை ஒருங்கிணைத்தன. ஊர் நடுவே பள்ளிகளும் விகாரங்களும் அமைக்கப் பட்டன. சமண பௌத்த துறவிகள் மொழிக் கல்வியும் அறக் கல்வியும் கற்பித்தார்கள். வணிகம் பரவ ஆரம்பித்த அக்காலகட்டத்தில் பெரிதும் தேவையாக இருந்த அடிப்படைக் கல்விகள் அவை. வணிகத்துக்கு அவசியமான அடிப்படை அறங்கள், அடிப்படைத் தொடர்புறுத்தல் ஆகிய இரண்டுமே இதனுடன் தொடர்புகொண்டவை. அத்துடன் அன்று மக்களுக்குப் பெரிதும் தேவையாக இருந்த மருத்துவத்திலும் ஈடுபட்டார்கள்.

இதில் சமணத்தைக் குறிப்பாகச் சொல்ல வேண்டும். சமணம் இந்தியா முழுக்கவே இலக்கண நூல்களையும் மருத்துவ நூல்களையும் நீதி நூல்களையும் உருவாக்கியது. சமஸ்கிருதத்தில் மட்டுமல்லாமல் பிராந்திய மொழிகளிலும் அதன் பங்களிப்பு அதிகம். தமிழிலும் சமணம் இந்த மூன்று தளங்களிலும்தான் தான் பண்பாட்டுக் கொடையை நிகழ்த்தியிருக்கிறது. பதினெண்கீழ்க்கணக்கு நூல்கள் இவ்வாறு உருவானவையே என்று கொள்ளத்தான் தமிழக வரலாறு அடிப்படையமைக்கிறது.

பதினெண்கீழ்க்கணக்கு நூல்களில் ஒன்றான திருக்குறள் இந்தக் காலகட்டத்தில் இந்த வரலாற்றுச் சூழலில் உருவானதெனக் கொள்வதற்கே வாய்ப்புகள் அதிகம். திருக்குறளை சங்க காலத்துக்கு அல்லது அதற்கும் முன்னால் கொண்டுசெல்லல் போன்ற ஊகப் பாய்ச்சல்களுக்கு வேறு உள்நோக்கங்கள் இருக்கலாமென்றே எண்ணத் தோன்றுகிறது. ஆகவேதான் குந்தகுந்தாச்சாரியார் என்ற சமணத் துறவியால் எழுதப்பட்ட சமண நூல்தான் திருக்குறள் என்ற கூற்றை நிராகரித்துவிட முடியாது என நான் எண்ணுகிறேன்.

இக்குறிப்பிட்ட காலகட்டத்தில் நடந்த நீதி சார்ந்த விவாதக் களத்தை நாம் பதினெண்கீழ்க்கணக்கு நூல்கள், அக்காலத்து சமண நெறி நூல்கள், தென்னிந்திய சமண வரலாற்றுக் குறிப்புகள் மற்றும் பொதுவான இந்திய வரலாற்றுச் சூழல் ஆகியவற்றின் அடிப்படையில் விரிவாகச் சித்தரித்துக்கொள்வதன் மூலமே குறள் பேசும் நீதியின் அடிப்படைகளைப் புரிந்துகொள்ள முடியும். இதுகாறும் வந்த திருக்குறள் ஆய்வுகளைப் பார்க்கையில் அவை குறளை தமிழ்ப் பண்பாட்டின் தலை நூல் என்ற வகையில் தமிழ் வரலாற்றிலும் தமிழிலக்கிய விவாதக்களத்திலும் மட்டும் வைத்து மதிப்பிடுபவை யாகவே உள்ளன. அடுத்த கட்டத்துக்கான நகர்வுக்கான தேவை இன்று உள்ளது.

•

### இ. திருக்குறளின் விவாதக் களம்

இந்தியச் சூழலில் தர்ம சாஸ்திரங்களின் இடத்தையும் பங்களிப்பையும் விரிவாக ஆராய்ச்சி செய்தவர் பி.வி. காணே. தர்ம சாஸ்திரங்களைப் பற்றிய அவரது மகத்தான கலைக் களஞ்சியம் இந்திய வரலாற்றையும் தத்துவத்தையும் அறிவதற்கான முதன்மை ஆதாரங்களில் ஒன்று. இந்தக் கலைக் களஞ்சியம் அளிக்கும் மனச் சித்திரம் ஒன்று உண்டு. ஒரே வயலில் பயிர்கள் வளர்ந்து நிற்பதுபோல இந்த எல்லா தர்ம சாஸ்திரங்களும் ஒரே பண்பாட்டுக் களத்தில் ஒரே விவாதச் சூழலில்

முளைத்தெழுந்து நிற்கின்றன. இவை ஒவ்வொன்றுக்கும் இடையே உள்ள மறுக்க முடியாத ஒற்றுமைகளே நம் கண்ணில் முதன்மையாகப் படுகின்றன. பேதங்களை உருவாக்கும் விவாதச் சூழல் அடுத்த படியாகக் கண்ணில் படுகிறது.

இந்திய தர்ம சாஸ்திரங்கள் அனைத்தையும் ஒரே தளத்தில் வைத்து ஒப்பாய்வு செய்வதனூடாக நாம் அடையும் வெளிச்சங்கள் பல உள்ளன. திருக்குறள் போன்ற நூல்கள் அத்தகைய விரிவான ஆய்வு களுக்கு உள்ளாக்கப்பட்டனவா என்ற ஐயம் எனக்கு உள்ளது. குறிப்பாக பிரபலமான ஸ்மிருதிகளுடனும் ஜைன சூத்திரங்களுடனும் பௌத்த நீதி நூல்களுடனும் குறள் விரிவாக ஒப்பீட்டாய்வுக்கு உட்படுத்தப் பட்டதில்லை. இந்த நீதி நூல்கள் உருவான ஓர் ஒட்டுமொத்த விவாதக் களத்தில்தான் குறளும் உருவாகியிருக்கிறது.

நான்கு வருணங்கள், நான்கு புருஷார்த்தங்கள், நான்கு ஆசிரமங்கள் இவையே எல்லா தர்ம சாஸ்திரங்களுக்கும் பொதுவான பேசுபொருள். எல்லா ஸ்மிருதிகளும் இவற்றைப் பற்றியே விரித்துரைக்கின்றன. ஒரு நீதி நூலை இன்னொன்றுடன் நாம் வேறுபடுத்திப் பார்ப்பது எவ்வகையில் அது இந்தப் பொதுமையில் இருந்து வேறுபடுகிறது என்பதை வைத்தே. உதாரணமாக குறள் நான்கு வருணங்களைப் பற்றிப் பேசவில்லை. நான்கு புருஷார்த்தங்களில் வீடு பேறை விட்டுவிட்டது.

நமக்கு இன்று உலகளாவிய நீதி நூல்கள் பல கிடைக்கின்றன. சுமேரிய களிமண் பாளங்களில் எழுதப்பட்ட நீதி நூல்கள், பைபிள் பழைய ஏற்பாட்டின் நீதிமொழிகள், குரான், கன்பூஷியசின் போதனைகள் போன்றவை உதாரணங்கள். இணையம் வந்துவிட்ட இன்று ஒரே கணிப்பொறி முன் அமர்ந்து எளிதாக இந்த நூல்களை நாம் ஒப்பீடு செய்ய முடியும்.

என் வாசிப்பில் எழுந்த முதல் மனச் சித்திரம் இது. பெரும்பாலான நீதி நூல்கள் ஒரு குடிமைச் சமூகத்திற்குள் அதன் கட்டுக்கோப்புக்காகவும் சுமூகமான இயக்கத்துக்காகவும் கூறப்பட்டவையாக இருக்கின்றன. ஆனால், இந்திய நீதி நூல்களும் சட்ட நூல்களும் பல வகையான சமூகங்களை சமரசப்படுத்தி ஒன்று சேர்க்கும் பொருட்டு உருவான வையாக இருக்கின்றன. கடைசியாக இன்றைய இந்து குடிமைச் சட்டம், இந்திய அரசியல் சட்ட முன் வரைவு உட்பட இந்த அம்சத்தை நாம் காண முடிகிறது.

இதுதான் இந்திய நீதி நூல்களின் பொதுவான பின்புலம். அவை மாறுபட்ட வாழ்க்கை முறைகளும் உலக நோக்குகளும்கொண்ட பல்வேறு குடிமைச் சமூகங்கள் ஒன்றாக இணைவதன் மூலம் உருவான விவாதக் களத்தில் நின்று பேசிக்கொண்டிருக்கின்றன. இந்த விவாதக்

களத்தில் செயல்பட்ட சக்திகள் அனைத்துக்கும் இந்திய நீதி நூல்கள் அனைத்திலும் ஒரு பங்களிப்பு உள்ளது. குறள் உள்ளிட்ட இந்திய நீதி நூல்களை எல்லாம் இப்படிப்பட்ட பல குரல்கள் ஒலிக்கும் பிரதிகளாகக் காண்பது நமக்கு இன்னும் தெளிவான பார்வையை அளிக்கும்.

பல ஸ்மிருதிகள் அரை நூற்றாண்டு முன்னரே மலையாளத்தில் மொழியாக்கம் செய்யப்பட்டு கிடைக்கின்றன. இந்தியவியலாளர் களால் ஆங்கிலத்தில் மொழியாக்கம் செய்யப்பட்ட மூல நூல்கள் இன்று இணையதளத்தில் கிடைக்கின்றன. தொடர்ச்சியாக ஸ்மிருதிகளை நான் வாசித்துக்கொண்டிருக்கிறேன். என்னுடைய கருத்துகள் இன்னமும் ஓர் உருவாக்க நிலையில் இருப்பதனால் ஒரு விவாதம் எனக்கும் உதவியாக இருக்கக்கூடும் என எண்ணி ஓர் முன்வரைவாகவே இவற்றை முன்வைக்கிறேன்.

ஸ்மிருதிகளில் பழைமையானவை எவையோ அவை பாலியல் நெறிகளில் மிகுந்த சமரசத் தன்மைகொண்டவையாக இருக்கின்றன. உதாரணம் நாரத ஸ்மிருதி, யம ஸ்மிருதி, யாக்ஞவல்கிய ஸ்மிருதி போன்றவை. அவை ஒரு ஆண் பல பெண்களை மணப்பதை மட்டுமல்லாமல் ஒரு பெண் குழந்தைப் பேறுக்காக பல ஆண்களை மணப்பதையும் கூட ஒத்துக்கொள்கின்றன - சில நிபந்தனைகளுடன். இந்நூல்கள் முன்வைக்கும் ஒழுக்கம் என்பது இன்றைய வாசகனுக்கு ஆச்சரியத்தையும் சில சமயம் அதிர்ச்சியையும் அளிக்கலாம்.

இவ்வாறு பாலியல் நெறிகளில் சமரசத் தன்மையுடன் இருக்கும் ஸ்மிருதிகள் பொதுவாக குலக் கலப்பைப் பெரிதாக எண்ணுவதில்லை. மனிதர்களைப் பிறப்பை வைத்து மட்டுமே மதிப்பிட முயல்வதும் இல்லை. ஆனால், ஸ்மிருதிகளில் பிறகு வந்தவை பாலியல் நெறிகளைக் கெடுபிடியாக ஆக்கியபடியே செல்கின்றன. அவ்வகையில் மனு ஸ்மிருதியைவிட பராசர ஸ்மிருதி இன்னும் தீவிரமாக இருக்கிறது. அதேபோல அவை குலக் கலப்பை முடிந்த வரை தடுக்க முயல்கின்றன. மனிதர்களைப் பிறப்பின் அடிப்படையில் முற்றாக வகுத்து விட முயல்கின்றன.

நான் எளிமையாக ஒரு சித்திரத்தை முன்வைப்பேன். பேரரசுக்கு உறுதியான சமூகக் கட்டுமானம் தேவை. ஆகவே பிறப்பு அடிப்படையி லான சமூகப் படிநிலைக் கட்டுமானம் உருவாக்கப்பட்டது. பிறப்பு அடிப்படையிலான அடையாளம் முன்னிறுத்தப்பட்டதனால் குலக் கலப்பு கடுமையாக விலக்கப்பட்டது. ஆகவே, பாலியல் சுதந்திரம் கட்டுப்படுத்தப்பட்டது. விளைவாக பெண் கட்டுப்படுத்தப்பட்டாள்.

ஸ்மிருதிகளில் பாலுறவைக் கையாண்டிருக்கும் விதம் பல வகையான ஆய்வுகளுக்கு இடமளிப்பது. நடைமுறைத் தன்மைகொண்டவை

ஸ்மிருதிகள். காரணம், அவை ஒவ்வொரு நாளும் செயலாக்கப்பட்டாக வேண்டியவை. ஆகவே வெறும் இலட்சியக் கனவை அவை முன்வைக்க முடியாது. அந்த நீதியை அதன் கீழ் வரும் மக்கள் ஏற்றுக் கொண்டாக வேண்டும். பாலுறவைப் பொறுத்தவரை ஸ்மிருதிகளின் நிலைப்பாடு இரண்டுதான். 1. குல அடையாளம் காப்பாற்றப்பட வேண்டும். 2. குடும்பம் நீடிக்க வேண்டும். இவ்விரண்டும் ஒன்றோடொன்று முரண்படும்போது இரண்டாவதே முக்கிய மானதாகக் கொள்ளப்பட்டது.

இவ்விரு விதிகளின் அடிப்படையில் அந்த ஸ்மிருதி எழுந்த காலகட்டத்தில் உள்ள எல்லா வகையான பாலியல் உறவுகளையும் தொகுத்துவிட ஸ்மிருதிகள் முயல்கின்றன. அப்போது உருவாகும் முரண்பாடுகள் எல்லா ஸ்மிருதிகளிலும் காணக் கிடைக்கின்றன. உதாரணமாக பேரா. சி.வி. வாசுதேவ பட்டதிரி மொழியாக்கம் செய்து விளக்கம் எழுதிய யாக்ஞவல்கிய ஸ்மிருதியில் ஆசார அத்யாயம் 55, 56, 57 பாடல்களில் அந்த முரண்பாட்டை அவர் சுட்டுகிறார்.

‘சூத்திர ஜாதியில் மணம் புரிவது பிராமணனுக்கு ஏற்புடையதல்ல என்பதே என் கருத்து. ஏனென்றால், அவனில் இருந்து பிறப்பதும் அவனே அல்லவா?’ என்று சொல்கிறது 56வது சுலோகம். ஆனால், அதற்கடுத்த சுலோகம் பிராமணனுக்கு பிராமண, க்ஷத்ரிய, வைசிய ஜாதிகளில் சாதிக்கொன்று வீதம் மூன்று மனைவிகள் இருக்கலாம் என்கிறது. க்ஷத்ரியனுக்கு க்ஷத்ரிய வைசிய ஜாதிகளில் சாதிக்கொன்றாக இரு மனைவிகள் இருக்கலாம் என்கிறது. அதாவது குலக் கலப்பை அது சிபாரிசு செய்கிறது.

அதே பகுதியில் 62வது சுலோகம் திருமணச் சடங்கைச் சொல்லும் போது கணவனும் மனைவியும் ஒரே வர்ணத்தைச் சேர்ந்தவர்களாக இருக்கும்போது வெறுமே பாணி கிரஹணம் (கைப் பிடித்தல்) செய்ய வேண்டும் என்று சொல்கிறது. வேறு வேறு வர்ணத்தைச் சேர்ந்தவர்கள் என்றால் கணவன் அந்த வர்ணத்துக்குரிய பொருளைக் கையில் வைத்திருக்க வேண்டும் என்கிறது. மனைவியர் வேறு வேறு வர்ணத்தைச் சேர்ந்தவர்கள் என்றால் உயர் வர்ணத்தைச் சேர்ந்தவளே சகதர்மிணி என்று சொல்லும் அதே மூச்சில் ஆனால், மூத்த மனைவி இல்லாமல் தர்மச் சடங்குகள் செய்யப்படக் கூடாது என்கிறது.

ஆக, எந்த ஸ்மிருதியும் முற்று முடிவாக எதையுமே சொல்லத் துணிவதில்லை என்பதைக் கவனிக்கலாம். ஏனென்றால், நீதி குறித்த ஒரு முன் வரைவை வைத்துக்கொண்டு அதன் சட்டகத்துக்குள் அப்போது நடைமுறையில் இருந்த ஆசாரங்களைக் கொண்டு வருவதற்கே அவை முயன்றன. பிராமணர்களும் க்ஷத்ரியர்களும் வைசியர்களும் பிற சாதிகளுடன் கலக்கக் கூடாது என்ற நியதி

மாற்றமில்லாமல் இருந்திருந்தால் இந்திய நிலப் பகுதியில் நாம் இன்று காணும் பண்பாடே உருவாகியிருக்காது. இந்திய நிலப் பகுதியில் பல நூறு குலங்கள் மையப் பண்பாட்டுக்கு வந்தபோது பிராமணர், க்ஷத்ரியர், வைசியர் போன்றவர்களின் எண்ணிக்கை பிரம்மாண்டமாக வளர்ந்ததையே நாம் காண்கிறோம்.

விதிகள் அனைத்தையும் விதிவிலக்குகளால் ரத்து செய்யவும் சாத்தியங்களைக் கொடுத்தே ஸ்மிருதிகள் எழுதப்பட்டிருக்கின்றன. காரணம் நீதிக்கான விவாதக் களத்தில் அக்காலத்தில் நடைமுறை ஆசாரங்களும் நம்பிக்கைகளும் மிக முக்கியமான ஒரு தரப்பு என்பதே. அவற்றைத் தவிர்த்து நீதிநெறிகளை வகுத்தல் சாத்தியமே அல்ல. ஸ்மிருதிகளில் முற்றிலும் பழங்குடித் தன்மைகொண்ட பல ஆசாரங்கள் அனுமதிக்கப்பட்டிருப்பதைக் காணலாம். அவ்வகையில் பெருமளவு 'மேநிலைத் தன்மை' கொண்ட ஸ்மிருதி என்பது மனு ஸ்மிருதிதான்.

ஸ்மிருதிகள் எப்போதும் புராதன நூல்கள் அல்ல. பிற்காலத்தில் கூட ஸ்மிருதிகள் உருவாகியிருக்கின்றன. கேரள நம்பூதிரிகளின் ஆசாரங்களை வகுத்துரைக்கும் சங்கர ஸ்மிருதி ஒன்று உண்டு. அது பதினைந்தாம் நூற்றாண்டிலோ அதற்குப் பின்னரோ உருவாகியிருக்கக் கூடும் என்று ஆய்வாளர்கள் சொல்கிறார்கள்.

ஆகவே நீதி நூல்களின் விவாதக் களத்தில் முதல் தரப்பு அச்சமூகத்தின் உறுப்புகளாக உள்ள இனக் குழுச் சமூகங்களில் உள்ள ஆசாரங்களும் நம்பிக்கைகளும் குடி நீதிகளும்தான். அவற்றைச் சமரசப்படுத்தி, தொகுத்து, மறு ஆக்கம் செய்து, ஒன்றோடு ஒன்று நிரப்பி நீதி நூல்கள் தங்கள் நீதிக் கோட்பாடுகளை உருவாக்குகின்றன.

நீதி நூல்களில் விவாதக் களத்தில் இரண்டாவது முக்கியமான தரப்பு என்பது அப்போதிருந்த அரசதிகாரமே. நாரத ஸ்மிருதி முதலிய பழங்கால ஸ்மிருதிகள் குலங்களை ஒருங்கிணைக்கும் காலகட்டத்தைச் சேர்ந்தவை. அக்கால மன்னன் என்பவன் குலங்களின் கூட்டுத் தலைவன் மட்டுமே. அவனது அதிகாரம் குலங்களின் கூட்ட மைப்புக்குக் கட்டுப்பட்டது. குலத் தலைவர்களில் இருந்து தேர்ந் தெடுக்கப்பட்டவன் அரசனான காலம் இருந்தது. பின்னர் அவர்களில் வலிமையானவன் அரசனாக ஆனான். சேர மன்னர்கள் குலசேகரன் என்ற அடைமொழியுடன்தான் அழைக்கப்பட்டார்கள். திருவிதாங்கூர் மன்னரைப் பொறுத்தவரை 1730ல் ஆட்சியமைத்த மார்த்தாண்ட வர்மா குலசேகரப் பெருமாள் தான் முற்றதிகாரம்கொண்ட முதல் மன்னர். அதுவரை குலத் தலைமையே மன்னர் பொறுப்பு எனப்பட்டது.

தமிழகத்தில் களப்பிரருக்கு முந்தைய காலத்தில் சேர சோழ பாண்டிய அரசுகளும் குலத் தலைமை அரசுகளாகவே இருந்திருக்க வேண்டும்.

களப்பிரரும் அப்படி இருந்திருக்கலாம். முற்றதிகார மன்னர் ஆட்சி என்பது களப்பிரரை அழித்து, பின்னர் பல்லவர்களும் சோழர்களும் அமைந்த அரசுகளிலேயே சாத்தியமாகியிருக்கிறது. அதிலும் குறிப்பாக ராஜராஜ சோழன்தான் தமிழகத்தின் முதல் முற்றதிகார மன்னன் என்று கொள்ளலாம் என்று படுகிறது. ஏனென்றால், ஊதியம் பெறக்கூடிய நிலையான ராணுவம் என்பது முற்றதிகார அரசுக்கு இன்றியமையாதது. அது முந்தைய அரசுகளில் இல்லை. போருக்கென குலத் தலைவர் களால் திரட்டி அளிக்கப்படும் படையே தமிழகத்தில் முன்னர் இருந்தது.

முற்றதிகார அரசின் சுரண்டல் அமைப்பும் முற்றதிகாரம் கொண்டது. அதன் நீதியும் அதற்கேற்ப அமையக்கூடியது. வட இந்திய வரலாற்றில் கடைசி வரை குலங்களின் பங்கேற்பு இருந்தாலும் சந்திர குப்த மௌரியனின் அரசு முதல் முற்றதிகாரப் பேரரசு என்று சொல்லலாம். அது ஒரு சிறிய குடித் தலைவனின் அரசு. அரச தந்திரத்தாலும் வணிகர்களின் உதவியாலும் அதிகாரத்தை அடைந்தது. கிட்டத்தட்ட நிலையான ராணுவத்தை சந்திரகுப்தன் வைத்திருந்தார் என்று சொல்ல முடிகிறது. ஆகவேதான் நேரடியாக மன்னனே வரி வசூல் செய்யும் முறை தேவையாகியது. ஆகவேதான் அர்த்த சாஸ்திரம் போன்ற ஒரு நீதி-நிர்வாக நூலின் தேவை எழுந்தது.

நீதி நூல்களின் விவாதக் களத்தில் அக்காலத்தைய மதமும் தத்துவமும் முக்கியமான தரப்புகளாக அமைகின்றன. மத-தத்துவ தரிசனங்களின் மையச் சரடில் குடிநீதிகள் கோர்க்கப்பட்டே பெருநீதிகள் உருவாக்கப் படுகின்றன என்று சொல்லலாம். சுருதிகளின் விளக்கங்களாக ஸ்மிருதிகள் இருக்க வேண்டுமென்ற மரபின் கூற்று இதையே சுட்டுகிறது. எல்லா சமூகச் சட்டங்களுக்கும் நீதிகளுக்கும் அடியில் அந்தக் காலகட்டத்தில் அச்சமூகத்தில் செல்வாக்கு செலுத்திய மத-தத்துவ தரிசனங்களின் ஆழ்ந்த செல்வாக்கு காணப்படும்.

இத்தகைய பல்வேறு தரப்புகளின் உரையாடலின் விளைவாகவே ஒரு நீதி நூல் உருவாகிறது. அதுவன்றி நீதி என்பது ஒருபோதும் ஒரு தரப்பால் இன்னொரு தரப்பு மீது சுமத்தப்படுவது அல்ல. அது சாத்தியமே அல்ல. அதில் அதிகாரமும் சுரண்டலும் அடக்குமுறையும் எல்லாம் இருக்கக் கூடும்தான். ஆயினும் சமூகத்தில் உருவாகும் நீதிப் பிரக்ஞை என்ற கருத்தியல் உள்ளடக்கமே நீதி நூலாகப் பரிணாமம் கொள்கிறது எனலாம்.

'உபகண்டம் தழுவிய பொதுவான அறிவுச் சொல்லாடலின் வைதிக (சமஸ்கிருத) அ-வைதிக (பிராகிருத, பாலி) கருத்துகள் தமிழ்ச் சமூகத்தின் மீது களப்பிரர் - பல்லவர் காலகட்டத்தில் வலிந்து

திணிக்கப்பட்டதாக அர்த்தமில்லை. இக்காலகட்டத்துக்கு முந்தைய ஐந்து நூற்றாண்டு தமிழ்ச் சொல்லாடலில் மேற்குறித்த வைதிக-அவைதிக கருத்துகளான அறம், அரசியல், சடங்கு, கதை, புராணம், இதிகாசம், வேதம், யாகம் ஆகியவை புலவர் மரபால் அறிமுக மாகியிருந்தன. முற்றிலும் அந்நியமான கருத்துகளை ஏற்கெனவே தனக்கான சொல்லாடலைக்கொண்டு உருவாகியிருந்த சமூகம் மீது வலிந்து திணிக்க முடியாது என்று ராஜ் கௌதமன் கூறுகிறார்.

திருக்குறளின் விவாதக் களத்தின் முதல் தரப்பு என்ன? தமிழ்ச் சமூகத்தில் அன்று வரை இருந்த குடி நீதிகள் மற்றும் ஆசாரங்களின் பின்புலம்தான். அந்த ஆசாரங்களும் நீதிகளும் அன்றாட வாழ்க்கையின் முறைமைகளாகவும் அவற்றின் வெளிப்பாடான இலக்கியப் படைப்பு களாகவும் அபூர்வமாக அவற்றைத் தொகுத்து வைத்த நூல்களாகவும் அக்காலத்தில் இருந்திருக்கலாம். அவை குறளின் உருவாக்கத்தில் பெரும் பங்கு ஆற்றியிருக்கக்கூடும்.

அவ்வகையில் சங்க இலக்கியங்களில் பொருண்மொழிக் காஞ்சி என்று வகுக்கப்பட்ட திணையின் நீட்சியாகவே தமிழ் நீதி நூல்கள் இருக்கின்றன என்பதைச் சொல்ல முடியும். குறளின் அறம், பொருள் பகுதியில் உள்ள கணிசமான பாடல்களுக்குச் சமானமான புறநானூற்றுப் பாடல்களை ஆய்வுப் பதிப்புகளில் அறிஞர்கள் சுட்டியிருக்கிறார்கள். பல சமயம் இணையான வரிகளையே நாம் காண முடிகிறது. உதாரணமாக,

> அறத்தான் வருவதே இன்பம் மற்றெல்லாம்
> புறத்த புகழும் இல *(குறள் 39)*

> சிறப்புடை மரபிற் பொருளும் இன்பமும்
> அறத்து வழிப்படூஉம் தோற்றம்போல *(புறநானூறு 31)*

குறளின் அகத்துறைப் பாடல்கள் அப்படியே சங்க அகத்துறைப் பாடல்களைப் பின்பற்றுபவை என்பதைக் காணலாம். சங்க கால அகத்துறைப் பாடல்களின் பெரும்பாலான இயல்புகள் குறள் பாடல்களில் உள்ளன. தலைவன் தலைவி செவிலி என்ற பொதுக் கதாபாத்திரங்கள், பெரும்பாலான கவிதைகள் கூற்றுகளாக இருப்பது, காமத்தைப் பற்றிய உடல் சார்ந்த நோக்கு என்று சொல்லிக்கொண்டே செல்லலாம். அகத்துறைப் பாடல்களில் பல வரிகள் குறளின் வரிகளாகவே மாறியிருப்பது ஆய்வாளர்களால் சுட்டப்பட்டிருக்கிறது.

உதாரணமாக,

> பேதைமை ஒன்றோ பெருங்கிழமை என்றுணர்க
> நோதக்க நட்டார் செயின் *(குறள் 805)*

பேதமையாற் பெருந்தகை கெழுமி
நோதக செய்ததென்றுடையேன் கொல்லோ (குறுந்தொகை 230)

தமிழின் சங்க கால இலக்கியங்களுக்கும் திருக்குறளுக்கும் இடைப் பட்ட காலத்தைச் சேர்ந்த நூல் என்று தொல்காப்பியத்தை வரையறை செய்யலாம். பொதுவாகக் கருதப்படுவதுபோல அது சங்க காலத்துக்கு முந்தைய நூல் அல்ல. சங்க காலத்தைய உதிரிப் படைப்புகளைத் தொகை நூல்களாக உருவம் கொண்ட பின்னர் உருவானது அது. பல்வேறு முந்தைய இலக்கண-அற நூல்களைத் தொகுத்துரைக்கும் நூல். ஆகவே, அறம்-இலக்கணம் சார்ந்து ஒரு மாபெரும் உரையாட லுக்குப் பின்னர் உருவானது. சங்க காலத்தில் அது உருவாகியிருக்க வாய்ப்பில்லை. சங்கம் மருவிய காலத்தில் சமண, பௌத்த மதங்களின் வருகைக்கும் அதனுடன் இணைந்து உருவான இலக்கண-அற விவாதங்களுக்கும் பின்னர் உருவானது.

இந்தக் கருத்தை நான் பெரிதும் மதிக்கும் இரு முன்னோடி ஆய்வாளர்கள் அழுத்தமாகக் கூறி வருவதைக் காண்கிறேன். பேராசிரியர் ராஜ் கௌதமன் 'பாட்டும் தொகையும் தொல்காப்பியமும் தமிழ்ச் சமூக உருவாக்கமும்' என்ற நூலில் இக்கருத்தை விரிவாகவே முன்வைக்கிறார். எம். வேதசகாய குமாரின் தனிக் கட்டுரைகளில் இக்கருத்து முன்வைக்கப்பட்டிருக்கிறது. தொல்காப்பியம் திருக்குறள் உருவான அதே விவாதக் களனில் அதற்கு சற்று முன்பாக உருவான நூல் எனலாம். அதன் நேரடியான செல்வாக்கும் குறளில் இருக்கிறது.

குறளின் விவாதக் களத்தின் இரண்டாவது தரப்பு அக்கால ஆட்சியாளர்கள். அப்போது பேரரசுகள் தமிழ் மண்ணில் இல்லை. களப்பிரர் காலம் என்பது பல நூறு சிறு மன்னர்கள் களப்பிரரின் மைய ஆட்சிக்குக் கீழே இணைந்திருந்த காலகட்டமாக இருக்கலாம். ஆகவே, மைய அதிகாரத்தால் நேரடியாக வரிவசூல் செய்யப்படும் முறை இருந்திருக்க வாய்ப்பில்லை. குடிமைச் சமூகங்கள் அனேகமாக முற்றிலும் சுதந்திரமாக, தங்கள் ஆசாரங்கள் வாழ்க்கை முறைகளைப் பேணியபடி செயல்பட்டிருக்க வேண்டும். கிராமங்கள் தன்னாட்சி கொண்டவையாக இருந்திருக்க வேண்டும். அதிகாரம் ஒட்டுமொத்த மானதாக, பொதுவானதாக, கருத்தியல் தளத்தில் மட்டும் செயல் படுவதாக இருந்திருக்க வேண்டும்.

இத்தகைய அதிகார அமைப்பில் மனுவின் ஸ்மிருதி போன்ற சாணக்யனின் அர்த்த சாஸ்திரம் போன்ற ஒரு நீதி நூல் செயல்பட முடியாது என்பதை எவரும் ஊகிக்கலாம். காரணம் அவையெல்லாம் 'ஆயுதமேந்திய' நூல்கள். ஆயுதம் ஏந்தி ஓர் அரசமைப்பு அவற்றின் பின்னால் நின்றுகொண்டிருக்க வேண்டும். அந்த அமைப்பின்

பல்லாயிரம் கரங்கள் நாடெங்கும் பரவி அந்த நூலை நிறுவிக் கொண்டே இருக்கவேண்டும்.

தொல்பழங்காலத் தமிழ்நாட்டை நாம் ஊகிப்பது ஒன்றும் சிரமம் அல்ல. சமீப காலத்தில் கூட தமிழகத்தின் பல பகுதிகள், பல குடிச் சமூகங்கள் அப்படித்தான் தன்னிச்சையான இயக்கத்துடன் இருந்தன. நீதி என்பது அவற்றின் குடித் தலைவர்களால் அவர்களின் குடி ஆசாரப்படி தீர்மானிக்கப்படுவதாக மட்டுமே இருந்தது. அதில் வெளியே இருந்து எந்த அதிகாரமும் செல்வாக்கு செலுத்தவில்லை. ஒரு தேவர் 'நாடு' அமைப்பில் இன்றும்கூட அதன் தலைவரான நாட்டாமை அவரது ஆசாரத்தின்படியே தீர்ப்பளிக்கிறார். இதன் இன்னும் பிற்பட்ட நிலை அன்றிருந்திருக்கலாம்.

உறுதியான மைய அதிகாரம்கொண்ட பேரரசு இல்லாத நிலையில், இனக் குழுக்களின் கூட்டமைப்பாக சிற்றரசுகளும் சிற்றரசுகளின் தொகுப்பாக அரசும் இருந்த அக்காலகட்டத்தில் சாத்தியமான பொது நீதி என்பது குல நீதிகள் மீது ஒரு மைய நீதியின் கருத்தியல் செல்வாக்கைச் செலுத்துவது மட்டுமே. அதற்காகவே நீதிக் கல்வி ஒன்று அக்காலத்தில் உருவாக்கப்பட்டிருக்க வேண்டும். சமணப் பள்ளிகள், பௌத்த விகாரங்கள் மூலம் அக்கல்வியானது பெரு வாரியான மக்களுக்குக் கற்பிக்கப்பட்டிருக்க வேண்டும். களப்பிரர் களின் காலகட்டத்தில் இத்தனை நீதி நூல்கள் உருவானமைக்கான காரணம் இதுவே என ஊகிக்கலாம். இதை சாத்வீகமான ஒரு நீதிப் பரவலாக்கம் என்று சொல்லலாம். பதினெண்கீழ்க்கணக்கின் எந்த நீதி நூலும் மனு ஸ்மிருதி அல்லது குர்ஆன் போல ஆயுதமேந்திய நீதி நூல் அல்ல.

'இருண்ட காலம் என்று தற்கால சைவ வேளாளத் தமிழர்களால் வருணிக்கப்படும் களப்பிரர் ஆண்ட முந்நூறு வருடங்களில்தான் சமண பௌத்த சமயங்களின் அறம், அறிவு, தருக்கம், காவியம், பக்திப் பாடல், மொழிபெயர்ப்பு, இலக்கணம், நிகண்டு, தொகுப்பு ஆகியவை பெருஞ்சொல்லாடலாக உருவெடுத்தன. பார்க்கப் போனால் அச்சுத விக்கிரந்தன் போன்ற வலிமையான பௌத்த அரசர்கள் தமிழகத்தை ஆண்ட காலகட்டத்தில்தான் பல்துறை அறிவுச் சொல்லாடல்கள் தமிழகத்தில் முதன்முதலாக தனிப்பட்ட பௌத்த சமணப் பெரியோர் களால் படைக்கப்பட்டன' என்று ராஜ் கௌதமன் சொல்கிறார் (பாட்டும் தொகையும், பக். 30).

ஒன்றை அவர் விட்டுவிட்டார். மருத்துவம். இந்தியாவெங்கும் இன்று பரவியிருக்கும் ஆயுர்வேத மருத்துவம் உண்மையில் சமணம் மூலமே அந்தப் பரவலாக்கத்தைப் பெற்றது. இந்த அறிவுச் சொல்லாடல்

தமிழகத்தில் மட்டும் நடந்த ஒன்று அல்ல. இந்தியாவின் எல்லா பிராந்திய மொழிகளிலும் ஒரு ஒட்டுமொத்த இந்தியாவளாவிய அறிவுச் சொல்லாடலை நிகழ்த்தி அவற்றின் உருவாக்கத்துக்கும் வளர்ச்சிக்கும் பௌத்தமும் சமணமும் பெரும் பங்காற்றியிருக்கின்றன.

சமணமும் பௌத்தமும் இந்தியாவின் தென் பகுதியில் பரவிய நாட்களில் இங்கே பேரரசுகள் இல்லை. ஆகவே மனு ஸ்மிருதி, அர்த்த சாஸ்திரம் போன்ற ஆயுதமேந்திய நீதி நூல்கள் நடைமுறையிலும் இல்லை. இனக் குழுக்களின் நீதிக்குள் ஊடுருவும் பெருநீதியை கருத்துப் பிரசாரம் மூலம் பரப்ப வேண்டியதே அக்கால அரசுகளின் தேவையாக இருந்தது. அதற்கு அவை சமண பௌத்த கல்வியமைப்பு களைப் பயன்படுத்திக்கொண்டன. குறளின் உருவாக்கத்தில் சம காலத்து களப்பிரர் அரசமைப்பு ஒரு முக்கியமான தரப்பு.

மூன்றாம் தரப்பு என்று பௌத்த சமண மதங்களின் தத்துவ தரிசனத்தைச் சொல்லலாம். குறளில் உள்ள சமணத் தாக்கத்தைப் பற்றி இங்கே விரிவாக உரைக்க வேண்டியதில்லை. முன்னோடி ஆய்வாளர்களால் அது மீண்டும் மீண்டும் பேசப்பட்டிருக்கிறது. 'களப்பிரர் காலத்தை மகாயான பௌத்தத்தின் பொற்காலம்' என்று கூறுவர். பிராகிருத, பாலி, தமிழ் மொழி இலக்கியங்கள் அதிகமாகப் படைக்கப்பட்ட காலகட்டம் இதுவே. சங்கமித்திரர், புத்தநந்தர், சோதிபாலர், சுமதி, புத்தமித்திரர், திக்நாகர், போதிதர்மர், தர்மபாலர், சாக்கியநாயனார் ஆகிய பௌத்த அறிஞர்கள்' என்று ராஜ் கௌதமன் சொல்கிறார். இத்தகைய பெரும் அறிவுக் கொந்தளிப்பு நிகழ்ந்த காலகட்டத்தின் சிருஷ்டியே குறள்.

கடவுள் வாழ்த்து முதல் குறளின் சொல்லாட்சிகளில் உள்ள ஆசீவக - சமணப் பாதிப்பு என்பது பிற எந்த மத-தத்துவச் செல்வாக்கை விடவும் அதிகம் என்றே எண்ணத் தோன்றுகிறது. சமண மரபுப்படி முதல் தீர்த்தங்கரர் ஆகிய ஆதிநாதரை வணங்கியபடிதான் நூல் தொடங்குகிறது. ஆதிபகவன், வாலறிவன், மலர்மிசை ஏகினான், வேண்டுதல் வேண்டாமை இலான், இருள்சேர் இருவினையும் சேரா இறைவன், பொறிவாயில் ஐந்தவித்தான், அறவாழி அந்தணன், எண்குணத்தான் என்று வள்ளுவர் சொல்லும் எல்லாச் சொற்களும் இயல்பாக சமண தீர்த்தங்கரர்களுக்கு மட்டுமே பொருந்துபவை.

இச்சொற்களுக்குப் பிற்காலத்தில் உரையாசிரியர்கள் கொடுத்துள்ள விளக்கங்கள் பல. ஆனால், சமஸ்கிருத சமண நூல்கள் பலவற்றில் இதே சொல்லாட்சிகள் இப்படியே சமண மூலவர்களுக்கு அளிக்கப் பட்டுள்ளது வெளிப்படையாகவே தெரிய வரும் விஷயம். அறத்தின் ஆழி என்பது சமணர்களின் அறச் சக்கரம் என்பதை உணர்வதற்கு ஆய்வே தேவையில்லை.

கொல்லாமை, கள்ளுண்ணாமை போன்ற பல தலைப்புகளில் வள்ளுவர் சொல்லும் நீதிகள் சமண நீதிகள் என்பதுடன் அவை முன்வைக்கப்பட்டிருக்கும் விதம், அவற்றுக்குரிய காரண காரியத் தொடர்பு முழுக்க முழுக்க சமண மதத்தின் தத்துவப் பின்புலத்தில் இருந்து வந்தது. கொல்லாமையைச் சொல்ல வரும்போது,

நல்லாறு எனப்படுவது யாதெனின் யாதொன்றும்
கொல்லாமை சூழும் நெறி

என்று கொல்லாமையை அனைத்துக்கும் மேலாக நிறுத்தும் தன்மையை நாம் குறளில் காண்கிறோம். உண்மையில் அனைத்து அறங்களுக்கும் மேலாக கொல்லாமையை நிறுத்துவது சமணத்துக்கே உரிய தத்துவம் ஆகும்.

குறளின் ஆக்கத்தில் சமண பௌத்த மதங்களுக்கு அடுத்தபடியாக வைதிக மதத்தின் செல்வாக்கும் உண்டு. 'வேள்வி, வேதம், வினைக்கு ஏற்ப வகுக்கும் கடவுள் ஆகியவற்றை உடம்பாட்டு வகையில் எடுத்தாள்வதால் இவரை சமணர் என்று சொல்வதற்கில்லை' என்று இராசமாணிக்கனார் சொல்கிறார் (திருக்குறள் காலம்). இதே கோணத்தில் பிறரும் விரிவான விளக்கங்களை அளித்திருக்கிறார்கள். திருக்குறளில் சமணர்களின் கொள்கையான வேத மறுப்பு இல்லை. வேள்விச் செயல்கள் சிறப்புடன்தான் சுட்டப்படுகின்றன. ஆகவே, குறளில் உள்ள வைதிக மதத்தின் செல்வாக்கைக் குறைத்து மதிப்பிடுதல் சாத்தியமல்ல.

திருக்குறள் ஒரு பௌத்த நூல் என்றே அயோத்திதாச பண்டிதர் வாதிடுகிறார். திரிக்குறள் என்பதே உண்மையில் அதன் பெயர் என்று சொல்லும் பண்டிதர் அது திரிபிடகம் போன்ற ஒரு பௌத்தப் பெயரே என்றும் சொல்கிறார். அதனால்தான் அது முப்பால் என்று அழைக்கப் பட்டது. பௌத்த மதத்தின் கருத்துகள் நேரடியாகவே குறளில் உள்ளன என்பது அவரது வாதம் (அயோத்திதாசர் படைப்புகள்).

திருக்குறளின் மூல நூல்கள் எவை என்ற வினா பல வகையிலும் முக்கியமானது. அந்த வினாவை நம் தமிழாய்வாளர்கள் விரிவாக எடுத்துச் சென்றதில்லை. அதற்கான காரணங்கள் பல. முதன்மை யானது தமிழ்ப் பண்பாட்டின் தலை நூலாகக் கருதப்படும் குறளை முழுக்க முழுக்க தமிழ்ப் பண்பாட்டின் உருவாக்கமாகவே காட்ட வேண்டும் என்ற தன்மைய நோக்கு. இது அரசியல் சார்ந்ததே ஒழிய ஆய்வுக்கு உகந்தது அல்ல. இரண்டாவதாக, தமிழாய்வில் வடமொழி நூல்களைப் பயன்படுத்திக் கொள்வதற்கான ஆய்வு மனப்பான்மையும் மொழிப் பயிற்சியும் பிற்காலத்து ஆய்வாளர்களிடம் இல்லை.

திருக்குறளின் முதல் நூல்கள் எவை என்ற வினாவானது திருக்குறள் ஓர் வழி நூல் என்ற அடிப்படையில் எழுவது அல்ல. எல்லா நூல்களும் பல்வேறு நூல்கள் பங்களிப்பாற்றும் ஒரு மாபெரும் சொற் களனில் இருந்து பிறப்பனவே என்ற புரிதலில் இருந்து எழும் எண்ணம் அது. தமிழ் நூல்களில் சங்க இலக்கியங்களும் தொல்காப்பியமும் எப்படி குறளுக்கு முன்னோடி நூல்களாக இருந்திருக்கின்றனவோ அதேபோல பண்டைய ஸ்மிருதிகள், சாணக்யரின் அர்த்த சாஸ்திரம் போன்ற நூல்களும் குறளுக்கு முன்னோடியாக இருந்திருக்கின்றன. சமண தத்துவ - நீதி நூல்களான ஜைன சூத்திரங்களின் பாதிப்பு திருக்குறளில் மிக மிக அதிகம்.

ஒரு நீதி நூல் என்ற வகையில் குறளைத் தீர்மானித்த விவாதக் களத்தை இவ்வாறு இந்தியச் சூழல் சார்ந்தும் தமிழ்ச் சூழல் சார்ந்தும் விரிவாக உருவாக்கிக்கொள்ளலாம்.

•

## ஈ. குறள் நீதி என்னும் அழியாத கவிதை

குறள் ஒரு ஸ்மிருதியா இல்லை சுருதியா? இந்திய ஞான மரபின் விவாதங்களில் இந்த வினா முக்கியமானது. இந்திய மெய்யியல் நூல்களை ஆராயும்போது நடராஜ குரு இந்த வினாவை எப்போதும் எழுப்பிக்கொள்கிறார். நெறிகளை அறிவுறுத்தும் நூல் ஸ்மிருதி. அடிப்படையான தரிசனங்களை முன்வைக்கும் நூல் சுருதி. பகவத் கீதையைப் பற்றி பேசும்போது அது ஒரு ஸ்மிருதி அல்ல, சுருதிதான் என்று நடராஜ குருதன் பகவத் கீதை உரையில் விவரிக்கிறார். ஏனென்றால், கீதை நெறிகளை அறிவுறுத்தவில்லை. நெறிகளுக்கு ஆதாரமாக உள்ள தத்துவப் பிரச்சினைகளை ஆராய்கிறது. அவற்றைச் சார்ந்து தன் முரணியக்க தரிசனத்தை முன்வைக்கிறது.

குறளை ஒருவெறும் நீதி நூலாக அதாவது ஸ்மிருதியாக பார்க்கும் பார்வையே நம்மில் மேலோங்கியிருக்கிறது. குறளின் தத்துவ, தரிசன தளங்கள் குறைவாகவே பேசப்பட்டுள்ளன. குறள் ஒரு ஸ்மிருதியா என்றால் ஆம் என்றே சொல்ல வேண்டியிருக்கும். ஆனால், அது ஒரு சுருதியும் கூட என்று அந்நூலின் மீதான விரிவான வாசிப் பனுபவத்தைச் சார்ந்து கூற முடியும் என்பதே என் கருத்தாகும்.

குறள் ஓர் ஆயுதமேந்திய பிரதி அல்ல. அது தனக்குப் பின்னால் ஓர் அதிகாரத்தை நிறுத்திக்கொண்டு அதன் குரலாகப் பேசவில்லை. அடக்குமுறையோ, ஆதிக்க நோக்கமோ அதன் கூற்றில் இல்லை. குறளின் குரல் அறத்தின் அதிகாரத்தையே முன்னிறுத்துகிறது. அறம் சார்ந்த ஒரு விவாதத்தை உருவாக்கி அதில் கருத்தியல் ரீதியான

மேலாதிக்கத்தை அடைந்து தன்னை நிறுவிக்கொள்ள அது முயல்கிறது என்று மேலும் திட்டவட்டமாகச் சொல்லலாம். அதற்கான காரணங்கள் ஏற்கெனவே சொல்லப்பட்டுவிட்டன. அது கருத்தியலாதிக்கம் தேவைப்பட்ட இனக் குழுத் தொகுப்புக் காலகட்டத்தைத் தன் உருவாக்கப் பின்னணியாகக்கொண்டது.

அத்துடன் குறள் சமண-பௌத்த மதங்களின் தத்துவார்த்தமான பின்னணிகொண்டது. ஆகவே, குறளில் வன்முறையம்சம் இல்லாமல் இருப்பதும் அதன் அறன் வலியுறுத்தல்கள் தனி மனித அகத்தை நோக்கிய அறைகூவல்களாக இருப்பதும் இயல்பானதே. இக்காரணங் களால் குறளை ஒரு மென்மையான ஸ்மிருதி என்று சொல்ல முடியுமே ஒழிய அதை ஒரு சுருதி, அதாவது மெய்ஞான நூல் என்று கூற முடியாது.

குறள் சுருதியாக ஆவது அதில் உள்ள ஆசிரியன் கவிஞனாக இருப்பதனால்தான் என்பதே என்னுடைய எண்ணமாகும். ஏற்கெனவே 'குறள் - கவிதையும் நீதியும்' என்ற கட்டுரையில் இந்த மையக் கருத்தை நான் விவாதித்திருக்கிறேன். ஸ்மிருதிகள் எனப்படும் நீதி நூல்களில் எப்போதுமே ஆசிரியனின் ஆளுமை வெளிப்படுவதில்லை. ஒரு தொகுப்பாளனாக மட்டுமே அவனுடைய குரல் அவற்றில் வெளிப் படுகிறது. மனு ஸ்மிருதி, யாக்ஞவல்கிய ஸ்மிருதி போன்றவற்றை உதாரணமாகச் சொல்லலாம்.

மனு புராணங்களில் சுட்டப்படும் ஒரு தனித்த ஆளுமை. ஆனால், யாக்ஞவல்கிய ஸ்மிருதியின் ஆசிரியராகச் சொல்லப்படும் யாக்ஞவல்கியர் பிருஹதாரண்யக உபநிஷதத்தின் ஆசிரியரான யாக்ஞவல்கியராக இருக்க வாய்ப்பில்லை. பிரகதாரண்யக உபநிஷதத்தின் ஆசிரியர் வேதாந்தி. அவருக்கு ஒரு ஸ்மிருதியை உருவாக்கும் மன நிலை இருந்திருக்க வாய்ப்பில்லை என்பதுடன் யாக்ஞவல்கிய ஸ்மிருதியின் நீதிகள் அவர் உபநிஷதத்தில் முன்வைக்கும் தரிசனங்களுடன் முரண்படவும் செய்கின்றன. யாக்ஞவல்கியரின் பெயர் அந்த ஸ்மிருதிக்கு ஒரு கனத்துக்காக அளிக்கப்பட்டிருக்கலாம் என்றே படுகிறது. யம ஸ்மிருதி, நாரத ஸ்மிருதி, பராசர ஸ்மிருதி போன்றவையும் இவ்வாறு கற்பிதமான ஆசிரியன் கற்பிக்கப்பட்ட நூல்களே.

அதாவது ஸ்மிருதிகள் பெரும்பாலும் ஒரு சமூகத்தில் நிகழ்ந்த நீதி சார்ந்த உரையாடலின் விளைவாக ஒரு சமரசப் புள்ளியாகத் தொகுக்கப் பட்டவை. அந்தப் பணியில் பலர் ஈடுபட்டிருக்கலாம். ஓர் தர்ம சபை அல்லது ஓர் அரச சபை அல்லது ஒரு குரு மரபு. அவை பல காலங்களிலாகத் திருத்தியமைக்கப்பட்டும் செப்பனிடப்பட்டும் அவற்றின் இறுதி வடிவத்தை அடைந்திருக்கலாம். பின்னர் ஓர் ஆசிரியன் அவற்றுக்குத் தேவை என்னும் நிலை ஏற்பட்டபோது

ஏற்கெனவே அங்கீகாரமும் மதிப்பும் பெற்ற ஒரு ரிஷியின் பெயர் அந்நூலின் ஆசிரியராக அறிவிக்கப்படுகிறது. நம்பூதிரி சமூகத்தில் பதினாறாம் நூற்றாண்டில் உருவான ஸ்மிருதியான சங்கர ஸ்மிருதிக்கு எட்டாம் நூற்றாண்டு அத்வைத ஆசிரியரான சங்கரர்தான் ஆசிரியர் என்று சொல்லப்பட்டது.

ஏன், ஸ்மிருதிகளில் ஆசிரியரின் இருப்பு முக்கியமல்லாததாகிறது என்றால் அவற்றில் ஆசிரியனின் கற்பனைக்கும் ஞானத்துக்கும் பங்களிப்பே இல்லை என்பதனால்தான். அவன் அவற்றில் தொகுப்பாளனும் விளக்கக்காரனும் மட்டுமே. வலுவான ஆசிரியன் குரல் கொண்ட ஸ்மிருதி என்றால் அது அர்த்த சாஸ்திரம்தான். ஆனால், அதில்கூட நூலுக்குள் ஆசிரியனின் முகம் பெரிதாகத் தென்படுவதில்லை. அவனைப் பற்றிய தொன்மங்களே அவனை நமக்குக் காட்டுகின்றன. மிக அபூர்வமாக சில இடங்களில் நாம் சாணக்யனின் தொலைநோக்கையும் கூர்மையையும் அவன் சொற்கள் வழியாகக் காண்கிறோம். ஸ்மிருதி ஆசிரியர்களில் மனுவும் சாணக்யனுமே பெரிய ஆளுமைகள்.

ஆனால், திருக்குறளில் ஆரம்பம் முதலே ஆசிரியனின் இருப்பு வெளிப்பட்டபடியே இருக்கிறது. ஆசிரியனின் கற்பனைத் திறன், நுண்ணுணர்வு, அவனுக்கே உரிய தரிசனம் ஆகியவற்றை நாம் குறளில் காண முடிகிறது. ஆகவேதான் குறள் ஒரு மாபெரும் நீதி நூல் என்பதுடன் மாபெரும் கவிதை நூலாகவும் நம் மனங்களில் பதிந்திருக்கிறது. தன் மகத்தான கவித்துவத்தின் மூலமே குறள் சுருதியாக ஆகிறது. மானுடத்தின் மகத்தான மூல நூல்களுள் ஒன்றாக ஆகிறது.

குறள்பாக்களை நாம் வாசகன் நோக்கில் இரண்டாகப் பிரிக்கலாம். வாழ்க்கையின் ஒரு தருணத்தைச் சார்ந்து சாத்தியமான ஒரு சிறந்த நீதியைச் சொல்லக்கூடிய குறள்கள். மற்றும் அத்தருணத்தில் இருந்து கவித்துவத்தின் எழுச்சியுடன் மேலெழுந்து சென்று தன்னிச்சையான வெளிப்பாடு நிகழும் இடங்கள். இருவகைக் குறள்பாக்களும் மாறி மாறி நம் பார்வைக்கு வந்தபடியே இருக்கின்றன. முதல்வகைக் குறள்களை நாம் பெரும்பாலும் தனித்த நீதிக் கருத்துகளாகக் கண்டு விவாதிக்கிறோம். சிறப்பான அழுத்தமில்லாமல் வரக்கூடிய பல குறள்களை எளிய கூற்றுகளாகக் கண்டு ஒதுக்கிவிட்டு மேலே செல்கிறோம்.

குறளை வாசிப்பதற்கான சிறந்த முறை என்பது அதைத் தனிக் கூற்றுகளாக வாசிக்காமல் ஒரு எடுத்துரைப்பாக அல்லது தொடர் விவாதமாக வாசிப்பதே. ஒவ்வொரு அதிகாரத்தையும் ஒட்டுமொத்த

மாக ஒரு கட்டுரைபோல தொடர்ச்சியான கருத்துகளாக எடுத்துக் கொள்ளலாம். ஒரு குறளுக்கும் அதற்கு அடுத்த குறளுக்கும் இடையே யான உறவைக் கவனித்து பொருள்கொள்ள வேண்டும். அவ்வாறாக ஒட்டுமொத்தக் குறளையே ஒரு பெரும் விவாதமாக வாசிக்கலாம். அப்போது எளிமையாக நமக்குத் தோன்றும் பல வரிகள் முழுமையில் முக்கியமான பங்காற்றுவதை நாம் காண்போம்.

உள்ளம் இலாதவர் எய்தார் உலகத்து
வள்ளியம் என்னும் செருக்கு

'ஊக்கம் இல்லாதவர் இந்த உலகத்தில் பெருமிதமாக நிமிர்ந்து நிற்கும் வாய்ப்பைப் பெற மாட்டார்' என்ற எளிய நீதிக் கருத்தைச் சொல்லும் குறள் இது. குறளின் மென்மையான நீதிக் கூற்று முறைக்குச் சிறந்த உதாரணம். ஊக்கம் உடைமை என்ற அதிகாரத்தில் வருவது இக்குறள்.

நான் வலியேன் என்ற செருக்கு என்பது பெரும்பாலும் எல்லா நீதி நூல்களிலும் கடிந்து விலக்கப்பட்டிருக்கக் காணலாம். ஆனால், தண்டனைகளைப் பற்றிப் பேசும் நீதி நூல்கள் அதை ஒரு தண்டனைக்குரிய குற்றமாக முன்வைக்கின்றன. சமயச் சார்புடைய நூல்கள் அதை ஒரு பாவமாகக் கூறுகின்றன. இறைவனால் தண்டிக்கப் படக்கூடிய ஒரு பிழையாக அதைச் சொல்கின்றன. குறைந்தபட்சம் வள்ளியம் என்னும் செருக்கு நம்மை அழித்துவிடும் என்ற கடும் எச்சரிக்கையாவது அதில் இருக்கும்.

ஆனால், ஊக்கம் உடையவர்களுக்குக் கிடைக்கும் ஒரு வெகுமதி யாகவே வள்ளுவர் அதைச் சொல்கிறார் என்பது வியப்புக்குரியது. ஆனால், இக்குறளை ஊக்கமுடைமை என்ற அதிகாரத்தின் தொடர்ச்சியில் வைத்து நோக்கும்போது இதன் பொருள் மேலும் விரிவதைக் காண்கிறோம். 'ஊக்கம் உடையவரே உடையவர்கள், பிறர் எது இருந்தாலும் இல்லாதவரே' என்று தளர்விலாத செயலூக்கத்தைச் சொல்லி மேலே பேச ஆரம்பிக்கிறது இந்த அதிகாரம். 'ஊக்கம் கொண்ட உள்ளம் உடைமையே உடைமை, பொருள் உடைமை நில்லாது நீங்கிவிடும்' என்று மேலும் விளக்குகிறது. இவ்வாழ்க்கையில் வாழ வேண்டுமென்ற ஊக்கமும் வெல்ல வேண்டுமென்ற துடிப்பும் கொண்டவர்களுக்கே செல்வமும் வெற்றியும் அமைகிறது என்று வலியுறுத்திச் செல்கிறது வள்ளுவரின் கூற்று. செல்வமும் வெற்றியும் ஊக்கமுடையவனை நோக்கி வழி கேட்டுச் செல்லும்.

வெள்ளத்தனைய மலர் நீட்டம் மாந்தர்தம்
உள்ளத் தனையது உயர்வு

என்று 'ஊக்கம் எந்த அளவுக்கு உள்ளதோ, அந்த அளவுக்கே மனிதர்களின் உயர்வும் அமைகிறது' என்று வலியுறுத்தும் குறள் 'உள்ளுவதெல்லாம் உயர்வுள்ளல்' என அறிவுறுத்திய பின் மேலும் முன்னால் சென்று இன்னும் தீவிரமான ஒரு படிமத்தை அளிக்கிறது.

சிதைவிடத்து ஒல்கார் உரவோர் புதை அம்பிற்
பட்டுப் பாடூன்றும் களிறு.

'தன் தசையில் அம்பு புதைந்தபோதும் அஞ்சாமல் முன்னால் பாயும் மத யானையைப்போல நெஞ்சுரம் கொண்டவர் வீழ்ச்சியிலும் கூட அஞ்சாமல் முன்செல்வார்' என்று சொல்லி அதற்கு அடுத்தபடியாகவே முதலில் சொல்லப்பட்ட குறளை முன்வைக்கிறார் வள்ளுவர்.

ஊக்கத்தின் எல்லையில்லாத வல்லமையைச் சொல்லி வந்த அதிகாரம் இது. மானுட வாழ்க்கை என்பது மன ஊக்கம் என்னும் நீரில் மிதக்கும் மலர் மட்டுமே என்ற மென்மையான உவமைக்குப் பின்னர் உயிர் கொல்லும் தாக்குதலுக்கு ஆளாகியும்கூட கொம்பு குலுக்கி, துதிக்கை சுழற்றி, பிளிறி அம்பு எய்தவனை நோக்கியே பாய்ந்து செல்லும் யானையின் மூர்க்கத்தையும் வேகத்தையும் உவமையாக ஆக்குகிறார். அந்த உச்சகட்டச் சித்தரிப்புக்குப் பின்னர்தான் இவ்வரி வருகிறது. ஊக்கம் இல்லாதவர்களுக்கு வலியவன் என்னும் நிமிர்வு கிடையாது.

ஆனால், அடுத்த குறள் அவ்வெண்ணத்தின் அடுத்த தளத்தை விரிவாக்கம் செய்கிறது.

பரியது கூர்ங்கோட்டது ஆயினும் யானை
வெரூஉம் புலி தாக்குறின்

'கனத்தது கூரிய கொம்புள்ளது என்றாலும் புலி தாக்க வந்தால் யானை அஞ்சும்.' நான் வலியவன் என்னும் செருக்கின் எல்லையைச் சுட்டிக் காட்டுகிறதா? அஞ்சுவதஞ்சாமை பேதைமை என்ற நீதியைச் சொல்ல வருகிறதா? அல்லது இயற்கை ஒவ்வொருவருக்கும் வைத்துள்ள இயல்பான எல்லைகளைப் பற்றிச் சொல்ல வருகிறதா?

மீண்டும் ஊக்கமுடைமையைத் தொகுத்துச் சொல்லி குறள் முடிகிறது. ஊக்கம் என்பதே அறிவு. அதில்லாதவர்கள் மரம் போன்றவர்கள். அறிவார்ந்த ஊக்கத்தை அல்லது நுண்ணறிவாக மாறும் தன்மை கொண்ட தளராத ஊக்கத்தைத் தன் விவாதத்தின் சாரமாகச் சொல்லி வள்ளுவர் நிறுத்துகிறார் என்று சொல்லலாம்.

இந்த ஒட்டுமொத்த விவாதத்தில் உள்ள நுண்ணிய ஆழ் பிரதிகளை நாம் நம் அனுபவங்களுடன் இணைத்து மிக விரிவாக வாசித்தெடுக்கலாம். குறள் மீதான அத்தகைய வாசிப்பு என்பது ஒருவர் தன் வாழ்நாள்

முழுக்கச் செய்யவேண்டிய ஒன்றாகும். குறள்பாக்களின் நடுவே எப்போதுமே நீண்ட இடைவெளிகள் உள்ளன. ஒரு கருத்தைச் சொல்லியபின் அதைச் சார்ந்த நீண்ட விவாதத்தின் அடுத்த உச்சிக்கு சென்று நின்று அதன் மையத்தை மட்டும் சொல்லி மீண்டும் முன்னகர்வது குறளின் வழி. ஒவ்வொரு குறள் பாடலும் ஒரு கருத்து நிலையின் சிகர நுனி மட்டுமே. நடுவே சிந்தனையின் பெரும் பள்ளத்தாக்குகள் விரிந்திருக்கின்றன.

இந்த அம்சத்தால்தான் குறள் ஒரு நீதி நூலாக மட்டும் இல்லாமல் ஒரு தத்துவ நூலாகவும் ஆகிறது. குறள் கூறும் நீதிமொழிகளை அறிவுறுத்தல்களாகக்கொள்ளாமல் ஒரு பெரும் தொடர் விவாதத்தின் படிகளாகக் காணும் ஒருவர் அதன் பிரம்மாண்டமான தத்துவ விவாதத்தை எளிதில் சென்றடைய இயலும்.

உதாரணமாக,

> கேட்டார்ப் பிணிக்கும் தகையவாய் கேளாரும்
> வேட்ப மொழிவதாம் சொல்

'கேட்டவரைப் பிணித்து வைக்கக்கூடியதாய், கேளாதவர்கள் ஏங்கக் கூடியதாய் இருப்பதே சிறந்த உரையாடல்' என்று சொல்லும் குறள் பேச்சாற்றலின் கவர்ச்சியையும் தீவிரத்தையும் விவரிக்கிறது. தங்கு தடையற்ற பேச்சின் மூலம் கேட்பவரைப் பிற சிந்தனை இல்லாமல் பிணிக்கும் ஆற்றலைப் பற்றியது இந்த வருணனை. ஆனால், அடுத்து வரும் குறள் இந்தக் கருத்தின் மறு பக்கமாக அமைகிறது.

> திறன் அறிந்து சொல்லுக சொல்லை அறனும்
> பொருளும் அதனின் ஊங்கில்லை

'ஒவ்வொரு சொல்லையும் அதன் வலிமையையும் உட்பொருளையும் அறிந்து சொல்லுக. அறம் பொருள் இரண்டையும் அடைய அதைவிட சிறந்த வழி ஏதுமில்லை.' இங்கே சொல்லின் மீதான ஆழ்ந்த பிரக்ஞையின் கட்டுப்பாட்டை வள்ளுவர் சொல்கிறார். கேட்டார் பிணிக்கும் சொல்லின்பத்தின் மறுபக்கம் இது. இவ்வாறு குறளின் போக்கில் ஒவ்வொரு குறளுக்குப் பின்னரும் எழும் ஏராளமான வினாக்களை விவாதித்து அதன் முடிவில் அமைக்கப்பட்டதாகவே அடுத்த குறள் அமைந்திருக்கிறது.

குறளை வாசிக்கும்போது அந்தத் திறப்புக்காக முயல்வதே சிறந்த வாசிப்பு. குறள்பாக்களுடன் நம் அனுபவத்தைச் சார்ந்து விவாதிக்க ஆரம்பித்தாலே நாம் நுட்பமான தத்துவ விவாதங்களுக்குள் நுழைய ஆரம்பித்துவிடுவோம். 'கேட்பவரை மனம் மயங்கச் செய்து

அடிமைப்படுத்துவது மட்டும்தானா சொல்?' என்ற வினாவை வள்ளுவரை நோக்கி எழுப்புபவனை நோக்கியே 'திறன் அறிந்து அறமும் இன்பமும் அளிக்கக்கூடிய விதத்தில் அது சொல்லப்படவும் வேண்டும்' என்ற பதிலை அவர் சொல்கிறார்.

ஒவ்வொரு குறள்பாடலில் இருந்தும் நாம் செல்லக்கூடிய தூரம் மிக அதிகம் என்பதற்கும் இக்குறளே உதாரணம். சிறந்த சொல் மூலம் அறமும் பொருளும் அமையும் என்று சொல்லும் வள்ளுவர் இன்பத்தையும் வீடு பேற்றையும் விட்டுவிட்டார் என்பதைக் காணலாம். அறம், பொருள் இரண்டையும் அளிக்கும் சொல்திறன் இன்பத்துக்குரிய வழியல்ல. இன்பம் சொல்லின்மையால் அடையப் படுவதல்லவா? வீடுபேறு சொல்லுக்கு அப்பாற்பட்ட அறத்தாலும் பேரறிவாலும் அடையப்படுவதென வள்ளுவர் கூறக் கூடும். அதற்கு நாம் ஒட்டுமொத்தக் குறளின் செய்தியை நோக்கி மேலும் செல்ல வேண்டியிருக்கும்.

முதல் நோக்கில் ஒரு நீதி நூலாக இருப்பினும் குறள் ஒரு மாபெரும் தத்துவ மூல நூல் என்பதில் ஐயமில்லை. அதன் தத்துவ தளம் மிக விரிவானது. அதை நாம் ஆசீவக, சமண, பௌத்த மதங்களின் அடிப்படை அறத் தரிசனங்களுடன் இணைத்துப் பார்க்கலாம். ஊழ்வினை, கொல்லாமை, பிறவிச் சுழற்சி, அறச் சக்கரம் போன்ற பல தத்துவப் புள்ளிகளை வள்ளுவர் அம்மதங்களில் இருந்து பெற்றுக் கொண்டிருக்கிறார். ஆனால், குறள் ஒரு மத நீதி நூலாக இல்லை.

குறளின் இறை வணக்கப் பாடல்களில் தண்டிக்கும் தெய்வம் இல்லை என்பது இயல்பானதே. சமண பௌத்த மதங்களின் இறையுருவகம் என்பது பிரபஞ்சத்தில் உள்ள இறைமையின் மானுட உருவகம் மட்டுமே. ஆனால், தான் சொல்லும் நீதிகளுக்கு ஒரு தெய்வீக அடிக் கோடு போடுவதற்குக் கூட இறை வணக்கத்தை வள்ளுவர் பயன்படுத்திக்கொள்ளவில்லை. குறள் தான் சொல்லும் நீதியைத் தன் விவாதத்தின் மூலமாகவே நிலைநாட்ட விழைகிறது. வாசகனின் தர்க்கத்துடனும் நுண்ணுணர்வுடனும் உரையாடலை நிகழ்த்தித் தன்னை நிறுவிக்கொள்கிறது.

குறளின் அடிப்படை அறங்களாக முன்வைக்கப்படுபவை கொல்லாமை, ஈகை, பொறையுடைமை போன்றவையே. அவையும் கூட மிக மென்மையாக மன சாட்சியை நோக்கிப் பேசப்படும் தொனியிலேயே வலியுறுத்தப்படுகின்றன.

> சாதலின் இன்னாதது இல்லை இனிது அதுவும்
> ஈதல் இயையாக் கடை

‘சாதலை விடக் கொடியது இல்லை. ஆனால், கொடைக்கு முடியாத நிலை வந்தால் அதுவும் இனிதே’ என்ற குறள் உண்மையில் மிகக் கடுமையானது. இரப்பவர்களுக்கும் அறவோருக்கும் கொடுப்பதே இல்லறத்தார் கடமை என்று வகுக்கிறது சமண மரபு. அப்படிக் கொடுக்க முடியாதபோது சாவதே மேல் என்று ஆணையிட வரும் குறள் அந்நிலையில் மரணமும் இனியதாகிவிடும் என்றே கூறியமைகிறது.

ஒரு மாபெரும் தத்துவ நூலாக குறளைக் கண்டு பிற தத்துவ நூல்களுடன் ஒப்பிட்டும் வேறுபடுத்தியும் விரிவான விவாதத்தை நாம் இனிமேல்தான் தொடங்க வேண்டியிருக்கிறது. இந்திய சிந்தனை மரபு அளிக்கும் அளவீடுகளின்படி பார்த்தால் குறள் ஒரு ஸ்மிருதி என்பதுடன் ஒரு சுருதியும்கூட என்று கூறுவதற்கு குறளின் இந்த நுண்ணிய விரிவான தத்துவ விவாதத் தன்மையே போதுமானதாகும்.

ஆனால், இதனினும் முக்கியமான ஓர் அம்சத்தால் குறள் மேலே செல்கிறது. குறளில் உள்ள மகத்தான கவித்துவத்தை ஏற்கெனவே சொன்னோம். அக்கவித்துவம் மூலம் குறள் அது முன்வைக்கும் நீதியின் விவாதக் களத்தின் எல்லைகளை மிகச் சாதாரணமாகத் தாண்டிச் செல்கிறது. கால்பந்தாட்டக் களத்தில் சிறகுகளுடன் ஆட வந்த தேவதைபோல அப்போது ஒரு தோற்றம் அளிக்கிறது. கவித்துவம் மிக்க குறள்கள் தத்துவத்தின் தளத்தில் இருந்து கவித்துவத்தின் வானில் எழுந்து மெய்த் தரிசனத்தின் பேரொளியுடன் மின்னுகின்றன.

இரு வகையில் குறளின் கவித்துவம் வெளிப்பட்டிருப்பதைக் காணலாம். ஒன்று நீதியைச் சொல்லும் விதத்தில் உள்ள கவித்துவமான நெகிழ்ச்சியும் எழுச்சியும். ஒரு நீதியைச் சொல்ல வரும்போதே ஆசிரியனின் உள்ளம் குழைகிறது. அவனுடைய சொற்களில் கவித்துவத்தின் உணர்வெழுச்சி கை கூடி அது ஒரு கூற்று என்பதற்கு மேலாக ஒரு வெளிப்பாடாக மாறுகிறது.

> துறத்தார்க்கு துப்புரவு வேண்டி மறந்தார்கொல்
> மற்றை யவர் தவம்

‘துறந்தவர்களுக்கு ஈந்து அவர்களைப் பேண வேண்டும் என்பதற்காகவே மற்றவர்கள் தங்கள் தவத்தை மறந்தார்கள் போலும்!’ கிளிகள் கை தவறி உதிர்க்கும் நெல் மணிகளை மட்டுமே உண்டு ஒரு முனிவர் தவம் செய்தாரென்றும் அவர் முக்தி பெற்று இறையுலகு சென்றபோது அங்கே அவருக்கு கதிர்மணிகள் உதிர்த்த பறவைகளும் இருக்கக் கண்டாரென்றும் ஒரு கதை உண்டு. தவம் செய்யும் முனிவன் தன் வீடு பேறுக்காக அதை ஆற்றுகிறான் என்றால் அவனுக்காக உலகியல் துயரங்களை ஏற்று அறமியற்றுவோர் அவனினும் மேல் அல்லவா என்று இக்குறள் வினவுகிறது.

தர்க்கம் சார்ந்து நோக்கினால் அது தவறானதே. துறந்தோர் தங்கள் உள வல்லமையால் விட்டுச் சென்ற உலக இன்பங்களில் இருந்து விட்டுச் செல்ல இயலாமையினால்தான் இல்லறத்தார் அங்கிருக்கிறார்கள். அவர்கள் தெரிவு செய்துகொண்ட வழி அல்ல அது. அவர்கள் கிடந்துழலும் வழி. ஆகவே அவர்கள் ஆற்றுவது தவமல்ல. துறந்தோரின் தவத்துக்கு அவர்களின் இல்லறம் ஒருபோதும் இணையும் அல்ல. ஒரு நீதி நூலில் துறந்து தவமியற்றுபவருக்கு இணையானவரே அவருக்கு உதவி செய்வோரும் என்று சொல்லியிருந்தால் அந்த நீதிக்கு என்ன பொருள்? துறவை உச்சத்தில் நிறுத்தும் ஆசீவக, சமண, பௌத்த ஞான மரபுகளின் பின்னணியில் வந்த வள்ளுவர் உண்மையில் சொல்ல வரும் கருத்தும் அதுவல்ல.

இங்கே இவ்வரி அக்கணத்தின் கவித்துவ மன எழுச்சிக்காகவே நிலைகொள்கிறது. கவித்துவத்தாலேயே தன் பொருளை அளிக்கிறது இது. இவ்வாறு முக்கியமான நீதி மொழிகளைச் சொல்லும்போது கவிஞனின் நேரடியான அக எழுச்சி அதில் கைகூடியிருப்பதைக் காட்டும் குறள்கள் ஏராளமாக உண்டு.

இன்னொரு வகையான கவித்துவம் என்பது நுண்பொருள் அளிக்கும் சொற்சேர்க்கையால் கவிஞன் உருவாக்கும் ஆழ்பிரதி மூலம் உருவாவது.

> வஞ்ச மனத்தான் படிற்றொழுக்கம் பூதங்கள்
> ஐந்தும் அகத்தே நகும்

'வஞ்ச மனத்தவன் தன்னுள்ளே ஒளித்து ஆற்றும் பொய்யொழுக்கத்தைக் கண்டு ஐம்பூதங்களும் உள்ளூரச் சிரித்துக் கொள்ளும்.' இக்குறளுக்கு அளிக்கப்பட்டுள்ள மரபான உரைகளில் இருந்து நெடுந்தூரம் செல்லும் தன்மைகொண்ட வரிகள் இவை. ஒருவன் பிறருக்குத் தெரியாமல் செய்யும் தீயொழுக்கத்துக்கு ஐம்பெரும் பூதங்களும் சாட்சியாதலால் அவன் பெறப் போகும் தண்டனையை எண்ணி அவை நகைத்துக்கொள்ளும் என்று பரிமேலழகர் உரை சொல்கிறது. பூதங்கள் என்று குறள் சொல்வது பூதங்களை அறியும் ஐம்பொறிகளை என்று மணக்குடவர் உரை வகுக்கிறார்.

இக்குறளுக்குப் பொருள் காண நாம் தத்துவத்துக்குச் செல்வதை விட வாழ்க்கைக்குச் செல்வதே பொருத்தமானதாகும். ஒருவனின் உண்மையான ஒழுக்கத்தை அவனே அறிவான். உலகின் கண்களில் இருந்து முழுமையாகவே தன் தீய ஒழுக்கத்தை ஒருவன் மறைத்து விட முடியும். அந்நிலையில் தீய ஒழுக்கத்தின் எந்தச் சமூக விளைவையும் அறியாமல் அவனால் வாழ்ந்துவிட முடியும். அப்படியானால் அவன் தப்பிவிட முடியுமா? அவன் ஒழுக்கங்களை அறியக்கூடிய, அதன்

இன்ப துன்பங்களைப் பெற்றுக்கொள்ளக்கூடிய ஒன்று அவனுடன் உள்ளது. அவன் உடல். அது அறியும். அது அச்செயல்களின் எல்லா எதிர்விளைவுகளையும் அது அனுபவிக்கும்.

ஆசீவக, சமண மரபுகளில் மானுட உடல் ஐம்பூதங்களின் கலவை மட்டுமே என்று சொல்லப்பட்டிருப்பதை இங்கே நாம் எண்ணிப் பார்க்க வேண்டும். பூதங்கள் ஐந்தும் உடலெனும் வடிவிலிருந்து அடையும் விடுதலையையே மரணமென்று சமண மரபு சொல்கிறது. பூதங்கள் ஐந்தும் அகத்தே நகும் என்ற சொல்லாட்சி மூலம் நாம் ஒவ்வொருவரும் உள்ளூர அறியும் ஓர் உண்மையைச் சென்று தொடுகிறது இக்குறள். இத்தகைய நுண் பிரதியின் கவித்துவம்கொண்ட பல குறள்களை நாம் காண முடியும்.

நீதியை எளிமையான உவமையின் கவித்துவம் மூலம் சொல்லும் குறள்கள் பல உள்ளன.

சினத்தைப் பொருள் எனக்கொண்டவன் கேடு
நிலத்தறைந்தான் கை பிழையாதற்று

'சினத்தைத் தன்வலிமை என்று எண்ணுபவன் நிலத்தில் கையால் அறைந்து கொள்பவன் போன்றவன்' பாறையில் முட்டிக் கொள்பவன் என்று நம் நாட்டார் வாய்மொழி. எளிமையால் ஒரு பழமொழியின் கவித்துவத்தை அடையும் இக்குறளுக்கு மேலதிக நுண் பொருள் ஒன்றும் உண்டு. நிலம் என்பது பொறுமையின் அடையாளமாகச் சொல்லப்படுவது. அகழ்வாரையும் தாங்குவது, தன்னை அறைபவனையும் கூடத்தான்! சினத்தின் பொறுமையின்மைக்கு எதிராக பொறுமையின் அலகிலா வல்லமையை நிறுத்துகிறது இக்குறள்.

நயம்பட உரைத்தலின் அழகைக் குறளில் கண்டபடியே செல்லலாம்.

வேண்டுங்கால் வேண்டும் பிறவாமை மற்றது
வேண்டாமை வேண்ட வரும்

'வேண்டும் என்றால் பிறவா வரம் வேண்டும். பிறவாமையோ எதையும் வேண்டாமெனில் வந்து சேரக்கூடியது.' இத்தகைய எழில் மிக்க கூற்றுகளை கவித்துவத்தின் ஆரம்பப் படிநிலை என்று சொல்லலாம். கவித்துவச் சாயல் இல்லாதவையும் நேரடிப் பொருளின் மூலம் முற்றாகக் கூறி நிறுத்துபவையுமான குறள்கள் மிக மிகச் சிலவே.

இரண்டாவது வகையான கவிதைக் குறள்கள் நீதிக்கும் அப்பாற்பட்டு கவிஞனின் தனி அனுபவத்தில் கிடைத்த தரிசனத்தின் வெளிப்பாடாக மட்டுமே நிலைகொள்ளும் வரிகள். உச்சகட்ட கவித்துவ வெளிப்பாட்டை மட்டுமே கொண்டவை. அவற்றை மானுட ஆழ்மனத்தின் மொழிப்

பதிவுகள் என்று மட்டுமே கொள்ளமுடியும். அவற்றில் உள்ள அனுபவமோ, நீதியோ அல்லது மெய்ஞானமோ கூட இரண்டாம் பட்சமானதே. அவை அவற்றுக்கும் அப்பால் காலந்தோறும் புதிய நீதிகளையும் புதிய அனுபவங்களையும் புதிய ஞானங்களையும் அளித்தபடி நின்றுகொண்டிருக்கின்றன.

உச்சகட்ட கவிமொழி வெளிப்பாட்டை அரவிந்தர் Supreme poetic utterance என்று சொல்கிறார். உச்சகட்ட கவித்துவ வெளிப்பாடு பல சமயம் பொருளின் துணையில்லாமலேயே மொழியைத் தொடர்புறுத்தச் செய்துவிடுகிறது. பொருளை உதறிவிட்டு கவித்துவம் வெகு தூரம் முன்னால் சென்றுவிடுகிறது. 'வசுதைவ குடும்பகம்' என்ற ரிக் வேத வரியை அரவிந்தர் உதாரணமாகக் காட்டுகிறார். 'யாதும் ஊரே, யாவரும் கேளீர்' என்ற வரியை தமிழில் இருந்து முதன்மை உதாரணமாகச் சொல்லலாம்.

உச்சகட்ட கவிமொழிகள் அனைத்துமே ஆப்த வாக்கியங்கள் அல்லது தியான மந்திரங்களும் கூட. அவற்றை ஒரு வாசகன் தனக்குள் சொல்லிக்கொண்டே இருப்பானாகில் அவன் மனதின் ஆழ்தளங்கள் திறந்துகொண்டே செல்வதைக் காண்பான். சுருதிகள் என்னும் நூல்களில் உள்ள மொழிச் சேர்க்கைகளே அவ்வாறு ஆப்த வாக்கியங்களாக அல்லது தியான மந்திரங்களாக ஆகும் வல்லமை கொண்டவை. திருக்குறள் அத்தகைய ஒரு நூலாக எப்போதும் கருதப்பட்டு வந்திருக்கிறது. அதன் சொற்சேர்க்கைகளை அவ்வாறு உபதேசித்த ஞானாசிரியர்களை நான் அறிவேன்.

குறள் அத்தகைய உச்சகட்ட வெளிப்பாடாக ஆகும் பல வரிகளை நமக்கு அளிக்கிறது. அவை சில சமயம் பொருள் என்ற வகையில் எளிமையான உடனடித் தளம் மட்டுமே கொண்டவை. நாவில் ஒரு சொற்சேர்க்கையாகக் கிடந்து தியானிக்கும்தோறும் வளர்பவை. உதாரணம்,

> 'துஞ்சுவது போலும் சாக்காடு.'

தூங்குவதே மரணம் என இச்சொல்லாட்சியை விளக்கலாம். ஆனால் 'தூங்குவது போன்றது மரணம்', 'தூங்குவதுதான் மரணம் போலும்', 'தூக்கமும் ஒரு மரணம்' என்ற இந்த வரியின் அர்த்த தளங்கள் பெருகும்.

பல குறள்கள் தூய அனுபவத்தின் தளத்திலிருந்து கவித்துவத்துடன் மேலெழுகின்றன.

> 'அமிழ்தினும் ஆற்ற இனிதே தம்மக்கள்
> சிறுகை அளாவிய கூழ்'

என்ற பெரும் புகழ் பெற்ற வரி ஒரு நீதியோ, கருத்தோ, எண்ணமோ ஏதுமல்ல. ஓர் அனுபவத்தின் உச்சகட்ட அக எழுச்சி மட்டுமே. எண்ணப் புகுந்தால் பாற்கடலை தேவரும் அசுரரும் அளாவித் திரட்டிய அமுதத்துடன் சின்னஞ்சிறு கை அளாவும் அமுதம் ஒப்புமைப்படுத்தப் பட்டிருப்பதன் நுட்பமும் நம் கண்ணுக்கு வரக்கூடும்.

அதேபோல் அமுதம் என்றால் அ + மிருதம் என்று பிரிவுபட்டு இறவாமை என்றே பொருள்படும். சிறுகை தொட்ட கூழ் உண்ணும் தந்தையும் அக்கணத்தில் உணர்வது மூதாதை மரபில் இருந்து தன் வரை வந்து தன்னையும் கடந்து செல்லும் இறவாமையை அல்லவா? ஆனால், இச்சிந்தனைகள் அச்சொற்கள் மேல் ஒழுகிச் செல்வன மட்டுமே. அத்தகைய சிந்தனைகளின் முடிவிலாப் பெருக்கின் ஊற்று முகமாக இருக்கிறது அக்கவிதை வரி.

அனைத்தையும் விட மேலாக நிற்பவை குறளாசிரியனின் அறச் சீற்றமாக நெருப்பு எரியும் வரிகள்.

> இரந்தும் உயிர்வாழ்தல் வேண்டின் பரந்து
> கெடுக உலகியற்றியான்

என்று சீறும் குரல் நீதி நூலாசிரியனுடையதோ தத்துவ சிந்தனை யாளனுடையதோ அல்ல, அது கவிஞனின் குரல்.

குறள் தமிழ்ச் சமூக உருவாக்கம் நிகழ்ந்த காலத்தின் வெளிப்பாடு. இனக் குழு நெறிகள் பெருநீதியால் தழுவப்பட்டு ஒன்றான ஒரு மாபெரும் விவாதக் களத்தின் உச்சம் அது.

குறள் முழுமையான நீதி என்றோ, எக்காலத்துக்கும் உரிய நீதி என்றோ, உலகப் பொதுமறை என்றோ சொல்லும் மிகைக் கூற்றுகளை நாம் பொருட்படுத்த வேண்டியதில்லை. முழுமையான நூல் என்றோ, எக்காலத்துக்கும் உரிய நூல் என்றோ, உலகப் பொது மறையாகிய நூல் என்றோ, ஒரு நூல் இருக்க முடியாது. எல்லா நீதி நூல்களும் அச்சமூகங்களின் வளர்ச்சியின் ஒரு முக்கியமான காலகட்டத்தில் அக்காலகட்டத் தேவைகளுக்கு ஏற்ப உருவாக்கப்பட்டவையே. ஆகவே, எல்லா நீதி நூல்களும் காலாவதியாகும் தன்மைகொண்டவையே.

குறளில் பல நீதிகளை நாம் இன்று மறு பரிசீலனை செய்வோம். 'தெய்வம் தொழாஅள் கொழுநன் தொழுதெழுவாள்' என்று இன்று பெண்ணை நாம் வரையறை செய்ய முடியாது. குறள் துறவுக்கு அளிக்கும் அதீதமான முக்கியத்துவத்தை நாம் இப்போது அளிக்க மாட்டோம். அவையெல்லாம் குறளின் தத்துவப் பின்னணியாக இருந்த சமண மரபில் இருந்து வந்தவை. அதேபோல குறள் நீத்தாருக்கு தென்புலத்தாருக்கு அளிக்கும் முக்கியத்துவம் இன்றைய நோக்கில் ஒரு

நம்பிக்கையே ஒழிய ஆசாரமோ, நீதியோ அல்ல. அத்தகைய விஷயங்கள் குறள் தமிழ் நிலத்தின் தொல்நெறிகளில் இருந்து பெற்றுக் கொண்டது.

இப்படிச் சொல்லலாம். ஸ்மிருதிகள் காலந்தோறும் மாறக்கூடியவை. மாற்றப்பட வேண்டியவை என்றே நம் மரபு சொல்லி வந்துள்ளது. குறளை ஒரு தமிழ் - சமண ஸ்மிருதி என்று கொண்டால் அதில் உள்ள ஸ்மிருதிக் கூறுகள் அனைத்தும் காலத்திற்கேற்ப மாற்றம் கொள்ளக் கூடியவையே. ஆனால், அது ஒரு சுருதியும் கூட. சுருதியாக அதை ஆக்கும் கூறுகள் என்றும் அழியாதவை. ஏனெனில், அவை ஆதி மானுட சாரத்தில் இருந்து எழுபவை. குறளின் கவித்துவ நீதியே அந்த மையக் கூறு.

சுருதி என்றால் 'முன்பு இல்லாதது, புதிதாகக் கண்டடையப்பட்டது' என்ற பொருள் இந்திய ஞான மரபில் காணப்படுகிறது. சுருதி என்றால், 'எப்போதும் உள்ளது, என்றும் அழியாதது' என்ற பொருளும் கூடவே கிடைக்கிறது. இந்த இரு பொருளுக்கும் ஒரே சமயம் பொருந்துவது உன்னதமான கவிதையே. ஆகவேதான் சுருதிகள் என்று சொல்லப்படும் நூல்கள் அனைத்துமே தூய கவிதைகளாக உள்ளன. குறளும் அதில் ஒன்று.

•

உ. குறள் மறுப்பும் மீட்பும்

சமூகங்கள் கட்டமைக்கப்படும் காலகட்டங்களிலும் மாற்றம் கொள்ளும் காலங்களிலும் நீதி நூல்கள் உருவாகின்றன. நீதி நூல்கள் சமூகக் கட்டமைப்பின் வரைபடங்கள். சமூகத்தின் எதிர்கால வளர்ச்சி பற்றிய கனவுகளும்கூட. குறள் தமிழ்ச் சமூகம் உதிரி இனக் குழுக்கள் ஒன்றாகத் திரண்ட ஒரு காலகட்டத்தின் ஆக்கம். அப்படி அவற்றை திரட்டிய கருத்தியல் விவாதத்தின் திரள் மையம்.

தமிழ் நிலத்தில் சமணமும் பௌத்தமும் மெல்ல மெல்ல கைவிடப்பட்டு மறைந்தன. இந்திய அளவிலும் அவை மெல்ல மறைந்து பெயரளவுக்கே எஞ்சுகின்றன. அவற்றின் அழிவுக்கான காரணங்கள் பலவாறாக விவாதிக்கப்பட்டிருக்கின்றன. என்றாலும் ஆர்.எஸ். சர்மா போன்ற மார்க்ஸிய ஆய்வாளர்களின் பொதுக் கருத்தை இங்கே எடுத்துக்கொள்ளலாம். இந்திய நிலப் பரப்பில் உதிரி இனக் குழுக்களையும் அரசுகளையும் வணிக ரீதியாக ஒருங்கிணைக்கவும் அதற்கான அற அடிப்படைகளை உருவாக்கவும் உதவியாக இருந்த இம்மதங்கள் அத்கு அடுத்தபடியாக உருவாகி வந்த பேரரசுகளின் காலகட்டத்தின் தேவைகளை எதிர்கொள்ள முடியாமையினாலேயே அழிந்தன.

பௌத்த சமண மதங்களின் வீழ்ச்சியுடன் வணிக சமூகங்களின் அதிகாரம் வீழ்ச்சியடைந்ததும் பின்னிப் பிணைந்துள்ளது. சிலப்பதிகார காலத்தில் நாம் காணும் வணிக சமூகத்தின் மாண்பை, பின்னர் வந்த காலகட்டங்களில் எப்போதுமே கண்டதில்லை. இந்திய நிலப் பகுதியில் வணிகம் உருவாகி அதன் விளைவாக மூல தனக் குவிப்பு நிகழ்ந்து, அதன் அடுத்தபடியாக பேரரசுகள் பிறந்தபோது அதற்குப் பெரிதும் உதவக்கூடிய வைதிக மதம் புத்துயிர் கொண்டது.

புத்துயிர் கொண்ட வைதிக மதம் வேள்வி மதம் என்ற அடையாளத்தில் இருந்து தன்னை விடுவித்துக்கொண்டு பெருவழிபாட்டு மதமாகத் தன்னை மறு ஆக்கம் செய்துகொண்டது. ஆலயங்கள், திருவிழாக்கள் எனப் பெருவாரியான மக்கள் பங்கேற்பைக்கொண்ட மதமாக அது உருப் பெற்றபோது மெல்ல மெல்ல பெருவாரியான மக்களால் பின்பற்றப்பட்டு வந்த பௌத்த சமண மதங்கள் பின்னகர்ந்தன.

இங்கே சமண பௌத்த மதங்களின் இயல்பைப் பற்றிய சில விவரங்களைச் சொல்லி முன் செல்ல வேண்டியிருக்கிறது. இம்மதங்களில் மத அடிப்படையில் ஒன்று திரட்டப்பட்டு அமைப்புக்குள் கொண்டுவரப்பட்டவர்கள் துறவிகள் மட்டுமே. விஹாரங்களும் பள்ளிகளும் மட்டுமே அவற்றின் அமைப்புகள். அந்தத் துறவிகளையும் அமைப்புகளையும் பேணும் பின்புலமாக மட்டுமே அவை இல்லறத்தாரைக் கண்டன. ஆகவே, அவர்களுக்குத் தங்கள் அற நெறிகளையும் ஆசாரங்களையும் விரதங்களையும் மட்டும் அவை வழங்கின. அவர்களை அவை ஒருங்கிணைத்து மத அமைப்புகளை உருவாக்கவில்லை.

ஆகவே, சமண பௌத்த மதங்கள் ஓங்கி நின்றிருந்த காலகட்டத்திலும் பெருவாரியான மக்கள் தங்கள் குல ஆசாரங்களின்படி தங்கள் ஏராளமான குல தெய்வங்களையும் சிறு தெய்வங்களையும் வழிபட்ட படி தங்கள் மரபான வாழ்க்கையையே வாழ்ந்தார்கள். அவர்களை சமணர் என்றோ, பௌத்தர் என்றோ சொல்ல முடியாது. அவர்கள் சமண பௌத்த மதங்களின் பின்புல ஆதரவாளர்கள் மட்டுமே. இந்த மதங்கள் முன்வைத்த கொல்லாமையும் கள்ளுண்ணாமையும் எப்போதுமே தமிழகத்தில் பரவலாகக் கடைப்பிடிக்கப்பட்டிருக்க வாய்ப்பில்லை.

மேலும் இவை விரதங்களை மையப்படுத்தும் மதங்கள். எளிய மக்களிடமிருந்து அவற்றை அந்நியப்படுத்தியவை அவையே. ஆகவே மக்களின் எல்லா வழிபாட்டு முறைகளையும் சிறு தெய்வங்களையும் உள்ளிழுத்துக்கொண்டு அவர்களின் களியாட்டங்களையும் கலைகளையும் எல்லாம் மேலும் வளர இடமளித்துக்கொண்டு பெருவழிபாட்டு

வைதிக மதம் எழுந்தபோது இயல்பாகவே அவர்கள் அங்கே சென்றார்கள்.

வடக்கே குப்தர் காலகட்டத்திலும் தெற்கே பல நூற்றாண்டுகளுக்குப் பின்னர் பல்லவர் காலத்திலும் இத்தகைய வைதிக சமய எழுச்சி நடந்திருப்பதை நாம் காண்கிறோம். இரண்டுக்கும் உள்ள பொதுத் தன்மைகள் வியப்பூட்டுபவை. சமஸ்கிருதத்தின் எழுச்சி, பௌத்த சமய மறுப்பு இலக்கியங்கள் ஆகியவற்றுடன் திருவிழாக்களின் உருவாக்கமும் கட்டடக் கலையின் மறுமலர்ச்சியும் நிகழ்ந்தது. இக்காலகட்டத்துக்குப் பின் மேலும் பெரிய அரசுகள் தமிழகத்தில் உருவாயின. சோழர்களின் அரசே தமிழ்ப் பேரரசுகளின் உச்ச காலகட்டம்.

இக்காலகட்டத்துக்குரியதாக இருந்தது வைதிக சமயமே. வைதிக சமயம் பெருவழிபாட்டு மரபை ஏற்றபோது சைவ வைணவ மதங்கள் பெருமதங்களாக உருவாயின. அம்மதங்களைச் சார்ந்து பக்தி இயக்கம் உருவாகியது. சமண பௌத்த மதங்கள் எப்படி அடித்தள உழைக்கும் மக்களை உள்ளே இழுத்துப் பேரியக்கங்களாக ஆயினவோ, அப்படியே பக்தி இலக்கியமும் அடித்தள மக்களின் இயக்கமாக ஆகியது. அதற்கான இலக்கியங்கள் உருவாயின.

இக்காலகட்டத்தில் குறள் என்னவாக இருந்தது என்பதை இன்று ஊகிக்க முடிவதில்லை. இடைக் காலத்தில் குறள் மறைந்து போயிருக்கலாமெனக் கூறுவார்கள். அதற்கு வாய்ப்பில்லை என்றே படுகிறது. சமண பௌத்த காலகட்டத்து நூல்களில் சில மறைந்து போயிருக்கலாம். ஆனால், குன்றாத முக்கியத்துவத்துடன் குறள் இருந்துகொண்டேதான் இருந்தது என்று சொல்லலாம். குறளைப் பற்றிய ஏராளமான புகழ் மொழிகளும் பாமாலைகளும் அதற்கிருந்த முக்கியத்துவத்தையே காட்டுகின்றன.

மேலும் சமண மதமும் சமணர்களும் தமிழகத்தில் திடுமென மறைந்து போகவில்லை. ஆதரவில்லாமல் தேய்ந்துகொண்டே இருந்தாலும் அவர்கள் தொடர்ந்து தமிழகத்தில் இருந்தார்கள். கல்வி மருத்துவத் தளங்களில் அவர்களின் பங்களிப்பு பல நூற்றாண்டு காலம் நீடித்தது. இன்றுகூட அவர்கள் இருந்துகொண்டுதான் இருக்கிறார்கள். மேல்சித்தாமூர் போன்ற ஊர்களில் இன்றும் அவர்களின் ஆலயங்களும் மடங்களும் சிறந்த நிலையில் செயல்பட்டுக்கொண்டுதான் இருக்கின்றன.

ஆகவே, குறளைத் 'தன்வயப்படுத்தும்' முயற்சிகள் ஒன்பதாம் நூற்றாண்டு முதல் ஆரம்பித்தன. சோழர் காலத்தில்தான் நாம் இன்று காணும் முக்கியமான உரைகள் குறளுக்கு இயற்றப்பட்டன. குறளைப் பொருள்கொள்வதற்கும் அதை நம் தொல்மரபுடன் இணைத்துப் பார்ப்பதற்கும் இந்த உரைகள் அளிக்கும் பங்களிப்பு மிக முக்கிய

மானது. ஆனால், அவர்கள் சைவ - வைணவப் பெருமதங்களைச் சார்ந்தவர்கள். அம்மதங்களின் நோக்கில் குறளை அவர்கள் மறு விளக்கம் அளித்துக்கொண்டார்கள். இன்று வரை குறளை நாம் அந்தக் கோணத்திலேயே வாசித்துக்கொண்டிருக்கிறோம்.

மக்கள் நடுவே பரவிய ஒரு நீதி நூலை எளிதில் நிராகரிக்க முடியாது. மேலும் குறள் தொல் தமிழ்ச் சமூகத்தின் அற உரையாடலில் இருந்து உருவாகி வந்தது. தமிழ்ச் சமூக உருவாக்கத்தில் அது பெரும் பங்காற்றியிருக்கிறது. ஆகவே குறளை மறுப்பதற்குப் பதிலாக அதை இணக்கி எடுப்பதற்கே அக்கால அறிவு மையம் முயன்றிருக்கிறது.

குறள் மீது இந்த உரைக் காலகட்டம் அளிக்கும் வாசிப்பு இரு வகைப்பட்டது. ஒன்று, உரையில் குறள்பாக்களுக்கு அவர்கள் காலகட்டத்து நீதி சார்ந்து விளக்கம் அளிப்பது.

நன்று ஆற்றலுள்ளும் தவறுண்டு அவரவர்
பண்பறிந்து ஆற்றாக் கடை

நல்லது செய்வதிலும் பிழை நேரிடலாம், செய்யப்படுபவரின் இயல்பறிந்து செய்யாவிட்டால். இக்குறளுக்கு காளிங்கர் உரையில் ‘அந்தணர் முதலிய குடிப் பிறந்தோருக்கும் பிறருக்கும் அரசரானவர் நன்மைகளைச் செய்யுமிடத்து குற்றம் உண்டாம்’ என்று விளக்கம் அளிக்கிறார். பிறிதொரு இடத்தில் கொடை என்று வள்ளுவர் சொல்வதை காளிங்கர் ‘அந்தணர் முதலாக இழிகுலத்தோரான புலையர் ஈறாக அனைவருக்கும் வரம்பற வழங்கும் வண்மை என்று அறிக’ என்கிறார். பரிமேலழகர் உள்ளிட்ட உரையாசிரியர் அனைவருமே அறம் என்பதை குலப் பாகுபாடு சார்ந்த நெறி என்ற மனு நீதியின் தளத்துக்கு நகர்த்தியிருப்பதைக் காணலாம்.

பேரா. ராஜ் கௌதமன் தன் நூலின் இறுதி அத்தியாயத்தில் முந்தைய தமிழ் நூல்கள் சொல்லும் அற நெறிகளில் இருந்து குறள் மாறுபடும் இடங்களை விரிவாகச் சொல்லிச் செல்கிறார். ‘வள்ளுவர் காலகட்டத்தில் அறம் என்பது நல்வினை என்பதைச் சுட்டும் கலைச் சொல் ஆகியது’ என்னும் ராஜ் கௌதமன் ‘வள்ளுவர் காலத்தில் அன்பு என்பது அறச் சட்டகத்துக்குள் பொருத்திப் பார்க்கப்பட்டது’ என்கிறார்.

வள்ளுவர் காலத்து மாபெரும் அற விவாதத்தின்போது அறம், அன்பு, கற்பு போன்ற பெரும்பாலான பண்பாட்டுச் சொற்கள் நுண்ணியதாக மாற்றம் பெற்றன என்ற சொல்லலாம். முன்பு அறம் என்ற சொல் ‘ஒழுகு நெறி’ என்ற பொருளிலேயே பயன்படுத்தப்பட்டது. இல்லறம் துறவறம் என்று. வள்ளுவர் அதை ‘ஒழுகியாக வேண்டிய நெறி’ என்று ஆக்கிவிடுகிறார். இதற்குச் சமானமாக நாம் தர்மம் என்ற சொல்

வடமொழியில் பெற்ற மாற்றத்தைச் சுட்டலாம். நெறி என்று மட்டுமே தர்மம் பொருள்பட்டது. பௌத்த சமண மரபுகள் அச்சொல்லைப் பெருநெறி, முழுமை நெறி, ஆதி நெறி என்னும் பொருளில் மாற்றியமைத்தன. அறம் என்னும் சொல்லை சமண பௌத்த மரபுகளின் தர்மம் என்னும் சொல்லுக்கு நிகரானதாக ஆக்கினார் வள்ளுவர்.

அன்பு காமத்தில் இருந்து விடுபட்டு, 'பிறர்க்கு என்பும் உடையவர்'களின் பெருநெறியாக ஆகியது. கற்பு என்னும் சொல் மூதாதையர் சொன்ன வாழ்க்கை வழி என்னும் பொருளிலேயே சங்க காலத்தில் இருக்கிறது. களவும் ஓர் ஒழுக்கமாக இருந்த நாட்களில் அதற்கு எதிரானதாக கற்பு பார்க்கப்பட்டது. சமண மரபில் கற்பு என்பது 'கற்று அறிந்த நெறி' என்றே பொருள். 'அமண் சமணர் கற்பழிக்க திருவுள்ளமே' என்று சம்பந்தர் அதையே குறிப்பிடுகிறார். பெண்களுக்குக் கற்பு என்பது ஒழுக்க நூல்கள் சொல்லும் நெறிப்படி வாழ்தல் என்று பொருள்பட்டது.

அடிமை முறையும் பிறப்பு அடிப்படையிலான சாதிப் பிரிவினையும் பண்டைத் தமிழ்ப் பண்பாட்டில் ஆழமாக வேரூன்றியிருந்தன என்பதற்கு சங்கப் பாடல்களே ஆதாரம். பிறப்பாலேயே அடிமை யாக்கப்பட்டு கடும் உழைப்புக்குத் தள்ளப்பட்ட அடித்தள மக்கள் தொழும்பர் என்று சொல்லப்பட்டார்கள். சிறுகுடி மக்கள் என்று குலமில்லாதவர்கள் குறிக்கப்பட்டார்கள். விலையடிமைகள் உரிமை மாக்கள் என்று சொல்லப்பட்டார்கள். அது இயல்பானதே. ஒரு பழங்குடிச் சமூகம் அடிமை முறை மூலம் ஈட்டிச் சேர்க்கப்படும் உபரி மூலமே பண்பாட்டின் அடுத்த படிக்கு நகர்கிறது.

சங்கப் பாடல்கள் காட்டும் சமூகம் பாலியல் களியாட்டத்தை ஆதரித்தது. புதுப் புனலாட்டு, கடல் நீராட்டு, இந்திர விழா போன்ற விழாக்கள் என்று பல வகையான கொண்டாட்டங்களை நாம் காண்கிறோம். உயர்குலப் பெண்டிருக்கு மட்டுமே அது ஓரளவுக்கு பாலியல் கட்டுப்பாடுகளை வகுத்தது. ஆண்கள் பரத்தமையில் திளைத்தார்கள்.

வள்ளுவரின் குறள் தமிழ் மரபின் இத்தகைய பெரும்பாலான ஆசாரங்களை விலக்குகிறது. ஆண்களுக்கும் பாலியல் ஒழுக்கத்தை வலியுறுத்துகிறது. வரைவின் மகளிரைச் சேர்வதையும் பிறன்மனை நோக்குவதையும் அது விலக்கி, அதுவே பேராண்மை என்று சொல்கிறது. பிறப்பொக்கும் எல்லா உயிர்க்கும் என்று சொல்லி அடிமை முறையின் அடிப்படைகளை நிராகரிக்கிறது.

குறள் உருவான காலகட்டத்துக்கு அடுத்த காலகட்டமாகிய பேரரசுகளின் காலகட்டத்தில் தமிழகத்தில் ஆண்டான்-அடிமை

சாதியமைப்பு ஒரு பெரும் சுரண்டல் முறையாக நிலைநாட்டப்பட்டது. பிறப்பொக்கும் எல்லா உயிர்க்கும் என்னும் குறளுக்கு உரையாசிரியர்கள் அளிக்கும் பொருள் வேறுபாடுகள் கவனிக்கத் தக்கவை. எல்லா உயிருக்கும் பிறப்பு சமானமானதே என்றாலும் செய்யும் தொழில்கள் வரையறுக்கப்பட்டிருப்பதனால் அவை சிறப்பு அடிப்படையில் சமானமல்ல என்று இக்குறள் சொல்வதாக பரிமேலழகர் சொல்கிறார்.

முந்தைய வினைப் பயனால் உடல் எடுத்து அதன்படிச் செயல்பட்டு அதன் விளைவுகளை அனுபவித்தல் எல்லா வருணத்தாருக்கும் சமம். ஆகவேதான் வள்ளுவர் பிறப்பொக்கும் என்கிறார் என்று விளக்கும் பரிமேலழகர் செய்தொழில் பாகுபாடுகள் வருணம் தோறும் யாக்கை தோறும் வேறுபடுவதனால் சிறப்பு ஒவ்வாது என்கிறார் என்று சொல்லி, 'பிறப்புக்கும் ஏனை சிறப்புக்கும் தத்தம் கருமமே கட்டளைக்கல்' என்ற குறளை ஆதாரமும் காட்டுகிறார்.

பரிதியார், 'நற்குலத்தாராவர் என்பதால் இழிதொழிலால் இழிகுலமாவர் என்பதாம்' என்று விளக்குகிறார். தொல்காப்பியத்துக்கு எழுதிய உரையில் இளம்பூரணர் இந்தக் குறளை மேற்கோள் காட்டி, 'பிறரும் குலத்தின்கண் சிறப்பு ஒன்று உண்டு என்று கூறினாராகலின்' என்று சொல்கிறார்.

ஆக, பிறப்பொக்கும் எல்லா உயிருக்கும் என்ற வள்ளுவரின் கருத்து, 'தொழில் சார்ந்த இழிவும் சிறப்பும் இருப்பதனால் மனிதர் நடுவே பிறப்பு ஒவ்வாது' என்று சொல்வதாக உரையாசிரியர்களால் விளக்கப் பட்டுவிட்டது. இங்கே இக்குறள்களின் சொற்கள் பொருள்கொள்ளப் பட்டிருக்கும் விதமும் கவனிக்கத்தக்கது. வள்ளுவர் பிறப்பொக்கும் எல்லா உயிர்க்கும் என்றுதான் சொல்கிறார், மானுடர்க்கு என்று சொல்லவில்லை. உயிர்கள் அனைத்தையுமே சமானமாகக் காணும் 'சர்வாத்மவாதம்' சமண மதத்தின் அடிப்படையாகும். எல்லா உயிர்களும் பிறப்பால் ஒன்றே. அவை உலகில் ஆற்றும் செயல் களினால் சிறப்பும் சிறப்பின்மையும் சேர்கிறதென்பதே அக்குறளின் சரியான பொருளாக எடுக்க முடியும்.

அதேபோல பெருமைக்கும் ஏனை சிறுமைக்கும் தத்தம் கருமமே கட்டளைக்கல் என்ற குறளில் கருமம் என்ற சொல்லை முன்னை வினை என்ற பொருளில்தான் எல்லா உரையாசிரியர்களும் கொள்கிறார்கள். கருமம் என்பதைச் செயல் என்று எடுத்துக்கொள்வதே மேலும் பொருத்தமானதாக இருக்க முடியும்.

அதேபோல பல குறள்களில் மனிதர்களுக்குப் பொதுவான நீதி மன்னர்களுக்குரிய அரச நீதியாக உரையாசிரியர்களால் விளக்கப்

பட்டிருக்கிறது. மன்னர்களுக்குரிய அரச நீதி குறளில் விரிவாகவே பேசப்பட்டிருக்கிறது என்பது உண்மையே என்றாலும், 'உள்ளுவ தெல்லாம் உயர்வுள்ளல்' (எண்ணுவதெல்லாம் உயர்வே எண்ணுக) என்ற குறளை 'அரசராயினர் கருதுவது எல்லாம் தம் உயர்ச்சியையே கருதுக' என்று பரிமேலழகர் கொள்ளும் பொருள் எவ்வகையில் பொருத்தம் என்று தெரியவில்லை. உயர்வு என்பது தம் உயர்வாக எங்கே மாறுகிறது? உயர்வையே எண்ணுக என்ற குறளில் உள்ள இலட்சிய அம்சம் இங்கே இல்லாமலாக்கப்படுகிறது.

மலர்மிசை ஏகினான் என்ற வள்ளுவரின் சொல்லாட்சியை தேவர்கள் போட்டு பூசித்த மலர்கள் மேல் நடந்த சிவன் என்றும் அறவாழி (அறச் சக்கரம்) என்ற வள்ளுவரின் சொல்லாட்சியை அற ஆழி (அறக் கடல்) என்றும் பொருள் கொள்ளும் பரிமேலழகரின் நோக்கு வைதிக மதத்தைச் சேர்ந்ததாகவே உள்ளது.

பக்தி இலக்கிய காலகட்டத்திலும் பின்னர் புராண காலகட்டத்திலும் மணிமேகலை, சிலப்பதிகாரம், சிந்தாமணி முதலிய நூல்கள் மறுக்கப்பட்டு பின்னகர்ந்தன. ஆனால், குறள் அதன் இடத்தை இழக்காமலேயே இருந்தது. உ.வே. சாமிநாதய்யரின் என் சரித்திரத்தில் ஸ்ரீலஸ்ரீ சாமிநாத தேசிகர் 'இலக்கணக் கொத்து' என்ற நூலில் எழுதிய வரிகள் எடுத்துக்கொடுக்கப்பட்டிருக்கின்றன. அதை ராஜ் கௌதமன் சுட்டுகிறார். ''அழகிய திருச்சிற்றம்பலமுடையார் அவர் (மாணிக்க வாசகர்) வாக்குக்கு அலந்து இரந்து அருமைத் திருக்கையால் எழுதினார். அப்பெருமையை நோக்காது சிந்தாமணி, சிலப்பதிகாரம், மணிமேகலை, சங்கப்பாட்டு, கொங்குவேள், மாக்கதை முதலிய செய்யுட்களோடு அச்செய்யுட்களையும் ஒன்றாக்குவர். பத்துப் பாட்டு, எட்டுத் தொகை, பதினெண்கீழ்க்கணக்கு, இராமன் கதை, நளன் கதை, அரிச்சந்திரன் கதை முதலிய இலக்கியங்களையும் ஒரு பொருட்டாக எண்ணி வாணாள் வீணாய் கழிப்பர்.''

ஆனால், சாமிநாத தேசிகர் குறளை ஏற்றுக்கொள்கிறார். இந்த நோக்குதான் பின்னர் விரிந்து கா.சு. பிள்ளை முதலியோரை திருக்குறள் ஒரு சைவ நூலே என்று வாதிட்டு நூல்களை எழுதச் செய்தது. திருக்குறள் ஒரு சைவ நூல் என்ற தரப்பு இப்போது வலுவாக மறுக்கப் பட்டுவிட்டாலும் இன்றும் இருந்துகொண்டிருக்கிறது.

இருபதாம் நூற்றாண்டின் பிற்பகுதியில் மதச் சார்பில்லாத இலக்கியங் களை நோக்கி கவனம் விழுந்தபோது குறள் மீண்டும் கண்டெடுக்கப் பட்டது. குறளில் குறிப்பிட்ட ஒரு தெய்வத்தைப் பற்றிய குறிப்பு இல்லை என்றே கொள்ளப்பட்டது. நவீன காலகட்டத்தின் ஜனநாயகப் பண்புகளுடன் ஒத்துப் போகின்றவையாக பெரும்பாலான குறள்

நீதிகள் இருந்தமை அடையாளம் காணப்பட்டது. தமிழின் தொன்மையையும் மாண்பையும் தேடிச் சென்ற ஐரோப்பிய ஆய்வாளர்களும் தமிழியக்க முன்னோடிகளும் குறளைக் கண்டடைந் தார்கள். பின்னர் தமிழ்த் தொன்மையை ஓர் அரசியல் கருத்துருவாக வளர்த்தெடுத்த திராவிட இயக்கத்தால் குறள் தமிழரின் பண்பாட்டுச் சின்னமாக முன்னிறுத்தப்பட்டது. திராவிட இயக்கத்தின் ஆகப் பெரிய கருத்தியல் சாதனை என நான் எண்ணுவது அவர்கள் குறளை வெகுஜனமயமாக்கியதையே.

குறள் மீண்டும் கண்டடையப்பட்டு நவீன யுகத்தில் மறு வாசிப்புகளுக்கு உள்ளாகியது தனியான ஆய்வுக்குரிய விஷயம். குறள் இன்று என்னென்னவாகப் பொருள்படுகிறது என்பது குறளுக்கு அளிக்கப்பட்டுள்ள ஏராளமான உரைகளையும் ஆய்வுகளையும் விரிவாக ஒப்பாய்வு செய்து கண்டடைய வேண்டிய ஒன்று. அது இன்றைய தமிழ்ச் சமூகம் நவீன காலகட்டத்தில் கருத்தியல் ரீதியாக தன்னைத் திரட்டிக்கொண்டதன் வரலாறாகவும் அமையும்.

ஆனால், இப்போதும் விடுபடும் ஒரு வாசிப்பு உள்ளது. ஒரு மகத்தான கவிதை நூலாக குறளை வாசிப்பதுதான் அது. விளக்கங்கள், ஆய்வுகள், வழிபாட்டுரைகள் நடுவே அந்த வாசிப்பு ஒவ்வொரு கணமும் நழுவிச் சென்றுகொண்டே இருக்கிறது.

# உதவிய நூல்கள்


**தமிழ்**

1. பண்டைய இந்தியா, டி.டி. கோஸாம்பி, மொழியாக்கம்: எஸ்.என்.ஆர். சத்யா, நியூ செஞ்சுரி புக் ஹவுஸ், சென்னை.
2. தமிழகத்தில் ஆசீவகர்கள், டாக்டர் ர. விஜயலட்சுமி, உலகத் தமிழாராய்ச்சி நிறுவனம், சென்னை.
3. பாட்டும் தொகையும் தொல்காப்பியமும் தமிழ்ச் சமூக உருவாக்கமும், பேரா. ராஜ் கௌதமன், தமிழினி, சென்னை.
4. திருக்குறள் ஆராய்ச்சிப் பதிப்பு, கி.வா. ஜகன்னாதன், ராமகிருஷ்ண மிஷன் வித்யாலயம் வெளியீடு.
5. ரிக் வேதம் (மொழியாக்கம்), ம.ரா. ஜம்புநாதன், அலைகள் வெளியீட்டகம், சென்னை.
6. வைணவத்தின் தோற்றமும் வளர்ச்சியும், சுவீரா ஜெயஸ்வால், நியூ செஞ்சுரி புக் ஹவுஸ், சென்னை.
7. இந்திய நிலமானிய முறை, நியூ செஞ்சுரி புக் ஹவுஸ், சென்னை.

**மலையாளம்**

1. யாக்ஞவல்கிய ஸ்மிருதி, (மொழியாக்கம்) பேரா. சி.வி. வாசுதேவ பட்டதிரி, கேரளக் கலாசாரத் துறை வெளியீடு.
2. ஹிந்து தர்ம சர்வஸ்வம், ராவ் பகதூர் செறியான், கரண்ட் புக்ஸ், திரிச்சூர்.
3. புராணிக் என்ஸைக்ளோபிடியா, வெட்டம் மாணி, கரண்ட் புக்ஸ், திரிச்சூர்.

**ஆங்கிலம்**

1. *History of Dharma Sastras,* P.V. Kane, Asiatic Society, Bombay.
2. *Essays on Gita,* Aurobindo Gosh, Arabindo Ashram, Pondicheri.
3. *An Introduction to the History of India,* D.D. Kosambi, Popular Book Depot, Bombay.
4. *India's Ancient Past,* R.S. Sharma, Oxford University Press.

**உதவிய இணைய தளங்கள்**

1. www.hindubooks.org
2. www.sacred-texts.com/jai/index/htm

# ஒரு பொற்பட்டு நூல்

## 1. உங்கள் உள்ளங்கள் ஒன்றாகுக!

வரலாற்றில் ஒவ்வொரு காலகட்டத்திலும் ஒரு சமூகத்துக்கு நாகரிகத்திலும் மேலாதிக்கத்திலும் மேல் நிலை காணப்படுகிறது. பதினேழாம் நூற்றாண்டு முதல் ஐரோப்பிய சமூகம் இன்று வரை அதற்கு இருக்கும் உயர் பண்பாட்டையும் வணிக மேலாதிக்கத்தையும் அடைந்தது. அதற்கு முன்னர் ரோம சாம்ராஜ்யத்தின் ஆதிக்கத்தை நாம் காண்கிறோம். அதற்கு முன் கிரேக்கர்கள்.

பன்னிரண்டாம் நூற்றாண்டு வரை இந்தியா பண்பாட்டிலும் செல்வத்திலும் ஓங்கியிருந்த ஒரு நாடு என நாம் அறிவோம். உலகமே இந்தியாவை கல்விக்காகவும் வணிகத்துக்காகவும் தேடி வந்த ஒரு காலகட்டம் இருந்தது. இந்தியா என்பது ஒரு பொற்கனவாக உலக மனத்தில் இருந்தது.

இந்த முதன்மை எப்படி ஏற்படுகிறது? வரலாற்று ஆய்வாளர்கள் சொல்லக்கூடிய காரணங்கள் ஒவ்வொன்றும் ஒவ்வொரு வகையானவை. தத்துவமென்பது கடைசி எல்லை வரை குறுக்கிச் சாராம்சப்படுத்தி நோக்கும் தன்மைகொண்டதாகையால் எங்கும் செல்லுபடியாகக் கூடிய ஒரு பொதுக் காரணம் இருக்குமா என்று நாம் ஆராயலாம்.

ஐரோப்பிய மேலாதிக்கத்தின் காரணம் என்று முதல் பார்வைக்குத் தோன்றுவது அவர்கள் இயந்திரவியலில் பெற்ற வெற்றிதான். துப்பாக்கிகள், கப்பல்கள் போன்ற கருவிகள் அவர்களுக்கு ராணுவ முதன்மையை அளித்தன.

இயந்திரங்கள் மூலம் உற்பத்தி செய்ய ஆரம்பித்தபோது அவர்கள் பெருமளவிலான ஆலை உற்பத்தியை உருவாக்கிக்கொண்டார்கள். தொழிற்சாலை உற்பத்தி முறை மூலம் அவர்கள் அன்று வரை கொண்டிருந்த நில பிரபுத்துவ முறை இல்லாமலாகியது. சமூகம் முதலாளித்துவக் கட்டமைப்புக்கு மறு ஆக்கம் செய்யப்பட்டபோது மேலும் அதிக மக்கள் உழைப்புக்கு வந்து சேர்ந்தார்கள். திட்டமிட்ட ஒருங்கிணைந்த உழைப்பும் அதை முறையாக ஊக்குவிப்பதும் ஆரம்பமாகியது. ஆகவே அவர்களிடம் மூலதனம் சேர்ந்தது.

இன்னும் நுட்பமாகப் பார்த்தால் இயந்திரவியலின் தர்க்க முறை அவர்கள் சிந்தனைகளை வடிவமைக்க ஆரம்பித்ததையும் அந்த இயந்திரவியல் நோக்கு அவர்களை வலிமைகொண்டவர்களாக ஆக்கியதையும் காணலாம். ராணுவங்களைப் பிசிறில்லாத இயந்திரங் களாக அமைத்துக்கொண்டார்கள். நிர்வாக இயந்திரம் என்று நாம் இன்று சொல்லும் கட்டமைப்பை உருவாக்கிக்கொண்டு சமூக அமைப்புகளைத் துல்லியமாகச் செயல்படச் செய்தார்கள். நீதி, பொது நிர்வாகம், நிதி மேலாண்மை போன்றவற்றில் அவர்கள் உருவாக்கிய இயந்திரத் தன்மைகொண்ட அமைப்புகள் திறன் வாய்ந்த அரசமைப்பு களை அவர்களுக்கு உருவாக்கி அளித்தன.

இன்னும் ஆழமாகச் சென்றால் இயற்கையையும் பிரபஞ்சத்தையும் மாபெரும் இயந்திரங்களாக அவர்கள் உருவகித்துக்கொண்டமை அவர்களை அவற்றைத் தயக்கமில்லாமல் முழுமையாகத் தங்கள் சுயநல நோக்குக்குப் பயன்படுத்திக்கொள்ளச் செய்தது. பூமியைக் கண்டடைவதிலும் அதை வெல்வதிலும் அவர்களுக்குத் திறமையை உருவாக்கியது அந்த அணுகுமுறையே. பூமியும் கடலும் வானமும் அவர்களுக்குத்தாங்கள் பயன்படுத்திக்கொள்வதற்குரிய இயந்திரங் களாகவே பொருள்பட்டன.

விளைநிலத்தை அன்னையாகவோ தெய்வமாகவோ எண்ணுபவனை விட அதை இடுபொருட்களையும் உழைப்பையும் விளைச்சலாக மாற்றித் தரும் ஓர் இயந்திரம் என்று எண்ணும் ஐரோப்பியன் அதிலிருந்து அதிக லாபம் பெறுகிறான். லாபத்துக்காக அதை மெல்ல மெல்ல அழிக்கிறான். இன்றைய நவீன வேளாண்மை, தோட்டத் தொழில், மீன்பிடித் தொழில் போன்றவை ஐரோப்பிய இயந்திரவாத நோக்கால் உருவாக்கப்பட்டவையே. உலகத்தையே ஒரு கட்டத்தில் ஐரோப்பா உண்ண ஆரம்பித்தது.

தத்துவத்திலும் அறிவியலிலும் அவர்கள் அடைந்த இயந்திரவாத நோக்கு டார்வினியம், மார்க்ஸியம், ஃப்ராய்டியம் போன்ற சிந்தனைகளை உருவாக்கியது. மனிதர்களை ஒட்டுமொத்தமாகத்

தொகுத்துப் பார்ப்பதிலும் ஆராய்வதிலும் புதிய வழிகளை அவர்களுக்கு உருவாக்கியளித்தது. அலோபதி மருத்துவமும் சரி, நவீன பள்ளிக் கல்வி முறையும் சரி, அதன் விளைவே. ஒவ்வொன்றையும் பகுத்தும் தொகுத்தும் நோக்கும் ஐரோப்பிய அறிவுக் கூறியல் அவ்வாறு உருவானதே. அது அங்கே ஓர் அறிவுக் கொந்தளிப்புக்குக் காரணமாகியது. இன்று வரை மேலாதிக்கம் செலுத்தும் நவீன அறிவியலை அதுவே உருவாக்கியது.

ஆக, நாம் ஐரோப்பாவின் எழுச்சிக்குப் பின்னால் காண்பது இயந்திரவாத நோக்கு என்ற கருத்தை, பதினாறாம் நூற்றாண்டில் வாழ்ந்த ஃப்ரான்ஸிஸ் பேக்கனை இதன் பிதா என்று கூறுவது வழக்கம். ஆனால், அந்நோக்கு ஐரோப்பாவில் பற்பல சிந்தனையாளர்களால் மெல்ல மெல்ல உருவாக்கி எடுக்கப்பட்ட ஒன்றே.

இயந்திரவாத நோக்கு என்பதை ஒரு மாபெரும் மானுட தரிசனமாகக் கொள்ளமுடியும். அந்த தரிசனம் ஒரு காலத் தருணத்தில் மனித மனத்துக்கு வாய்த்தது. இயற்கை மேல் மனிதனுக்கு ஆதிக்கத்தை உருவாக்கியது. அதன் மூலம் இயற்கையுடனான மனிதனின் நட்பார்ந்த உறவு இல்லாமலாகியது. மானுட ஆற்றல் என்பதை ஒரு பெரும் நீர்நிலை என்று சொன்னோமென்றால் இத்தகைய தரிசனங்கள் அதில் விழும் உடைப்புகள்போல. மொத்த மானுட அக ஆற்றலும் அந்த வழியினூடாகப் பீறிடுகிறது.

ஆகவே, ஒரு சமூகம் கொள்ளும் முதன்மை அச்சமூகம் அடைந்த ஒரு தரிசனத்தின் வலிமையினாலேயே உருவாகிறது என்று சொல்லலாம். பிற அனைத்துமே அதன் விரிவாக்கங்கள்தான்.

அப்படியானால் தொன்மையான இந்திய சமூகத்தை உருவாக்கிய மையத் தரிசனம் யாது? அப்படி ஒரு தரிசனத்தைச் சொல்ல முடியுமா என்ன?

தொன்மையான இந்திய சமூகத்தின் விளைச்சல்களாக நாம் இன்று காண்பவை மாபெரும் ஞான நூல்கள். பேரிலக்கியங்கள். பெரும் கலைப் படைபுகள். இவற்றின் வழியாக நாம் காணும் அச்சமூகத்தை வரலாற்றுத் தகவல்களின் வழியாக நாம் ஊகித்து விரிவுபடுத்திக் கொள்கிறோம்.

நம்முடைய ஞான நூல்கள் அனைத்திலும் உள்ள பொதுவான அம்சம் என்ன? இந்திய ஞான மரபின் தொடக்கம் என்றால் அது ரிக் வேதமே. ரிக் வேதத்தை ஒரு மாபெரும் தொகை நூல் என்றே சொல்ல வேண்டும். பலவகைப்பட்ட இனக் குழுச் சடங்குகளும் நம்பிக்கைகளும் விரவி வரக்கூடிய ஒரு கதம்பம். மெய்யியல் அடிப்படையில் நோக்கினால் கூட ரிக் வேதம் பல்வேறு தரப்புகளின் உரையாடலால் ஆனது.

ஒட்டு மொத்தமாக ரிக் வேதத்தின் ஞானத் தரப்புகளை ஞான காண்டம், கர்ம காண்டம் என்று பிரித்திருக்கிறார்கள். வேள்விகள், சடங்குகள், ஆசாரங்களை முன்னிறுத்துவது கர்ம காண்டம். தூய அறிவின் தேடலை மட்டுமே முன்னிறுத்துவது ஞான காண்டம். இவ்விரு சரடுகளும் இந்திய ஞான மரபின் எல்லாக் காலகட்டங்களிலும் நீண்டன. இந்திய ஞான மரபின் எல்லாப் பிரிவுகளிலும் இந்த அடிப்படையிலான பெரும் உள் விவாதம் நடந்துள்ளது என்பதைக் காணலாம். ஒரு கோணத்தில் ஹீனயான பௌத்தத்துக்கும் மஹாயான பௌத்தத்துக்கும் இடையேயான முரண்பாடே இதுதான்.

வேதங்களின் ஞான காண்டத்தின் நீட்சியாக வேதாந்த காலகட்டம் அல்லது உபநிடதங்களின் காலகட்டம். அதன் பின்னர் ஆறு தரிசனங் களின் காலகட்டம். அதன் பின்னர் ஆசீவகம், சமணம், பௌத்தம் என அவைதிக மதங்களின் காலகட்டம். பின்னர் பிற்கால வேதாந்தங்களின் காலகட்டம். இந்தக் காலகட்டங்கள் அனைத்திலும் நாம் காண்பது மிக விரிவான உள் விவாதங்களைத்தான்.

உபநிடதங்களில் மிகத் தீவிரமான வேத மறுப்பைக் கொண்டவை உள்ளன. வேதங்களை முதற் சொல்லாக ஏற்றுக்கொண்டவை பல உள்ளன. ஆறு தரிசனங்களில் பௌதீகவாத அடிப்படை கொண்டவை உள்ளன. தூய அறிவையே முதல் முழுமை என்று சொல்லும் வேதாந்தமும் முழுமுதற் சொல் வாதம் (சுருதி வாதம்) பேசும் பூர்வ மீமாம்சமும் உள்ளன.

பௌத்த சமண மதங்களின் உள்விவாதங்களுக்கு மிகப் பிரம்மாண்ட மான விரிவு காணப்படுகிறது. தூய தர்க்கத்தை முன் வைக்கும் யோகாசார பௌத்தம் முதல் சடங்கு மதமான வஜ்ராயன பௌத்தம் வரை அதன் தரப்புகள் எண்ணற்றவை. பிற்கால வேதாந்தங்களின் உள் விவாதங்கள் மூன்று நூற்றாண்டுக் காலம் நம் மரபில் நீடித்தவை.

இத்தனை உள் விரிவை நாம் நம்முடைய சைவ, வைணவ, சாக்தேயப் பெருமதங்களின் உள்ளேயும் காண முடிகிறது. அவை ஒவ்வொன்றுக் குள்ளும் ஏராளமான தனி வழிபாட்டு முறைகள் அடங்கியிருக்கின்றன. சிவகாம சுந்தரனை வழிபடும் தென்னகச் சைவத்துக்கும் மயான ருத்ரனை வழிபடும் அஹோர சைவத்துக்கும் இடையே உள்ள தொலைவு பிரம்மாண்டமானது.

இந்த உள்விரிவையே நம்முடைய பேரிலக்கியங்களும் காட்டி நிற்கின்றன. மாறுபட்ட தரப்புகள் ஒரே பேசுதளத்துக்கு வந்தவை போல இருக்கின்றன நம்முடைய பேரிலக்கியங்கள். ஸௌனகனின் நாத்திக வாதமும் கீதையின் ஞான வாதமும் விதுரனின் தர்ம வாதமும் பீஷ்மரின் ராஜ நீதி வாதமும் ஒன்றாகச் சேரும் ஒரு பெருவெளி என

மகாபாரதத்தைச் சொல்லலாம். ஒற்றைக் குரலில் பேசும் பேரிலக்கிய ஆக்கமே நம் மரபில் இல்லை. விஷ்ணு புராணம், ஸ்காந்தம் போன்ற பெருந்தெய்வ வழிபாட்டு நோக்கமுள்ள புராணங்கள்கூட ஒற்றைப் படையானவை அல்ல. உதாரணமாக ஸ்காந்தம் குமரக் கடவுளைப் பற்றியது. ஆனால், அது சூரபதுமனின் பெருமையைச் சொல்லும் வரலாறும் கூடத்தான்.

இந்த மாபெரும் பன்மைத் தன்மை எப்படி வந்தது? இந்தியா என்னும் இந்த வளம் மிக்க பெருநிலத்தின் வாழ்க்கை விரிவே அதற்குக் காரணம். பல்வேறு இன மக்களும் வரலாற்றுக் காலத்துக்கு முன்னரே தோன்றிப் பரவி வளர்ந்து தங்களுடைய வாழ்க்கைப் பார்வைகளையும், வழிபாடுகளையும் ஆசாரங்களையும் உருவாக்கிக்கொண்டுவிட்ட நிலம் இது. நமக்குக் கிடைக்கும் முதல் தொல்பிரதி ரிக்வேதம்தான். அப்போதே தனித்துவம்கொண்ட வாழ்க்கை முறையும் வழிபாட்டு முறையும் சிந்தனை முறையுகொண்ட பல்வேறு குடிமைச் சமூகங்கள் உருவாகி விட்டிருந்ததை ரிக்வேத சூக்தங்கள் வழியாகவே அறிய முடிகிறது.

ஆகவே, நம்முடைய பண்பாடு என்பது அச்சமூகங்களுக்கு இடையே யான தொடர்ச்சியான உரையாடல் வழியாக உருவானதாகும். ஆகவேதான் ஒற்றைக் குரல் ஒற்றை மையம் என்ற கருத்ததிகாரம் என்றுமே சிந்தனைத் தளத்தில் இங்கே இருந்ததில்லை. காரணம், அப்படிப்பட்ட ஒரு ஒற்றைச் சட்டகத்துக்கு இங்கே வேலையில்லை. பல்வேறு தரப்புகளுக்கு இடையேயான உரையாடலே ரிக்வேதம் முதல் உபநிடதங்கள், தரிசன நூல்கள் அனைத்திலும் காணப்படுகிறது.

இந்து ஞான மரபு என்று நாம் இன்று சொல்லும் இந்தப் பாரம்பரியம் என்பது மூவாயிரம் வருடம் தொடர்ச்சியாக வளர்ந்த அந்த உரையாடலின் விளைவே. அந்த உரையாடலின் வழியாக உருவான ஒத்திசைவே இந்திய சமூகத்தை உருவாக்கியது. இந்திய சமூக உருவாக்கம் என்பது ஒரு பிரம்மாண்டமான தொகுப்புச் செயல். ஓர் இணைப்புப் பணி, ஒரு சமரச நிகழ்வு.

இந்த இயல்பின் காரணமாகவே இந்து ஞான மரபில் உள்ள எல்லா மதங்களுக்கும் மிக நெகிழ்வான கட்டமைப்பு உருவாயிற்று. அனைத்தையும் உள்ளிழுத்துக்கொள்ளும் தன்மை அவற்றுக்கு வந்தது. இப்படித் தழுவி உள்ளிழுக்கும் போக்கின் வழியாகவே அவை தங்கள் உள் முரண்பாடுகளைத் தீர்த்துக்கொண்டன. எதிர்ப்புகளை எதிர்கொண்டு வளர்ந்தன.

இந்த இயல்பு ஸமன்வயம் என்றும் ஸம்யக் திருஷ்டி என்றும் சொல்லப் பட்டது. பண்டைய இந்திய வரலாற்றை ஆராய்ந்த அறிஞர்கள்

அனைவருமே இந்த அம்சத்தை அழுத்தமாகச் சொல்லியிருக்கிறார்கள். டாக்டர் ராதாகிருஷ்ணன் சொல்கிறார், 'வேத மதம் பழைய ஆசார சம்பிரதாயங்களையும் வழிபாட்டு முறைகளையும் ஏற்றுக்கொண்டு தனதாக்கிக்கொண்டு வளர்ந்தது. அவற்றை அழித்தொழித்து விடுவதற்குப் பதிலாக தன்னுடைய தத்துவத் தேவைக்கு ஏற்ப மறு ஆக்கம் செய்துகொண்டது. திராவிடப் பண்பாட்டிலிருந்தும் புராதனப் பழங்குடிப் பண்பாட்டிலிருந்தும் அது ஏற்றுக்கொண்ட ஏராளமான பண்பாட்டுக் கூறுகளின் காரணமாக வேத மதத்தில் பூர்வீக ஆரியக் கூறுகள் எவை என்று கண்டுபிடிப்பதே சிரமமானதாக ஆகிவிட்டது.' (Dr. S. Radhakrishnan, Eastern Religions and Western Thought).

ஆரம்ப கால இந்தியாவில் ஆய்வாளரான கோர்டான் சைல்ட் இவ்வாறு சொல்கிறார், 'ஒரு குறிப்பிட்ட நிலச் சூழலுடன் மனித வாழ்க்கை தன்னை எப்படி முழுமையாக இணக்கிக்கொள்ள முடியும் என்பதற்கான சிறந்த உதாரணமாக வேத கால நாகரிகத்தைச் சொல்லலாம். நெடுங்காலம் நீண்டு நின்ற பொறுமை மிக்க உரையாடலும் புரிந்துகொள்ளும் முயற்சியும் இல்லாமல் இது சாத்தியமாகியிருக்காது. அது நெடுங்காலம் நீடித்திருக்கவும் செய்தது. இந்தச் சிறப்புத் தன்மை இதற்குள் ஒரு இந்திய குணமாகவே ஆகிவிட்டிருக்கிறது. நவீன இந்தியப் பண்பாட்டின் அடித்தளமாக அமைந்ததும் அதுவே.' (Gordon Childe, New Light on the Most Ancient East).

சுதந்திரப் போராட்ட காலத்துக்குப் பின்னர் எழுத ஆரம்பித்த இடதுசாரி வரலாற்றாசிரியர்கள் இந்தியப் பண்பாட்டின் இந்த அம்சத்தை ஒரு எதிர்மறை அம்சமாகவே சித்தரித்து அதை ஒரு சாரார் ஏற்கும்படியும் செய்திருக்கிறார்கள். அவர்களின் அரசியல் நோக்கம் இந்திய சமூகத்தில் முரண்பாடுகளை வளர்த்து சமூகப் போராட்டங்களை உருவாக்குவதே. இறுகிப் போன சமூக ஒடுக்குமுறையையும் சுரண்டலையும் எதிர்ப்பதற்கு அந்த வழிமுறை தேவையானதாகவும் இருந்திருக்கலாம். ஆகவே, எல்லாவற்றையும் ஆரத் தழுவி உண்டு தன் உடலாக ஆக்கி விடும் பெரும்பூதமாக இந்து மரபு அவர்களால் சித்தரிக்கப்பட்டு விட்டது.

ஆனால், அவர்கள் முன்பாக ஒரு பெரும் வரலாற்று உண்மை நின்றிருந்தது. மாற்றுத் தரப்புகளை விவாதம் மூலம் உள்ளிழுத்துக் கொள்ளும் சிறந்த இயல்பு மூலமே இந்த நிலத்தில் மத மோதல்கள் வன்முறையையும் அழித்தொழிப்புத் தன்மையையும் தவிர்த்தன. இந்திய நிலப் பகுதியின் மூன்றாயிரம் வருடத்து வரலாற்றில் மேலை நாட்டில் நிகழ்ந்தது போன்ற பெரும் மதப் போர்களை நாம் பார்க்க முடியாது. ஐந்துக்கும் மேற்பட்ட மதங்கள் உதயமான இம்மண்ணில் மத்தியக் கிழக்கு மண்ணில் நிகழ்ந்ததுபோல மதப் போர்கள் நிகழ்ந்திருந்தால் என்ன எஞ்சியிருக்கும்?

இந்த அப்பட்டமான உண்மையை மழுப்பும் பொருட்டு இடதுசாரி வரலாற்றாசிரியர்கள் தடுக்கிலும் பின்னர் கோலத்திலும் புகுந்து மதப் பூசல்களையும் அழிவுகளையும் கண்டடைய முயல்கிறார்கள். புராதனமான திராவிடப் பண்பாட்டை ஆரியர் போரிட்டு அழித்ததாக ஒரு ஊகத்தைச் சொல்லி, அந்த அடிப்படையில் இதிகாசங்களை வலிந்து விளக்க முயல்கிறார்கள். பௌத்தமும் சமணமும் வன்முறை மூலம் அழிக்கப்பட்டதாகச் சொல்லிச் சொல்லியே நிறுவ முயல் கிறார்கள். உண்மையில் அம்முயற்சிகள் பலன் தந்த காலகட்டம் இப்போது முடிவுக்கு வந்துவிட்டது. டெல்லி ஜவகர்லால் பல்கலைக் கழகத்துக்கு வெளியே வந்தால் வெயில் பட்டு வாடுகிறது அத்தரப்பு.

அங்கொன்றும் இங்கொன்றுமாகக் கிடைக்கும் சில தகவல்களைப் பல வகையிலும் திரித்து இறந்தகால மத மோதல்களின் ஒரு சித்திரத்தை இவர்கள் உருவாக்க முனைகிறார்கள். மதுரையில் எட்டாயிரம் சமணர்கள் கழுவேற்றப்பட்டதாகச் சொல்லப்படும் பொய் ஓர் உதாரணம். சைவ இலக்கியங்களில் சைவத்தவரால் மிகைப்படச் சொல்லப்பட்ட ஒரு செய்தி அது. அதிலும் வாதில் தோற்ற சமணர்தான் அதன்படி தாங்களே கழுவேறுகிறார்கள்.

எண்ணாயிரவர் என்பது சமணர்களிடையே உள்ள ஒரு குழுவின் பெயராக இருக்கலாமென்பதும் அப்படி நாலாயிரவர், நூற்றுவர் என்றெல்லாம் முன்பு சமணர்களாக இருந்த வணிகர் குலங்களுக்குப் பெயர்கள் உண்டு என்பதும் எல்லாம் ஆராயத்தக்கவை. முக்கியமாக கல்வியை நெறியாகக்கொண்டதும் திட்டவட்டமான அமைப்புகளும் வரலாற்றுக் குறிப்புகளும்கொண்டதுமான சமண மதத்தில் இதைப் பற்றி ஒரு சிறு தகவல் கூட இல்லை என்பதையும் எண்ணிப் பார்க்க வேண்டும்.

சமணர்கள் தமிழகத்தில் மெல்ல மெல்லத் தேய்ந்து சிறு எண்ணிக்கை யாக ஆனபடியே இன்று வரை எந்த விதமான தாக்குதல்களுக்கும் ஆளான வரலாறே தங்கள் குல நினைவுகளில் இல்லாமல் இருந்துகொண்டிருக்கிறார்கள். அவர்களின் ஆலயங்கள் தமிழகத்தில் பெரும்பாலும் அப்படியேதான் உள்ளன. பாழடைந்து கைவிடப்பட்ட சில ஆலயங்களே சிதைந்துள்ளன அல்லது வேறு தெய்வங்கள் நிறுவப்பட்டு கையகப்படுத்தப்பட்டுள்ளன. அதிலும்கூட அதிகமும் நாட்டார் சிறு தெய்வங்களே நிறுவப்பட்டுள்ளன. சமணரை அழித்ததாகச் சொல்லப்படும் பெருமதத்து தெய்வங்கள் அல்ல.

அப்படியே வைத்துக்கொண்டாலும்கூட இந்தியப் பெரு நிலத்தில் அத்தகைய ஒரு சில நிகழ்ச்சிகளைக் கூட நம் இடதுசாரிகளால் சுட்டிக் காட்ட முடிவதில்லை. பௌத்தத்தின் பேரழிவுக்குக் காரணமான அழித்தொழிப்பு நாளந்தா பல்கலைக்கழகத்தில் பன்னிரண்டாம்

நூற்றாண்டில் பக்தியார் கில்ஜியால்தான் நடத்தப்பட்டது. பக்தி இயக்கம் மூலம் இந்து மதங்கள் பெரும் வளர்ச்சி பெற்ற பின் மேலும் ஐந்து நூற்றாண்டு காலம் பௌத்தம் வலுவாகவே நீடித்திருக்கிறது என்பது வரலாறு.

மத்தியக் கிழக்கில் ஒற்றைத் தரிசன மதங்கள் பரவிய நிலங்களில் என்ன நடந்தது என்பதைப் பார்க்கும்போது இந்தியப் பெருநிலத்தின் வரலாறு பெரும் ஆச்சரியத்தையே அளிக்கிறது. இங்கே பண்பாட்டுக் கலப்பு நடந்துள்ளதே ஒழிய பண்பாட்டு அழிப்பு நிகழவில்லை. ஐந்தாயிரம் வருடங்களுக்கு முன்னர் சிந்து சமவெளி நாகரிகத்தில் இருந்த பண்பாட்டுக் கூறுகள் கூட இன்றும் அழியாமல் நீடிக்கின்றன. இந்தியப் பெருநிலத்தின் தொன்மையான பண்பாட்டுக் கூறுகள் எதுவுமே முற்றாக அழிந்ததில்லை. காரணம் இங்கே நடந்ததுகொள்வதும் கொடுப்பதும் அடங்கிய ஒரு பண்பாட்டு உரையாடல்தான்.

ஸ்மன்வயம் என்ற சொல் இங்கே மிகக் கூர்ந்து நோக்கத்தக்கது. நாராயண குரு அவரது நூல்களில் இந்தச் சொல்லை மிக விரிவாகப் பயன்படுத்தியிருக்கிறார். இதை ஒருங்கிணைப்பு அல்லது கலப்பு என்றுதான் சொல்ல வேண்டும். ஆனால், ஒருங்கிணைக்கப்படும் கூறுகளுக்குள் உண்மையான முழுமையான ஒத்திசைவை உருவாக்குதலும் எந்த ஒரு கூறும் தன் இடத்தையும் தனித் தன்மையையும் இழக்காமலிருக்க கவனம் கொள்ளுதலும் இதன் இயல்பு. 'தத்வ சமன்வயம்' என்றே நாராயணகுரு தன் விவாதங்களைக் குறிப்பிடுகிறார். நம் சிந்தனையில் நெடு நாட்களாக நடந்தது இதுவே. பன்மைப் பண்பாடுகொண்ட ஒரு நிலப்பரப்புக்கு மிகச் சிறந்த வழிமுறை இது மட்டுமே.

இந்தப் பன்மைத் தன்மை, உரையாடல் தன்மை, பண்பாட்டுப் பரிமாற்றம்தான் இந்திய மரபின் வெற்றிக்கும் சிறப்புக்கும் காரணம். கோர்டன் சைல்ட் கூறுவதுபோல இன்றும் தொடரும் இந்தியப் பண்பாட்டின் அடித்தளம் இந்த இயல்பேயாகும்.

ரிக் வேதம் பத்தாம் மண்டலமே இந்தியத் தத்துவ சிந்தனையில் நமக்குக் கிடைக்கும் மிகப் பழைய வடிவம். பத்தாம் மண்டலத்தில் ஒரு பாடல் இவ்வாறு அறை கூவுகிறது.

*சமானீ வ ஆஹுபிதி! ஸமானா ஹ்ருதயானீ வ*
*ஸமானம் அஸ்து வோ மனோ! யதா வா ஸபிஸஹாஸதி*
*'இணைந்து வழிபடுங்கள்! உங்கள் இதயங்கள் இணைக!*
*உங்கள் மனம் ஒன்றாகுக! ஒன்றாக நலம் பெறுங்கள்!'*

•

## 2. மறைந்து கிடப்பது என்ன?

சாந்தோக்ய உபநிடதத்தில் ஆருணியாகிய உத்தாலகன் தன் மகன் ஸ்வேதகேதுவுக்குச் சொல்கிறான். மண்ணில் ஓடும் நதிகளெல்லாம் கடலையே அடைகின்றன. மாறுபட்ட சிந்தனைகளும் தரிசனங்களு மெல்லாம் இறுதியில் பிரம்மத்தையே சென்றடைகின்றன.

ஐநூறு வருடத்துக்கு மேல் காலப் பழக்கமுள்ள ஏதாவது ஒரு மதத்தில், ஒரு தத்துவ சிந்தனை மரபில் இதற்கிணையான ஒரு முழுமை நோக்கு பதிவாகியிருக்கின்றதா? உலகச் சிந்தனைகளை இன்று நாம் இணையம் மூலம் எளிதாகத் தொட்டுச் செல்ல முடிகிறது. நீங்களே இதற்கான விடையைத் தேடிக்கொள்ளலாம்.

என் எளிய வாசிப்பில் நான் அப்படி எதையுமே கண்டதில்லை. மனித சிந்தனை வெளியில் இந்திய ஞான மரபுடன் இணை நோக்கத் தகுதியான சிந்தனை மரபுகள் இரண்டு. தொன்மையான கிரேக்க சிந்தனை மரபு, தொன்மையான சீனச் சிந்தனை மரபு. இரண்டிலும் அறிவார்ந்த அணுகுமுறைக்கும் மாற்றுத் தரப்புடன் உரையாடு வதற்கும் பெரிதும் இடமுள்ளது.

குறிப்பாக கன்பூஷியஸின் தத்துவ சிந்தனையில் எல்லாத் தளத்திலும் அமைதியான சமரசப் போக்குக்கே முக்கியத்துவம் காணப்படுகிறது. ஆனால், எல்லாச் சிந்தனைகளையும் மெய்யான உண்மையை நோக்கிச் செல்வன என்று சொல்ல அதனால் முடியவில்லை. உண்மை உண்மையல்லாமை என்ற பிரிவினையிலிருந்து கன்பூஷியஸாலேயே தப்ப முடியவில்லை.

இந்தியப் பண்பாட்டின் அடிப்படை மனநிலை என்று சாந்தோக்ய உபநிடதத்தின் அந்த நோக்கைச் சுட்டிக்காட்டலாம். ஐந்தாயிரம் வருட மரபில் தொடர்ச்சியாக நிகழ்ந்துகொண்டிருக்கும் இந்த இணைவு - சமரசப் போக்கின் சாரமாக இருக்கும் தரிசனம் என்ன? அதுவே இந்தியப் பாரம்பரியத்தின் வெற்றியையும் சிறப்பையும் உருவாக்கியது.

பின்னோக்கிச் செல்லும்போது நாம் ரிக் வேதத்தையே சென்றடை கிறோம். மானுட சிந்தனை குழவிப் பருவத்தில் இருக்கும் காலகட்டம். மண்ணில் நாம் காணும் இன்றைய மதங்களில் அனேகமாக எதுவுமே தோற்றம் பெறாத காலகட்டம். மனித சேதனை பிரபஞ்ச ரகசியத்தை நோக்கிச் சிறகடித்தெழுகிறது. தூய உள்ளுணர்வால் அது அலகிலா வெளியைத் துழாவுகிறது. ரிக் வேதத்தில் நாம் காண்பது அந்தத் தேடலையும் தத்தளிப்பையும் தரிசனங்களின் மின்மினிகளையும் மின்னல்களையும்தான்.

‘கஸ்மை தேவாய ஹவிஸ்ஹா விதோம?’ என்று ரிக் வேத ரிஷி வியக்கிறார் (யார் அந்த தேவன்? யாருக்கு நாம் அவியளிக்கிறோம்?) அவனை இந்திரன் என்றும், அக்னி என்றும், உஷை என்றும், சாவித்ரி என்றும், காயத்ரி என்றும் கண்டுகொள்கிறார்கள். அந்தியில் விண்ணைச் சிவக்க வைப்பது, அரணிக் கட்டையால் வேள்விக் குண்டத்தை ஒளிர வைப்பது, விண்ணகங்களைச் சுடர வைப்பது, சொல்லிலும் சிந்தனையிலும் சோதியை நிரப்புவது.

பின் அந்தப் பொதுமையை சென்றடைந்தது மானுடப் பிரக்ஞை.

ஏக ஏவாக்னிர் பஹுபிதா ஸ்மித்தஃ
ஏகஸபீர்யோ விஸ்வ மனுப்பிரஹ்பூதஃ
ஏகைவோஷா ஸர்வமிதம் விஹ்பாத்யேகம்
வாஇதம் விபஹ்பூவ ஸர்வம்!
பல இடங்களில் எரியும் நெருப்பு ஒன்றே
உலகை ஒளிரச் செய்யும் சூரியன் ஒன்றே
இவ்விடங்களையெல்லாம் சுடரச் செய்யும் புலரியும் ஒன்றே
அந்த ஒன்றே இவையெல்லாம்!

அங்கிருந்து அது சென்றடைந்த மாபெரும் ஒருமைத் தரிசனமே உண்மையில் வேதத்தின் உச்சம். அதையே வேதாந்தம் என்றனர் பிறகு. அந்தத் தேடலையும் கண்டடைதலையும் முன்வைத்தது ரிஷி பிரஜாபதி பரமேஷ்டி சிருஷ்டி பற்றிச் சொன்ன ரிக் வேதத்தின் சிருஷ்டி கீதம் என்னும் மகத்தான பாடல்.

**சிருஷ்டி கீதம்**

அப்போது அசத் இருக்கவில்லை
சத்தும் இருக்கவில்லை
உலகம் இருக்கவில்லை
அதற்கப்பால்
வானமும் இருக்கவில்லை

ஒளிந்து கிடந்தது என்ன?
எங்கே?
யாருடைய ஆட்சியில்?
அடியற்ற ஆழமுடையதும்
மகத்தானதுமான நீர் வெளியோ?
மரணமிருந்ததோ
மரணமற்ற நிரந்தரமோ?
அப்போது இரவு பகல்கள் இல்லை

ஒன்றேயான அது
தன் அகச் சக்தியினால்
மூச்சு விட்டது

அதுவன்றி ஏதுமிருக்கவில்லை
இருட்டால் போர்த்தப்பட்ட வெளி
வேறுபடுத்தலின்மையால்
ஏதுமின்மையாக ஆகிய வெளி
அது நீராக இருந்தது
அதன் பிறப்பு
வெறுமையால் மூடப்பட்டிருந்தது!
தன் முடிவற்ற தவத்தால்
அது சத்தாக ஆகியது

அந்த ஒருமையில்
முதலில் இச்சை பிறந்தது
பின்னர் பீஜம் பிறந்தது
அவ்வாறாக அசத் உருவாயிற்று!
ரிஷிகள்

தங்கள் இதயங்களைச் சோதித்து
அசத்தில் சத்தைக் கண்டடைந்தனர்
அதன் கதிர்கள்
இருளில் பரந்தன
ஆனால் ஒருமையான அது
மேலே உள்ளதா?
அல்லது கீழே உள்ளதா?
அங்கு படைப்பு சக்தி உண்டா?
அதன் மகிமைகள் என்ன?
அது முன்னால் உள்ளதா?
அல்லது பின்னால் உள்ளதா?
திட்டவட்டமாக யாரறிவார்?

அதன் மூல காரணம் என்ன?
தேவர்களோ
சிருஷ்டிக்குப் பின்னர் வந்தவர்கள்!
அப்படியானால் அது எப்படிப் பிறந்தது?
யாருக்குத் தெரியும் அது?
அதை யார் உண்டு பண்ணினார்கள்

அல்லது உண்டு பண்ணவில்லை?
ஆகாய வடிவான அதுவே அறியும்
அல்லது
அதுவும் அறியாது!

இந்திய தத்துவ சிந்தனையை இந்தப் புள்ளியில் இருந்துதான் விரித்தெடுக்க ஆரம்பிக்க வேண்டும் என்று நான் எண்ணுகிறேன். மாக்ஸ்முல்லர், குந்தர் போன்ற மேலை நாட்டு ஆய்வாளர்களையும், கே. தாமோதரனைப் போன்ற மார்க்ஸிய ஆய்வாளர்களையும் பிரமிக்கச் செய்த, பேரழகு மிக்க கவிதை என்று வியந்து பாராட்டச் செய்த இந்த மகத்தான வரிகளை இந்திய நாகரிகம் கண்டடைந்த உச்ச தரிசனத்தின் சாட்சியங்களாக நான் முன்வைப்பேன். இங்கிருந்துதான் எல்லாம் ஆரம்பிக்கின்றன.

அறியவொண்ணாமையின் பிரமிப்பால் மட்டுமே சென்று நிண்டச் சாத்தியமான அந்த ஒன்றை இங்கே பெயர் சுட்டக் கூட கவிஞன் முயலவில்லை. மீண்டும் மீண்டும் பிரமிப்பின் வினாக்களே அதை நோக்கி நீள்கின்றன. 'வ்யோமன் த்ஸோ அங்க வேத யதி! வா ந வேத!' என்று சொல்லி முடிக்கும் கவித்துவ உச்சத்தில் அப்பிரமிப்பே ஒரு இருப்பாக மாறித் தன்னை நிறுவிக்கொண்டு விடுகிறது.

அந்தப் பிரமிப்புக்கு அளிக்கப்பட்ட ஒலியே 'பிரம்மம்' என்பது. 'அம்ம!' என்ற ஒலிக்கு நிகரானதுதான் அது. பெரியது. ஆச்சரியத்துக்குரியது. அச்சம் தருவது என்றெல்லாம் பிரம்மம் என்னும் ஒலி பொருள்கொள்ளப் படுகிறது என்றாலும் அது எப்போதும் அதையே குறிக்கிறது. அலகிலாதது. அறிய முடியாமை என்ற அறிவை மட்டுமே அளிப்பது. இருப்பது. இருப்பின்மையாலேயே இருப்பை அறிய முடியாதது.

அதைச் சொல்ல நேதி நேதி நேதி என்று அனைத்தையும் மறுக்க வேண்டும். அல்லது ஈஸோ வாஸ்யம் இதம் சர்வம் என்று அனைத்தையும் ஏற்க வேண்டும். தத்வமஸி என்று வெளியே சுட்ட வேண்டும். அஹம் பிரம்மாஸ்மி என்று தன்னைச் சுட்ட வேண்டும். முரண்பாடுகள் வழியாக மட்டுமே சொல்ல முடியும் ஒரு முடிவின்மை அது.

பிரம்மம் என்ற தரிசனமே இந்திய ஞான மரபையும் இந்தியப் பண்பாட்டையும் உருவாக்கியது என்று விவேகானந்தர் சொல்கிறார். இந்திய வரலாற்றை முழுக்க இந்த விளக்கம் மூலம் கோர்த்துப் பார்க்க முடியும். இந்து ஞான மரபின் மையமாக இக்கணம் வரை இருந்து வருவது இந்தத் தரிசனமே ஆகும்.

ஒரு புரிதலுக்காக இப்படி யோசிப்போம். பண்டைய இந்திய நிலத்தில் உருவானது, மத்தியக் கிழக்கில் மேலும் ஆயிரம் வருடம் கழித்து

உருவான ஓரிறை வாதம் (Thieism) போல ஒன்றாக இருந்திருந்தால் என்ன நிகழ்ந்திருக்கும்? ஒற்றைப் பேருண்மையாக ஓர் இறை உருவகமும் அதன் குறியீடுகளும் அக்குறியீடுகளை உருவாக்கிய பண்பாடும் முன்வைக்கப்பட்டிருக்கும். அந்த ஓரிறை வாதத்துடன் மாறுபடும் தரப்புகள் எல்லாமே பொய்களாகவும் பிழைகளாகவும் கருதப்பட்டு கடுமையான கருத்தியல் பிரசாரம் மூலமும் ஒருங்கிணைக்கப்பட்ட வன்முறை மூலமும் முற்றாகவே துடைத்தழிக்கப்பட்டிருக்கும்.

பெருமை மிக்க மெசபடோமிய, பாரசீக, அபிஸீனிய, காந்தாரப் பண்பாடுகள் எல்லாம் அழிந்து தடமின்றிப் போனதுபோல இந்திய நிலப் பகுதியில் விளைந்த பண்பாடுகள் மறைந்திருக்கும். எகிப்தின் காப்டிக் மக்கள் ஒட்டுமொத்தமாகவே அழிக்கப்பட்டதுபோல இங்குள்ள எத்தனையோ இனக் குழூச் சமூகங்கள் மறைந்திருக்கும். ஐரோப்பியப் பாகன் பண்பாட்டின் கூறுகளை நாம் இன்று தொல் பொருட் தடயங்களில் இருந்து தேடிச் சேகரிப்பதுபோல இந்தியப் பண்பாட்டில் இன்றும் வாழும் எத்தனையோ கூறுகளை தேடிக் கொண்டிருப்போம்.

ஆனால், ரிக் வேதத்தின் அடிப்படைச் செய்திக்கு நேர்மாறானதும் புராதன பழங்குடி வழிபாட்டு முறைகளின் பெருந்தொகுப்புமான அதர்வண வேதமும் நால் வேதங்களில் ஒன்றாகவே நீடிக்கிறது இந்தியாவில். இந்தச் சமரசம் வேதங்களுக்கு உள்ளேயே தொடங்கி விட்டது. வேதங்களின் கர்ம காண்டமும் ஞான காண்டமும் தங்களுக்குள் கொள்ளும் முரண்பாடுகளையே வேத காலம் சமரசப் படுத்திக்கொண்டது.

காரணம் பிரம்மம் என்னும் கருதுகோள். பிரபஞ்ச சாரமாக, பிரபஞ்சமேயாக, பிரபஞ்சம் கடந்த பேராற்றலாக 'அனைத்துமான ஒன்றாக', 'ஒன்றாக இருக்கும் பலவாக' காண்பதும் காணப்படுவதும் காட்சியுமாக இருக்கும் பிரம்மம் தத்துவ சிந்தனையின் ஓர் உச்சப் புள்ளி. இன்றைய நவீன அறிவியல் யுகம்வரை உருவகிக்கப்பட்டுள்ள எந்த ஒரு தத்துவ உருவகமும் பிரம்மம் அளவுக்கு விரிவானதும் முழுமையானதுமல்ல. அதைச் சந்திக்கும் போதெல்லாம் மொழி கவிதையாவதை நம் மூல நூல்களில் காணலாம்.

பிரம்மம் ஒரு பட்டு நூல். அதில் கோர்க்கப்படுகின்றன இந்து ஞான மரபின் எல்லா இறையுருவகங்களும். இந்திய நிலப் பகுதியில் உள்ள எல்லா வழிபாட்டு முறைகளையும் எல்லா இறை வடிவங்களையும் பிரம்மம் என்ற கருதுகோள் சந்தித்து, அதன் வழியாகக் கடந்து சென்றது. உபநிடத காலகட்டம் பிரம்ம தரிசனத்தின் உச்ச நிலைகள்

வெளிப்பட்ட தருணம். உபநிடதங்களில் பிரம்ம ஞானம் எவற்றில் எல்லாம் கவித்துவ வீரியத்துடன் வெளிப்பட்டிருக்கிறதோ, அவையெல்லாம் மகத்தானவையாக ஆயின.

ஈஸ கேன கட பிரஸ்ன
முண்டக மாண்டூக்ய தைத்ரீயஃ
ஐதரேயம்ச சாந்தோக்யம்
பிருகதாரண்யகம் ததஃ

எனப் பத்து உபநிடதங்கள் அவற்றில் மையமானவையாகக் குறிப்பிடப் படுகின்றன. அதர்வ வேதாந்தமான மாண்டூக்ய உபநிஷதத்தில் 'அயம் ஆத்மா பிரம்ம' (இந்த ஆத்மாவே பிரம்மம்); ரிக் வேதாந்தமாகிய ஐதரேய உபநிடதத்தில் 'பிரக்ஞானம் பிரம்ம' (பிரக்ஞையே பிரம்மம்); யஜுர் வேதாந்தமான பிருஹதாரண்யக உபநிடதத்தில் 'அஹம் பிரம்மாஸ்மி' (நானே பிரம்மம்); சாம வேதாந்தமான சாந்தோக்ய உபநிடதத்தில் 'தத்வமஸி' (அது நீதான்) என்னும் மகா வாக்கியங்கள் நம் மரபில் விரிவாக விளக்கப்பட்டுள்ளன. பல சுய தரிசனங்கள் வழியாக பிரம்மம் என்ற பெரும் பொதுமையைச் சென்றடையும் வாசல்கள் அவை.

இந்திய ஞான மரபின் எந்த ஒரு பிரிவும் பிரம்மம் என்னும் தரப்புடன் ஓர் விவாதத்தில் ஈடுபட்டிருப்பதை நாம் காண முடியும். அதன் வழியாக அதுவும் சட்டென்று ஒரு பெரும் பொதுக் கருத்தை நோக்கி எழுந்திருப்பதை அறியலாம். உதாரணமாக ஆறு வகை தரிசனங்களில் முதலாவதான சாங்கிய தரிசனம் ஆதி இயற்கை என்னும் கருதுகோளை அடிப்படையாகக்கொண்டது. தொன்மையான நில வழிபாட்டில் இருந்து எழுந்தது அது. பிரபஞ்சத்தை நான்கு வகைப் பருப் பொருட்களின் கூட்டாக மட்டுமே காணும் உலகாயத நோக்கு கொண்டது.

பிரம்ம வாதத்துடன் விவாதித்த சாங்கியம் அதன் ஆதி இயற்கை என்ற கருதுகோளை நம்மைச் சூழ்ந்துள்ள அழியாத பருப் பொருள் என்ற தளத்திலிருந்து விரித்தெடுத்து பிரபஞ்சமளாவிய ஆக்கமும் அழிவும் இல்லாத மாபெரும் பொதுமையாக உருவகித்துக்கொண்டது. கிட்டத் தட்ட பிரம்மம்போல. பிரம்மத்தை பருப் பொருளாக உருவகித்துக் கொள்வதுபோல.

சாங்கிய தரிசனத்தின் நீட்சியாக சர்வாஸ்திவாதத்தை (அனைத்திருப்பு வாதம்) வளர்த்தெடுத்த சமணம் அந்தக் கருதுகோளையும் பிரம்மத்தின் அளவுக்கே கொண்டுசெல்வதைக் காணலாம். பிரபஞ்சத்தின் பெருநியதியைத் தங்கள் இறையுருவகமாகக்கொண்டது பௌத்தம்.

மகாதர்மம் என்ற அவர்களின் கருதுகோள் மெல்ல மெல்ல பிரம்மமே யாக மாறுவதைத்தான் பௌத்த சிந்தனைகளில் காண முடிகிறது.

அனைத்தையும் உள்ளடக்கிக்கொண்ட பிரம்மம் என்ற கருத்தே நம்முடைய மதங்களை எல்லாத் தரப்பினருடன் உரையாடவும் தங்களை நோக்கி திருப்புவனவற்றையெல்லாம் உள்ளிழுத்துக் கொள்ளவும் வழிவகுத்தது. இந்த அம்சத்தை மார்க்ஸிய ஆய்வாளரான டி.டி. கோஸாம்பி தனக்கே உரிய முறையில் விளக்கியிருக்கிறார். இந்திய நிலப் பகுதி எங்கும் பரவியிருந்த பல்லாயிரம் தாய்த் தெய்வங்கள் அனைத்தும் ஒன்றாக ஆகி பிரபஞ்ச ரூபிணியான தாய் என்ற ஒரு பெரும் பொதுமையை நோக்கிச் செல்வதை அவரது இந்திய தாய் தெய்வங்களைப் பற்றிய ஆய்வு காட்டுகிறது (Myth and Reality, தொன்மையும் உண்மையும் - டி.டி. கோஸாம்பி).

மூதாதை வழிபாட்டிலிருந்தும் நில வழிபாட்டிலிருந்தும் உருவான இறை வடிவமான அன்னை என்ற கருத்தானது பிரபஞ்சங்களை ஈன்ற 'பராசக்தி' என்ற கருதுகோளாக மாறியது பிரம்மம் என்ற கருதுகோளின் முன்வடிவத்தாலேயே. நம் சம காலத்திலேயே நோய் காக்கும் அன்னையாக இருந்த கிராமத்து மாரியம்மன்கள் பராசக்தியின் வடிவங்களாக உருமாற்றம் பெறுவதைக் காண்கிறோம். இதை சமஸ்கிருத மயமாக்கம் என்றும் மேல்நிலையாக்கம் என்றும் இன்றைய ஆய்வாளர் சிலர் சொல்கிறார்கள். சரியான சொல் 'தத்துவ மயமாக்கம்' என்பதே. இந்தியத் தத்துவத்தின் சாரமாக இருக்கும் பிரம்ம உருவகத்தை எந்த ஒரு வழிபாட்டு முறை சந்தித்தாலும் அது முதல்முழுமை (Absolute) என்ற கருத்தை நோக்கி ஈர்க்கப்பட்டுவிடும்.

இந்தியப் பெருமதங்களான சைவத்திலும் வைணவத்திலும் உள்ள இறை உருவகங்கள் நெடுங்காலம் முன்னரே அந்த பிரபஞ்சமளாவிய பேருருவை எடுத்துவிட்டன. அண்டவெளியெனும் அம்பலத்தில் ஆடுபவனாக சிவன் உருக்கொண்டான். பிரபஞ்ச ரூபனாக அண்ட வெளியெனும் பாற்கடலில் பள்ளிகொண்டவனாக விஷ்ணு விரிவு கொண்டார். அந்தப் பரம்பொருள் தோற்றமே அந்த மதங்களின் சாரமாக உள்ள தத்துவங்களில் பேசப்பட்டது. வைணவத்தின் விசிஷ்டாத்வைதமும் துவைதமும் பிரம்மவாதத்தின் விளக்கங்களே. பிரம்மவாதத்தின் இன்னொரு வடிவம் என்றே சைவ சித்தாந்தத்தைக் கூறிவிட முடியும்.

மையத்தில் உள்ள இந்தப் பெருந்தரிசனமே இம்மதங்களை மாபெரும் தொகுப்பு சக்திகளாக ஆக்கியது. இந்திய நிலப் பகுதியில் உள்ள பல்வேறு வழிபாட்டு முறைகளை வைணவம் எவ்வாறு உள்ளிழுத்துக் கொண்டது என்று ஆய்வாளரான சுவீரா ஜெய்ஸ்வால் அவரது

ஆய்வான 'வைணவத்தின் தோற்றமும் வளர்ச்சியும்' நூலில் குறிப்பிடுகிறார். விஷ்ணுவின் அவதாரங்கள் மட்டுமல்லாமல் அனுமன், கருடன், சக்கரம் போன்றவையும்கூட தனி வழிபாட்டு முறைகளாகவே இருந்தன. ஸௌர மதம் பிற்காலத்தில் வைணவத்தில் இணைந்தது. அதேபோல சைவத்திலும் பல்வேறு மதங்களின் இணைவு உள்ளது. தட்சிணாமூர்த்தி, சண்டிகேஸ்வரர், நவகிரஹங்கள் போன்றவையெல்லாம் தனி வழிபாட்டு முறையாக இருந்தவையே. தனி மதங்களான சாக்தமும் காணபத்யமும் கௌமாரமும் பின்னர் சைவமாக ஆயின.

ஒரு கட்டத்தில் சைவமும் வைணவமும் கூட தங்கள் முரண்பாடுகளை மீறி ஒன்றாக இந்து ஞான மரபின் சாரமாக விளங்கும் பிரம்ம தரிசனமே உதவியது. இப்பிரபஞ்சத்தில் உள்ள அனைத்துமே பிரம்மம் என்னும் போது இங்குள்ள எந்த ஒன்றை வணங்குவதும் பிரம்மத்தையே வணங்குவதாகும் என்னும்போது பிரம்மத்துக்கு அயலாக ஏதும் இருக்க வாய்ப்பில்லை. எந்த ஒரு மதமும் வழிபாட்டு முறையும் பிரம்ம தத்துவத்தின் வெறுப்புக்கும் நிராகரிப்புக்கும் ஆளாக வேண்டிய தில்லை. அதையே ஆருணியாகிய உத்தாலகன் சொல்கிறான். சூழ்ந்துள்ள ஆழியே பிரம்மம். மண்ணில் உள்ள ஒவ்வொரு ஆறும், ஏன் ஒரு இலைத் தளிரிலிருந்து சொட்டும் நீர்த் துளியும் கடைசியில் கடலையே அடைந்தாக வேண்டும்.

●

### 3. நான் பிரம்மத்தை நிராகரிக்காமலிருப்பேனாக!

சில நாட்களுக்கு முன்னர் திருவையாறு ஐயாறப்பன் ஆலயத்தில் சென்றுகொண்டிருந்தபோது வழிபாட்டுணர்வுடன் சென்று கொண்டிருந்த மக்களைப் பார்த்துவிட்டு மலையாள இலக்கியத் திறனாய்வாளர் கல்பற்றா நாராயணன் என்னிடம் சொன்னார்: ''பக்தியில் மட்டும்தான் ஒரு சிறப்பு உள்ளது. அதில் மூழ்கி மூழ்கிச் செல்வதற்கான இடம் இருக்கிறது.''

நான் சொன்னேன்: ''பக்தி என்பது உண்மையில் ஒற்றைப் படையான ஓர் உணர்வே. பக்தியை இந்திய பக்தி இயக்கங்கள்தான் மூழ்கிச் செல்ல வேண்டிய கடலாக மாற்றின. பக்தியை முழு வாழ்க்கையளவுக்கே பெரிதாக்கிக்கொண்டன அவை. பக்தியில் வாழ்க்கையின் எல்லாக் கூறுகளையும் கொண்டுவந்து சேர்த்துக்கொண்டன. நம்முடைய பக்தியில் தத்துவம் இருக்கிறது. இலக்கியமும் இசையும் இருக்கிறது. எல்லாக் கலைகளும் பக்தியே. சுவையான சமையல், கட்டடக் கலை ஆகியவையும் பக்தி சார்ந்தவையே. நம்முடைய களியாட்டங்கள்,

கொண்டாட்டங்கள் ஆகியவையும் பக்தி சார்ந்தவையே. நம் வாழ்க்கையில் பக்தி ஊடுருவாத எந்த வெற்றிடமும் இல்லை என்ற நிலையை உருவாக்கினார்கள் முன்னோர்.''

பக்தி என்பது முழுமையான அர்ப்பணிப்பு. பிறிதொன்றில்லாத இணைவு. தீவிரத்தின் உச்சங்களில் மட்டுமே வாழ்ந்துகொண்டிருக்கும் இயல்பு. அத்தகைய பக்தி என்பது எப்போதும் ஒற்றைப் படையான ஒரு வேகமாக, எதில் பக்தி இருக்கிறதோ அதையன்றிப் பிறிதை யெல்லாம் நிராகரிக்கும் மூர்க்கம் கொண்டதாக வெளிப்படுவதே இயல்பானது. ஆனால் உச்சகட்ட பக்தி உருவகிக்கப்பட்ட நம் மரபில் பக்திக்கு அத்தகைய முகம் உருவாகவே இல்லை. ஒன்றின் மீதான பக்தி என்னும் நிலையில் அந்த ஒன்றை எல்லாமுமாக ஆக்கிவிடும்போது பக்தி எல்லையில்லாத அன்பாக மாற்றப்பட்டுவிடுகிறது. நம்முடைய முழு முதன்மை நோக்கின் வெற்றி இதுவே.

சிவ பக்திகொண்ட ஒருவர் சிவனையன்றிப் பிறிதை எல்லாம் வெறுக்க இயலாது. ஏனென்றால், அவரைப் பொறுத்தவரை சிவனன்றி வேறெதுவும் இப்பிரபஞ்சத்தில் இல்லை. பிரபஞ்சமே ஆடவல்லானின் ஆடல் தோற்றமே. விஷ்ணுவும் பிரம்மாவும் இன்னும் எண்ணிறந்த தெய்வத் தோற்றங்களும் அவன் அலகிலா முகங்களே. அவர் வெறுக்க வேண்டிய எதுவுமே இப்பிரபஞ்சத்தில் இல்லை.

இவ்வாறு பக்தியை விரிவாக்கம் செய்யும் போதுதான் அனைத்து மெய்ஞானங்களையும் அனைத்துக் கலைகளையும் அதற்குள் கொண்டுவர நேர்கிறது. பக்தி இயக்கம் இந்திய நிலப்பரப்பில் எல்லாப் பண்பாட்டுக் கூறுகளையும் தன்னுள் இணைத்து ஒன்றுடன் ஒன்று உரையாடச் செய்யும் ஒரு பொதுக் களமாக உருவாக்கம் கொண்டது. நம்முடைய தத்துவமும் இலக்கியமும் இசையும் சிற்பக் கலையும் நாம் இன்று காணும் மாபெரும் விரிவை அடைந்தது பக்தி மூலமே.

பக்தி இயக்கம் இந்தியாவுக்கு வந்த பிற மதங்களிலும் ஆழ்ந்த பாதிப்பைச் செலுத்தியது. குறிப்பாக பன்னிரண்டாம் நூற்றாண்டுக்குப் பின்னர் இந்தியாவுக்கு வந்த இஸ்லாம் துருக்கிய ஆக்கிரமிப்பாளர் களின் மதமாகவே இருந்தது. தொடர்ந்த போர்களும் அழிவுகளும் இஸ்லாமின் வரவால் இந்திய நிலப்பகுதியை உலுக்கின. இந்தியா வெங்கும் ஆலயங்கள் அழிக்கப்பட்டன. ஆனால், இது மன்னர்களின் இஸ்லாம். இஸ்லாம் மதத்தின் மையச் செய்தியுடன் இங்கே வந்த மெய்ஞானிகளின் இஸ்லாம் ஒன்று இருந்தது. அது எளிய மக்களின் இஸ்லாம். இறையடியார்களின் இஸ்லாம். அந்த இஸ்லாம் நம் பக்தி மரபுடன் உரையாடியது. அதன் விளைவாகவே இங்கே சூஃபி பாரம்பரியம் வேரூன்றியது.

நம் பண்பாட்டின் ஒளி மிக்க முகங்களில் ஒன்றாகிய சூஃபி மரபில் 'அனல் ஹக்' என்னும் ஆப்த வாக்கியம் ஒன்று உள்ளது. அஹம் பிரம்மாஸ்மி என்ற ஆப்த வாக்கியத்தின் மொழியாக்கம்தான் அது. 'நானே அல்லா' என்று அது பொருள்படுகிறது. பக்தி வழியாகவே அந்த தரிசனத்தை சூஃபி மரபு எடுத்துக்கொண்டது. எங்கும் எதிலும் அல்லாவே இருக்கும்போது, அல்லா அன்றிப் பிறிது எதுவுமே பிரபஞ்சத்தில் இல்லையென்ற நிலையில் நானும் அல்லாவே என்று உணரும் பெருநிலையின் சொல்லாட்சி அது.

சூஃபிகளும் பாடினார்கள், ஆடினார்கள். கலைகளிலும் இலக்கியத்திலும் எங்கும் அல்லாவைக் கண்டார்கள். அல்லா அன்றி எதையுமே காணாத வாழ்க்கையின் ஒவ்வொரு கணமும் தொழுகை நேரமே என்றும் செய்யும் ஒவ்வொன்றும் தொழுகையே என்றும் வாழ்ந்தார்கள். அல்லாவை அப்பனாக அம்மையாக நணபனாகக் கண்டு கனிந்தார்கள். ஏன், காதலியாகக் கண்டு களிகூரவும் செய்தார்கள். தன் மனதின் மணியாகிய அல்லாவை 'மனோன்மணியே' என்றழைத்து குணங்குடி மஸ்தான் சாயபு பாடிய அரிய பாடல்கள் நம் மொழியில் உள்ளன. பக்தியே பிரபஞ்சமளாவிய ஒரு பெருநிலையாக ஆகும் தளம் அது.

அந்த நிலை இஸ்லாமிய மதத்தின் கட்டமைப்புக்குள் மட்டுமே நின்றவர்களால் புரிந்துகொள்ளப்படவில்லை. சூஃபிகள் மத மீறலுக்காகக் குற்றம் சாட்டப்பட்டு விசாரிக்கவும் தண்டிக்கவும் பட்டிருக்கிறார்கள். தக்கலை பீரப்பா அப்பா வரை அந்த வரலாற்றை நாம் காணலாம். ஏனென்றால், மத்திய ஆசிய மதங்களில் உள்ளது பக்தி அல்ல, விசுவாசமே. கிறித்தவ பிரார்த்தனைகளும் ஆணைகளும் விசுவாசத்தைப் பற்றியே பேசுகின்றன.

ஒன்றுக்காக முழுமையான சமர்ப்பணம் செய்துகொள்வதும் அதற்காகப் போரிடும் போராளியாக ஆவதுமே விசுவாசம். ஒரு கிறித்தவர் பக்தி என்று சொல்வது எதை? அவரது அடிப்படை மத உருவகங்களான பிதா - சுதன் - ஆவி ஆகியவற்றுக்கு விசுவாச மானவனாகத் தன்னை அறிவித்துக்கொள்வதை. தன் தேவைகளுக்காக அவற்றிடம் பிரார்த்தனை செய்வதை. அதன்பின் அந்தத் தரப்பு அல்லாத பிற அனைத்தையும் முழுமையாக மறுத்து பிற அனைத்தையும் அழிப்பதற்கான போராளியாக ஆவதை. விசுவாச முள்ள ஒரு கிறித்தவனுக்கு வாழ்க்கை என்பது ஒரு முடிவில்லாத மதப் போராட்டமே.

அதி உக்கிரமாக சைவ வைணவ மதங்கள் முன்வைக்கப்பட்டு, தீவிரமான பக்தி உருவாக்கப்பட்ட, நம்முடைய பக்தி காலகட்டம்

பத்தாம் நூற்றாண்டு முதல் பதினாறாம் நூற்றாண்டு வரை ஏறத்தாழ அறுநூறு வருடங்கள் நீண்டு நின்ற ஒன்றாகும். அந்த இயக்கத்தின் ஒட்டுமொத்த விளைவு என்ன என்று பார்த்தால் அறுவகை மதங்களும் தங்களுக்குள் ஓயாது உரையாடி வேற்றுமைகளை இழந்து ஒரே அமைப்பாக ஆயின. ராமலிங்கங்களும் ஹரிஹர புத்ரர்களும் உருவானார்கள். மத மோதல்கள் மிக மிக அபூர்வமாக, அதுவும் மன்னர்களின் அதிகார வெளிப்பாடாக மட்டுமே காணக் கிடைக்கின்றன. ஆனால், மத்திய கிழக்கு மதங்களின் விசுவாசத்தின் வரலாறு நமக்கு நானூறு வருடங்களாக நீண்ட அவநம்பிக்கை போர் மற்றும் அழித்தொழிப்பின் கதையையே சொல்கிறது.

இந்திய பக்தி இயக்கத்தில் கிறித்தவத்தின் செல்வாக்கு குறித்து ஹாப்கின்ஸ் (T.J. Hopkins, The Hindu Religious Tradition) போன்ற ஆரம்ப கால கேம்பிரிட்ஜ் வரலாற்றாசிரியர்கள்தான் முதன்முதலில் பேசினார்கள். அவர்கள் இங்கே கண்ட பக்தியை தங்கள் மதத்தின் விசுவாசத்துடன் மேலோட்டமாக ஒப்பிட்டுக்கொண்டார்கள். ஆனால், மிக விரைவிலேயே அந்தக் கருத்துகள் ஆதாரபூர்வமாக பிற்கால ஐரோப்பிய இந்தியவியல் அறிஞர்களால் நிராகரிக்கப்பட்டன. இந்திய மதங்களில் கிறித்தவத்தின் செல்வாக்கு என்பது அனேகமாக ஏதுமில்லை என்பதே உண்மை.

அதற்கான புறக் காரணங்கள் பல. கிறித்தவம் தொல்பழங்காலத்தில் இந்தியாவுக்கு வந்தமைக்கான எந்த ஆதாரமும், ஒரு சிறு தடயம்கூட நம் நூல்களில் இல்லை. பழங்காலத்தில் கிறித்தவம் இந்திய நிலப் பகுதியில் எங்கும் ஆட்சி செலுத்தியதாகவும் தகவல் இல்லை. பெரும் வணிகப் போக்குவரத்து நடந்திருந்த அக்காலத்தில் உதிரிகளான கிறித்தவர்கள் சிலர் வந்திருக்கலாம். அதற்கும் புகை மூட்டமான சில செய்திகளின் மேல் கற்பனையைச் செலுத்தி செய்யப்படும் விரிவாக்கங்களே என்பதற்கு வாய்ப்பு உள்ளது.

அப்படி வந்தவர்களின் பங்களிப்பு மிக மிகச் சொற்பமாகவே இருந்திருக்கும். ஏனென்றால், அக்காலத்தில் வணிகம் மூலம் கருத்துப் பரிமாற்றம் என்பது மிக மிகக் குறைவு. அதற்கான காரணங்கள் பல. முக்கியமானது வணிகத்தில் ஈடுபட்டவர்கள் வணிகத்தை அல்லாமல் வேறெதையும் அறியாத தனித்த வணிகச் சாதியினராக இருப்பதே அக்கால வழக்கம் என்பதுதான்.

வரலாற்றுக் காலம் முழுக்க தென் கடற்கரைகளுக்கு யவன தேசத்துடனும் சீன தேசத்துடனும் வணிகத் தொடர்புகள் இருந்திருக் கின்றன. ஆனால், ஞானப் பரிமாற்றம் நடந்தமைக்கான எந்தத் தடயமும் நம் சிந்தனைகளில் இல்லை. நம்முடன் நெடுங்காலத்

தொடர்புகொண்டிருந்த இஸ்லாமியர் இங்கே பல சமூகங்களாகக் குடியேறி நிரந்தரமாக வாழ ஆரம்பித்தபோது கூட ஞானப் பரிமாற்றம் நிகழவில்லை.

அவ்வுரையாடல் நிகழ்ந்தது துருக்கியப் படையெடுப்புகள் வழியாகத் தான். ஆக்ரமிப்பு வெறிகொண்ட அரசர்களுடன் லட்சக்கணக்கான சாதாரண மக்களும் வந்தார்கள். இங்குள்ள மக்களுடன் உரையாடினார் கள். அவர்களிடம் இஸ்லாமின் ஆன்மிக சாரம் வந்தது. அது இங்குள்ள ஆன்மிகத்தைக் கண்டடைந்தது. நம் சூஃபிகள் அனைவருமே மிக எளிமையான மக்களில் இருந்து வந்தவர்கள். படை வீரர்கள் குதிரைக் காரர்கள். மிக அபூர்வமாகவே மன்னர் குலத்தவர்கள்.

மேலும் பதினாறாம் நூற்றாண்டுக்குப் பின்னர் இங்கே கிறித்தவம் வந்த போது அது சாம்ராஜ்யக் கனவுகொண்டிருந்த ஐரோப்பிய இனத்தின் மதமாக வந்தது. எந்த விதமான உரையாடல்களுக்கும் அது தயாராக இருக்கவில்லை. கிறித்தவத்தின் எளிமையான பிதா கோட்பாடு பிரம்மம் என்னும் தொன்மையான மாபெரும் தரிசனத்துடன் உரையாட முற்பட்டிருந்தால் பெரிய மாற்றங்கள் நிகழ்ந்திருக்கும். ஆனால், அப்படி நடந்தமைக்கான ஆதாரங்களை நாம் நம்முடைய ஜேசு சபை பாதிரியார்களின் குறிப்புகளில் காண முடிவதில்லை. புனித சேவியர், இரேனியஸ், கால்டுவெல், ரிங்கள் தௌபே என நாம் வாசிக்கக் கிடைக்கும் கிறித்தவ ஊழியர்கள் எவரின் குறிப்புகளும் அந்த வகையான உரையாடலும் புரிதலும் நிகழ்ந்தமைக்கான சான்றுகளை அளிக்கவில்லை.

நேர்மாறாக அவர்கள் தங்களின் எளிமையான வாதங்களை மீண்டும் மீண்டும் இங்குள்ள மக்களிடம் முன்வைப்பதில் மட்டுமே கவனம் செலுத்தியிருக்கிறார்கள். சாமுவேல் மெட்டீர் என்ற மத போதகர் திருவிதாங்கூர் பற்றி எழுதிய நூலில் இங்குள்ள வழிபாடுகளை அவர் 'பிசாசு வழிபாடு' என்றே சொல்கிறார். 'பிசாசு'களை வழிபடுபவர் களிடம் அவர் கிறித்தவக் கருத்துகளைச் சொல்லும் போது அவர்கள் அளிக்கும் எதிர்வினையை அவர் பதிவு செய்கிறார்.

அவர் அவர்களின் கோயிலில் புகுந்து சிலைகளை உடைத்தும் அவமரியாதை செய்தும் அவர்களிடம் ஆவேசமாகப் பேசும்போது அவர்கள் நிதானமாக அவரிடம் உரையாடுகிறார்கள் என்கிறார் அவர். அச்சிலைகள் எங்கும் உள்ள பரப்பிரம்மத்தின் வடிவங்களே என்றும் சிலையில் உண்மையில் ஒன்றும் இல்லை என்றும் சொல்கிறார்கள். அவர் வழிபடும் தெய்வமும் தாங்கள் வழிபடும் தெய்வமும் ஒரே பரம்பொருளின் வடிவங்களே என்றும் ஆகவே அவர்கள் மதம் மாற வேண்டியதில்லை என்றும் சொல்கிறார்கள். 'இந்த மக்கள் நம்மை

மதிக்கிறார்கள். நம்மைப் பிரியமாக வரவேற்கிறார்கள். நாம் சொல்வதை கவனமாகக் கேட்கிறார்கள். ஆனால் நம் கருத்தை மட்டும் ஏற்றுக்கொள்வதே இல்லை' என்று சாமுவேல் மெட்டீர் பதிவு செய்கிறார். பெரும்பாலான கிறித்தவ மதப் பரப்பாளர்கள் இவ்வாறு எழுதியிருக்கிறார்கள். இதுதான் உரையாடல் நடந்த விதம்.

கிறித்தவம் முன் வைத்த அடிப்படைக் கருத்துகள் எதுவும் இங்கிருந்தவர்களுக்கு புதியனவாகவும் இல்லை என்பதைக் குறிப்பிட வேண்டும். பிட்ஸாவை கறிவேப்பிலை போட்டுத் தாளித்து இத்தாலிக்கே கொண்டுசென்று அறிமுகம் செய்ய முனைவதையே கிறித்தவ போதகர்கள் செய்தார்கள் என்று சொல்லலாம். கிறித்தவ மதக் கட்டுமானத்தின் கருத்தியல் அடிப்படைகள் மூன்று. ஒன்று: தீர்க்கதரிசி வரிசை; இரண்டு: பாபம் - பாவ மீட்பு என்னும் கருத்து; மூன்று: முக்குணம்கொண்ட இறைவன் என்னும் கருத்துருவம். இம் மூன்றுமே சமண மதத்தில் இருந்து யூதர்களால் பெற்றுக் கொள்ளப்பட்டு கிறித்தவத்துக்கு வந்து சேர்ந்தவை.

ஆசீவக மரபில்தான் நாம் வரலாற்றில் முதன்முறையாக தீர்க்கதரிசிகள் என்னும் வரிசையைக் காண்கிறோம். 108 தீர்க்கதரிசிகள் இருந்தார்கள். அவர்களில் கடைசி தீர்க்கதரிசியே ஆசீவக மதத்தை உருவாக்கிய மாகதி கோஸாலன். அதே அமைப்பு சமணர்களால் எடுத்தாளப்பட்டது. வர்த்தமான மகாவீரர் கடைசி தீர்த்தங்கரர் ஆனார். தீர்க்கதரிசிகளில் கடைசியானவர் என்ற உருவகம் இவ்வாறு வலிமையாகி, தொன்மை/யான பட்டுச் சாலை வழியாக மத்திய ஆசியாவுக்குச் சென்றது.

சமண மதமே உலக சிந்தனை வரலாற்றில் பாவம் என்பதற்கு முதன் முதலில் அழுத்தம் கொடுத்தது. மானுடப் பிறப்பே பாவத்தால் ஆனது என்ற கருத்தும் விரத நெறிகள் மூலம் பாவ மீட்பு பெற்றாக வேண்டும் என்ற கருத்தும் சமணத்தின் அடிப்படை தரிசனங்கள். சமணத்தில் இருந்து இந்தக் கடுமையான பாவ மீட்பு விரதங்கள் யூத மரபுக்குச் சென்று சோஃபிஸ்டுகள் வழியாக கிறித்தவத்திலும் நீடித்தன. இன்று பெந்தேகொஸ்தே சபை போன்றவற்றில் உள்ள கடும் நெறிகள் தொன்மையான சமண சமயத்தின் நினைவுகளே.

மூன்று தெய்வங்கள் என்ற கருத்து சமண மதத்தில் இருந்து பௌத்தத்துக்குச் சென்றது. தர்மகாயம் - புத்தர் - மகாகாயம் என்ற மூன்று தெய்வ உருவகங்களை அப்படியே பிதா - சுதன் - ஆவி என்ற மூன்று தெய்வங்களாக நாம் காண்கிறோம். இடையர் சமூகத்தில் இறைவனை ஆகப் பெரிய தந்தையாக உருவகித்தனர். அதுவே அவர்களுக்குச் சாத்தியமான ஆகப் பெரிய இறை உருவகம். பட்டு நூல் பாதை வழியாக வந்த கீழை நாட்டு சமண பௌத்த சிந்தனைகள் அந்த இறையுருவகத்துடன் கலந்தன.

கிறித்தவ மரபில் கிழக்கு மெய்ஞானத்தின் ஊற்றாகக் காட்டப் படுகிறது. கிழக்கால் அடையாளம் காட்டப்பட்டவர் ஏசு என்னும் மரபு அதையே சுட்டுகிறது. ஏசுவின் வாழ்க்கையில் அறியப்படாத இளமைக் காலம் கிழக்கில் கழிக்கப்பட்டிருக்கலாம் என்ற ஊகம் உள்ளது. மத்திய கிழக்கில் இருந்து பௌத்தம் மேலோங்கியிருந்த ஆப்கானிஸ்தான் அல்லது காந்தாரம் மிக அருகேதான் இருந்தது.

கிழக்கின் மெய்ஞானத்தை உள்வாங்கி தன் ஞான தரிசனத்தை அடைந்த மனித குமாரனின் மகத்தான செய்தி மேற்குலகை நோக்கி விரிந்தது. ஆரம்பத்தில் அது பல்வேறு மதக் கூறுகளை உள்ளிழுப்பதாகவும் சமரசத்தையும் முழுமையையும் முன் வைப்பதுமாகவே இருந்தது. ஏசு என்னும் மாபெரும் ஞான குரு ரோமப் பேரரசால் அடிமைப்பட்ட மக்களின் மீட்பராகவே இருந்தார். பின்னர் கிறித்தவம் ஆளும் வர்க்கமாகிய ரோமப் பேரரசின் மதமாக ஆகியது.

மாற்றமில்லாத ஒற்றை அமைப்பாக, விசுவாசத்தை மட்டுமே கோரக் கூடிய ஆக்ரமிப்பு சக்தியாக உலகை நோக்கி எழுந்த கிறித்தவம் ஏசுவின் கிறித்தவம் அல்ல, ரோமப் பேரரசர் கான்ஸ்டண்டைனின் கிறித்தவம். அந்தக் கிறித்தவத்தின் பிரதிநிதியே புனித சேவியர் அல்லது கால்டுவெல். அவர்களிடம் இந்திய மரபுடன் உரையாடும் திறப்புகளே இருக்கவில்லை. இஸ்லாமின் சாரமான ஆன்மிக நோக்கில் இருந்து சூஃபி மரபு கிளைத்ததுபோல கிறித்தவத்தின் சாரமாக ஒன்று கிளைத்து எழாத காரணத்தால் அந்த உரையாடல் இன்று வரை நிகழவும் இல்லை.

இந்தக் காலகட்டத்தில் நாம் இந்து மெய்ஞான மரபின் சாரமாகக் கண்டடைய வேண்டியது அந்த மாபெரும் ஒருமைத் தரிசனத்தை. அதை நோக்கி அனைத்தையும் கொண்டுசெல்லும் சமன்வயத்தை. அதன் அடிப்படையில் எல்லா ஞானங்களையும் உள்வாங்கிக்கொள்ள முயலும் சம்யக் திருஷ்டியை. அதற்கு நம் மரபின் ஒவ்வொரு அம்சத்தைப் பற்றியும் வெளிப்படையான விரிவான விவாதங்கள் அவசியம். இந்து மரபு என்பது என்றும் ஒரு விவாதக் களமே.

நமது பாரம்பரியம் பன்மைத் தன்மையின் பாரம்பரியம். ஏற்பின் உரையாடலின் சமரசத்தின் பாரம்பரியம். அதுவே இன்று நம்மை மேலும் நாகரிகமான சமூகமாக ஆக்கும். தொன்மையான ரிஷி வாக்கியம் வேதத்தில் இவ்வாறு ஒலிக்கிறது.

*நான் ஒருபோதும் பிரம்மத்தை*
*நிராகரிக்காமலிருப்பேனாக!*
*பிரம்மம் என்னை ஒருபோதும்*
*நிராகரிக்காமலிருப்பதாக!*

*பரஸ்பர நிராகரிப்பு*
*ஒருபோதும் நிகழாதிருப்பதாக!*
*சுயமாக ஒளி விடும் மகத்தான சிந்தனைகள்*
*என்னில் விளைவதாக!*
*அவை என்னில் விளைவதாக!*
*ஓம் ஓம் ஓம்*

(24 ஜனவரி 2009 அன்று கும்பகோணம் மூவர் முதலிகள் முற்றத்தின் சார்பில் நடந்த கருத்தரங்கில் ஆற்றிய உரை.)

# வேதாந்த மரபும் இலக்கியப் போக்குகளும்

**வே**தாந்தம் மற்றும் அத்வைதம் குறித்து மனக் கசப்புகளும் முன் தீர்மானங்களும் நிரம்பிய ஒரு சூழலில் நின்றபடி நாம் பேசுகிறோம். இந்த மனக் கசப்புகளின் நடைமுறை அரசியல் தளங்களுக்கு நான் செல்ல விரும்ப வில்லை. அவை நாம் அனைவரும் அறிந்தவையே. வேதாந்தம் அல்லது அத்வைதம் என்ற சொல்லே இங்கே நமக்கு கசப்பு அளிப்பதாக ஆனது ஏன் என்பதை மட்டும் முதலில் பார்க்கலாம்.

தமிழ்ச் சூழலில் சங்கர வேதாந்தம் இன்று ஒரு பழமைவாத அமைப்பின் முக அடையாளமாக உள்ளது. இவ்வமைப்புக்கு எதிராக சுதந்திர சிந்தனையாளர்களின் பல வழியினர் நடத்தும் கருத்துப் போராட்டம் இன்றும் தொடரக்கூடிய ஒன்றாகும். நாம் அதிலிருந்து தொடங்கி சங்கரரையும் வேதாந்தத்தையும் அறியும் முறையில்தான் இந்த முன்முடிவுகள் உதிக்கின்றன. இரண்டாவதாக தமிழ்நாட்டில் பிரபலமாக உள்ள இரு தத்துவ தரிசனங்கள் சைவ சித்தாந்தமும் விசிட்டாத்வைத வேதாந்தமும். இவை அத்வைத வேதாந்தத்துக்கு மாற்றான நோக்கு கொண்டவை. ஆகவே சமநிலைகொண்ட ஒரு தத்துவப் பார்வை வழியாகவே நாம் இன்று நம் மரபை அணுக வேண்டியுள்ளது.

### தத்துவ ஆய்வின் முன்னுதாரண வழிமுறை

தத்துவப் போராட்டங்களில் எதிர்த் தரப்பை அழிவின் மூல ஊற்றாகக் காணும் ஒரு போக்கு பிரபலமாக உள்ளது. அது சென்ற மத மேலாதிக்கக் காலகட்டங்களில் வலுவாக

உருவாகி வந்த ஒரு மன நிலை. நமது பௌத்த, சமண, சைவ, வைணவ நூல்களில் மதக் காழ்ப்பின் இருள் நிரம்பிக் கிடக்கிறது. அதே மன நிலைதான் இன்று வரை தமிழகத்தில் தொடர்கிறது என்பதைக் காணலாம். சுதந்திர சிந்தனைக்கும் மதநோக்குக்கும் இடையே மட்டுமல்ல, சுதந்திர சிந்தனையின் தரப்புகளுக்கு இடையே கூட கடுமையான வெறுப்பு நிரம்பிய மோதல்களே நிகழ்கின்றன என்பதை நாம் அறிவோம். உதாரணமாக இங்குள்ள மார்க்ஸிய அடிப்படை கொண்ட சிந்தனையாளர்களுக்கு இடையே சென்ற நாற்பது வருடத்தில் நிகழ்ந்த மோதல்களைப் பார்த்தாலே போதும்.

தத்துவம் என்பது உலகை ஒரு குறிப்பிட்ட வகையாக விளக்கும் முறைமை. ஆகவே மாற்ற விளக்கங்களுடன் அது மோதுவதை நாம் தவிர்க்க இயலாது. தத்துவம் என்பது வேர்ப் பரப்பு, அதிலிருந்தே அரசியல், சமூகவியல், அறவியல், ஒழுக்கவியல் அடிப்படைகள் உருவாகி வருகின்றன. ஆகவே, தத்துவ மோதல் மிக்க விசையுடன் பல விதமான உள்ளோட்டங்களுடன் நடப்பதையும் தவிர்க்க முடியாது.

ஆனால், தத்துவ விவாதங்களை நடத்துவதில் நாராயணகுரு காட்டிய வழி ஒன்று உள்ளது. தத்துவத்தை முழுமுற்றான உண்மை ஒன்றுக்கான ஒருங்கிணைந்த தேடலாக அவர் காண்கிறார். ஆகவே, தத்துவத்தின் மாறுபட்ட தரப்புகளை ஒன்றை ஒன்று நிரப்பும் தன்மை கொண்டவை யாக அணுகுகிறார். ஒவ்வொரு தத்துவமும் அது வரையான ஒட்டுமொத்த தத்துவ அமைப்பில் உள் ஒரு குறையை ஈடு கட்டும் பொருட்டு உருவானது என்ற நோக்கு அவருடையது. இதை அவர் ஒருங்கிணைப்பு நோக்கு - சமன்வயம் என்ற சொல்லால் சுட்டினார். ஆதலால், தான் வாழ்ந்த காலகட்டத்தில் நாராயணகுரு எந்த தத்துவ மோதல்களிலும் ஈடுபடவில்லை. ஆனால், அது வரையிலான தத்துவ நோக்குகளைக் கூர்ந்து அவதானித்த பேரறிஞர் அவர். தமிழ், மலையாளம், சமஸ்கிருதம் ஆகிய மூன்று மொழிகளிலும் ஆழ்ந்த புலமையுடையவர். அன்று வரையிலான தத்துவ அமைப்பில் அவர் அவதானித்த போதாமைகளை நிரப்பும் பொருட்டு மட்டுமே அவர் தன் நூல்களை எழுதினார்.

இந்த ஒருங்கிணைப்புப் பார்வையை இன்று நாம் சாதாரணமாக தவறாகவோ, குறைத்தோ மதிப்பிட்டுவிடுவோம். இன்று மத அரசியல் சார்ந்து எல்லாத் தரப்புகளையும் ஒற்றை அமைப்பாக மாற்றும் நோக்குடன் செய்யப்படும் சமரசம் போன்றதுதான் அது என்று சிலர் எண்ணக்கூடும். அப்படியல்ல. நாராயணகுரு தத்துவ வேறுபாடுகளை மிக மிக முக்கியமாகக் கருதியவர். 'அரியும் அரனும் ஒன்று' என்பது போன்ற எளிய சமரச நோக்கு அல்ல அவருடையது. நவீன தத்துவ மொழியில் சொல்லவேண்டுமானால் நாராயணகுரு தத்துவத்தை ஒரு

பெரும் உரையாடலாக, நவீனக் கலைச் சொல்லால் சுட்ட வேண்டு மென்றால் சொற்களனாகக் (Discourse) கண்டார். உரையாடலின் எல்லாத் தரப்புமே முக்கியம்தான். உரையாடலின் இயக்க சக்தி அத்தரப்புகளின் மோதல் மூலம் உருவாவது. ஒவ்வொரு தத்துவமும் விரிவான சொற்களனில் எந்த இடத்தை நிரப்புகிறது என்று அவர் பார்த்தார். அது தத்துவ மொழியாடல் முறை எனலாம் (Dialogic Philosophy).

அடிப்படையில் நாராயணகுரு ஒரு அத்வைதர். இங்கே கவனம் கொள்ளவேண்டிய விஷயம் ஒன்று. நாராயணகுருவின் காலகட்டத்து கேரளமே இந்தியாவில் மிக உச்சகட்ட சாதிவெறி நிலவிய பகுதி. இந்தியாவில் வேறெங்குமே தீண்டாமை தூரக் கணக்கில் கடைப் பிடிக்கப்பட்டதில்லை. நாராயணகுருவின் சாதி எட்டடி தள்ளி நின்று உயர்சாதியின் 'தூய்மையை'ப் பேணவேண்டிய ஒன்று. இந்த அமைப்பை உருவாக்கியவர் சங்கரர் என்ற நம்பிக்கை சமீப காலம் வரை வலிமையாக இருந்தது. சங்கர வேதாந்தம் அதன் உச்சகட்டச் சீரழிவில் கேரளச் சூழலில் புழங்கியது. இத்தகைய வரலாற்றுத் தருணத்தில் செயல்பட்ட நாராயணகுரு சங்கரர் மீது காய்தலோ, உவப்போ அற்று தூய தர்க்க முறைப்படி அவரது கோட்பாடுகளை அணுகியது மிகவும் முக்கியமானது. நாராயணகுரு சங்கரன் என்று சாதாரணமாகவே 'மகாசங்கர பகவத் பாதரை' குறிப்பிடுகிறார். சங்கரரை மறுக்க அல்லது எள்ள வேண்டிய இடத்தில் அதற்குத் தயங்குவதுமில்லை. ஆனால், அவர் பேசியது சங்கர வேதாந்தத்தின் தொடர்ச்சியாகவே.

நாராயணகுருவின் நோக்கே ஒரு தத்துவ மாணவன் முன்னுதாரண மாகக் கொள்ளவேண்டியது என்பது என் எண்ணம்.

## ஆதி வேதாந்தமும் பிற்கால வேதாந்தங்களும்

இந்தக் கட்டுரையில் பொதுத் தகவல்களை அல்லது உள் விவாதங்களை அதிகம் பேச முற்படவில்லை. இலக்கிய நோக்கில் வேதாந்தம் மற்றும் அத்வைதம், விசிஷ்டாத்வைதம், த்வைதம் போன்ற பிற்கால வேதாந்த மரபுகளை அணுகும்போது அவசியமான அடிப்படைத் தெளிவுகளைப் பற்றி மட்டுமே பேச விரும்புகிறேன்.

முதலில் வேதாந்தம் என்ற சொல்லைப் பற்றி தெளிவு கொள்ள வேண்டும். வேதம் + அந்தம் என்று இணைவுகொண்ட இச்சொல் வேதத்தின் உச்சம் அல்லது இறுதி என்று பொருள்படுகிறது. இது ஒரு சிறப்புச் சொல். வேத சாரம் என்று தங்கள் தரப்பைச் சொல்லிக் கொண்டவர்களால் உருவாக்கப்பட்டதாக இருக்கலாம். ஆதி

வேதாந்தம் வேத காலத்துக்கும் உபநிடத காலகட்டத்துக்கும் பிறகு உருவான ஆறு தரிசனங்களில் ஒன்று. ஆறு தரிசனங்கள் என்பவை ஆறு வகை பிரபஞ்சப் பார்வைகள். வேத காலகட்டத்தை ஒட்டி உருவான மாபெரும் தத்துவ விவாதச் சூழலின் விளைவாக அதற்கு முன்பே வெறும் பொதுப் பார்வைகளாக இருந்த பல உலகப் பார்வைகள் தத்துவ நிலைப்பாடுகளாக வளர்ச்சி பெற்றிருக்கலாம். அவற்றில் ஆறு தரிசனங்கள் பிற்காலத் தத்துவ ஆசிரியர்களால் முக்கியமானவையாகத் தெரிவு செய்யப்பட்டன. அவை முறையே சாங்கியம், யோகம், நியாயம், வைசேடிகம், பூர்வ மீமாம்சை, உத்தர மீமாம்சை ஆகியவை.

இவற்றில் சாங்கியம், யோகம், நியாயம், வைசேடிகம் ஆகிய நான்கும் பொருள்முதல்வாத நோக்கை ஆதார அடிப்படையாகக் கொண்டவை. அதாவது பிரபஞ்சம் பொருளால் ஆனது. பொருண்மையின் விதிகளால் கட்டுப்படுத்தப்படுவது என்ற நோக்கு கொண்டவை. இரு மீமாம்சைகளும் கருத்து முதல்வாத நோக்கு கொண்டவை. அதாவது பொருள் அடிப்படையில் அதன் சாரமாக உள்ள கருத்தால் ஆனது, கருத்தால் இயக்கப்படுவது என்ற நோக்கு கொண்டவை.

உத்தர மீமாம்சையே வேதாந்தம் என அறியப்பட்டது. பூர்வ மீமாம்சை வேள்வியையும் வேதங்களின் முழு முற்றான தன்மையையும் முன் வைத்த புரோகித வாதமாகும். உத்தர மீமாம்சை அதை நிராகரித்து உருவான அறிவு வாதம். கி.மு. நான்காம் நூற்றாண்டில் வாழ்ந்த பாதராயணரால் ஒருங்கிணைந்த ஒரு தத்துவத் தரப்பாக - அதாவது தரிசனமாக - தொகுக்கப்பட்டது இது. அவரது பிரம்ம சூத்திரம் என்ற நூலே வேதாந்தத்தின் அடிப்படை நூலாகும்.

வேதாந்தத்தில் இருந்து கிளைத்தவையே பிற்கால வேதாந்தங்களான அத்வைதம், விசிஷ்டாத்வைதம், துவைதம், துவிதாத்வைதம் ஆகியவை. இவற்றின் முதலாசிரியர்கள் தங்கள் தரப்பை பிரம்ம சூத்திரத்துக்கு உரை எழுதுவதன் மூலமே முன் வைத்து நிறுவியுள்ளனர் என்பதனைக் கவனத்தில் கொள்ளவேண்டும். ஆதி வேதாந்தங் களுக்கும் பிற்கால வேதாந்தங்களுக்கும் இடையே உள்ள வேறு பாடுகள் பௌத்த மதத்துடன் நிகழ்ந்த தத்துவ மோதல்களால் உருவாக்கப்பட்டவை என்று சொல்லலாம். பௌத்த மதத்தில் பிற்காலத்தில் பல பிரிவுகள் முளைத்து வளர்ந்தன என நாம் அறிவோம். அவை சூனிய வாதத்தையும், அறிவக வாதத்தையும் - விக்ஞான வாதம் - முன்வைத்தன. மேலும் அவை தங்கள் வாத முகங்களை நியாய மரபின் தர்க்க முறைமையைக் கையாண்டு முன்வைத்தன. அவற்றுடனான விவாதம் மூலம் வேதாந்தம் தன் தரப்பை மேலும் விரிவாக்கிக் கொண்டது. நியாய மரபின் தர்க்க முறையை அதுவும் கைக்கொண்டது. விளைவாகவே பிற்கால வேதாந்த முறைகள் உருவாயின.

ஆகவே, நாம் விவாதங்களில் வேதாந்தம் என்ற சொல்லை பொத்தாம் பொதுவாகப் பயன்படுத்தக் கூடாது. வேதாந்தம் என்றால் அது ஆதி வேதாந்தம் அல்லது உத்தர மீமாம்சையே. பிற்கால வேதாந்தங்களை நாம் அவற்றின் பெயரிலேயே பயன்படுத்த வேண்டும். அவற்றுக் கிடையேயான வேறுபாடுகள் மிகத் துல்லியமானவை. முக்கியமாக பருவுலகம் முற்றிலும் பொய்யே என அத்வைதம் வாதிடுவதுபோல ஆதிவேதாந்தம் வாதிடுவது இல்லை என்பதை நாம் காணலாம். விசிட்டாத்வைதமும் துவைதமும் பருவுலகை நிராகரிப்பது இல்லை. இவ்வேறுபாடுகளை மழுங்கடிக்காமலேயே பேச வேண்டும். மேலும் நான் ஏற்கெனவே சொன்னதுபோல நாராயணகுருவின் அணுகுமுறையைப் பின்பற்றி அவை ஒன்றையொன்று முழுமை செய்பவை என்று எண்ணி அணுகுவது பயனளிக்கும்.

## வேதாந்தம்: முதல் முழுமை வாதம்

வேதாந்தத்தின் தத்துவ மையம் என்ன என்ற வினாவுக்கு பிரம்ம சூத்திரம் என்ற அந்நூலின் பெயரே பதில் சொல்கிறது. பிரம்மம். ரிக்வேதம் முதலே இவ்வுருவகம் உருவாகி வலிமையுடன் அமர்ந்திருப்பதைக் காணலாம். வேதங்கள் நாம் பொதுவாகக் கற்றறிந்துள்ளதுபோல இயற்கையை வழிபடக்கூடிய எளிய மத நூல்கள் அல்ல. அவை மாபெரும் தொகை நூல்கள். பல விதமான நோக்கு கொண்ட பாடல்கள் அவற்றில் உள்ளன. இருவகை மத அடிப்படைகள் வேதங்களில் உள்ளன என்று நாம் உருவகிக்கலாம். ஒன்று பல்லிறைக் கோட்பாடு, இன்னொன்று ஓரிறைக் கோட்பாடு. பல்லிறைக் கோட்பாடு இயற்கைச் சக்திகளை மனிதத் தன்மை கொண்ட இறையுருக்களாக உருவகித்து அவர்களுக்கு வேள்விகள் செய்வதைக் குறித்துப் பேசுகிறது. ஓரிறைக் கோட்பாடு பிரபஞ்சத்தின் சாரமான இறை வல்லமை ஒன்றைப் பற்றிப் பேசுகிறது. அனைத்தும் ஒன்றே என்ற அழுத்தமான குரலை ரிக் வேதம் உக்கிரமாக எழுப்புகிறது. குறிப்பாக, அதன் பத்தாம் மண்டிலத்தில் உள்ள பல பாடல்களில் ஓரிறைக் கோட்பாடு மிக விரிவாக, தீவிரக் கவித்துவத்துடன் முன்வைக்கப்பட்டுள்ளது. பிரபஞ்சத்தை ஆளும், பிரபஞ்சமே ஆகி நிற்கும் முதல் முழுமையாக உருவகிக்கப்பட்டுள்ள அது பிரம்மம் என்று சொல்லப்படுகிறது. ரிக்வேதத்தில் உள்ள 'சிருஷ்டிகீதம்' அந்தத் தரிசனத்தை வெளிப்படுத்துவது என ஆய்வாளர் பலர் புகழ்ந்துள்ளனர்.

ரிக் வேதத்திலிருந்து இரு வகை இறைக்கோட்பாடுகளும் முளைத்தெழுந்தன. பல்லிறைக் கோட்பாடும் வேள்வியும் பூர்வ மீமாம்சை ஆயிற்று. புரோகித மதமாக வளர்ந்தது. இன்று நாம் காணும் பல நூறு

தெய்வங்கள், புராணங்கள், ஆலயங்கள், சடங்குகள் எல்லாம் அது பிற வழிபாட்டுப் போக்குகளுடன் உரையாடி உருவாக்கியவையே. ரிக் வேதத்து ஓரிறைக் கோட்பாடு உபநிடதங்களில் தத்துவார்த்தமான வளர்ச்சிகொண்டது. உபநிடதங்களிலிருந்து அது தர்க்க அடிப்படை கொண்டு வளர்ந்ததன் மூலம் உருவானதே வேதாந்தமாகும். பிற்கால வேதாந்தங்கள் அனைத்துக்கும் உபநிடதங்களும் மூல நூல்களே என்பதை நாம் அறிவோம்.

பிரம்ம தத்துவம் பல படிகள் கொண்டது. பிரபஞ்சத்தை ஒற்றைப் பேரிருப்பாக உருவகித்துக்கொண்ட ரிக் வேதம் அப்பிரபஞ்சத்தின் சாரமாக உள்ள கருத்து அல்லது சக்தியும் அப்படி முதல் முடிவற்ற ஒன்றே என்று உருவகித்தது. அப்படி உருவகிக்கப்பட்ட முழுமுற்றான, அனைத்துமான, அனைத்துக்கும் அப்பாற் பட்டமையமே பிரம்மம் எனலாம். உபநிடதங்களில் பிரம்மத்தை வரையறை செய்யும் பல வரிகள் உள்ளன. 'ஈசோவாஸ்யம் இதம் சர்வம்' இவையனைத்திலும் ஈசம் உறைகிறது (ஈசோவாஸ்ய உபநிடதம்), 'தத்வமஸி' அது நீயேதான் (சாந்தோக்ய உபநிடதம்) போன்ற வரிகள் புகழ் பெற்றவை. நாம் அறியும் பொருள்வயப் பிரபஞ்சம் ஒரு மாயத் தோற்றமே என்றும் இதன் அடிப்படையாக ஓர் உள்ளுறைக் கருத்து உள்ளது என்றும் வேதாந்தம் சொல்கிறது. அந்தக் கருத்துதான் முதல் முழுமை அல்லது பிரம்மம்.

## தத்துவ வரலாற்றில் வேதாந்தத்தின் பங்களிப்பு

இங்கே முக்கியமான ஒரு வரையறையை நாம் உருவாக்கிக்கொள்ள வேண்டும். இன்று தமிழ்ச் சூழலில் வேதாந்திகளாக அறியப்படு பவர்கள்தான் வேள்விகளை முன்னின்று நடத்துபவர்களும் சடங்குவாதிகளும் ஆலய வழிபாட்டாளர்களுமாக இருக்கிறார்கள். ஆகவே நாம் வேதாந்தத்தை சாதாரணமாக, வேள்வி, புரோகிதம், ஆலயம் ஆகியவற்றுடன் தொடர்புபடுத்திக்கொள்கிறோம். ஆனால், வேதாந்தம் அடிப்படையில், 'தூய அறிவு வாதம்' ஆகும். வேள்வியும் பல்லிறைக் கோட்பாடும் உருவான அதே வேத காலத்தில் அதற்கு நேர் எதிரான தத்துவத் தரப்பாக உருவானது வேதாந்தம். உபநிடதங்களில் வேத மந்திரங்களையும் புரோகிதர்களையும் மிகக் கடுமையாக நிராகரிக்கும் பற்பல வரிகள் உள்ளன. சாந்தோக்ய உபநிடதம், முண்டக உபநிடதம் போன்றவற்றில் வேதங்களை அடிப்படையாகக்கொண்ட வேள்விச் சடங்குகளுக்கு எதிராக நேரடியான தாக்குதல்களைக் காணலாம். முண்டக உபநிடதம் வேள்விச் சடங்குகளைச் செய்பவர் களை நிலையில்லா தோணிகள் என்று குறிப்பிடுவதை பொதுவாக மேற்கோள் காட்டுவது உண்டு.

‘முக்குணங்களுடன் வளர்ந்து நிற்கும் வேதங்கள் என்ற மரத்தை ஆகவே நீ வெட்டி வீழ்த்துவாயாக’ என்று கீதையில் பார்த்தனுக்கு சாரதி சொல்கிறார். சங்கரர் விவேக சூடாமணியில் ‘யோகத்தாலோ சாங்கியத்தாலோ மதச் சடங்குகளினாலோ (வேள்விகளாலோ) வெறும் கல்வியினாலோ வீடு பேறு கிடைப்பதில்லை; ஆத்மாவும் பிரம்மமும் ஒன்றே என்பது அனுபவமாதலே வீடு பேறு’ (விவே: 5.58) என்று திட்டவட்டமாக வரையறை செய்கிறார். அதாவது வேதாந்தம் ரிக்வேத காலம் முதல் இன்று வரை பல வடிவங்கள் கொண்டு தொடர்ந்து வரும் தூய அறிவு வாதமாகும். எந்த ஒரு சிந்தனையும் காலப்போக்கில் பலவாறாக விளக்கப்படும், திரிக்கப்படும், தலைகீழாக்கப்படும், வளர்க்கப்படும். வேதாந்தம் பல வகையான வடிவங்கள் எடுத்தது. நாம் அதன் மூலக் கட்டுமானத்தையே நம் தேடலின் அடிப்படையாகக் கொள்ளவேண்டும். அந்தத் தளத்தில் வேதாந்தத்தின் எல்லா வடிவங்களும் அறிவார்ந்த தேடலையே ஆன்மிகமாக முன் வைப்பவையும் நிறுவன மதத்தையும் சடங்கு களையும் எதிர்ப்பவையும் ஆகும்.

வேதாந்தத்தின் முக்கிய பங்களிப்பு இவ்வாறு அது உபநிடத காலம் முதல் விவேகாநந்தர் மற்றும் நாராயணகுரு காலம் வரை நிறுவன மதத்துக்கு எதிரான அறிவார்ந்த தேடலாக நின்றதேயாகும். இன்றும் வேதாந்தத்தின் ஏதாவது ஒரு கூறே அறிவார்ந்த ஆன்மிகம் என்ற வரையறைக்கு உரியதாக உள்ளது. நிறுவன மதம் உருவாக்கும் நம்பிக்கை சார்ந்த அடிமைத்தனம், அமைப்புகளின் ஆதிக்கம், சடங்கு முறைகள் மூலம் சுரண்டல் போன்றவற்றை எதிர்த்து ஒவ்வொரு முறையும் இந்து மெய்ஞான மரபில் ஒரு புதிய திறப்பை உருவாக்க அதனால் முடிந்துள்ளது. கண்டிப்பாக, வேறு எந்த ஆன்மிகக் கோட்பாட்டையும்போல அதுவும் சிதைக்கப்பட்டு திரிக்கப் பட்டுள்ளது. சங்கரர் உருவாக்கிய அமைப்புகள் எல்லாமே அவரது நேர் மாணவர்களினாலேயே நிறுவன மதம் நோக்கிக் கொண்டு செல்லப்பட்டு புரோகித வாதத்துக்கு அடிமையாக்கப்பட்டன. சங்கர வேதாந்தம் பெருமளவுக்கு மாற்று உரைகள் எழுதப்பட்டு அதற்கேற்பத் திரிக்கப்பட்டது. பிரம்மாண்டமான அறிவியக்கம் ஒன்றின் மூலம் நாராயணகுருவின் இயக்கம் அதை மீட்டது. நாராயணகுரு, நடராஜகுரு, நித்ய சைதன்ய யதி, முனி நாராயண பிரசாத் என ஒரு ஆசிரிய மாணவ வரிசையே அதற்கென நீண்ட கால உழைப்பைச் செலுத்த வேண்டியிருந்தது.

வேதாந்தமே இந்து ஞான மரபின் தத்துவார்த்தமான உச்சம். இந்து ஞான மரபின் ஆன்மிகவாத (அல்லது சாராம்சவாத) நோக்கின் சிறந்த தத்துவ நிலைப்பாடும் அதுவே. ஆகவே, இந்து ஞான மரபுக்குள்

நிகழ்ந்த எல்லா விவாதங்களிலும் அத்வைதம் மிக முக்கியமான ஒரு தரப்பாக இருப்பதை நாம் காணலாம். இந்து ஞான மரபுக்கும் பௌத்த சமண மெய்ஞான மரபுகளுக்கும் நிகழ்ந்த உரையாடல்களிலும் அதுவே முக்கியமான தரப்பு. சாங்கியம், யோகம், நியாயம் ஆகியவற்றுடன் வேதாந்தம் கொண்ட விரிவான தர்க்க மோதல்களின் தடயத்தை நாம் சங்கரரின் பிரம்ம சூத்திர பாஷ்யத்திலும் விவேக சூடாமணியிலும் காண்கிறோம். அவற்றின் முக்கியமான அம்சங்களை உள்ளிழுத்துக் கொண்டு வளர வேதாந்தத்தால் முடிந்தது. அதேபோல பௌத்த மதத்தின் யோகாசார மரபின் உயர் தத்துவ தளத்துடன் மோதும் திராணி இருந்த ஒரே இந்து ஞான மரபும் அதுவே. நீண்ட விவாதம் வழியாக அது சூனிய வாதத்தையும் அறிவக வாதத்தையும் தன்னுள் இழுத்துக் கொண்டு பௌத்தத்தைத் தாண்டியது.

மூன்றாவதாக வேதாந்தத்தின் பங்களிப்பு இந்திய மறுமலர்ச்சிக்கு அது அடிப்படையாக அமைந்தமையே. அறிவார்ந்த தேடலுடன், மானுட சமத்துவம் குறித்த பிரக்ஞையுடன் இந்து ஞான மரபை நோக்கித் திரும்பியவர்கள் அனைவருமே வேதாந்தத்தையே கண்டுகொண்டார்கள். அதற்கான காரணங்கள்: 1. வேதாந்தத்தின் அறிவார்ந்த நோக்கு. சடங்குகளுக்கும் அமைப்புகளுக்கும் அது எதிராக இருந்தமை. 2. அதில் உள்ளடங்கியிருந்த பிரபஞ்ச சமத்துவ நோக்கு. 3. அது சுய சிந்தனைக்கும் சிந்தனை சுதந்திரத்துக்கும் அளித்த முதலிடம். 4. அது இந்திய மெய்ஞான மரபின் பெரும்பாலான தத்துவ நிலைப்பாடுகளைத் தன்னுள்கொண்டிருந்தமை. 5. பிளேட்டோ முதல் இம்மானுவேல் காண்ட் ஹெகல் வரையிலான மேலைக் கருத்து முதல்வாதிகளுடன் நெருக்கமாக அதை உரையாட வைக்க முடியும் என்ற சாத்தியம்.

ஆரிய சமாஜ நிறுவனர் தயானந்த சரஸ்வதியை வேதாந்தத்தை நவீன காலகட்டத்துக்கு ஏற்ப மறு ஆக்கம் செய்ய முதலில் முயன்றவர் என்று சொல்லலாம். அவர் அடிப்படையில் வேதங்களின் முதன்மையை முக்கியப்படுத்தும் வைதிகவாதி. ஆனால், வேதங்களைச் சடங்குகளின் அடிப்படையில் விளக்கிய சாயனரின் நோக்கைக் கடுமையாக எதிர்த்து அவற்றை அறிவார்ந்த விளக்கத்துக்கு உட்படுத்த முயல்கிறார். அதற்கு வேதங்களுக்கு வேதாந்த நோக்கில் மறு உரை அளிக்கிறார். அது ஒரு தொடக்கம். அதன் பிறகு அம்முயற்சி பல தளங்களில் பல கோணங்களில் நிகழ்ந்தது. பகவத் கீதையை ஏராளமான உரைகள் மூலம் இந்து ஞான மரபின் மூல நூல்களில் ஒன்றாக முன்னிறுத்தும் முயற்சி அப்போது தொடங்கி இக்கணம் வரை நிகழ்கிறது. வேதாந்த மரபின் மூன்று தத்துவ அடிப்படைகளில் (உபநிடதம், கீதை, பிரம்ம சூத்திரம் - பிரஸ்தானத்ரயம்) கீதை ஒன்று. கீதைக்குத் திலகரின் கீதா ரகஸ்யம் முதல் வினோபாவின் கீதைப் பேருரைகள்,

சின்மயானந்தாவின் கீதை உரைகள் வரை வந்துள்ள முக்கிய உரைகள் எல்லாமே வேதாந்தத்தின் அறிவார்ந்த நோக்கில் இந்து ஞான மரபை மறு தொகுப்புச் செய்ய முயல்பவையே.

நவீன காலகட்டத்துக்கு ஏற்ப வேதாந்தம் மறு பிறவி எடுத்தமைக்கு இரு பேரியக்கங்கள் முக்கியமான காரணங்கள். ராமகிருஷ்ண பரமஹம்சரும் சுவாமி விவேகானந்தரும் உருவாக்கிய ராமகிருஷ்ண மடம். நாராயணகுருவின் இயக்கம். இவற்றுக்கு இடையே பொதுவான கூறுகளே மிக அதிகம். ராமகிருஷ்ண இயக்கம் அறிவார்ந்த மதம் மற்றும் சேவை என்ற வகையில் தன் அடிப்படையை அமைத்துக்கொண்டது. நாராயணகுரு இயக்கம் அறிவார்ந்த மதம் மற்றும் சமூகப் போராட்டம் என்ற கோணத்தில் தன் அடிப்படையை அமைத்துக்கொண்டது எனலாம்.

வேதாந்தம் அறிவு ஒன்றே சாரமான உண்மை என்கிறது. அறிவதெல்லாம் அறிவையே, அறியாமையும் ஒரு வகை அறிதலாகவே நிகழ முடியும் என்கிறது நாராயணகுருவின் ‘அறிவு’ என்ற நூல். ‘அறிவில் அமர்தல்’ என்பதே வீடு பேறு அல்லது விடுதலை என அவரது ‘தெய்வ தசகம்’ சொல்கிறது. அறிவின் உச்ச நிலை சம பாவனையே. இப்பிரபஞ்சம் திரிபுபட்ட அறிதலே என்ற உணர்விலிருந்து பிரபஞ்சத்தில் உள்ள அனைத்தையுமே சமமாகக் காணும். அனைத்தையுமே முழு அறிவு நோக்கிக் கொண்டுசெல்ல முயலும் மன நிலையே சம பாவனை. அத்தகைய பாவனை உடைய ஒருவனுக்கு மனிதர்களில் மட்டுமல்ல. எந்த உயிரினங்களுக்குள்ளும் உயர்வு தாழ்வு இல்லை. ‘பேத புத்தி’ என்பதே அறியாமைக்குச் சமானமான சொல்லாக வேதாந்தத்தில் உள்ளது. கீதையிலும் சொல்லப் பட்டுள்ளது. இவ்வடிப்படையை உணர்ந்த வேதாந்திகளே ஆரம்ப கால சமூகப் போராளிகள் பலர்.

தலித் விடுதலைக்காகப் போராடிய சுவாமி சகஜானந்தா, கேரள தலித் போராளி அய்யன்காளி, அவரது குருவான சுபானந்த குரு, அய்யா வைகுண்டர் போல பற்பல பிற்பட்ட தாழ்த்தப்பட்ட சமூகங் களிலிருந்து வந்த சமத்துவப் போராளிகளுக்கு வேதாந்தமே முக்கிய ஆயுதமாக இருந்தது என்பது நம் முன் உள்ள ஓர் வரலாற்று உண்மையாகும். இந்து மரபுகள் அனைத்திலிருந்தும் தன்னை விடுவித்துக்கொள்ள விழைந்த அம்பேத்கர் கூட வேதாந்தத்துக்கு நெருக்கமானதும் அத்வைதத்துக்கு முன்னோடியுமான பௌத்த ஞான மரபையே ஏற்றுக்கொண்டார். வேதாந்தத்தின் சாரமான சமத்துவ நோக்கிற்கு ஆதாரம் இது. இம்மூன்று அடிப்படைகளிலேயே நாம் வேதாந்தத்தைப் பரிசீலிக்க வேண்டும்.

## தமிழிலக்கியமும் வேதாந்தமும்: மணிமேகலைக் காலம்

தமிழிலக்கியத்துடன் வேதாந்தத்துக்குள்ள உறவை இரு அடிப்படை களில் அறிய முயல வேண்டும். ஒன்று வேதாந்தத்தின் சாரமாக உள்ள தத்துவ நோக்குக்கும் தமிழ் மனநிலைக்கும் உள்ள உறவென்ன? இரண்டு, வேதாந்தம் எப்படித் தமிழில் பாதிப்பைச் செலுத்தியது?

என் தனிப்பட்ட நோக்கில் வேதாந்தப் பார்வையின் அடிப்படை தமிழில் இருந்தது என்று எண்ணுகிறேன். கண்டிப்பாக அனைத்தையும் ஒன்றாகக் காணும் தத்துவ நோக்கு ரிக்வேதத்தில் உள்ளதே. ஆனால், அகம், புறம் என்ற பிரிவினையும், அகத்தைப் புறத்துக்கு ஆதாரமாகக் கொள்ளும் நோக்கும் சங்கப் பாடல்களில் மிக அழகாக வெளிப்பட்டுள்ளது. அது ஆதித் தமிழ்ச் சிந்தனையின் முக்கியமான கூறாக இருந்திருக்கலாம். தொடர்ந்து தமிழ் மரபு இந்த அகப்புறப் பிரிவினையை வளர்த்தெடுப்பதைக் காணலாம். பிற்பாடு சைவ சித்தாந்த மரபானது அகம், புறம், அகப்புறம், புறப்புறம் என இந்தப் பிரிவினையை மேலும் விரிவாக வகுத்துக்கொள்வதைக் காணலாம். இதை என்னால் ஓர் எழுத்தாளனாக என் உள்ளுணர்வு சார்ந்தே சொல்ல முடியும், ஆய்வாக முன் வைக்க இயலாது.

இந்த அபேத உணர்வு தமிழ்ச் சிந்தனையில் இருந்தமையினால்தான் பௌத்தமும், சமணமும் இங்கே எளிதாக வேரூன்ற முடிந்தது என்பது என் எண்ணம். அவற்றை வடக்கிலிருந்து வந்து இங்கே ஆதிக்கம் செலுத்திய சிந்தனையாக நான் நினைக்கவில்லை. தமிழின் சாரமான சிந்தனைக் கூறுகளை தத்துவார்த்தமாக வளர்த்தெடுக்கும் கருவிகளை அவை அளித்தன. அவற்றைப் பயன்படுத்திக்கொண்டு இங்கே சிந்தனை வளர்ச்சி ஏற்பட்டது. தமிழ் பௌத்தமும், தமிழ் சமணமும், வட இந்திய பௌத்தம், சமணத்திலிருந்து மாறுபட்டவை.

விரிவாக இங்கே அதைப் பற்றிப் பேச இடமில்லை. சில உதாரணங்களைக் காட்டலாம். வட இந்திய சமணம் அதி தீவிரத் துறவை, அக மறுப்பை முன் வைத்தபோது நம் சமண காவியமான சீவக சிந்தாமணி அகத்துறையையும் கலைகளையும் முதன்மைப்படுத்தும் ஓர் ஆக்கமாக உள்ளது. வட இந்திய சமணமும் பௌத்தமும் பெண்களுக்கு முக்கியத்துவமளித்தவை அல்ல. பெண் தெய்வங்களும் பெண் ஞானிகளும் அவர்களுக்கு இல்லை. பெண்களுக்குத் துறவும் வீடு பேறும் இல்லை என்றே புத்தர் கூட எண்ணினார். தன் செவிலித் தாயான கௌதமி வந்துகோரியபோதே மிகவும் தாமதித்து பெண்களுக்குச் சங்கத்தில் சேரும் உரிமையை அளித்தார். பெண்களை இரண்டாம் பட்சமாகக் கருதும் கோட்பாடுகளைச் சமண மதத்தில் நிறையவே காணலாம்.

ஆனால், தமிழில் பத்தினி வழிபாடு அவ்விரு மதங்களுக்கும் ஏற்புடையதாக இருந்ததை சிலப்பதிகாரத்தில் காண்கிறோம். நம்மிடமுள்ள பெரும் பௌத்த நூலின் மையம் மணிமேகலை என்ற பெண். மணிமேகலை காப்பியம் புத்தருக்கு எதிரான கலகம் என்று சொல்லலாம்.

இவ்வேறுபாடு முக்கியமானது தமிழில் இருந்த சிந்தனைகளை வெறுமே பௌத்தம், சமணம் என்று சொல்லிவிடலாகாது. முறையே தமிழ் பௌத்தம், தமிழ் சமணம் என்ற சொற்களையே கையாள வேண்டும்.

மணிமேகலையின் 'சமயக் கணக்கர் தம் திறங்கேட்ட காதை' தமிழில் அன்று வலுவாக இருந்த தத்துவ நிலைப்பாடுகளைப் பற்றி விரிவாகப் பேசுகிறது. ஏறத்தாழ எல்லா அமைப்புகளும் தீவிரமாகவே மோதிக் கொண்டிருந்ததை அதில் காண்கிறோம். அளவை வாதம் அப்பட்டியலில் முதலில் குறிப்பிடப்படுவது கவனத்துக்குரியது.

> வேத வியாசனும் கிருத கோடியும்
> ஏதமில் சைமினி எனுமிவாசிரியர்
> பத்தும் எட்டும் ஆறும் பண்புறத்
> தத்தம் வகையால் தாம் பகர்ந்திட்டனர் (மணிமேகலை)

என்று தன் தரப்பைச் சொல்லும் வைதிக அளவைவாதி கிருதகோடி என்று குறிப்பிடுவது பாதராயணரையே என முக்கியமான உரையாசிரியர்கள் சொல்லியுள்ளனர். இங்கே சைமினியின் பூர்வ மீமாம்சையையும் சேர்த்து இரு மீமாம்சைகளையும் வைதிகர் தங்கள் சிந்தனையின் பகுதியாகக்கொள்வது கவனத்துக்குரியது. தத்துவத் தரப்பில் இதுவே விரிவாக முன்வைக்கப்படுகிறது. இது வேள்வியை அடிப்படையாகக்கொண்ட வைதிகப் புரோகித மதம் அல்ல என்பது தெளிவு. பொதுவாக சமஸ்கிருத நூல்களை அடிப்படையாகக் கொண்டு மேலைச் சிந்தனையாளர் இந்திய ஞான மரபை வகுத்த முறைமைக்கும் மணிமேகலைக்கும் பல வகையான முரண்பாடுகள் உள்ளன. அதில் முக்கியமானது இந்த அளவை வாதம் எது என்ற வினா.

இதை நான் இப்படித்தான் புரிந்துகொள்கிறேன். அளவை வாதம் என இங்கே மணிமேகலை குறிப்பிடுவது வேதாந்தத்தை முதன்மையாகத் தன்னுள் கொண்டு பேசும் வைதிக மரபையே. அதாவது இக்கால கட்டத்தில் வேதாந்தம் தனியான ஒரு சிந்தனையமைப்பாக இயங்கியிருக்கவில்லை. அது வைதிக நோக்கின் அறிவார்ந்த உச்ச நுனியாகவே இருந்தது. வைதிக நோக்குகளின் ஒட்டுமொத்தமாகவே இங்கே அளவை வாதம் சொல்லப்படுகிறது. இந்த அடிப்படையில் தான் விஷ்ணுபுரம் நாவலில் விஷ்ணுபுரத்தை ஆளும் வைதிகத்தை

அனைத்து வேத மைய நோக்குகளையும் உள்ளடக்கிய தரப்பாக உருவகம் செய்திருக்கிறேன்.

இதற்கு உதாரணமாகச் சுட்டவேண்டியது அளவைவாதி உலகை அறியும் அறிதளம் அல்லது அளவையின் (பிரமாணம்) பத்து வகைமைகளில் ஒன்றாக அருத்தாபத்தி குறிப்பிடப்படுகிறது. பொருளூதய அறிதளம் அல்லது அருத்தாபத்தி பிரமாணம் இல்லாத ஒன்றை நம் பிரக்ஞை உருவாக்கி அறியும் அறிதளம். பிரபாகர மீமாம்சையில் இது ஒரு முக்கிய கோட்பாடு. ஒன்றைப் பிறிதெனக் கண்டு அறிகையிலும் சரி, சில அடிப்படைகளைக்கொண்டு ஊகம் செய்யும்போதும் சரி, இல்லாத ஒன்றைப் புதிதாக மனம் உருவாக்கிக் கொள்ள இயலும். அறிதளங்களில் நேர்காட்சி, ஊகம், முன்னறிவு ஆகியவற்றுக்கும் நியாய மரபு உருவாக்கிய உவமைக்கும் அடுத்த நான்காவது அறிதளமாக இதை பிரபாகர மீமாம்சை முன் வைக்கிறது.

இன்மையுணர்வு அறிதளம் அல்லது (அனுபலப்தி பிரமாணம்) எதுவுமே இல்லாமலிருக்கும் நிலையை உணரக்கூடிய ஒரு புலன் மனதுக்கு உண்டு என்றும் அதுவும் அறிதளங்களுள் ஒன்றே என்றும் வாதிடும் கொள்கை. குமரில பட்டரின் பட்ட மீமாம்சை இதை முக்கியப்படுத்துகிறது. அறிதளங்களில் நேர்காட்சி, ஊகம், முன்னறிவு ஆகியவற்றுக்கும் நியாய மரபு உருவாக்கிய உவமைக்கும் அடுத்த நான்காவது அறிதளமாக இதைப் பட்ட மீமாம்சை முன்வைக்கிறது. இதை மணிமேகலையில் அபாவ அளவை என்று அளவைவாதி சொல்கிறார். அதாவது எல்லா வேதாந்த மரபுகளும் அடங்கிய ஒன்றே மணிமேகலை சுட்டும் அளவை வாதம்.

இதை விரிவாக முன்வைக்கும் மணிமேகலை இதன் பல்வேறு மாறு நிலைகளாக அல்லது விளை நிலைகளாக பிற சிந்தனை முறைகளைச் சுட்டுகிறது. தவத்திறம் பூண்டு தருமம் கேட்ட காதையில் பௌத்த மெய்ஞானம் முன்வைக்கப்படுவது அளவை வாதத்துக்கு எதிராகவே யாகும். இவ்விரு காதைகளையும் ஒப்பிட்டு ஆராய்பவர் மிக விரிவான ஒரு விவாதத்தின் சித்திரத்தை அடையக்கூடும். இதன் அடிப்படையி லேயே நான் விஷ்ணுபுரத்தின் முக்கியமான விவாதம் வேதாந்தத்தை உள்ளடக்கிய வைதிகப் பெருமரபுக்கும் பௌத்தத்துக்கும் இடையே நிகழ்ந்ததாக எழுதினேன். துரதிருஷ்டவசமாக மேலோட்டமான வாசிப்புள்ள சிலர் அதை வைணவ பௌத்த மோதலாக எடுத்துக் கொண்டு அப்படியொன்று இங்கே நிகழவேயில்லை என்று சொல்லித் திரிந்தனர். அடிப்படைப் பயிற்சியற்றவர்களுடன் விவாதிக்கும் சோர்வு காரணமாக நான் அவ்விவாதத்தை முன்னெடுக்கவில்லை.

மணிமேகலை பிரமவாதம் என்று சொல்வது வேதாந்தத்தை அல்ல; வைதிக ஓரிறை வாதத்தையே. அதைப்போல அது வேத வாதம் என்பது பூர்வ மீமாம்சையை அல்ல, பூர்வ மீமாம்சையின் தர்க்க அடிப்படை ஏதும் இல்லாத வேள்வி மரபை மட்டுமே. இதை அவற்றுக்கு அளிக்கப்படும் தர்க்கங்களைப் பார்த்தால் அறியலாம். ஆக, இப்படித் தொகுத்துச் சொல்லலாம். பழந்தமிழகத்தில் வேதாந்தப் பெருமரபு முக்கியமான மெய்ஞானத் தரப்பாக இருந்துள்ளது. பௌத்தமும் சமணமும் சைவமும் அதனுடன் ஆழமான விவாதத்தில் ஈடுபட்டுள்ளன. மணிமேகலையின் தவத்திறம் பூண்டு தருமம் கேட்ட காதை, பவத்திறம் அறுகவென பாவை நோற்ற காதை ஆகிய இரு காதைகளில் விளக்கப்படும் பௌத்த நெறிகளைக் கூர்ந்து பார்க்கும்போது அது வேதாந்த அடிப்படைகளுடன் விவாதத்தில் ஈடுபட்டுத் தன்னை விரிவாக்கிக்கொண்டிருப்பதைக் காண முடிகிறது. அதாவது மணிமேகலையில் உள்ள பௌத்தமானது யோகாசார மரபின் தொடக்க நிலையில் உள்ளது. சூனிய வாதமும் அறிவக வாதமும் முளை விடும் நாற்றங்கால்போல உள்ளது.

அறிவக வாதத்தின் பிறப்பிடம் காஞ்சி என்று கொள்ளலாம். திக்நாகரும் தர்ம கீர்த்தியும் பிறந்த ஊர். மணிமேகலை பௌத்த மெய்ப் பொருளை அடைந்த ஊர். அறிவக வாதம் வேதாந்தத்துடன் உரையாடித் தன்னை உருவாக்கிக்கொண்ட பௌத்த மெய்ஞானம் என வகுக்கலாம். அதன் பிறகு அறிவக வாதம் அடைந்த தர்க்க முழுமையைத் தான் உள்வாங்கிக்கொண்டு மேலெழுந்த அத்வைதம் தமிழகத்தின் சேர நிலப் பகுதியில் உருவாயிற்று.

## அத்வைதமும் தமிழும்: மத்திய காலகட்டம்

அத்வைதம் முழுமுதன்மையான பிரம்மமே உண்மை பிறவெல்லாம் மாயை என்று வாதிடும் வேதாந்த தரப்பு. அ + த்வைதம் என்றால் இரண்டின்மை என்று பொருள். இக்கோட்பாட்டின் ஆதிகுரு ஆதிசங்கரர் எட்டாம் நூற்றாண்டில் கேரளத்தில் காலடி என்ற சிற்றூரில் பிறந்தவர். வேதாந்த மரபைச் சேர்ந்த கௌடபாதர் என்பவரின் மாணவரான கோவிந்தரின் மாணவர். அத்துவிதத்துக்கு அடிப்படைகள் ரிக் வேதம் முதலே உள்ளன. உபநிடதங்களில் அவை கூர்மைப்பட்டன. சங்கரர் பாதராயணரில் இருந்து தொடங்கி அவரை நிராகரித்து மேலே செல்கிறார். பாதராயணரின் பிரம்ம சூத்திரம் பிரம்மம் தன்னிலிருந்து பிரபஞ்சத்தை உருவாக்குகிறது என்ற கொள்கைகொண்டது. இது வளர்ச்சி நிலை (பரிணாம வாதம்) வாதம் என்று சொல்லப்படுகிறது. சங்கரர் அப்படி பிரம்மம் தன்னை இன்னொன்றாக்கினால் பிரம்மத்தின் முழுமுதல் தன்மை குறைவுபடுகிறது என்றார். ஆகவே, அவர் பிரம்மம்

எவ்விதத்திலும் மாற்றம் அடையாத முழு முதன்மை என்று சொல்லி பிரபஞ்சம் அதன் மாயத் தோற்றமே என்று வாதிட்டார். இது உருமயக்க வாதம் (விவர்த்த வாதம்) எனப்படுகிறது. இதுவே வேதாந்தத்துக்கும் அத்வைதத்துக்கும் இடையே உள்ள முக்கியமான வேறுபாடாகும்.

சங்கரரின் விமரிசகரான ராமானுஜாச்சாரியார் சங்கரரை மாறுவேட பௌத்தன் என்றார். காரணம் சங்கர வேதாந்தத்தில் அந்த அளவுக்கு பௌத்த செல்வாக்கு உண்டு என்பதே நாகார்ச்சுனர் முதலியோரால் முன்வைக்கப்பட்ட பௌத்த சூனிய வாதம், இயற்கை என்ற முடிவற்ற பிரவாகத்தின் கணங்களையே உண்மை என்று அறிகிறோம் என்றது. நாம் அறிந்ததுமே உண்மை மாறிவிடுகிறது. நாம் அறிந்தது நம்மில்தான் நிலையாக உள்ளது. ஆகவே, நம்மால் இயற்கையை அறிய முடியாது. இவ்வாறு முற்றிலும் நம் அறிவுக்கு அப்பாற்பட்ட பிரம்மாண்ட வெளியே சூனியம். அதன் அடுத்தபடியாகிய அறிவக வாதம் பிரபஞ்சம் நிலைநிற்பது நாம் அறிந்து நம் அறிவாக அகத்தில் நிறுத்தியுள்ளவற்றிலேயே என்றது. நாம் அறிவதெல்லாம் நம் அறிவை மட்டுமே என்றது. புறப் பிரபஞ்சம் உண்டா என்ற வினாவுக்கு அறிய முடியாது என்பதே சூனியவாதிகளின் பதில். புறப் பிரபஞ்சமென்பது நமது அறிதல் மட்டுமே என்பது அறிவகவாதிகளின் பதில்.

சங்கரர் இக்கோட்பாடுகளில் இருந்தே தொடங்குகிறார். சங்கரர் சொல்லும் பிரம்மம் முழுமுற்றான ஒருமை என்ற அளவில் பௌத்தர்கள் சொல்லும் மகா தர்மத்துக்கு இணையானதே. பருண்மை யான புறவுலகம் என்பது இல்லை. பருண்மை என்பதே நம் புலன்கள் உருவாக்கும் ஒருவகை அறிதல்தான் என்பது அறிவகவாதிகளின் கோட்பாடு. மாறாக, அத்வைதம் புறவுலகம் உண்மையில் உள்ள ஒன்றுதான். ஆனால், அதன் குணங்கள், சாரங்கள், வடிவங்கள் எல்லாமே மாயை என்கிறது. அதாவது பௌத்தம் அறிதலே பிரபஞ்சம் என்று சொல்லும்போது அவ்வறிதலுக்கு ஒரு சாரம் இருப்பதை மறுக்கிறது. அத்வைதம் அனைத்துக்கும் பிரம்மம் என்ற சாரத்தை முன்வைக்கிறது.

சங்கரர் சொல்வதென்ன என்ற வினாவுக்கு அவரது சில அடிப்படைச் சொற்றொடர்களை முன்வைப்பதே சிறந்த வழியாகும். ஏனெனில் சங்கர வேதாந்தம் மிகச் சிக்கலாக பற்பல கோணங்களில் விளக்கப் பட்டுள்ளது. அவையனைத்தும் இணைந்த ஒன்றே இன்றைய அத்வைதம். 'பிரம்மமே உண்மை. பிரபஞ்சம் பொய். உயிர் பிரம்மம். வேறு ஒன்றுமில்லை' (ப்ரம்ம சத்யஃ ஜகத் மித்யஃ ஜீவோ ப்ரம்மைவ நாபரஃ). விவேக சூடாமணியில் சங்கரர் சொல்லும் விளக்கம் மேலும் திட்டவட்டமானது. ''நிரந்தரமானவையும் அழியக் கூடியவையுமான பொருட்களை வேறுபடுத்திக்கொண்டு பிரம்மம் மட்டுமே உண்மை என்றும் உலகம் மாயையே என்றும் அறிக.''

சங்கர வேதாந்தத்தின் நேரடியான பாதிப்பினை நாம் தமிழிலக்கியத்தில் அதிகமாகக் காண முடியவில்லை என்பதே என் எண்ணமாகும். ஆனால், மாயாவாதத்தை நாம் பல வகையில் தமிழிலக்கியத்தில் காண்கிறோம். சங்கரரின் வரிகளுக்குச் சமானமான வரிகளை நாம் சித்தர் பாடல்களில் தொடர்ந்து காணலாம். சித்தர் பாடல்களை சைவ சித்தாந்தத்தின் ஒரு பகுதியாகவே பொதுவாகக் கருதி வருகிறோம். ஆனால், உண்மையில் அப்படி சித்தர் பாடல்களைக் கருத முடியாது என்பதே உண்மையாகும். சித்தர் மரபு என்பது மிகப் பிற்காலத்தில் தொகுக்கப்பட்ட ஒன்று. தொகுத்தவர்கள் சைவர்கள். சைவ மரபுக்கு சித்தர் பாடல்களில் அதிக இடம் உண்டு. ஆனால், பல வகையான தத்துவ ஓட்டங்கள் ஊடுருவும் ஒரு வகையான சொற் களனாக சித்தர் பாடல்களைக்கொள்வதே உகந்ததாகும். உதாரணமாக இந்த சிவவாக்கியர் பாடல்.

*அவ்வெனும் எழுத்தினால் அகண்டமாகி நின்றனை*
*உவ்வெனும் எழுத்தினால் உருத்தரித்து வந்தனை*
*மவ்வெனும் எழுத்தினால் மயங்கினார்கள் வையகம்*
*அகர உகர மகரமாய் நின்றதே சிவாயமே*

சைவ சித்தாந்தம் உருமயக்க வாதத்தை ஏற்பதல்ல என்பதை நாம் அறிவோம். அதில் பதி பாசத்தால் பசுவை ஆட்டுவிக்கும் சக்தி மட்டுமே. ஆனால், இப்பாடல் காட்டுவது துல்லியமான உருமயக்க வாதத்தை. இதற்குச் சமானமான பல பாடல்களை ஆரம்ப கால சித்தர்களில் காணலாம். சித்தர் பாடல்களில் உள்ள அத்வைத பாதிப்பு மாயை என்ற கருதுகோளை ஒட்டியதாகவே பொதுவாக உள்ளது.

மாயாவாதம் மூன்று தளங்களைக்கொண்டது.

1. மனிதன் அறிவது முழுமையான உண்மையை அல்ல. அவனது அறிவுக்கு அப்பால்; அவன் அறியாத அல்லது அறிய முடியாத ஒன்று உள்ளது. அதன் சில தளங்களையே அவன் அறிகிறான் (பண்டை வேதாந்தம்).

2. மனிதனின் அறிவு தன்னளவில் உண்மையைக் குறைப்படுத்தி மட்டுமே அறியும் இயல்புகொண்டது. ஆகவே, அவன் தன் அறிவால் உணரக் கூடியதெல்லாமே அவனால் திரிக்கப்பட்ட உண்மையையே (பிற்கால பௌத்தம்).

3. மனிதன் அறிவதெல்லாம் அவனது மனமயக்கமே. அவன் அறிவதற்கு அப்பால் உள்ள முழுமுதல் உண்மையின் மாயத் தோற்றமே அவனது அறிதல்கள் (அத்வைத வேதாந்தம்).

இதில் சித்தர்கள் மூன்றாவது வகை நிலைப்பாட்டையே எடுக்கிறார்கள்.

மாயாவாதத்தின் மூன்று நிலைகளில் சங்கரரின் அத்வைதமே சரியான மாயாவாதம் என்று சொல்லப்படுகிறது. பிற மாயா வாதங்களைப் போலன்றி நாம் அறிபவை முற்றாகவே பொய்த் தோற்றங்களே என்று வாதிடுவது அது தான். சங்கர மாயாவாதம், இந்திய மெய்ஞான மரபில் மிக ஆழமாக வேரூன்றியது. சங்கரர் தன் கருத்துகளுக்கு உபநிடதங்களை மேற்கோள் காட்டினாலும், ஆப்த வாக்கியங்களை வெகுவாகத் திரித்துப் பொருள்கொண்டே அதை நிகழ்த்துகிறார் என்பது இந்தியவியலாளர்களின் கருத்தாகும். மோனியர் வில்லியம்ஸ் (Monier Williams) தன் இந்திய ஞானம் (Indian Wisdom) என்ற நூலில், 'இந்திய சிந்தனையில் வேரோடியுள்ள மாயாவாதத்துக்கு உண்மையில் உபநிடதங்களில் ஆதாரம் இல்லை. அது பௌத்த இறக்குமதியே' என்று சொல்கிறார்.

மாயாவாதம் பிற்காலத் தத்துவ ஞானியரால் மிகத் தீவிரமாக மறுக்கப்பட்டது. அதை முற்றாக மறுத்தவர்கள் பாஸ்கர ஆச்சாரியார், ராமானுஜர், மத்வர், விக்ஞான பிக்ஷுபி ஆகியோர். சைவ சித்தாந்தமும் பிற சைவ ஞான மரபுகளும் அதை ஏற்கவில்லை. ஆனால், சற்று உருமாறிய நிலைகளில் மாயாவாதம் எல்லாச் சிந்தனைகளிலும் காணப்படுகிறது. அத்வைதத்தின் முழுமுற்றான மாயாவாத நோக்கை மறுத்து, ஆனால், அதன் அடிப்படையான தரிசனங்களை ஏற்று மறு ஆக்கம் செய்து உருவானவை என சைவ சித்தாந்தம், விசிட்டாத் துவைதம் ஆகியவற்றைக் குறிப்பிடலாம். இவையே தமிழில் ஆழ வேரோடி தமிழிலக்கியத்தின் பெரும்படைப்புகளை உருவாக்கின.

பிரம்மமும் சீவங்களும் பிரபஞ்சமும் வெவ்வேறானவை என்றும் பிற அனைத்தையும் பிரம்மமே உருவாக்கி தன்னிலடக்கிக் கொண்டுள்ளது என்றும் சொல்லும் பிற்கால வேதாந்த மரபு விசிட்டாத்வைதம். விசிஷ்டாத்வைதத்தின் மைய குரு ராமானுஜர். ஆனால், அதன் விளை நிலம் நம்மாழ்வாரின் பாடல்களே. நம்மாழ்வார் ஆழ்வார்களில் முதன்மையானவர். நெல்லையருகே ஆழ்வார் திருநகரி (திருக்குருகூர்) என்ற ஊரில் பிறந்தவர். பிற ஆழ்வார் பாடல்களில் வெளிப்படும் உக்கிரமான பக்தியுடன் தத்துவ நோக்கும் வெளிப்படும் பாடல்கள் அவரால் எழுதப்பட்டவை. பத்தாம் நூற்றாண்டில் நாதமுனி ஆழ்வார் பாடல்களைத் தொகுத்து அளித்தார். அவரது மாணவரும் மகனுமாகிய யமுனாச்சாரியார் 'சித்ரத்ரயம்' என்ற நூலை இயற்றினார். இதுவே ஒரு வகையில் விசிஷ்டாத்வைதத்தின் முதல் நூல்.

பதினொன்றாம் நூற்றாண்டில் காஞ்சிபுரமருகே ஸ்ரீபெரும்புதூரில் ராமானுஜர் பிறந்தார். இவர் யாதவப் பிரகாசர், யமுனாச்சாரியார் ஆகிய இருவருக்கும் மாணவர். அத்வைதத்தை எதிர்த்து பாஸ்கராச்சாரியார் உருவாக்கியது பிரிவொருமைக் கோட்பாடு (பேதா பேத வாதம்)

பிரபஞ்சமாக பிரம்மமே தோற்றமளிக்கிறது என்ற அத்வைதக் கோட்பாட்டின் மறுப்பு இது. அதே சமயம் பிரம்மத்திலிருந்தே அனைத்தும் உருவாகி அதிலேயே மறைகின்றன என்று சொல்வது. நாம் காணும் பிரபஞ்சமும் இதன் குணங்களும் மாயை அல்ல. இது பிரம்மத்தின் உண்மைத் தோற்றமேயாகும். பிரம்மமே குண வடிவமாகப் பரிணாமம்கொண்டு பிரபஞ்சமாகியது. ஆகவே பிரம்மம் குணங்களுக்கு அப்பாற்பட்டது என்பது உண்மையல்ல. இது பிரிவுத் தோற்றம். ஆனால், அனைத்துமே பிரம்மத்தில் முடிபவைதான். பிரம்மம் மட்டுமே முழுமுதற் பொருள். பிரிவொருமைக் கோட்பாடு மற்றும் ஆழ்வார் பாடல்களில் உள்ள பிரபத்தி இரண்டையும் இணைத்து உருவாக்கப்பட்டதே ராமானுஜரின் விசிஷ்டாத்வைதம். ராமானுஜரின் முக்கிய நூல்கள் பிரம்ம சூத்திரத்துக்கு எழுதப்பட்ட ஸ்ரீ பாஷ்யம், கீதா பாஷ்யம், வேதாந்த சாரம், வேதாந்த தீபம், வேதாந்த சம்கிரஹம் ஆகியவை.

விசிஷ்டாத்வைதம் முழுக்க முழுக்கத் தமிழ்ப் பண்பாட்டில் உதித்ததும் தமிழ்ப் பண்பாட்டின் குரலாக ஒலிப்பதும் ஆன ஒரு தத்துவக் கோட்பாடு. ஆழ்வார் பாடல்களில் வெளிப்படும் பிரபத்தியை நாம் சிலப்பதிகாரத்தின் ஆய்ச்சியர் குரவையில் காண்கிறோம். அதாவது ஆழ்வார்களுக்கு முன்னரே இக்கோட்பாடு நம் நாட்டார் வாய்மொழி மரபில் வாழ்ந்துள்ளது. ஆழ்வார் பாடல்களின் அழகியலும் உணர்வு நிலைகளும் முழுக்க முழுக்க சங்க இலக்கிய அகத்துறையின் நீட்சியே.

தமிழ்ப் பண்பாட்டின் மூன்று முக்கிய தத்துவ அம்சங்கள் விசிஷ்டாத்வைதத்தில் உள்ளன.

1. எந்நிலையிலும் ஒருமையை ஏற்காமல் பன்மையை நோக்கிச் செல்லும் நோக்கு.
2. உலக வாழ்வை நிராகரிக்காமல் அதைக் கொண்டாடும் நோக்கு.
3. தர்க்கத்துக்குப் பதிலாக அழகியலையும் உணர்வுகளையும் முன்வைக்கும் போக்கு.

விசிஷ்டாத்வைதமே பிற்பாடு பக்தி இயக்கம் மூலம் இந்தியாவெங்கும் பரவிய கிருஷ்ண பக்தி மரபுக்கு அடிப்படையாகும். அவ்வகையில் பார்த்தால் அத்வைதம் ஓர் அறிவார்ந்த பாதிப்பையே உருவாக்கியது. விசிட்டாத்வைதமோ பெரும் மக்கள் இயக்கமாக ஆயிற்று. அதன் பாதிப்புகள் இருபதாம் நூற்றாண்டு சிந்தனைகளில் கூட பல வகைகளில் தொடர்கின்றன. குறிப்பாக காந்தியின் ஆன்மிகம் விசிட்டாத்துவித அடிப்படை கொண்டதேயாகும்.

சைவ சித்தாந்தம் அத்வைதத்தின் நேரடியான பாதிப்புகொண்ட தத்துவ மரபு. பொதுவாக சைவத்தை மூன்றாகப் பிரித்துப் பார்க்க வேண்டும்

என்பது என் எண்ணம். சைவ வழிபாடு மிகப் புராதனமானது. சைவ மதம் பிற்பாடு உதித்தது. சைவ சித்தாந்தம் என நாம் இன்று அறிவது பிற்காலத்தையது. சைவ சித்தாந்தத்தில் உள்ள மாயை சம்பந்தமான கோட்பாடுகள் பெரும்பாலும் அத்வைதத்தை அடியொற்றியவையே. சைவ மரபு மாயையை மனிதனின் (ஆத்மாவின்) மும்மலங்களில் (மூன்று தளைகளில் அல்லது குறைபாடுகளில்) ஒன்றாகக் காண்கிறது. அத்வைதம்போல அதைப் பிரம்மத்தின் (சிவத்தின் அல்லது பதியின்) இயல்பாகக் காணவில்லை என்பதே வேறுபாடு.

பொதுவாக வேதாந்த நோக்கு தமிழ் மரபில் மறைமுக பாதிப்பாகவே காணக் கிடைக்கிறது. நேரடியாக நோக்கினால் ஸ்மார்த்த பிராமணர்களின் ஒரு வகை தர்க்க ஆசார முறையாகவே நீண்ட நெடுங்காலம் இங்கே அது புழங்கியது.

## நவீன இலக்கியமும் வேதாந்தமும்

தமிழ் நவீன இலக்கியத்தின் முதற்புள்ளிகள் இருவர். வேதாந்த மரபிலிருந்து வந்தவர்கள் என்பதை குறிப்பிட்டுச் சொல்ல வேண்டியுள்ளது. இருவருமே ஸ்மார்த்த பிராமணர்கள். ஆகவே அத்வைதம் இருவருக்கும் மரபாகக் கிடைத்திருக்கலாம். இருவருமே விவேகாநந்தரின் நவீன அத்வைத நோக்கால் கவரப்பட்டவர்கள். பி.ஆர். ராஜம் ஐயர் 'கமலாம்பாள் சரித்திர'த்தின் பிற்பகுதியில் வேதாந்த நோக்கை விரிவாகவே வெளிப்படுத்தியிருக்கிறார். அவரது அழகியத் முக்கிய வேதாந்த ஞானமே. வேதாந்தத்துக்காகவே ஆங்கிலத்தில் பிரபுத்த பாரதம் இதழை அவர் நடத்தியிருக்கிறார்.

தமிழ் நவீன இலக்கியத்தின் அனைத்துப் புது வழிகளுக்கும் முன்னோடியான சுப்ரமணிய பாரதியே தமிழ் மரபின் ஆகப் பெரிய வேதாந்தி எனச் சொல்லலாம். கவிஞராக மட்டுமல்ல. தத்துவ வாதியாகக்கூட அவரே முதன்மையானவர். 'தூய அறிவே சிவம் எனக் கூறும் சுருதிகள்' தான் பாரதியின் வேதங்கள். வேதாந்த நோக்கு முழுமையாகவும் வெளிப்படையாகவும் பாரதியின் படைப்புலகில் வெளிப்படுவதை ஏராளமான வரிகள் மூலம் விளக்க முடியும்.

பாரதி தன் ஞானாசிரியையாகக் குறிப்பிடுவது சுவாமி விவேகானந்தரின் மாணவியான சகோதரி நிவேதிதையை. விவேகானந்தரின் மதம் அறிவார்ந்த அத்வைதமாகும். பாரதியின் அத்வைதம் விவேகானந்தரின் செயலூக்கம்கொண்ட அத்வைதம் என்றால் அது மிகையல்ல.

''மண்ணில் வேலி போடலாம். வானத்திலே வேலி போடலாமா என்றான் ராமகிருஷ்ண முனி. போடலாம். மண்ணிலும் வானம் தானே நிரம்பி நிற்கிறது? மண்ணைக் கட்டினால் அதிலுள்ள வானத்தைக் கட்டியதாகாதா?'' (பாரதி வசன கவிதை, சக்தி).

அது சுவாமி விவேகானந்தர் ராமகிருஷ்ண பரமஹம்சருக்கு அளித்த விளக்கம் அல்லது மீறல். வானத்தைக் கட்ட மண்ணைக் கட்டும் முயற்சியே விவேகானந்த வேதாந்தம். பாரதி முன்வைப்பது அதையே. தன் கட்டுரைகளில் கவைக்குதவாத மாயாவாதம் பேசும் மூடத் தனத்தை நிராகரிக்கும் பாரதி செயலூக்கத்தையே ஞானத்தின் விளைவாக முன்வைக்கிறார். ஆனால், உயர்தளத்தில்,

ஒன்று பிரமம் உளது உண்மை அஃது உன்
உணர்வு எனும் வேதமெல்லாம் *(அறிவே தெய்வம்)*

என்ற தெளிவே அவரிலிருந்து ஒரு பிரம்மம் உண்டு. அதுவே உன் உணர்வு என்று சொல்வதே அவரது வேதம்.

தாயுமானவர், அபேதானந்த சுவாமி எனப் பலரை பாரதி பாடியிருந்தாலும் அனைத்துப் பாடல்களிலும் வேதாந்தத் தெளிவே வெளிப்படுகிறது. அவரது குருவாக சுயசரிதையில் வெளிப்படும் கோவிந்தசாமி,

சாமி நீ சாமி நீ கடவுள் நீயே
தத்வமசி தத்வமசி நீயே யஃதாம் *(சுயசரிதை)*

என்றுதான் உபதேசிக்கிறது.

பாரதியின் சமத்துவ நோக்கு, அதற்காக அவர் கொண்ட புரட்சி மனப்பான்மை ஆகிய அனைத்துக்கும் ஊற்றாக விளங்கிய தத்துவசாரம் வேதாந்தமே என்றால் மிகையல்ல. ஆழ்வார் பாடல்களின் உணர்வை உட்கொண்டு அவர் கண்ணன் பாட்டு பாடும்போதுகூட கண்ணன் தரிசனம்,

ஈன மனிதக் கனவெலாம் எங்கண்
ஏகிமறைந்தது கண்டிலேன் அறி
வானத் தனிச்சுடர் நான் கண்டேன் அதன்
ஆடல் உலகென நான் கண்டேன்
*(கண்ணன் என் ஆண்டான்)*

என அத்வைத தரிசனமாகத்தான் உள்ளது. கண்ணனே கூட 'உலகாக மாறி ஆடும் அறிவு' என்ற தனிச் சுடராகவே இருக்கிறான்.

பாரதிக்குப் பிறகு தமிழில் அவரது நோக்கைத் தன் நோக்காக எடுத்துக் கொண்ட ஒரு சிந்தனையாளர் வரிசை உருவாயிற்று. அவர்களில் திருலோக சீதாராம் வேதாந்த நோக்கை ஆழ்ந்து ஏற்றுக்கொண்டவர். பாரதிக்குப் பிந்தைய படைப்பாளிகளில் அத்வைத நோக்கை வெளிப் படுத்திய முக்கியமான படைப்பாளிகள் மௌனி, ந. பிச்சமூர்த்தி, க.நா. சுப்ரமணியம் ஆகியோர்.

பிச்சமூர்த்தியின் வேதாந்தம் மாயாவாதத்தை நுண்ணிய தளத்தில் நிறுத்திவிட்டு புலன்களறியும் புறவுலகைக் கொண்டாடும் தன்மை கொண்டதாக இருக்கிறது. 'உடல் நன்று. புலன்கள் மிகவும் இனியன. உயிர் சுவையுடையது. மனம் தேன். அறிவு தேன். உணவும் அமுதம். உணர்வே அமுதம். உணர்வு தெய்வம்' (பாரதி வசன கவிதை: இன்பம்) என்ற பாரதியின் நோக்கே அவரிடமும் வெளிப்பட்டது.

''முண்டிமோதும் துணிவே இன்பம்
உயிரின் முயற்சியே வாழ்வின் மலர்ச்சி''

எனும் குரலே பிச்சமூர்த்தியின் அகக்குரல். 'அமுதத்தை நம்பு. ஒளியை நாடு' என அது அறைகூவுகிறது (ஒளியின் அழைப்பு). வாழ்க்கையை ஒரு லீலையாகக் காணும் நோக்கு ந. பிச்சமூர்த்தியில் இருந்தது. அதையே அவர் வேதாந்தத்திலிருந்து பெற்றார் எனலாம். ரமண மகரிஷி பிச்சமூர்த்திக்கு வேதாந்த நோக்கை அளித்த குருவாக இருந்தார் என்று சொல்லப்படுகிறது. ஆனால், இந்த வேதாந்தம் அவரை இலக்கிய ஆக்கத்தின் மோதல்களைத் தவிர்த்து, விலகி நின்று உலகைப் பார்க்கும் தப்பித்தல் நிலையை அடையச் செய்தது. இதை என் 'கனவுகள் லட்சியங்கள்' நூலில் ஆராய்ந்துள்ளேன்.

மௌனியின் படைப்புலகில் வேதாந்தம் மாயாவாதச் சாயலாக பல்வேறு வரிகளில் வெளிப்படுகிறது. புகழ் பெற்ற 'எவற்றின் நடமாடும் நிழல்கள் நாம்?' ஒரு மாயாவாதக் கவித்துவக் கேள்வியே. மனமே புறவுலகமாக நிகழ்வதன் சித்திரத்தை அளிப்பவை என அவரது கதைச் சித்தரிப்புகளை வகுக்க முடியும்.

நவீன தமிழ் புனைவுலகில் வேதாந்தத்தின் மாயாவாத நோக்கை விரிவாக முன்வைத்த நாவல் க.நா சுப்ரமணியத்தின் 'பொய்த் தேவு.' கணந்தோறும் கடவுள்களை, அக்கடவுள்களால் ஆளப்படும் உலகை உருவாக்கி வாழும் மனித அகத்தின் தேடலைக் காட்டிய படைப்பு அது.

அடுத்த காலகட்டப் படைப்புகளில் நகுலன் அத்வைத பாதிப்பு உடையவர். ராமகிருஷ்ணர் மற்றும் ரமணர் மீது நேரடியான ஈடுபாடு நகுலனுக்கு உண்டு என்பதை அவர் பதிவு செய்துள்ளார். அவரது 'நினைவுப் பாதை' வாழ்க்கையை ஒரு கனவுப் பரப்பாக சித்தரித்து அதற்கப்பால் உள்ள முழுமுதல் தன்மை என்ன என்ற வினாவை எழுப்பிக்கொள்ள முயல்வது. நகுலனின் அத்வைத நோக்கு விரிவாக ஆய்வு செய்வதற்குரியது. பிரக்ஞை என்பது பல அடுக்குகளினால் ஆனது என்று சொல்லும் நகுலன் அதன் மேல் அடுக்கு வாழ்க்கையின் அலைகளாகவும் ஆழத்து அடுக்கு வாழ்க்கையை உருவாக்கும் சாரமாகவும் இருப்பதைக் காட்ட முயல்கிறார். தன் சொந்தப்

பிரக்ஞையை நோக்கி, பக்தன் இறைவனைக் காணும் பாவனையில் திரும்பிக்கொண்டவை அவரது ஆக்கங்கள்.

சம்பத் எழுதிய 'இடைவெளி' வேதாந்த நோக்கின் சாயல்கள்கொண்ட ஆக்கம் எனலாம். மரணத்தை காஃப்கா பாணி சித்தரிப்பு வழியாக தத்துவ விசாரணை செய்யும் அந்நூலில் வேதாந்தத்தின் தத்துவ அடிப்படைகள் நுட்பமான முறையில் ஓடியுள்ளன. இங்கு பேசப்பட்ட அத்தனை படைப்பாளிகளும் ஸ்மார்த்த பிராமணர்கள் என்பது தற்செயலல்ல.

நவீன இலக்கியத்தில் மூன்று கருதுகோள்களாக வேதாந்தம் பங்கேற்கிறது. 1. மாயாவாதம். வாழ்க்கையை அர்த்தமற்ற நிகழ்வுகளின் வலையாக, கனவு போன்ற நிகழ்வாகப் பார்க்கும் நோக்கு. 2. மத நிராகரிப்பு, இறை மறுப்பு. பிரக்ஞையை அல்லது தூய அறிவை இறை வடிவமாக மனிதனை ஆக்கும் சக்தியாக முன்வைப்பது. 3. உயிர்க் குலங்கள் அனைத்தையும் ஒன்றாகக் கருதும் முழுமையான சம பாவனை. அறிதலின் உச்சத்தில் அனைத்தும் ஒன்றே என்ற இரண்டின்மை உணர்வை அடைதல். இக்கூறுகள் இலக்கியத்தில் எங்கு வெளிப்பட்டாலும் அங்கு அத்வைதத்தின் பாதிப்பு உண்டு எனலாம்.

பாரதிக்குப் பிறகு தமிழில் பொதுவாக மாயாவாதம், பிரக்ஞை மைய நோக்கு என்ற தளங்களில் மட்டுமே வேதாந்தம் வெளிப்பட்டுள்ளது. பாரதி வேதாந்தத்தை சம பாவனைக்கான, ஒருமைத் தரிசனத்துக்கான, தத்துவக் கருவியாகக் கையாண்டவர். அவ்வாறாக அதை ஒரு போராட்ட ஆயுதமாகவும் மெய்ஞானத்துக்கான வழிகாட்டியாகவும் உணர்ந்தவர். அந்நோக்கு பிற்பாடு தமிழில் இல்லை. பிற்பாடு அது வாழ்க்கையைப் பற்றிய ஒரு குறிப்பிட்ட வகையான பார்வையாகவே நின்றுவிட்டது.

(2005ல் தஞ்சை தமிழ்ப் பல்கலையில் தமிழ் பேராசியர்களுக்கான பயிற்சி வகுப்பில் ஆற்றிய உரை.)

# பகுதி

# 3

## விவாதங்கள்

# சமஸ்கிருதம் யாருடைய மொழி?

**அ**ன்புள்ள ஜெயமோகன்,

''ஏன் சமஸ்கிருதத்தை வெறுக்கிறார்கள்? அது பார்ப்பனர்களை உயர்த்தி மற்ற சாதியினரைத் தாழ்த்தும் சில வாசகங்களைக் கொண்ட நூல்களைக் கொண்டிருக்கிறது என்பதாலா? அவ்வாறிருந்தால் கூட அதற்காக ஒரு முழு மொழியையும் வெறுத்துவிட வேண்டுமா?''

மேற்கண்ட வரிகளுக்கு ஒரு சிறு எதிர்/உடன் வினை.

இன்றைக்கு சமஸ்கிருதம் பிரசாரப்படுத்தப்பட்டது போல அன்றி ஒரு மொழி என்ற அளவில் அதனுள் பார்ப்பனர்களுக்கு எதிரான கருத்துகளும் இருக்கின்றன. பார்ப்பனர் சமஸ்கிருதம் ஹிந்தி ஆரியர் வட இந்தியா என்ற ஒரு எளிமைப்படுத்தப்பட்ட பிரசாரத்தின் விளைவுதான் இந்தக் குழப்பம்.

உதாரணமாக சம்பந்தருடன் சமணர்கள் நடத்திய அனல் வாதத்தில், பார்ப்பனரல்லாத சமணர் 'விப்ர க்ஷயம்' (பார்ப்பனர் ஒழிக) என சமஸ்கிருதத்தில் எழுதி நீரில் இடுவர். அதே சமயம் பார்ப்பனரான சம்பந்தர், ''வாழ்க அந்தணர் வானவர்'' எனத் தமிழில் எதிர் உரைப்பார். இதைச் சற்றே உள்வாங்கி சிந்தனை செய்க!

சமஸ்கிருதம் பல்வேறு தரப்பினரால் பல காலகட்டங்களுக்கு/இடங்களுக்குப் பரவிப் பெருகியது. அது பயன்படுத்திய மனிதனை பிரதிபலித்தது. இது வரலாறு கூறும் செய்தி. இதைப்போல பல நூறாண்டு செய்திகளை சமூக, அரசியல், பரிணாம மாற்றத்திற்கு உள்ளான

நிகழ்வுகளை ஒற்றை வரியிலோ பைனரி போல இரண்டாக வரையறுத்தோ எளிமைப்படுத்த முடியுமா என்ன?

தாங்கள் குறிப்பிட்டதுபோல இது ஓர் தொடர்பு மொழி - ஆங்கிலம் போல - ஒரு காலகட்டத்தில் நான் சமஸ்கிருதத்தின் மேல் ஈடுபாடு கொண்டு அதே சமயம் ஹிந்தி திணிப்பை எதிர்க்கிறேன். (சமஸ்கிருதம் இலக்கிய காரணங்களுக்கான தொடர்பு மொழி. ஆனால், ஹிந்தி அரசியல் காரணங்களுக்கான திணிப்பு மொழி என்ற உங்கள் வாதம் மிகவும் சரியானது) இரண்டும் ஒன்றல்ல. ஒரே லிபி இருக்கிறது அவ்வளவுதான். (உர்தூவும் அரபியும் ஒன்றே என சிலர் எண்ணுவதைப் போல, இரண்டுக்கும் ஒரே லிபி. ஆனால், உர்தூ இந்தியாவில் உருவான ஒரு இந்திய மொழி.)

தோசையைத் தின்னச் சொன்னால் ஓட்டையை எண்ணுபவர்களை என்ன செய்ய?

அன்புடன்,
சத்யநாராயணன்.

அன்புள்ள சத்யநாராயணன்,

ஒரு விஷயத்துக்கு எதிர்வினையாற்றும்போது அல்லது எதிர்க்கும் போது அதன் மீது வெறுப்பையும் கசப்பையும் வளர்த்துக்கொள்ளாமல் இருப்பதென்பது ஓர் முதிர்ச்சியான நிலை. தன் வாழ்நாள் முழுக்க நாராயணகுரு கற்பித்தது அதைத்தான். நான் அந்த மரபைச் சேர்ந்தவனாக என்னை உணர்வதனாலேயே பல விஷயங்களில் எனக்குத் தெளிவு கிடைத்தது.

ஆனால், பொதுவாக அரசியல் களங்களில் அது நிகழ்வதில்லை. வெறுப்பு மிக எளிதாக மக்களை இணைக்கிறது. எளிதாக அதைப் பரப்ப முடிகிறது. ஆகவே, அது மிக முக்கியமான அரசியல் ஆயுதம். அதைத்தான் ஃபாஸிஸம் என்கிறோம்.

இவ்வாறு வெறுப்பை உருவாக்கும்போது நாம் எதிரீடுகளை உருவாக்குகிறோம். நம்முடையது முழுக்க முழுக்க சரி என்றும் எதிர்த் தரப்பு முழுக்க முழுக்கத் தவறு என்றும் நம்ப ஆரம்பிக்கிறோம். எதிர்த் தரப்பை குறுக்கி, சுருக்கி எளிமையான ஒரு கருத்தாக ஆக்கிக்கொண்டு அதற்கேற்ப நம்மையும் ஓர் எளிய தரப்பாக ஆக்கிக்கொள்கிறோம். இதைத் தவிர்ப்பதற்கு இன்றியமையாத விவாதங்கள் எதுவுமே நிகழாமல் ஆகின்றன. எதிர்த் தரப்புடன் விவாதத்துக்கே இடமில்லாத நிலையை ஒரு கட்டத்தில் நாம் அடைகிறோம்.

தமிழில் மொழி சார்ந்த விவாதங்களில் இந்த நிலை உருவானது ஒரு துரதிருஷ்டவசமான வரலாற்றுத் திருப்பம். நேற்று நான் பெர்க்கிலி

பல்கலை பேராசிரியர் ஜார்ஜ் எல்ஸ்ட்டை சந்தித்துப் பேசிக்கொண்டிருந்தேன். தமிழை ஆய்வு செய்வதற்கு சமஸ்கிருதம் இன்றி இயலாது என்ற தன் தரப்பை மிக வலுவாக அவர் சொன்னார். தமிழ் மட்டுமே தெரிந்த தமிழாய்வாளன் தமிழின் பெரும் பகுதியை இழந்துவிடுகிறான். தமிழும் சமஸ்கிருதமும் நெடுங்காலம் ஒன்றை ஒன்று உண்டு வளர்ந்தவை. தமிழறிஞர்களுக்கு இருக்கும் சமஸ்கிருத வெறுப்பு தமிழாய்வுகளை எப்படி முடக்கியிருக்கிறதோ அதேபோல இன்றைய சமஸ்கிருத அறிஞர்களுக்குப் பிற மொழிகளைப் பற்றி ஏதும் தெரியாது என்பதும் பெரிய தேக்க நிலையை உருவாக்கி விட்டிருக்கிறது என்றார்.

அந்த நிலை எப்படி மாறியது? பிறரைப்போல நான் அதற்கு உடனே ஒரு சதிக் கோட்பாட்டைச் சொல்ல மாட்டேன். அதற்கு ஒரு வரலாற்றுப் பின்புலம் இருக்கிறது. பதினாறாம் நூற்றாண்டு வரை தமிழ் நாட்டில் சமஸ்கிருதமும் தமிழும் சீரான முறையில் உரையாடி வளர்ந்தன என்பதைக் காண்கிறோம். அப்போது தமிழுக்கும் சமஸ்கிருதத்துக்கும் இடையே முரண்பாடும் இருக்கவில்லை. இன்னும் சொல்லப் போனால் திராவிட சிசு தமிழ் ஞான சம்பந்தன் என்றுமே தமிழுக்கு அரணாக சமஸ்கிருதத்தைப் பார்ப்பவராகவே இருந்திருக்கிறார்.

ஆனால், பதிமூன்றாம் நூற்றாண்டில் தமிழகம் மீது மாலிக்காபூரின் படையெடுப்பு நிகழ்ந்தது. பேரரசுகள் சிதறின. அதன்பின் நூறு வருடம் உதிரி தளகர்த்தர்களின் அராஜக ஆட்சி. குமார கம்பணன் மதுரையைக் கைப்பற்றி மதுரை ஆலயத்தைத் திருப்பிக் கட்டி மீண்டும் ஒரு தொடக்கத்தை உருவாக்கினான். அதன்பின் மதுரை, தஞ்சை, செஞ்சியில் நாயக்கர் ஆட்சி. இக்காலகட்டத்தில் தென்னகத்தில் உள்ள எல்லாப் பேராலயங்களும் மீண்டும் கட்டி எழுப்பப்பட்டன. ஏராளமான ஏரிகள் வெட்டப்பட்டன. சந்தைகள் அமைந்தன. சாலைகள் நீண்டன. இன்றைய தமிழகம் உருவாகி வந்தது. ஆனால், இவர்கள் பெரும்பாலும் தமிழுக்கு எதுவும் செய்யவில்லை. அவர்களின் மொழி தெலுங்கு. அவர்கள் போற்றி வளர்த்தது சமஸ்கிருதத்தை. தமிழை நம்பி வாழ்ந்த கவிராயர் குலங்கள் மெல்ல மெல்ல அந்நியப்பட்டன. பேரிலக்கியங்கள் உருவாகாமலாயின. தமிழின் வளர்ச்சி தேங்கியது.

இதை ஒட்டி ஒரு வகை சமஸ்கிருத மேலாதிக்கம் உருவாகியது. பதினெட்டாம் நூற்றாண்டு ஆனபோது தமிழ் புறக்கணிக்கப்பட்ட நிலையில் இருந்தது. சமஸ்கிருதம் பேணப்பட்டு அரசின், மதத்தின் மொழியாக விளங்கியது. தமிழைப் பழிக்கவும் சமஸ்கிருதத்தைப்

போற்றவும் கூடிய மனநிலைகள் ஓங்கி இருந்தன. மேலும் நாயக்கர் காலமும் சரி, அதன் பின் வந்த ஆங்கில ஆட்சியும் சரி, பிராமணர் களைப் பெரிதும் போற்றி வளர்த்தவை. பிராமணர்களில் ஆதிக்கவாதிகள் தங்கள் மொழியாக சமஸ்கிருதத்தை எண்ணினார்கள். தமிழைப் புறக்கணிக்கவும் எள்ளி நகையாடவும் அவர்களில் பலர் முயன்றார்கள்.

இந்த இழிநிலையில் இருந்து தமிழ் மீண்டது பத்தொன்பதாம் நூற்றாண்டின் இறுதியில்தான். அதற்கு சைவ மடங்கள் முன்னோடிப் பங்களிப்பாற்றின. கிட்டத்தட்ட வழக்கொழிந்து போன தமிழிலக்கியக் கல்வியை அவைதான் விடாப்பிடியாகப் பேணி வளர்த்தன. நூல்களைத் தக்க வைத்தன. அங்கிருந்து மீண்டும் தமிழ் முளைத்து எழுந்தது.

இக்காலகட்டத்தில் தமிழின் தனித் தன்மை, தொன்மை, இலக்கிய வளம் ஆகியவற்றை விவாதித்து நிறுவ வேண்டியிருந்தது. தமிழ் சமஸ்கிருதத்தைச் சாராமல் இயங்கக்கூடியது. அது சமஸ்கிருதத்தின் அடிமை அல்ல என்பதைப் பேசிப் பேசி நிலைநாட்ட வேண்டியிருந்தது. அந்த விவாதம் நூறாண்டு நீடித்தது. அதன் சமஸ்கிருத தரப்பாக இங்கே பேசியவர்கள் பெரும்பாலும் பிராமணர்கள். ஆகவேதான், பிராமண மொழி என்ற அடையாளம் தமிழ்நாட்டில் சமஸ்கிருதம் மேல் விழுந்தது.

இருநூறு வருட இடைவெளி என்பது எந்தப் பண்பாட்டுக்கும் மிகப் பெரிய சோதனைதான். தமிழ் வளர்ச்சியில் உருவான அந்த இடைவெளியால் தமிழ் நூல்கள் பல மறைந்தன. தமிழின் செவ்வியல் மரபு அறுபட்டது. தமிழ் மொழியில் அறிவுத் தள விவாதங்கள் நிகழாது போனமையால் மெல்ல மெல்ல தமிழின் சொல் வளம் மறக்கப்பட்டு சமஸ்கிருதக் கலப்பு மிகுந்தது. அதன் விளைவே மணிப் பிரவாளம் போன்ற கலவை மொழி.

இந்த வீழ்ச்சியில் இருந்து தமிழை மீட்டது தமிழிய இயக்கம்தான். தமிழிய இயக்கம் என்று நாம் இன்று சொல்வது பல தளங்களில் நிகழ்ந்த ஒரு ஒட்டுமொத்த அறிவியக்கத்தைத்தான். கடந்த இருநூறு வருடங்களில் தமிழ்நாட்டில் நடந்த ஆகப் பெரிய அறிவியக்கம் என்பது தமிழிய இயக்கமே. தமிழின் தொல்நூல்களை பதிப்பித்தல், அவற்றை ஆராய்ந்து தமிழின் தொல் மரபை நிலைநாட்டல், தமிழின் தனித்துவத்தை மறுபடியும் கண்டடைந்து நிலைநாட்டுதல் ஆகியவை ஒரு தளத்தில் நிகழ்ந்தன. இந்த இயக்கத்தை நாம் தனித் தமிழ் இயக்கம் என்று சொல்கிறோம்.

இரண்டாவதாக, தமிழின் தொன்மையான இசை மரபை மீட்டுரு வாக்கம் செய்தல் முக்கியமான கவனம் பெற்றது. அதைத் தமிழிசை இயக்கம் என்று சொல்கிறோம்.

மூன்றாவதாக, தமிழை முறைப்படி கற்பதற்கான கல்வி முறைகளை உருவாக்குதல். அதைத் தமிழ்க் கல்வி இயக்கம் என்கிறோம். இம்மூன்றும் இணைந்ததே தமிழிய இயக்கம்.

இந்தத் தமிழிய இயக்கத்தில் பிராமணர்களின் பங்கை எவரும் மறுத்து விட முடியாது. உ.வே. சாமிநாதய்யர் இல்லையேல் தமிழ் நூல்கள் அழிந்திருக்கும். அவரது மாணவர்களான அனந்தராம அய்யர், கி.வா. ஜகன்னாதன் போன்றவர்களின் பங்களிப்பும் சாதாரணமானதல்ல. பரிதிமாற் கலைஞர், பி.டி. ஸ்ரீனிவாசாச்சாரியார் போன்றவர்கள் இவ்வியக்கத்தில் பெரும் பணியாற்றியவர்கள்.

தமிழிய இயக்கம் தமிழை மீட்டமைக்கும் வேகத்தில் சமஸ்கிருதத்துக்கு எதிரானதாக ஆனது. நடைமுறையில் அதில் பிராமண எதிர்ப்பும் கலந்து கொண்டது. அதற்கான சமூகக் காரணங்கள் அன்று இருந்தன.

பிராமணர்கள் வெள்ளையர் அரசில் எல்லா முக்கிய பதவிகளையும் வகித்த காலம் அது. அதிகாரத்தைக் கையில் வைத்திருக்கும் எந்தக் குழுவும் செய்வதைப்போல அவர்கள் அந்த அதிகாரத்தைப் பிறர் எய்த அனுமதிக்கவில்லை. இதற்கு எதிராக முதல் கசப்பும் எதிர்ப்பும் கேரளத்தில். இன்னும் சொல்லப் போனால் நாயர் சாதியில்தான் உருவாகியது. காரணம் கிறித்தவ இயக்கத்தின் கல்விப் பணியை பயன்படுத்திக்கொண்டு கல்வி கற்று வந்த நாயர்கள் அரச பதவிகளை நாடி, பிராமணர்களால் புறக்கணிக்கப்பட்ட நிலையில் இருந்தார்கள்.

ஆரம்ப காலத்தில் இவ்வாறு பிராமணர்களால் வாய்ப்பு பறிக்கப் பட்டவர்கள் பிராமணரல்லாதோர் சங்கம் என்ற அமைப்பை உருவாக்கினர். பின்னர் பிரிட்டிஷார் இந்தியர்களுக்கு தேர்தலில் வென்று வட்டார அரசுகளை அமைக்கும் வாய்ப்பை வழங்கியபோது அந்த அமைப்பு ஜஸ்டிஸ் கட்சி என்ற கட்சியாக ஆகியது. இந்த அமைப்புக்கும் தமிழிய இயக்கத்துக்கும் கொள்கை அளவில் எந்தத் தொடர்பும் இல்லை. ஆனால், இதன் ஆதரவாளர்களாக தமிழியக்கத்தினர் பலர் இருந்தார்கள்.

இக்காலத்தில் கால்டுவெல் முன்வைத்த திராவிட மொழிக் கொள்கை பெரிதாகப் பேசப்பட்டது. தென்னக மொழிகளை ஆராய்ந்த பிஷப் கால்டுவெல் அவற்றுக்கு ஒரு பொது இலக்கண அமைப்பு இருப்பதை உணர்ந்தார். தென்னகத்தைக் குறிக்க நம் சிற்ப-தாந்த்ரீக மரபில் பயன்படுத்தப்பட்ட திராவிட என்ற சொல்லை அவற்றைக் குறிக்கப் பயன்படுத்தினார். திராவிட என்பது ஒரு இனமாக இருக்கலாம் என்ற

ஊகத்தை அவர் முன்வைத்தார். அந்த ஊகத்தை உடனடியாக ஒரு கோட்பாடாக ஆக்கிக்கொண்டு திராவிட இயக்கம் உருவானது.

இவ்வாறு திராவிட இயக்கம் உருவாவதற்குக் காரணமாக அமைந்தது பிராமண வெறுப்பே. இந்திய மக்களை திராவிடர், ஆரியர் எனப் பிரித்து திராவிடர் என்போர் தென்னகத்து பிராமணரல்லாதோர் என வகுத்து அவர்கள் தனி இனம், தனி நாடு என்று வாதிட ஆரம்பித்தார்கள். இக்காலகட்டத்தில் திராவிட இனம் என்பதை வரையறை செய்வதற்கான அறிவார்ந்த முயற்சி ஏதும் எடுக்கப்படவில்லை. ஊகங்கள் மட்டுமே முன்வைக்கப்பட்டு உடனடியாக அவை கோட்பாடுகளாக ஏற்கப்பட்டன.

சுதந்திரத்துக்குப் பின்னர் மொழிவழி மாநிலங்கள் அமைந்தபோது திராவிட இயக்கங்கள் திராவிடக் கருத்தியலைக் கைவிட்டன. அதற்கும் எந்த விவாதமும் நடத்தப்படவில்லை. திராவிட என்பது தமிழர்களை மட்டுமே குறிக்கும் சொல்லாக மருவியது. ஏனென்றால் திராவிடக் கருத்தாக்கம் கர்நாடகம், ஆந்திரா, கேரளத்தில் எந்தச் சலனத்தையும் உருவாக்கவில்லை.

அக்காலத்தில் இந்தியாவெங்கும் உருவாகி வலுவடைந்த பிராமண மைய வாதம் தன்னை சமஸ்கிருதத்துடன் அடையாளப்படுத்திக் கொண்டது. இந்தியாவின் பண்பாடென்பது பிராமணப் பண்பாடாக முன்வைக்கப்பட்டது. அது சமஸ்கிருதத்தால் மட்டுமே அமைந்தது என வாதிடப்பட்டது. ஆங்கிலேய ஆட்சியால் புதுப் பண பலம் பெற்ற பிராமண சாதியின் ஒரு ஆதிக்க தந்திரம் அது.

அதற்கு எதிராக பிராமணரல்லாத சாதியினர் பல கோட்பாடுகளை உருவாக்கினர். உதாரணமாக வேதங்களின் காலத்தை பிராமணர்கள் பல்லாயிரம் வருடங்களுக்குப் பின்னால் கொண்டுசென்றபோது தமிழிய இயக்கத்தினர் கடல் மூழ்கிய குமரிநில நீட்சியை ஒரு பெரும் கண்டமாக உருவகித்து அதுவே பிரம்ம சமாஜத்தினர் சொல்லிய லெமூரியா என வாதிட்டு ஆதாரமேதும் இல்லாமலேயே அதை நம்பவும் ஆரம்பித்தார்கள்.

இவ்வாறு நம் சூழலில் புழங்கும் கருத்துகள் பெரும்பாலும் ஆதிக்க நோக்குடன் மிகைப்படுத்தப்பட்டவை. அதற்கு எதிரான கருத்து அதற்கேற்ப மிகைப்படுத்தப்பட்டது. இன்று ஒரு அறிவார்ந்த ஆய்வாளர் நடுநிலையான ஆய்வுகளைச் செய்ய வேண்டியிருக்கிறது. அப்படிச் செய்தால் ஒரு அபாயம் உள்ளது. கருத்து நிலைப்பாட்டின் இரு தரப்புமே அவருக்கு எதிரிகள் ஆகிவிடுவார்கள். ஒன்று அவர் தமிழியராக இருக்க வேண்டும். அல்லது அவர் பிராமணியராக இருக்க வேண்டும். இரண்டுமே துறை வெற்றிகளை அளிக்கக் கூடியவை.

நடுநிலையாளருக்கு இன்று தமிழ்ச் சூழலில் ஆளிருப்பதில்லை. ஆகவே மிகக் குறைவாகவே நடுநிலைக் குரல்கள் ஒலிக்கின்றன.

திராவிட இயக்கம் பிரபல அரசியல் இயக்கமாக ஆகியது. முதலில் பிராமணரல்லாத உயர் சாதியினரின் குரலாக ஆரம்பித்தது. பின்னர் பிற்படுத்தப்பட்ட சாதியினருக்கான அரசியல் இயக்கமாக ஆகியது. இந்தப் பரிணாமத்தில் அது தமிழிய இயக்கம் உருவாக்கிய மன நிலைகளையும் கோஷங்களையும் பெரிதுபடுத்தி வெகுஜன நம்பிக்கை களாக ஆக்கியது. தமிழிய இயக்கம் ஓர் அறிவார்ந்த இயக்கம். அதில் ஆய்வும் உண்டு வெறுப்பின் அம்சமும் உண்டு. திராவிட இயக்கம் அதில் வெறுப்பை மட்டுமே எடுத்துக்கொண்டது.

பொருட்படுத்தும்படியான தமிழாய்வுகள் எதையுமே திராவிட இயக்கம் உருவாக்கவில்லை. தமிழின் வளர்ச்சிக்குக் குறிப்பிடத்தக்க எந்தப் பங்களிப்பையும் அது ஆற்றவும் இல்லை. இது வரலாறு. ஏனெனில், அது பரப்பு இயக்கம், அறிவியக்கம் அல்ல. இன்று திராவிட இயக்கம் தன் சாதனைகளாகச் சொல்லிக்கொள்வதெல்லாமே தமிழிய இயக்கத்தின் பங்களிப்புகளையே. அவர்களில் பெரும் பாலானவர்கள் திராவிட இயக்க ஆதரவாளர்கள்கூட அல்ல.

இவ்வாறு ஒரு குறிப்பிட்ட வரலாற்றுச் சூழலில் அந்தக் காலகட்டங் களினால் உருவான கருத்துகள் பினனர் வெகுஜனப்படுத்தப்பட்டு எளிய கோஷங்களாக மாறி நம் சூழலில் ஒலித்துக்கொண்டிருக்கின்றன. இவற்றை எதிரொலிப்பவர்கள் அவற்றை நிறுவப்பட்ட உண்மை களாகவே எண்ணுகிறார்கள். மத நம்பிக்கை போல ஆவேசமாக முன்வைக்கிறார்கள். ஆராயவோ, விவாதிக்கவோ அவர்கள் தயாராக இருப்பதில்லை. எதிர்த் தரப்பை எதிரிகளாகவே நினைக்கிறார்கள். கருத்துகள் சார்ந்து முன்வைப்பதெல்லாமே மிகையுணர்ச்சிகளைத் தான். ஆகவே ஒரு விவாதமே சாத்தியமில்லாமல் போகிறது.

இந்து மதம் சார்ந்து, இந்தியச் சிந்தனை மரபு சார்ந்து, சாதியமைப்பின் உருவாக்கம் சார்ந்து, இந்திய தேசிய உருவகம் சார்ந்து, ஆரிய திராவிட இனப் பிரிவினை சார்ந்து இன்றைய தமிழ்ச் சூழலில் இவர்கள் முன் வைக்கும் கருத்துகள் முக்கால் நூற்றாண்டுக்கு முன்னர் எந்தவித ஆய்வு முறைமையும் இல்லாமல் அவசர நோக்கில் ஒரு சமூகத் தேவையின் பொருட்டு வடிவமைக்கப்பட்டவை. அவை கடந்த அரை நூற்றாண்டுக் கால சமூக அறிவியல்களின் கருவிகளால் மீள மீள மறு பரிசீலனை செய்யப்பட்டிருக்கின்றன. அவற்றை இவர்கள் சற்றும் அறிய மாட்டார்கள். அறியும் மன நிலையே இல்லாமல் மத நம்பிக்கை போல பற்றிக்கொண்டிருக்கிறார்கள். அக்கருவிகளைப் பயன்படுத்தி ஆராய்பவர்களை தமிழ்த் துரோகிகள் என்று நம்பத்தான் அவர்களின் மதச் சார்பு, இனச் சார்பு மனம் பயின்றிருக்கிறது.

சமஸ்கிருதம் சார்ந்து நம் சூழலில் உள்ள நம்பிக்கைகளும் இவ்வகைப் பட்டவையே. அந்த வெறுப்பாலும் புறக்கணிப்பாலும் தமிழின் அறிவு வளர்ச்சியே தேங்கிக் கிடக்கிறது. தமிழின் மாபெரும் இலக்கிய வளத்தை இந்தியச் சூழலில் பொருத்தி ஆராயும் ஆராய்ச்சிகளே நிகழ்வதில்லை. ஆகவே இங்குள்ள இலக்கியங்களில் பெரும் பகுதி அபத்தமான வாசிப்புக்கும் விளக்கத்துக்கும் உள்ளாகிறது. குறள் ஆனாலும் சரி, கம்ப ராமாயணம் ஆனாலும் சரி, பிற மொழிகளுடன் எந்த வகையான விவாதங்களும் நிகழ்வதில்லை. நமக்குள்ளே பழங்கதை பேசும் மூடக் கும்பலாக தமிழறிஞர்கள் உருவம் பெற்றிருக்கிறார்கள்.

தமிழில் சமஸ்கிருதம் குறித்து நிலவும் மூட நம்பிக்கைகள் பல.

1. அது வடமொழி. அது உண்மை அல்ல. அந்த மொழியின் முதல் வடிவம் வடக்கே எங்காவது உருவாகியிருக்கலாம். ஆனால், அதன் வளர்ச்சி என்பது இந்திய நிலப் பகுதியில் உள்ள பல நூறு மொழி களைத் தழுவியது. சமஸ்கிருதக் கல்வியும் சரி, சமஸ்கிருதப் பங்களிப்பும் சரி, தென்னகத்திலேயே ஒப்பு நோக்க அதிகம்.

2. அது பிராமண மொழி. அதுவும் உண்மை அல்ல. மரபான சமஸ்கிருத நூல்களிலேயே பிராமணர் எழுதிய நூல்கள் குறைவு. வியாசனோ, வான்மீகியோ, உபநிடத ஆசிரியர்களோ, காளிதாசனோ, பாரவியோ எவருமே பிராமணர்கள் அல்லர்.

3. அது இந்து மதத்தின் மொழி. இது அபத்தமானது. அது இந்திய மதங்கள் அனைத்துக்கும் பொதுவான அறிவார்ந்த மொழி. சமணர்கள்தான் அதை இந்தியா முழுக்கக் கொண்டுசென்றவர்கள். அதற்கு லிபி - வரி வடிவம் - உருவாக்கியவர்கள். அது பிற்கால பௌத்தத்தின் மொழியும்கட.

4. அதை இப்போது பிராமணர்களே ஆதரிக்கிறார்கள். தமிழகம் தவிர பிற பகுதிகளில் இது உண்மை அல்ல. உதாரணமாக கேரளத்தில் சிரியன் கிறித்தவர்களும் ஈழவர்களும்தான் பெரும் சமஸ்கிருத அறிஞர்கள்.

5. சமஸ்கிருதம் செத்த மொழி. இது ஓர் அபத்தமான கூற்று. இன்றைய சமஸ்கிருதம் என்றுமே பேச்சு மொழி அல்ல. உரையாடலுக்கான மொழியே அல்ல அது.

இந்த நம்பிக்கைகள் நம் தமிழியர்களால் உருவாக்கப்பட்டு இன்று திராவிட வழி வந்தவர்களால் மதம் போல நம்பப்படுகின்றன. ஆனால், மறு தரப்பிலும் அதேபோல அபத்தமான நம்பிக்கைகள் உள்ளன.

1. சமஸ்கிருதம் தேவ மொழி. அதில் இறை வழிபாட்டு மந்திரங்களும் நூல்களும் மட்டுமே உள்ளன. இது பொய். சமஸ்கிருதத்தில் ஏராளமான இறை மறுப்பு நூல்கள் உள்ளன. வேதங்களிலேயே பொருள் முதல் வாதம் பேசும் பாடல்கள் ஏராளமாக உள்ளன. வேத மறுப்பு மட்டுமல்ல, வேத வெறுப்பும் சமஸ்கிருத நூல்களில் பேசப்படுகின்றன. சமஸ்கிருதம் அறிவார்ந்த விவாதங்களுக்கான மொழி. ஆகவே, விவாதத்தின் எல்லாத் தரப்பும் அதில் பேசப்படுகிறது.

2. சமஸ்கிருதம் பிராமணர்களுக்கான முன்னுரிமை உள்ள மொழி. அது பிராமணர்களின் நம்பிக்கை. உண்மை அல்ல. சமஸ்கிருத நூல்களில் பிராமண மேன்மை பேசும் நூல்கள் பூர்வ மீமாம்சை என்ற வேத மைய தரிசனத்தின் தரப்பைச் சேர்ந்தவை மட்டுமே. அதை எதிர்க்கும் பல நூறு தரப்புகள் சமஸ்கிருதத்தில் உள்ளன. பகவத் கீதை கூட பூர்வ மீமாம்சத்தை நிராகரிப்பதே.

இந்த நம்பிக்கைகளைக் கை விட்டுவிட்டு அறிவார்ந்த தர்க்கங்களுடன் சமஸ்கிருதத்தை அணுகக்கூடிய, ஆராயக்கூடிய ஒரு தலைமுறை இனியாவது உருவாகி வரவேண்டும். அதன் பின்னர் மட்டுமே தமிழாய்வு அடுத்த கட்டத்துக்குச் செல்ல முடியும். அப்போது பல ஆச்சரியமளிக்கும் உண்மைகள் வெளிவரும் என நான் நினைக்கிறேன். அதில் முக்கியமானது, தமிழ் சமஸ்கிருதத்துக்கு எந்த அளவுக்குக் கடன்பட்டதோ அதை விட சமஸ்கிருதம் தமிழுக்குக் கடன்பட்டது.

# ஆன்மிகம், போலி ஆன்மிகம், மதம்

அன்புள்ள திரு. ஜெயமோகனுக்கு,

பாலகுமாரனைப் பற்றிய தங்கள் பதிவிற்கு வந்த எதிர் வினைகளுக்கு ஒரு எதிர்வினை இந்தக் கடிதம். இந்த எதிர்வினைகளில் பாலகுமாரனுக்கு ஆதரவாக இரண்டு முக்கிய கருத்துகள் சொல்லப்பட்டிருக்கின்றன என்று நம்புகிறேன்.

முதலாவது, பாலகுமாரனின் எழுத்துகள் வாழ்க்கையில் உதவின; அதனால் அவர் எழுத்து இலக்கியம் என்ற கருத்து. இது எப்படி இருக்கிறதென்றால் MGR படங் களைப் பார்த்து நான் தாய்ப் பாசத்தை கற்றுக்கொண்டேன். எனவே, MGR மகா நடிகர் என்று சொல்வதைப்போல. இந்த வாதத்தில் உள்ள குழந்தைத்தனத்தை தாங்கள் சுட்டிக் காட்டாமல் விட்டிருப்பது ஏன் என்று புரியவில்லை.

இரண்டாவது, பாலகுமாரன் ஆன்மிகவாதி. எனவே, அவர் எழுத்துகள் மேலானவை என்ற வாதம். என்னைப் பொறுத்தவரையில் அவர் எழுத்துகளில் எனக்கு மிகவும் எரிச்சலூட்டுபவை அவரது 'ஆன்மிக' எழுத்துகள்தாம். அவரது ஆன்மிகம் என்பது ரஜினியின் பாபா படத்தில் வெளிப்படும் ஆன்மிகம் போன்றதுதான். ஆன்மிகத்தை வெறும் கண்கட்டு வித்தை எனக் காட்டுபவை அவரது எழுத்துகள். இதில் இன்னொரு வெறுப்பூட்டும் அம்சமும் உள்ளது. அது பாலகுமாரன் தன்னை ஒரு பெரும் ஆன்மிக வாதியாக, ஒரு சித்தராக நம்புவது அல்லது மற்றவர்கள் அப்படி நம்ப வேண்டும் என்று எண்ணுவது. சந்தேகம் இருந்தால் http://balakumaranpesukirar.blogspot.com

வலைத் தளத்தைப் பார்க்கலாம். அதன் முகப்பிலேயே ராம் சுரத் குமாரின் முகமும் பாலகுமாரன் முகமும் அருகருகே ஒரே அளவில் ஒரே தோற்றத்தில் இருப்பதைக் காணலாம். அதாவது இவரும் அவரைப் போல ஒரு மகான் என்பது போல. அவரது எழுத்துகளிலும் இந்தத் தொனி அவ்வப்போது ஒலிப்பதைக் கவனிக்கலாம். ஒரே ஒரு எடுத்துக்காட்டு. சீனாவில் நிலநடுக்கம் வந்தபோது வெளியிடப்பட்ட ஒரு கேள்வி பதில். அதன் உட்கருத்து அல்லது நோக்கம் என்ன வென்றால் சீனாவில் நிலநடுக்கம் அல்லது அது போன்ற பேரழிவு வரும் என்று பாலகுமாரனுக்கு முன்கூட்டியே தெரிந்து இருந்தது. இது நடக்கும் என்று இவர் முன்பே சொன்னார். அது நடந்து விட்டது. எப்பேர்ப்பட்ட ஞானி இவர் என்று காட்டுவது. அவரது ஆன்மிகத்தில் உள்ள குழந்தைத் தனத்தையும், நடவடிக்கைகளில் உள்ள போலித் தனத்தையும் இன்னும் வெளிப்படையாக தாங்கள் விமரிசிக்காதது எனக்கு ஏமாற்றமே.

பின் குறிப்புகள்:

இந்தக் கடிதத்தில் உள்ள தொனி உங்களுக்குக் கோபமூட்டலாம். அதற்காக என்னைக் கண்டித்து நீங்கள் பதில் அளிக்கலாம். அப்படி நேர்ந்தால் அதை ஏற்றுக்கொள்ளத் தயாரான மன நிலையில்தான் இந்தக் கடிதத்தை எழுதுகிறேன்.

சுஜாதாவையும் பாலகுமாரனையும் தாங்கள் ஒரே பட்டியலில் சேர்த்திருப்பதை எப்படி எடுத்துக்கொள்வது என்றே புரியவில்லை. சரி விடுங்கள். தனியாகப் பேசப்பட வேண்டிய விஷயம் அது.

- ராஜேந்திரன்

**அ**ன்புள்ள ராஜேந்திரன்,

பாலகுமாரனைப் பற்றிய அக்கடிதம் ஓர் இளம் வாசகர் எழுதியது. அவ்வயதில் ஓர் எழுத்தாளர் மேல் தோன்றும் பற்றும் அதன் விளைவான தீவிர நிலைப்பாடுகளும் இயல்பானவை. தேடல் இருந்தால் அடுத்தடுத்த இடங்களுக்குக் கொண்டுசெல்லக்கூடியவை. அதைத்தான் நான் சொன்னேன்.

பாலகுமாரன் சொல்லிக்கொண்டிருக்கும் ஆன்மிகத்தைப் பற்றி என்னுடைய கருத்தையும் அக்கடிதத்தில் பதிவு செய்திருந்தேன். அதற்கு மேல் நான் அவ்விஷயத்தில் சொல்ல ஏதுமில்லை. அவரது படைப்புகளைப் பற்றிய இலக்கிய விமரிசனம் என்றால் விரிவாக எழுதலாம். தனிப்பட்ட விமரிசனங்களுக்கு என் எழுத்தில் இடமில்லை.

ஆகவே, நீங்கள் எழுதியதிலும் எனக்கு வருத்தம் ஏதும் இல்லை. அது உங்கள் கருத்து. அவ்வளவே. நான் அதை ஒட்டிப் பேச விரும்பும் விஷயம் உங்கள் கருத்துடன் ஒட்டிய சில விஷயங்களைத்தான். அது நம் நாட்டில் பரவியிருக்கும், பரவிக்கொண்டிருக்கும் ஒரு புது விதமான மன நிலையைப் பற்றியது. அதை அனேகமாக தினமும் சந்தித்துக் கொண்டிருக்கிறேன்.

கீழ்க்கண்ட பத்தியைப் படியுங்கள். இது பாலகுமாரனின் இணைய தளத்தில் இருந்து நான் எடுத்தது.

''இதற்கெல்லாம் முத்தாய்ப்பாக சோழ சேனாதிபதி கிருஷ்ணன் ராமனான பிரம்மராயர் கட்டிய அமண்குடி கோயிலில் நடந்த நிகழ்ச்சி இன்னும் புதிராகவே உள்ளது.

துர்க்கை அம்மனை வழிபட்டு கோயிலைச் சுற்றி வந்த சமயம் கோயிலின் ஒரு மூலையில், இருளில், கிட்டத்தட்ட தொண்ணூறு வயதுடைய அந்தணர் ஒருவர் அமர்ந்திருந்தது தெரிந்தது. இருளில் அந்த இடத்தில் அவர் ஏன் அமர்ந்திருக்கிறார் என்று நான் அறிந்து கொள்ள டார்ச் லைட் வீசிப் பார்த்தபோது, அவர் அதை விரும்பாமல் கோயிலின் சுவர் நோக்கிச் சென்று மறைந்தார். மறுபடியும் பார்க்கும் போது அங்கு வெறும் லிங்கம் மட்டுமே இருந்தது. வெடவெடவென்று பயந்து நடுங்கிக்கொண்டு உங்களைப் பார்த்தபோது உங்கள் முகமும் தீர்க்கமாக இருந்தது. 'இங்கு இப்படித்தான்' என்று எந்தப் பதற்றமும் இல்லாமல் நீங்கள் கூறிவிட்டுச் சென்றுவிட்டீர்கள்.

'இது சோழ சேனாதிபதி கிருஷ்ணன் ராமனான பிரம்மராயர் மிகக் காதலாகக் கட்டிய துர்க்கை அம்மன் கோயில். பிரம்மராயர் ஒரு அந்தணர். இந்தக் கோயிலை விட்டு அவர் வேறு எங்கும் போக மாட்டார்' என்று எப்போதோ நீங்கள் சொன்னது நினைவிற்கு வந்தது.

சோழர்கள் சம்பந்தப்பட்ட புத்தகங்கள், இடங்கள், கல்வெட்டுகள், சோழ சரித்திரம் மீது மிகப் பெரிய காதல்கொண்ட நண்பர்கள், ஆராய்ச்சியாளர்கள் போன்ற பல உதவிகளோடு, சோழ தேசத்தில் பல நூறு வருடங்களுக்கு முன்பு வாழ்ந்து மறைந்து வேறு ரூபத்தில் இருக்கும் சக்திகளும் உங்களுக்குப் பரிச்சயமாக இருக்கின்றன என்பது புரிய, உடையார் வெறும் நாவலல்ல என்பது விளங்கியது.

உங்கள் படைப்புகளில் மகுடமாகத் திகழும் உடையாரை நீங்கள் எழுதவில்லை. ஆயிரம் வருடங்களுக்கு முன்பு, நீங்களும் சோழர் களோடு வாழ்ந்திருக்கிறீர்கள். அவர்களோடு இப்பொழுதும் வாழ்ந்து கொண்டிருக்கிறீர்கள். வாழ்ந்ததைப் பகிர்ந்துகொண்டிருக்கிறீர்கள் என்பதே உண்மை.''

இந்தக் கடிதத்தை எழுதிய மனநிலை என்ன? இதை புராணம் சார்ந்த மனநிலை என்று சொல்லலாம். ஒரு சராசரி இந்துவின் மனநிலை இம்மாதிரியான புராண ஆக்கங்களினால் ஆனது. இது பல நூற்றாண்டுகளாக நம் சூழலில் நீடிப்பது. இதற்கு ஒரு வரலாற்றுப் பின்புலம் உண்டு. ஒரு தத்துவப் பின்புலமும் உண்டு.

இந்த மனநிலை நாம் மெய்மையை அறிவதற்கான ஒரு வழிமுறை யாகவே நெடுங்காலமாகக்கொண்டிருக்கிறோம். இதற்கு ஒரு உள் தர்க்கம் அல்லது ஒரு இலக்கண அமைப்பும் நமக்குள்ளது. இந்த மன நிலையின் மிகக் கீழான தளங்களையும் மிக உச்ச நிலைகளையும் நம் மதத்தில் காணலாம்.

வரலாற்று ரீதியாக புராண மன நிலை உருவான விதம் இவ்வாறு. இந்திய நிலப் பகுதியில் பல ஆயிரம் பழங்குடிகள் வாழ்ந்தன. அவர்களின் பல்லாயிரம் நம்பிக்கைகளும் குலக் கதைகளும் குறியீடுகளும் இறை உருவகங்களும் இருந்தன. பிரம்மம் என்ற தூய தத்துவக் கருத்துருவத்தால் அவை கோர்க்கப்பட்டன. அவ்வாறாக இந்திய நிலத்தில் பெருமதங்கள் உருவாயின. இவ்வாறு கோர்க்கப் பட்டபோது அந்தத் தொகுப்புக்காக உருவானதே புராண மரபு என்பது. புராணங்களின் பணியே பல்வேறு நம்பிக்கைகளையும் படிமங்களை யும் இறை வடிவங்களையும் ஒன்றாகச் சேர்ப்பதே. இந்து ஞான மரபின் முக்கியமான புராணங்கள் அனைத்தும் இவ்வாறு உருவானவையே.

பின்னர் இந்தப் புராணங்கள் தத்துவ விளக்கத்துக்கான கருவிகளாக அமைந்தன. ஏனென்றால், தத்துவ விளக்கத்துக்கு எப்போதுமே படிமங்கள் தேவை. அப்படிமங்களை நம் புராணங்கள் தொடர்ச்சியாக வழங்கின. ஆகவே, பின்னர் புராணங்கள் ஒரு தனி மொழியாக - மெட்டா லாங்வேஜ் - மாறின. அதில் நம் தத்துவம் விரிவாகப் பேசப்பட்டது. இது புராணங்களின் தத்துவ முகமாக இன்று நீடிக்கிறது.

இப்படிச் சொல்கிறேன். ரத்த பீஜாசுரனை அம்பிகை கொன்ற புராணம். அந்த அசுரனின் ஒவ்வொரு துளி குருதியும் ஒரு தனி ரத்த பீஜாசுரனாக முளைக்கும். அவனிடம் அம்பிகை போர் புரியப் புகுந்தபோது அவள் ஆயுதத்தால் அவன் தாக்கப்பட்ட போதெல்லாம் பலவாக வளர்ந்தான். ஆகவே, அம்பிகை இரண்டாகப் பிரிந்தாள். ஒரு அம்பிகை ரத்த தாகம் மிக்க ஒரு பூதமாக ஆனாள். அவள் இன்னொரு தெய்வீக அம்பிகை விட்ட அம்புகளால் ரத்த பீஜாசுரன் கொட்டிய குருதியைத் தன் நாவால் நக்கிக் குடித்தாள். அசுரன் அழிந்தான்.

நம் தாய் தெய்வ உருவகத்தில் இருந்து அம்பிகை என்ற பெருந் தெய்வம் உருவாகி வந்தது அதன் வரலாற்றுப் பின்னணி. ஆனால், இக்கதை

ஆழமான ஒரு தத்துவக் குறியீடு. தியான மரபில் மிக முக்கியமானது. அடிப்படை இச்சைகளுடன் நேருக்கு நேராக நின்று போர் புரிய முடியாது என்று சொல்கிறது இது. போர் புரியும்தோறும் அது பெருகும். ஆகவே, நாம் போதமே இரண்டாகப் பிரிய வேண்டி யிருக்கிறது. அம்பிகையாகவும் பூதமாகவும் தியானம் பழகியவர் களுக்கு மேலும் புரியும்.

இப்படித்தான் நாம் புராணங்களைப் பார்க்க வேண்டும். இப்படித்தான் புராணங்கள் சொல்லிக்கொடுக்கப்பட்டன. ஆனால், பத்தொன்பதாம் நூற்றாண்டுடன் நமக்கு பௌராணிக மரபு அழிந்தது. புராணத்தைத் தத்துவத்துடன் இணைத்து எளிமையாகச் சொல்லிக்கொடுக்கும் பெரும் புராணிக சொற்பொழிவாளர்கள் இல்லாமல் ஆனார்கள்.

விளைவாக புராணங்கள் மிக மேலோட்டமாக, வெறும் அற்புதக் கதைகளாக மட்டுமே வாசிக்கப்படும், புரிந்துகொள்ளப்படும் சூழல் உருவாகியது. இன்று எந்தக் கோயிலில் சென்றாலும் அங்குள்ள அர்ச்சகர் அவருக்குத் தோன்றிய ஓர் அற்புதக் கதையைச் சொல்வார். பல கதைகள் மக்குத்தனமாகவே இருக்கும்.

இக்கடிதம் இந்த எளிய புராண மன நிலையில் நின்று எழுதப் பட்டிருக்கிறது. இந்த மனநிலை இன்று இந்துக்களிடம் மிகப் பரவலாக உள்ளது. இதைப் பயன்படுத்திக்கொள்ளும் மனிதர்களே இன்று நாம் தொலைக்காட்சிகளில், மேடைகளில் மிக அதிகமாகக் கண்டுகொண்டிருப்பவர்கள். சொல்லப் போனால் நாம் இந்து மதம் சார்ந்தவர்களாகக் காண்பவர்கள் அனைவருமே இப்படித்தான் இன்று இருக்கிறார்கள். அவர்கள் தங்களை அற்புத மனிதர்களாகக் காட்டிக் கொள்கிறார்கள். அருள் வாக்கு சொல்கிறார்கள். ஆசி அளிக்கிறார்கள். நோயைக் குணமாக்குகிறார்கள். நீர் மேல் நடக்கிறார்கள். நெருப்பில் நீந்துகிறார்கள்.

இந்து ஞான மரபின் அனைத்துத் தத்துவ ஆழங்களையும் இவர்கள் மறைத்து விடுகிறார்கள். இன்றைய பிரபல இந்து மரபில் ராமகிருஷ்ண பரமஹம்சருக்கோ, ரமணருக்கோ, விவேகானந்தருக்கோ, நாராயண குருவுக்கோ இடமில்லை. அவர்கள் அற்புதங்கள் செய்தவர்கள் அல்ல. அவர்கள் செய்யாத அற்புதங்களை அவர்கள் தலை மேல் போட்டு அவர்களை அற்புத புருஷர்களாக ஆக்கி அவர்களின் அற்புதங்களின் வாரிசுகளாகத் தங்களைச் சொல்பவர்கள்தான் அதிகம்.

நான் யோகி ராம் சுரத் குமாரைக் கண்டிருக்கிறேன். பேட்டியும் எடுத்திருக்கிறேன். எனக்கு அவரைத் தெரியும் என்றே சொல்வேன். எல்லா வகையிலும் அவர் மீது இன்று இந்த மனிதர்கள் ஏற்றி வைக்கும்

அற்புதக் கதைகள் அவரது மெய்ஞான இருப்பை கேவலப்படுத்துவன. அவர் மோடி மஸ்தான் அல்ல. அவர் ஞானி.

மிகச் சமீப காலமாக இத்துடன் இன்னும் பல விஷயங்கள் கலக்க ஆரம்பித்துவிட்டிருக்கின்றன. யோகம் நம் நாட்டில் மிக மிகத் தொன்மையான காலம் முதலே இருந்து வரக்கூடிய ஒரு ஞான வழி. அதன் மூல நூல் பதஞ்சலி யோக சூத்திரம். அது ஒரு கறாரான அறிவியலையே முன்வைக்கிறது. அது ஆன்மிக நூல் கூட அல்ல. பொருள் முதல்வாத தரிசனமாகிய சாங்கியத்தின் துணை தரிசனம்தான் யோகம்.

சாங்கியம் இப்பிரபஞ்சம் ஒரே பேரிருப்பாக இருந்தது என்கிறது. அது முக்குணங்களின் சமநிலை இழப்பால் இன்று தோன்றும் இந்தப் பன்மையைப் பெற்றது. பிரபஞ்சத்தின் சாட்சியான புருஷன் அதே போல பன்மையடைந்திருக்கிறான். அந்தப் பன்மை நிலையை அவன் உதறி தன் ஒருமை நிலையை அடையும்போது அவன் பிரபஞ்சத்தை அதன் முழுமை - ஒருமை நிலையில் அறிகிறான். இதுவே யோகம் சொல்லும் முக்தி. முழுமை நிலை. அல்லது விடுதலை நிலை. இதைத் தூய நிலை அதாவது கைவல்யம் என்கிறது யோகம்.

இதற்கான வழிமுறைகளை யோகம் பேசுகிறது. பின்னர் யோகம் சமணர்களாலும் பௌத்தர்களாலும் வளர்த்தெடுக்கப்பட்டது. பின்னர் இந்த முறை பல்வேறு தாந்த்ரீகர்களால் விளக்கப்பட்டது. உண்மையில் இவையெல்லாம் பல்வேறு வழிமுறைகள் அல்லது விளக்க முறைகள் மட்டுமே. தாந்த்ரீகர்கள் எதையுமே குறியீடுகள் மூலம் விளக்குபவர்கள். அவர்களிடம் பல்வேறு குறியீட்டு அமைப்புகள் இருந்தன. அவற்றை அவர்கள் யோகத்துக்கும் போட்டுப் பார்த்தார்கள்.

அவைதான் மூலாதாரம் முதல் சகஸ்ராரம் வரை செல்லும் ஒன்பது சக்தி மையங்கள். யோகத்துக்கு முன்னர் இச்சக்கர மையங்களை தாந்த்ரீகர்கள் பிரபஞ்ச உருவகத்துக்கும் போட்டுப் பார்த்திருக் கிறார்கள். உதாரணமாக மூலாதாரம் என்பது என்ன? காமம் என்னும் ஆற்றலைத்தான் அப்படிச் சொல்கிறார்கள். உயிர்கள் அனைத்திலும் உறையும் ஆற்றல் அது. அது குறிக்குப் பின்னால் ஓர் புள்ளியில் மையம் கொள்வதாக உருவகித்தார்கள். அதன் பின் பசி என்ற மையம். அதன் பின் மூச்சு. இப்படி ஒன்பது.

இந்த ஆற்றல் மையங்களைத் தியானித்து இவற்றை அடக்கி வென்று முழுமையை அடைவதுதான் தாந்த்ரீகர்களின் யோக மார்க்கம். அவர்கள் சொல்லும் சித்தி அல்லது முக்தி அல்லது முழுமை என்பதும் பதஞ்சலி சொல்வதும் ஒன்றே. 'சித்த விருத்தி நிரோதம்' மனச்

செயலைத் தடுத்தல். அதன் மூலம் அடையப் பெறும் பிரபஞ்ச ஞானம். அல்லது ஞானமே அதுவாதல். ராமகிருஷ்ணரும் ரமணரும் நாராயணகுருவும் மீண்டும் மீண்டும் அதை விளக்க முயல்வதைக் காணலாம். 'தூய அறிவே சிவம்' என்று பாரதி சொன்ன அதைத்தான் அவர்கள் அவ்வரிகளில் சொல்கிறார்கள். அறிவில் அறிவாய் அமர்தல் என்கிறார் நாராயணகுரு. உப்புப் பொம்மை கடலை அறிவதுபோல என்கிறார் ராமகிருஷ்ணர்.

குறியீடுகள் மூலம் ஞானத்தையும் அதன் வழிமுறைகளையும் விளக்க எண்ணிய தாந்த்ரீகர்களும் அவர்கள் வழிவந்த சித்தர்களும் பல விஷயங்களைச் சொல்கிறார்கள். அவர்கள் குறியீடுகளாகச் சொன்ன பலவற்றை பாமரர் நேரடியாக எடுத்துக்கொண்டார்கள். உடலில் ஒன்பது தாமரைகள் இருப்பதாகவும் மூலாதாரத்தில் விரியும் குண்டலினி என்ற ஆற்றலைக் கையால் தொட முடியும் என்றும் சொல்ல ஆரம்பித்தார்கள். அப்படி 'ஞானம்' பெற்றவர்கள் அற்புதங் களைச் செய்வார்கள் என்றும் முக்காலங்களையும் அறிந்திருப்பார்கள் என்றும் சொன்னார்கள்.

நம் காலத்து ஞானிகள் எவருமே அற்புதங்கள் செய்தவர்கள் அல்ல என்ற அப்பட்டமான உண்மைகூட இவர்களுக்கு உறைப்பதில்லை. அவர்கள் மேலும் அற்புதங்களைச் சாதித்ததைத்தான் இவர்களால் புரிந்துகொள்ள முடிகிறது. மெய்ஞானம் என்பது தலையில் கை வைத்து வேலை மாற்றம் வாங்கித் தருவது என்று நம்பும் ஒருவரிடம் என்ன பேச முடியும்?

இத்தகையவர்களால் திடீரென நம் சூழல் நிறைந்திருக்கிறது. இவர்களைப் பயன்படுத்துபவர்கள் பிலுபிலுவென கிளம்பி வருகிறார்கள். நம் சூழலில் இப்போது யோகம், தியானம் பற்றிய பேச்சுகள் அதிகம் கேட்கின்றன. அவற்றைச் செவி வழியாகக் கேட்டு குத்துமதிப்பாக சித்தர் குறித்த புராணக் கதைகளுடன் இணைத்து தங்களுக்கு சித்தி கிடைத்திருப்பதாகச் சொல்லிக்கொள்ளும் ஒருவரையேனும் நான் தினமும் சந்திக்கிறேன். தியானம் செய்தேன், கண் நடுவே ஒளி தெரிந்தது என்கிறார்கள். கை விரல்களில் மின்சாரம் வந்தது என்கிறார்கள். ஆகாயத்தில் மிதந்தேன் என்கிறார்கள். சிலர் உண்மையாகவே அந்தப் பிரமைகொண்டு அதைச் சொல்கிறார்கள்.

தியானம், யோகம் என்பதற்கும் இந்த மோடி மஸ்தான் வேலை களுக்கும் எந்தச் சம்பந்தமும் இல்லை. அணிமா முதலிய சித்திகளுக்கும் ஞானம் என்பதற்கும் சம்பந்தமில்லை. அவை யெல்லாம் வெற்றுத் தந்திரங்கள் அல்லது சவடால்கள். மெய்ஞானம் என்பது 'அதுவாதல்'. அதை சாட்சாத்காரம் என்கின்றன நூல்கள்.

அதற்கான பாதை எளிதல்ல அதை ஷுரஸ்யதாரா என்கிறது உபநிடதம். சவரக் கத்தியின் நுனிக் கூர்மை மேல் நடப்பது போன்றது அது.

அதை உணர்பவனுக்கு ஒருபோதும் இந்த உலகத்தின் இயற்பியல் விதிகளை மீற முடியும் என்ற பிரமையோ, அதற்கான ஆர்வமோ எழாது. இவ்விதிகளுக்கு விதியாக உள்ள ஒன்றை நோக்கி அவன் குவிவான். அதுவே அவனாவான்.

- ஜெ

# பண்பாட்டில் மாறாதது எது?

ஜெயமோகன்,

''சங்க காலமும் இந்திய சிந்தனை மரபும்'' உரையை வாசித்தேன். தொக்கி நிற்கும் சில கேள்விகளை இங்கே முன்வைக்கிறேன். தமிழ்ப் பண்பாடு என்று கூறும்போது அவற்றின் நிலம் எதுவெனப் புரிகிறது. சமஸ்கிருத/ வேதப் பண்பாடு. இவற்றின் நிலம் எது? எங்கிருந்து தோன்றியதாக நீங்கள் கருதுகிறீர்கள்? தன் தத்துவ தரிசனங்களை விவாதங்களாக ஆக்கிக்கொள்ள வேண்டிய வரலாற்றுத் தருணம் தமிழ்ப் பண்பாட்டுக்கு அமைய வில்லை'' என்றும், ''பிற சிந்தனைகளை எதிர்கொள்ளும் படைக் கருவியாக ஆக்கவேண்டிய தேவையே தமிழ்ப் பண்பாட்டிற்கு உருவாகவில்லை'' என்றும் சொல்கிறீர் கள். அப்படிப்பட்ட உன்னதமான, எக்காலத்திற்கும் ஏற்ற ஒரு பண்பாட்டை எவராலும் உருவாக்க முடியுமா? மாற்றம் என்பதே தேவைப்படாத ஒரு பண்பாடு உலகில் எப்போதேனும் தோன்றியது உண்டா? அப்படியிருக் கையில் தமிழ்ப் பண்பாட்டை எக்காலத்திற்கும் ஏற்றது, மாற்றங்கள் ஏதும் தேவைப்படாத ஒன்று என்பதைப் போல சித்தரிப்பது எப்படி சாத்தியம்?

- ஹரி

அன்புள்ள ஹரி,

தங்கள் கடிதம். சிந்தனைகளுக்கு என்று ஒரு திட்ட வட்டமான 'நிலம்' தேவை கிடையாது. அச்சிந்தனைகளை உருவாக்கிய பண்பாட்டுச் சூழல், அந்தப் பண்பாட்டின் மக்கள் திரள் மட்டுமே தேவை. அவர்கள் நகர்ந்து கொண்டிருக்கவும் செய்யலாம்.

1. வேதப் பண்பாடு என்று சொல்லப்படும் பண்பாட்டின் மக்கள் வட இந்தியாவில் சிந்து கரைகளில் வாழ்ந்திருந்தவர்கள். அது பொதுவாக அங்கீகரிக்கப்பட்ட ஒன்று. அவர்கள் ஆரியர்களா, மத்திய ஆசியாவில் இருந்து வந்தவர்களா என்றெல்லாம் கேட்டால், அதற்கு என் பதில் அவை வெறும் ஊகங்கள் மட்டுமே என்பதுதான்.

   வேதப் பண்பாட்டின் கடைசிக் காலகட்டம் அதர்வ வேதத்தின் காலம். அந்தக் காலகட்டம் கங்கைக் கரையிலும் சுற்றிலும் இருந்த பல்வேறு சமூகங்களுடன் வேதப் பண்பாடு உரையாடி விவாதித்துக் கொண்டும் கொடுத்தும் உருவாக்கிக்கொண்ட ஒன்று. அதன் பின் உபநிடத காலகட்டம். அது வேதங்களின் நீட்சியும் மறுப்பும் ஆகும். அவ்வாறு வேதப் பண்பாடு வளர்ந்தது.

2. உன்னதமான எக்காலகட்டத்துக்கும் உரிய பண்பாடு தமிழ்ப் பண்பாடு என்று நான் சொல்லவில்லை. கி.மு. இரண்டாம் நூற்றாண்டு வாக்கில் ஆசீவகமும் சமணமும் பின்பு பௌத்தமும் தமிழகத்திற்கு வருவதற்கு முந்தைய தமிழ்ச் சிந்தனையின் நிலையையே அவ்வாறு ஊகித்துக் கூறினேன்.

அன்றைய தமிழ்ப் பண்பாட்டுக்கு இயற்கை மற்றும் பிறவிச் சுழற்சி சார்ந்த தரிசனங்களும் தத்துவ நோக்கும் இருந்துள்ளது. அதை உலுக்கும் அளவுக்கு வலுவான வெளிப் பாதிப்புகள் அப்போது உருவாகவில்லை. ஆகவே, அது தன் கருத்துகளைத் தொகுக்கும் நெறிகளை மட்டுமே உருவாக்கியது. பிறருடன் விவாதிக்கும் நெறிகளை உருவாக்கவில்லை என்பது என் ஊகம். அக்காலத் தமிழில் நூல் வைப்பு முறை இருக்கிறது. ஆனால், தர்க்க முறை இல்லை.

அக்காலத்திலேயே வந்துவிட்ட வேத நெறி அத்தகைய ஆழமான தத்துவப் பாதிப்பைச் செலுத்தவில்லை என்பதை சங்கப் பாடல்கள் காட்டுகின்றன. வேதியர் மதிப்புக்குரிய அந்நியராகவே சங்கப் பாடல்களில் சுட்டப்படுகிறார்கள். ஆனால், அவர்களின் வேள்விச் செயல் மட்டுமே குறிப்பிடப்படுகிறது. அவர்களின் தத்துவம் பேசப்படவில்லை. வேத நெறி உபநிடத காலகட்டத்தில் தரிசனங்களுடனும் பின்னர் ஆசீவக சமண மதங்களுடனும் விவாதிக்க ஆரம்பித்த பின்னரே திட்டவட்டமான தத்துவ அடிப்படையைத் தனக்கென உருவாக்கிக்கொண்டது.

தமிழ்ப் பண்பாட்டை உலுக்கியவை ஆசீவகமும் சமணமும். அதன் பின் மிக விரிவான தத்துவ விவாதங்கள் உருவாகி, தமிழ்ப் பண்பாடே முற்றிலுமாக உருமாறி அடுத்த காலகட்டத்துக்குச் சென்றது. அதை என்

கட்டுரையில் விரிவாக எடுத்துச் சொல்லியிருக்கிறேன். தமிழ்ப் பண்பாடு என்று நாம் இன்று சொல்லும் கூறுகளில் பெரும்பாலானவை சமண பௌத்த மதங்களுக்குக் கடன்பட்டவை.

நான் சொன்ன கருத்தை முற்றிலும் வேறான ஒரு கோணத்தில் பார்த்திருக்கிறீர்கள். காரணம் விவாதத்தைத் தனிச் சொற்றொடர்களாக நீங்கள் எடுத்துப் புரிந்துகொண்டமை. மீண்டும் கவனியுங்கள்.

- ஜெ

**ந**ன்றி. மீண்டும் படித்தேன். நீங்கள் சொல்ல வருவது புரிந்தது.

வேதியரின் பண்பாடு (example, வேள்விச் செயல்) குறித்து சங்க இலக்கியங்கள் பேசுவதாகச் சொன்னீர்கள். இதை, சங்ககால சமூகம் வேதியரின் ஒரு சில பண்பாட்டுக் கூறுகளை நடைமுறையில் தானும் ஏற்றுக்கொண்டதாகக் கருத இடமுண்டா, அல்லது அந்தக் காலகட்டத்தின் வேதியரின் செயல்பாடுகளின் பதிவாக மட்டுமே கருதலாமா?

In other words, சங்க கால சிந்தனைகள் வேத கால சிந்தனைகள், இந்த இரு சிந்தனைகளும் பரஸ்பரம் பாதித்ததா? அல்லது வேத கால சிந்தனைகள் மட்டுமே சங்க கால சிந்தனைகளில் இருந்து கடன் வாங்கியதா?

நான் இது போன்ற விஷயங்களை அதிகம் அறிந்தவனில்லை. ஆதலால் இந்த கேள்விகள்.

நன்றி

- ஹரி

**அ**ன்புள்ள ஹரி,

நான் ஏற்கெனவே சொல்லியிருந்தபடி சங்க காலத்தில் வேதியர் இங்கே இருந்திருப்பதும் வேள்விச் செயல்கள் நிறைய நடந்திருப்பதும் தெரிய வருகிறது. ஆனால் தத்துவ உரையாடல்கள் நடந்ததுபோலத் தெரியவில்லை. இரு பண்பாடுகளின் குறியீடுகளும் ஆசாரங்களும் சொற்களும் கைமாறப்பட்டிருக்கலாம். தத்துவ உரையாடல் என்பது ஆசீவகத்துக்குப் பிறகே ஆரம்பித்தது என்று தோன்றுகிறது.

- ஜெ

# தியானம்

**ம**திப்பிற்குரிய ஜெ,

தியானம் செய்வது எப்படி என்று எளிய முறையில் ஒரு செயல்முறை விளக்கம் கூறினீர்களென்றால் அது என்னைப் போன்றவர்களுக்கு மிகவும் பயனுள்ளதாக அமையும். நேரம் கிடைக்கும்போது இதையும் கவனத்தில் கொண்டு எழுதலாமே? ஒரு புத்தகமாக வெளியிட்டால் மிகவும் பயனுள்ளதாக இருக்கும். நல்ல புத்தகங்கள் இருப்பின் அவற்றை எனக்குப் பரிந்துரை செய்யுங்கள்.

இப்படிக்கு,
கிறிஸ்.

**அ**ன்புள்ள கிறிஸ்டோபர்,

நாம் ஒவ்வொருவரும் ஒவ்வொரு நாளும் சிறிதளவேனும் தியானம் செய்துகொண்டுதான் இருக்கிறோம். அது நம் மனத்தின் இயல்புகளில் ஒன்று. தியானம் என்று நாம் இன்று சொல்லி வருவது அந்த இயல்பான செயல் பாட்டை இன்னும் விரிவாக, திட்டமிட்ட முறையில், முறையான பயிற்சியுடன் அமைத்துக்கொள்வதைத்தான்.

நம் மனம் நம்முள் எப்போதும் இருந்துகொண்டே இருக்கிறது. மனம் என்றால் என்ன என்றால் அதற்கு நமக்குள் ஓடும் எண்ணங்களின் அறுபடாத நீட்சி என்று பதில் சொல்லலாம். மூளையின் நியூரான்களுக்கு இடையே நிகழ்ந்துகொண்டிருக்கும் தொடர்பாடலின் விளைவு இது என்று நரம்பியலாளர்கள் பதில் சொல்லக் கூடும்.

அந்தச் செயல்பாட்டை நாம் கூர்ந்து கவனித்தால் பிளாட்டிங் பேப்பரில் மை பரவுவதுபோல மிக இயல்பாக

அதுதன் விளிம்புகளில் இருந்து விரிந்து விரிந்து பரவிக்கொண்டே இருப்பதைக் காணலாம். அதற்கு இலட்சியம் இல்லை. அமைப்பு இல்லை. மையம் இல்லை. அதாவது நாமறிந்த எந்த ஒருங்கிணைவும் அதற்கு இல்லை. அது ஒரு தன்னிச்சையான பிரவாகம்.

ஆகவேதான் நம் தியான மரபில் மனதை மனச் செயல் என்றுதான் சொல்கிறார்கள். அது ஒரு செயல்பாடு. ஓர் அமைப்போ பொருளோ அல்ல. ஒவ்வொரு கணமும் அது நமக்கு தன்னைக் காட்டியபடியேதான் இருக்கிறது. நாம் நம் மனதை உணர்ந்த அக்கணமே மனம் இரண்டாகப் பிரிந்து ஒரு பகுதி நாம் ஆக மாறி மறு பகுதி நம் மனமாக ஆகி நாம் மனதைப் பார்க்க ஆரம்பிக்கிறோம். இது மிக விந்தையான ஒரு செயல். ஏனென்றால், நாம் பார்க்கிறோம் என உணர்ந்ததுமே நாம் பார்ப்பதை நாம் பார்க்க ஆரம்பிக்கிறோம்.

இந்த மனச் செயல் நின்று, அது இல்லாமலாகிவிடுவதைப் போன்ற ஒரு தருணம் நமக்கெல்லாம் ஏற்படுவது உண்டு. ஒரு புத்தம் புதிய அனுபவத்தை நாம் அறியும்போது நாம் சில கணம் மனமில்லாதவர்கள் ஆகிறோம். உடனே நாம் அப்படி இருந்ததை உணரும்போது அந்த நிலை கலைந்து மனம் செயல்பட ஆரம்பித்துவிடுகிறது. ஓர் இயற்கைக் காட்சியைக் காணும்போது சில கணங்கள் அப்படி ஆகி விடுகிறது. நல்ல இசை பல கணங்கள் அப்படி நம்மை ஆக்கி விடுகிறது.

இக்கணங்களையே நாம் மெய்மறத்தல் என்று சொல்கிறோம். ஆழமான பொருள்கொண்ட சொல் இது. தமிழில் அடிப்படையான எல்லாச் சொற்களும் தத்துவ கனம்கொண்டவை. நம் மரபு மெய் என்று சொல்வது உண்மை, உடல் இரண்டையும்தான். உண்மை என்ற சொல் உண்டு என்ற சொல்லில் இருந்து உருவானது. அதாவது இருத்தல்.

உள்ளதே உண்மை. அதுவே உடல். இந்த நோக்கில் உடலே உண்மை. உள்ளம் என்னும் சொல் அதிலிருந்து வந்தது. உள்ளே இருப்பது உள்ளம். அங்கே நிகழ்வது உள்ளுதல் அல்லது நினைத்தல். அதாவது மனித இருப்பு என்பது உள்ளமும் உடலும் சேர்ந்த ஒரு நிலை. அந்த நிலையை முற்றாக மறந்த நிலையையே நாம் மெய்மறத்தல் என்கிறோம். உள்ளுதலும் உண்மையும் இல்லாமலாகும் கணம்.

அந்தச் செயலே இயல்பான தியானமாகும். நாம் ஒரு ஆழமான அனுபவத்தை அடையும்போது மெய்மறந்த நிலையில் இருக்கிறோம். அப்போது நமக்குக் கிடைக்கும் எந்த அறிவும் நம் நினைவிலிருந்து மறைவதே இல்லை. நம்முடைய சிறந்த ஞானம் முழுக்க முழுக்க அந்த மெய்மறந்த தருணங்களில் நாம் அடைந்தனவாகவே இருக்கும். சொல்லப் போனால் கலையில், இலக்கியத்தில், பயணத்தில் நாம்

தேடிக்கொண்டிருப்பதெல்லாம் மெய்மறக்கும் அந்த அனுபவத்தை மட்டுமே.

அந்த மெய்மறக்கும் தருணத்தில் என்ன நடக்கிறது? ஓயாது ஓடிக்கொண்டிருக்கும் நம் மனம் இல்லாமலாகிவிடுகிறது. ஒரு திரை போல அது விலகிவிடுகிறது. அதற்கப்பாலுள்ள இன்னொரு ஆழம் திறந்துகொள்கிறது. அந்தக் கணத்தின் அனுபவத்தை அறிவது அந்த ஆழம்தான்.

ஓயாது நம்முள் ஓடும் மேல் மனதை - நாம் எப்போதும் அறியும் மனதை - ஜாக்ரத் என்றது நம் மரபு - விழிப்பு மனம் - அதற்கப்பால் உள்ள மயக்க நிலைகொண்ட ஆழத்தை ஸ்வப்னம் - கனவு மனம் - என்றது ஸ்வப்னம் என்பது. ஒரு சுரங்க வழிப் பாதை. ஓர் ஊடகம் அது. அதன் வழியாக நாம் போவது மேலும் ஆழமான ஒரு பூரண மனத்துள். தன்னுள் தான் நிறைவுகொண்டு இயங்கும் ஆழம் அது. அதை சுஷுப்தி - முழு நிலை மனம் - என்றது மரபு.

ஜாக்ரத், ஸ்வப்னம், சுஷுபதி என்ற மூன்றையும் துமி, நுரை, அலை என்று வைத்துக்கொண்டால் கடல்தான் துரியம் எனப்பட்டது. அதாவது கடல்தான் இருக்கிறது. அதைத்தான் நாம் பலவாகப் பார்க்கிறோம். துரியம் என் மனமோ உங்கள் மனமோ அல்ல. அது முழு மனம். மானுடத்துக்குப் பொதுவான மனம். காலங்கள்தோறும் நீடிக்கும் மனம். பிரபஞ்ச மனம். அந்த மனத்தின் தோற்றங்களே மற்ற மூன்றும்.

ஆகவே, நாம் நம் 'மெய்மறந்த' நிலையில் அடையும் அனுபவ மென்பது நம் ஜாக்ரத் விலகி நிற்கும் ஸ்வப்ன நிலையே. அது மேலும் தீவிரமாக இருந்தால் ஸ்வப்னமும் விலகி சுஷுப்தி நிலையைக் கொண்டிருக்கிறது. அது அதி உக்கிரமானதாக இருந்தால் அது துரிய நிலையை அடைந்துவிடுகிறது.

நாராயணகுரு துரிய நிலையை 'அறிபவன், அறிவு, அறிபொருள்' ஆகிய மூன்றும் ஒன்றாகி நிற்கும் நிலை என்று தன் 'அறிவு' என்னும் நூலில் சொல்கிறார். பேதமில்லாத அந்த நிலையையே அத்வைதம் இரண்டின்மை என்று சொல்கிறது. சிறிய அளவிலேனும் இந்த இரண்டற்ற நிலையைச் சில கணங்கள் அனுபவிக்காத மனிதர்களே பூமியில் இருக்க மாட்டார்கள்.

அந்த நிலையைப் பயிற்சியின் மூலம் அடைய முடியுமா என்பதே தியான மரபின் நோக்கமாகும். இந்திய ஞான மரபில் தொல் பழங்காலம் முதலே அதற்கான பயிற்சிகள் ஆரம்பித்துவிட்டன. இதை யோகம் என்றார்கள். யோகம் என்றால் இணைதல் என்று பொருள்.

அறிபடுபொருளும் அறிபவனும் இணையும் நிலையை அப்படிச் சொன்னார்கள். தியானம் என்பது யோகத்தின் முதல் படி.

இந்திய மரபில் உள்ள எல்லா ஞான முறைகளுக்கும் யோகம் பொதுவானது. என்றாலும் பௌத்த மரபிலேயே அதற்கு முதல் முக்கியத்துவம். அதற்கடுத்தபடியாக சமணத்தில். பின்புதான் இந்து ஞான மரபுகளில்.

தொல் தமிழில் தியானம் ஊழ்கம் எனப்பட்டது. ஆழ்தல் என்னும் சொல்லுக்கு ஊழ்தல் என்னும் ஒலி மாறுபாடும் உண்டு. ஊழ்கம் அதிலிருந்து வந்தது. ஊழ்கம் செய்பவர்கள் ரிஷிகள் என்று சமஸ்கிருதத்திலும் படிவர் என்று தமிழிலும் சொல்லப்பட்டார்கள்.

பதஞ்சலி யோக சூத்திரமே இந்திய ஞான மரபின் முதன்மையான யோக நூலாகும். அதற்கு ஒரு உரை எழுத ஆரம்பித்தேன். இந்த இணைய தளத்தில் இரு அத்தியாயங்கள் வெளியாகின. முடிக்க வேண்டும்.

தியானம் என்றால் எதுவெல்லாம் அல்ல என்று இப்போது தெளிவு படுத்திக்கொள்ள வேண்டியிருக்கிறது. ஒன்று, வேண்டுதல் அதாவது பிரார்த்தனை என்பது தியானம் அல்ல. சமீப காலமாக கிறித்தவ மத நிகழ்ச்சிகளில் அப்படிச் சொல்ல ஆரம்பித்திருக்கிறார்கள். லௌகீக மாகவோ அல்லது வேறு வகையிலோ நமக்குத் தேவையானவற்றை ஒரு சக்தியிடம் மன்றாடிக் கேட்டுக்கொள்வதற்குத்தான் வேண்டுதல் என்று பெயர். அது ஒரு போதும் தியானம் அல்ல.

தியானத்துக்கு ஒரு கடவுள் தேவை இல்லை. முன்னிலைச் சக்தி ஒன்று தேவை இல்லை. தியானம் ஒரு நிலையிலும் உலகியல் லாபங்களுக் கான அல்லது சொர்க்கத்துக்குப் போவதற்கான ஒரு வழிமுறை அல்ல. அது ஆழமான அறிதல் நிலை, முழுமையான இருத்தல் நிலை. ஒன்றை அடைவதற்கான யத்தனம் மட்டுமே.

வழிபாடுகள், தொழுகைகள், கூட்டுப் பிரார்த்தனைகள் ஆகிய வற்றுக்கும் தியானத்துக்கும் முழுமையான வேறுபாடு உண்டு. இவை செயல்படும் தளமே வேறு. தியானம் கடவுள் சார்ந்தது அல்ல. தியானத்தில் தியானிப்பவன் மட்டுமே இருக்கிறான். அவனைச் சுற்றி அவன் அறியும் பிரபஞ்சம் இருக்கிறது. ஆகவே, நாத்திகர்களுக்கும் ஆத்திகர்களுக்கும் எல்லாம் உரிய ஒரு வழிமுறை அது.

யோகத்தை நமக்கு ஒருவர் கற்றுத் தரவேண்டுமா என்றால் வேண்டியதில்லை என்றே சொல்லலாம். நம் மனதை நாம் கவனித்து அதன் இயல்புகளை உணர்ந்து மெல்ல மெல்ல ஒழுங்குபடுத்துவ தற்குப் புற உதவி தேவையே இல்லை. ஆனால், நடைமுறையில்

தேர்ந்த உதவி இல்லாவிட்டால் பல வகையான வழி தவறுதல்கள் ஏற்பட்டு சக்தி விரயம் ஏற்படும்.

உதாரணமாக தியானத்தில் அமரும் ஒருவர் தன் மன ஓட்டத்தைத் தொகுத்துக்கொள்ள ஓர் ஒலியை - அதாவது தியான மந்திரத்தை - பயன் படுத்துவது வழக்கம். அவர் அதைத் தன் மூச்சுக் காற்றின் தாளத்துடன் இணைத்துக்கொண்டாரென்றால் அந்த ஒருமுகப்படுத்தல் இயல்பாக நிகழும். தியானம் நன்றாக நிகழ்வது போலவும் இருக்கும். பல வருடங்கள் இந்த மாயை நீடிக்கும். பின்னர் தெரியும் அவர் மனதை ஒருமுகப்படுத்தவில்லை. மூச்சுக் காற்றுக்கு ஒரு ஒலியை அளித்திருக் கிறார் என. மந்திரத்தை மூச்சுடன் இணைக்கக் கூடாது என்பது ஓர் அனுபவப் பாடம்.

அத்தகைய அனுபவப் பாடங்களை நமக்கு அளிப்பவரே குரு. குரு இல்லாமல் தியானக் கல்வியை முழுமையாக அடைய முடியாதென்றே நினைக்கிறேன். ஞானிகளுக்கு அது ஒரு பொருட்டு அல்ல. குரு என்பவர் நம்மை நன்கறிந்த, நம் அந்தரங்கத்துக்குள் எளிதாக வரும் வல்லமைகொண்ட, நம் மீது அளவில்லாத பிரியம்கொண்ட ஒரு மனிதர். அவரது வழிகாட்டல்கள் நம்மைக் கொண்டுசெல்லும் அளவுக்கு நூல்கள் கொண்டுசெல்லாது என்பதே என் அனுபவம்.

இப்போது பல்வேறு யோக அமைப்புகள் யோக முறைகளைக் கற்றுக்கொடுக்கின்றன. ஆரம்ப நிலையில் அவை உதவிகரமானவை. அங்கே ஆரம்ப விதிகளும் அவற்றைப் பயிற்றுவிக்கும் வழிகாட்டுநர்களும் அங்கே உள்ளனர். அவர்கள் நமக்கு ஓர் எல்லை வரை வழி காட்டக் கூடும். எனக்கு அவர்களிடம் அனுபவம் இல்லை. ஆனால், ஒரு தனிப்பட்ட குருவே அடுத்த கட்டங்களுக்குக் கொண்டு செல்ல முடியும்.

மிக எளிய அடிப்படையில் ஆனாலும் கூட தியானம் மன அமைதிக்கும் சம நிலைக்கும் மிக மிக உதவிகரமானதுதான். ஆகவே எங்கே எப்படி தியானம் செய்தாலும் அது நல்லதுதான். 'சரியான' தியானம் என்று ஒன்று இல்லை. 'சரியான தியானத்தைச் செய்பவரே' இருக்கிறார். தியானத்தைத் தொடர்ச்சியாக, விடாப்பிடியாக, கூர்ந்த அவதானத் துடன் செய்வதே முக்கியமானது.

தியானத்தின் வழிமுறையை மிக எளிமையாக இவ்வாறு விளக்கலாம். மனதைக் குவியச் செய்தல், மனதை அவதானித்தல், மனதைக் கரைய வைத்தல் என்னும் மூன்று படிகள்.

முதல் படி, மனதைக் குவியச் செய்ய முயல்வது. இது பிரிந்து பரவும் மனதின் இயல்புக்கு நேர் எதிரானது. இதன் மூலம் நாம் மனதின் கட்டற்ற இயக்கத்தை மெல்ல மெல்லக் கட்டுக்குள்

கொண்டுவருகிறோம். இதற்கான வழிகள் பல. ஓர் ஒலியில் மனதை குவியச் செய்யலாம். இதற்கு மந்திரம் என்னும் பொருளில்லாத ஒலி - ஓம் ரீம் போல - உதவுகிறது. அல்லது ஒரு பிம்பத்தில் பார்வையைக் குவிக்கலாம். அல்லது இரண்டையும் செய்யலாம்.

மனதைக் குவித்தல் மிக மிகக் கடுமையான செயல். மனம் என்னென்ன மாயங்கள் காட்டும் என நாம் அப்போது அறிவோம். நாம் மனதைக் குவியச் செய்ய முயன்றால் மனதைக் குவியச் செய்யும் செயலைப் பற்றிய எண்ணங்களாக நம் மனம் ஆகிவிடும். எதைப் பற்றி எண்ணக் கூடாதென நினைக்கிறோமோ, அந்த எண்ணங்களே அதிகமாக எழும். கூடவே அதை அடக்கும் எண்ணங்களும் அதே எண்ணிக்கையில் எழும்.

இவ்வாறு மனதைக் குவிக்க முனைகையில் தவிர்க்க முடியாமல் நாம் நம் மனதைக் கவனிக்க ஆரம்பிக்கிறோம். நம் மனம் எப்படி இயங்குகிறது என்பதைக் காணும்போது அதை மெல்ல மெல்லப் புரிந்துகொள்கிறோம். நீங்கள் தியானத்தில் இருக்கும்போதுதான் நீங்கள் எத்தனை பெரிய கயமையவாதி என்று தெரியும். நீங்கள் உங்களையே எண்ணிக்கொண்டிருக்கிறீர்கள் என்பது புரியும். உங்கள் அற்ப பாவனைகள், அற்ப ஆசைகள், சிறுமைகள் எல்லாமே தெரியும்.

அந்த அறிதல் மூலம் அவற்றை நீங்கள் தாண்ட முடியுமென்றால்தான் தியானம் கை கூடுகிறது என்று சொல்ல முடியும். தியானம் மெல்ல மெல்ல பல காலமாக உங்களில் நிகழ்ந்து ஒரு கட்டத்தில் நீங்கள் சில கணங்கள் மனமில்லா நிலையை அடைய முடியும். அப்போது ஒரு கணத்தில் நீங்கள் அறிவதை எத்தனை படித்தாலும் விவாதித்தாலும் அறிய முடியாதென அறிவீர்கள். அதுவே தியானம்.

ஆகவே, தியானத்தைத் தொடங்குங்கள். சரியான பாதை என்பது முழுக்க முழுக்க உங்கள் கையில்தான் இருக்கிறது. இதில் சடங்குகள் ஏதுமில்லை. முறைகள் ஏதுமில்லை. ஒவ்வொரு மரபிலும் ஒவ்வொரு முறை உள்ளது. எல்லாமே சரிதான் - சரியாகச் செய்தால்.

இது ஒரு பெரிய அறிவியல் துறை. இதிலுள்ள ஏராளமான விஷயங்களை எளிதில் சொல்லிவிட முடியாது. செய்து பார்க்காமல் வெறுமே நூல்களைப் படிப்பதிலும் பொருளில்லை. செய்து பாருங்கள். அதில் எழும் கேள்விகளுக்கு நூல்களில் விடை தேடுங்கள்.

தியானம் செய்வதற்கான வழிகளை எந்த நூலிலும் பார்க்கலாம்.

- ஜெ

# சங்க இலக்கியக் கல்வி

## ஜெ,

எங்கள் காலத்தில் மிகச் சிறந்த பள்ளியான ஈரோடு காமராஜர் நகராட்சி மேல்நிலைப் பள்ளியில், எமக்குத் தமிழ் சொல்லித் தர பாரதிதாசன் வழி வந்த ஒரு பண்டிதரும், தமிழ் மேல் வெறுப்புக்கொண்ட, ஆனால் தமிழாசிரியராக வேலை பார்க்க நேர்ந்த ஒரு தேசிய நீரோட்டாளரும் அமைந்தது ஊழ்வினை என்றே சொல்ல வேண்டும். உச்சகட்ட சோகம், சில காலம் பள்ளியின் உடற்பயிற்சி ஆசிரியர் தமிழ் சொல்லித் தந்ததுதான். காய் நெல்லறுத்துக் கவளம் கொளினே என்று தலையைத் தட்டித் தட்டிப் பள்ளிக் காலத்தில் உருப்போட நேர்ந்தது.

பின்னர் பொருளுக்கு அலைந்த பொருளற்ற வாழ்க்கையில் ஒரு நாள் தில்லி வசந்த் விஹாரில் ஒரு சினிமா அமைந்துள்ளது ஒரு மார்க்கெட் பகுதியில் வாழ்க்கையில் வசந்தம் வீசியது. அங்கே ஒரு புத்தகக் கடை உண்டு. ஞாயிற்றுக் கிழமைகளில் 11 மணி சுமாருக்கு அங்கே செல்வோம். அதன் உரிமையாளர் கையில் ஒரு மதுக் கிண்ணத்துடன் அமைதியாக ஒரு இடத்தில் அமர்ந்திருப் பார். அவரைப் பார்க்கும் போதெல்லாம் உமர் கையாம் நினைவுக்கு வரும். கொடுத்து வைத்த வாழ்க்கை என்று நானும் விஜியும் பேசிக்கொள்வோம், வாய் வழியே புகை விட்டுக்கொண்டே.

அவரிடம் சென்று ஏ.கே. ராமானுஜனின் புத்தகம் ஒன்று வேண்டும் என்று கேட்டேன். ‘‘Poems and Novella வா

இல்லை. Poems of Love and Warஆ?'' என்று கேட்டார். என் கண்களில் நீர் ததும்பிவிட்டது. மனதுள் அவர் கால்களில் விழுந்து விட்டேன். ராமானுஜனின் Love and War படிக்கப் படிக்க என் கால்களின் கீழ் நிலம் சுழன்று மாறியது. ஐவகை நிலப் பரப்பும் வாழ்க்கையும் இணைந்த விதம் எனக்கு 37 வயதில்தான் தெரிந்தது. அதுவரை புறநானூற்றுத் தாய் மட்டும்தான் தெரியும்.

சென்னை வரும்போது ஒரு நாள் எங்களுடன் சங்க இலக்கியம் பேசினால் சந்தோஷப்படுவேன்.

- பாலா

**அ**ன்புள்ள பாலா,

பல வருடங்களுக்கு முன்னால் ஆற்றூர் ரவி வர்மா மூச்சு முட்டி தமிழ் படித்துக்கொண்டிருந்தார். நான் அவருக்கு தமிழ் ஆசிரியராக மூச்சு முட்டினேன். சலித்துப் போய், 'அறுபது வயதுக்கு மேல் எதற்கு இப்படி உயிரைப் பணயம் வைக்க வேண்டும்' என்று கேட்டேன்.

ஆற்றூர் சொன்னார்: ''ஒருவன் தன் சொந்த மொழியிலேயே பேரிலக் கியங்களை வாசிப்பதென்பது ஒரு பெரும் வரம். உலகின் மிகச் சில மக்களுக்கே அந்த அதிருஷ்டம் உள்ளது. கிரேக்கர், சீனர். இந்தியாவில் தமிழர்களுக்கு மட்டுமே அது சாத்தியம். எனக்கு தமிழ் தாய்மொழியாக இல்லாவிட்டாலும் தாய்க்குத் தாய்மொழி அல்லவா.'' பின்னர் அவர் தேவார திருவாசகத்தை மொழியாக்கம் செய்தார். இப்போது கம்பராமாயணம்.

தாய்மொழியில் பேரிலக்கியங்களை வாசிக்கும்போது ஏற்படுவது மிக நுட்பமான ஓர் அனுபவம். ஒரு பெரும் கால உணர்வு என்று அதைச் சொல்லலாம். 'ஒக்கல்' என்று நாலாயிர திவ்ய பிரபந்தத்தில் நம்மாழ்வார் கவிதையில் இன்றைய வட்டார வழக்கைப் பார்க்கும் போது ஏற்படும் மன எழுச்சி ஆயிரத்து இருநூறு வருடங்களாக அழியாத ஒரு நீட்சியை நம் நாவிலும் மனத்திலும் உணர்வதன் விளைவு. சுகா கூப்பிட்டுக் கத்தினார்: ''என்ன ஒக்கலன்னா தஞ்சாவூர் வட்டார வழக்குன்னு எழுதிட்டீங்க. எவன் சொன்னான்? அக்மார்க் நெல்லை வட்டார வழக்குல்லா அது? சும்மாவா எங்கூர்க்காரன் அதை எழுதினான்.'' ''யாரு உங்கூர்க்காரர்?'' என்றேன். ''நம்ம ஆழ்வாநேரி சடகோபன்தான். தாம்ரவருணி தண்ணி குடிச்சவன்லா?''

அந்தச் சொந்தமும் உறவும் நம் மொழியின் பேரிலக்கியங்களுடன் உருவாகும்போதே நாம் அவற்றை உண்மையாக ரசிக்க ஆரம்பிக்கிறோம். அதை ஆசிரியர்கள் உருவாக்க வேண்டும். பாடல்களை மொழிக் கல்விக்கான கருவியாகவோ ஆய்வுப் பொருளாகவோ ஆக்கும் போது அது தவறிவிடுகிறது.

ஆனால், எந்தப் பருவமும் தவறான பருவமல்ல. எப்போதும் தொடங்கலாம். உண்மையில் தொடங்குவது மட்டுமே முக்கியம். பிறகு மொழி நம்மை இட்டுச் செல்லும்.

- ஜெ

## அகம் புறம்

**அ**ன்புள்ள ஜெயமோகன்,

சங்க இலக்கியத்தைப் பற்றிய உங்கள் உரை சிறப்பாக இருந்தது. ஆழமான கட்டுரை. அதை நீங்கள் உரையாக ஆற்றியிருக்கிறீர்கள் என்பது ஆச்சரியம் அளிக்கிறது. சிறப்பாகத் தொடங்கி பரபரப்பை முன்வைத்து அப்படியே கொண்டுபோய் அற்புதமாக முடித்திருந் தீர்கள். தமிழில் நூல் வைப்பு முறையின் தர்க்கம்தான் இருக்கிறதே ஒழிய தத்துவ விவாதத்துக்கான தர்க்கம் இல்லை என்று சொன்னீர்கள். அதாவது சிந்தனையைத் தொகுத்துக்கொள்வதற்கான தேவை இருந்ததே ஒழிய சிந்தனைகள் முட்டி மோதும் மேடை இருக்கவில்லை என்று. அருமையான கருத்து. சிறப்பு.

வேதாந்தத்தின் அகம் புறம் என்னும் கருத்து தமிழில் உள்ளது என்று சொல்லியிருந்தீர்கள். அதனை இன்னும் தெளிவாகப் புரியும்படி சொல்லியிருந்திருக்கலாம் என எண்ணுகிறேன். அகம் புறம் என்ற பிரிவினைக்கு என்ன தத்துவ முக்கியத்துவம் இருக்கிறது.

- செல்வராஜ்,
சென்னை

**அ**ன்புள்ள செல்வராஜ்,

அகம் புறம் என்ற பிரிவினை சங்க மரபில் ஒரு வாழ்க்கைத் தரிசனமாகவே உள்ளது. வெறும் இலக்கியப் பகுப்பு முறை அல்ல. அகம் என்னும்போது காதல் - இல்லறம் போன்ற உணர்ச்சிகரமான விஷயங்கள். அகம் என்னும்

பகுப்பின் கீழ் வருபவை தூய உணர்ச்சிகள். ஆனால், அவற்றைப் புறப் பொருட்களான இயற்கைச் சித்திரங்களின் மூலமே அக்காலக் கவிஞர்கள் வெளிப்படுத்தியிருக்கிறார்கள். சங்கப் பாடலில் வரும் எல்லா இயற்கைச் சித்தரிப்புகளும் மனித அக உணர்ச்சிகளின் படிமங்கள்தான். அதாவது மனித அகம் என்பது வெளியே உள்ள இயற்கையின் பிரதிபலிப்பே என்ற புரிதல் அது. அதேபோல புறம் எனச் சொல்லப்படுபவை உக்கிரமான உணர்ச்சி நிலைகள் கலந்தே சொல்லப்படுகின்றன.

மனித மனமும் இயற்கையும் ஒன்றை ஒன்று பிரதிபலிக்கும் ஆடிகள் என்ற தரிசனத்தை சாங்கியம் முதல் காண்கிறோம். அது பௌத்தத்திலும் பிற்கால வேதாந்தத்திலும் பல வகையான உச்ச நிலைகளை அடைந்தது. இது ஒரு வெறும் ஊகமல்ல என்பதை பிற்கால சைவ சித்தாந்தத்தில் அகம் - புறம் என்பதை எப்படி எல்லாம் விரிவாக்கம் செய்திருக்கிறார்கள் என்பதில் இருந்து அறியலாம்.

- ஜெ

# ஸூஃபி வழி

அன்புள்ள ஜெயமோகன்,

உங்கள் எழுத்துகள் மீது ஆழமான நம்பிக்கை எனக்கு உண்டு. நீங்கள் கும்பகோணத்தில் பேசியதைக் கூர்ந்து கவனித்தேன். அதில் நீங்கள் ஸூஃபிகளைப் பற்றிச் சொல்லியிருந்தீர்கள். எனக்கு அதைப் பற்றி வேறு கருத்து உண்டு. இஸ்லாம் வாட்ச் என்ற இணைய தளத்தில் வந்த இந்தக் கட்டுரையை உங்கள் கவனத்துக்குக் கொண்டுவருகிறேன்.

- டாக்டர் ராமகிருஷ்ணன்

அன்புள்ள ராமகிருஷ்ணன்,

ஸூஃபிசம் ஒரு மையம் கொண்ட இயக்கம் அல்ல. அதன் சிறப்பே அது மையமற்றது என்பதுதான். ஆகவே ஸூஃபிசம் எதைச் சொல்கிறது என்பதை ஒரே மையக் கருத்தாகச் சொல்லிவிட முடியாது. அது பல நூற்றாண்டு காலம் நீடித்த ஒரு பெரும் உரையாடல். அந்த உரையாடலின் பல்வேறு தளங்களை நாம் இந்திய மரபில் காண முடியும். ஆரம்ப கால ஸூஃபிக்களில் பலர் இஸ்லாமிய தூய்மைவாதக் குரலை ஒலித்திருக்கிறார்கள். பல ஸூஃபிகள் ஆப்கன் பாலைவனப் பழங்குடிகளின் பண்பாட்டுக் குரலாக ஒலித்திருக்கிறார்கள். மெல்ல மெல்ல அந்த உரையாடல் ஒரு உச்சத்தை அடைவதை நாம் பிற்கால ஸூஃபிகளில் காண்கிறோம். தக்கலை பீரப்பா வரை வரும்போது அந்த ஞான மரபு பெரும் வளர்ச்சியை அடைந்து கனிந்தது. அதை எளிமையாக

ஓரிரு குரல்களை வைத்து நிராகரித்துவிட முடியாது. மேலும் சூஃபிசம் ஒரு பொதுமக்கள் இயக்கம். நிறுவனம் அல்ல. மக்கள் எவரையெல்லாம் சூஃபிகளாக காண்கிறார்கள் என்பது எப்போதும் சிக்கலானது. அற்புதங்கள் ஒரு அளவுகோலாக இருந்திருக்கின்றன. ஆகவே போர் வீரர்கள், பல்வேறு நாடோடிகள் சூஃபிகளாக எண்ணப்பட்டிருக்கிறார்கள். சூஃபிகளை நாம் அவர்களின் செயல்களாலும் சொற்களாலும்தான் அளவிட வேண்டும்.

இந்த எல்லா வரிகளும் சித்தர்களுக்கும் பொருந்தும்.

- ஜெ

**அ**ன்புள்ள ஜெ,

சூஃபிகளைப் பற்றி நீங்கள் சொன்ன விஷயங்களைக் கவனித்தேன். அவர்களை மூட நம்பிக்கையை வளர்த்தவர்கள் என்று ஒரு தரப்பு சொல்கிறது. இஸ்லாமிய வெறுப்பை உருவாக்கியவர்கள் என்று இன்னொரு தரப்பு சொல்கிறது. அவர்களும் சித்தர்களும் ஒன்றே என்றும் சொல்கிறார்கள். நீங்கள் என்ன நினைக்கிறீர்கள்?

- சாம் செல்வகுமார்

**அ**ன்புள்ள சாம்,

உங்கள் கடிதம் மூன்று வினாக்களினால் ஆனது.

ஒன்று, சூஃபிகள் மூட நம்பிக்கைகளை உருவாக்கவில்லை. அவர்களின் ஆன்மிகத்தை, அதில் உள்ள விடுபட்ட நிலையை, புரிந்துகொள்ள முடியாத எளிய மக்கள் அவர்களுடைய கற்பனைகளின்படி அவர்களை வகுத்துக்கொண்டார்கள். சூஃபி ஞானத்தின் பல்வேறு தளங்கள் குறியீட்டு மொழியில் உள்ளவை. அவை நேரடிப் பொருளில் கொள்ளப்பட்டன.

இரண்டு, இஸ்லாமிய அடிப்படைவாத நோக்கை உருவாக்கிய சூஃபிகளும் சிலர் உள்ளனர். ஆனால், சூஃபி ஞானம் அந்த அடிப்படைகளைக்கொண்டது அல்ல. சூஃபிகளை அறிவதில் உள்ள சிக்கலையே இது காட்டுகிறது.

மூன்று, சூஃபிகள் சித்தர்களுக்குச் சமானமனாவர்கள். கட்டற்ற வாழ்க்கை, அமைப்புக்குள் சிக்காத ஆன்மிகம், தத்துவ நோக்கு எனப் பல அடிப்படைகள் உண்டு. ஆனால், சித்தர்களிடம் மருத்துவம், ரசவாதம் போன்ற சில அறிவியல் கூறுகள் உண்டு. அவை சூஃபிகளிடம் இல்லை. சித்தர்களில் நாத்திகர்கள் உண்டு. சூஃபிகளில் இல்லை.

சித்தர்களும் சூஃபிகளும் ஒரு அடிப்படை சூத்திரத்தைக்கொண்டே புரிந்துகொள்ளப்பட வேண்டும். சித்தர்களும் சூஃபிகளும் ஏற்கெனவே உருவாகியிருந்த ஒரு தரிசனத்தை, தத்துவத்தை, மதத்தைப் பின்பற்றியவர்கள் அல்ல. அவர்கள் தங்கள் போக்கில் தங்கள் ஞானத் தேடலை நிகழ்த்தியவர்கள். நெடுங்காலம் கழித்துத் தான் அவர்களின் சிந்தனைப் போக்குகள் அடையாளம் காணப்பட்டன. அவை தொகுக்கப்பட்டன. அதன் அடிப்படையில் சித்தர் ஞானம், சூஃபி ஞானம் வகுக்கப்பட்டது. அப்படி வகுத்தறிந்த கொள்கையைப் பின்னோக்கி விரித்து எவர் சித்தர், எவர் சூஃபி என நாம் முடிவு செய்கிறோம்.

- ஜெ

# புலனடக்கம்

**ஐ**யா,

புலனடக்கம் குறித்த உங்கள் பிரகடனத்தைப் படித்ததும் கர்வம் ஓங்கி வளர்ந்தது. தாங்கள் சார்ந்துள்ள துறையில் மட்டுமல்லாது அனைத்துத் தளங்களிலும் இருப்பவர்கள் பலரால் இப்படி ஒரு பிரகடனத்தைக் கொடுப்பது சாத்திய மில்லாததே. இதில் உங்கள் தனி மனித குணத்தை விட தந்தையின் வளர்ப்பு அதிகம் தென்படுகிறது.

சில ஐயங்கள். தெளிவுபடுத்த வேண்டும். புலனடக்கம் ஒரு சோஷியல் கண்டிஷனிங் என்று புரிந்துகொள்கிறேன். அதன் அவசியம்தான் என்ன? அருணகிரியும், கண்ணதாசனும் மற்றும் பலரும் இதற்கு மாறானவர்கள்தானே? அவர் களின் வெற்றிகள் புலனடக்கத்தின் மீது அமைந்தவை யல்லவே? காமத்தைக் கடக்காதவன் மோக்ஷத்தை அடைய மாட்டான் என்று சொல்லப்படுகிறதே? மனிதன் புலனடக்கம் சார்ந்து செயல்படுவது இயற்கைக்கு எதிரானதாகாதா? புலனடக்கியவர்கள் (உதா: ஆதிசங்கரர், விவேகானந்தர்) வெகுநாள் வாழ்வதில்லையே? ரமணர் போன்ற விதிவிலக்குகளும் இருக்கிறார்கள்.

தனி மனிதனுக்கு புலனடக்கம் என்பது ஒரு சமூகக் கற்பிதம் என்று எண்ணுகிறேன். இது சரியானதுதானா? ஒரே குழப்பமாக இருக்கிறது.

- ராம்

**அ**ன்புள்ள ராம்,

ஏதாவது ஒரு வகையில் புலனடக்கம் பேசப்படாத பழங்குடிச் சமூகம் கூட மண் மீது இல்லை. ஏன் என்றால்

மனித மனம்தான். மனிதனுக்கு ஐம்புலன்கள். அவை செயற்புலன்கள் - கர்ம இந்திரியங்கள் - அவற்றுக்கு மேல் புத்தி, மனம் என்னும் இரு அறிவுப் புலன்களும் - ஞான இந்த்ரியங்கள் - உண்டு என்று இந்து - பௌத்த சமண மரபுகளில் சொல்லப்படுகின்றது. பிற உயிர்களில் இந்த இரு அறிவுப் புலன்களும் இல்லை. அவை செயற்புலன்களாலேயே இயக்கப்படுபவை. எந்த மிருகமும் சீசனுக்கு அப்பால் காம இச்சைகொள்வதில்லை. எந்த மிருகமும் மனதாலும் அறிவாலும் காமத்தை வளர்த்துக்கொள்வதில்லை.

மனிதனைப் பொறுத்தவரை செயற்புலன்களை, அறிவுப் புலன்கள் ஆள ஆரம்பிக்கின்றன. செயற்புலன்கள் ஐந்து சாளரங்கள். உள்ளே இருக்கும் கலைடாஸ்கோப் போன்ற இரட்டைக் கண்ணாடிச் சுவர்கள் தான் அறிவுப் புலன்கள். உள்ளே வரும் காட்சிகளை அவை மாறி மாறிப் பிரதிபலித்து முடிவின்மை வரை பெருக்கிக்கொள்கின்றன. மனிதனின் காமம், குரோதம், மோகம் - மூன்றுமே எல்லையில்லாமல் பெருகும் தன்மைகொண்டவை.

ஆகவே, அவற்றுக்கு சுதந்திரம் என்பதே சாத்தியமல்ல. அவற்றைக் கட்டுப்படுத்தியே ஆகவேண்டும். முடிவில்லாத புலன் விழைவுகளை மனித உடல் தாங்காது. மனித உறவுகள் தாங்காது. மானுட சமூகமும் தாங்க முடியாது. இதுவே உண்மை.

மேலை நாட்டு உளவியலாளர்கள் மனித மனதை சமூகம் அடக்குகிறது என்றும் அவ்வடக்குமுறை மன நோயை உருவாக்குகிறது என்றும் மிகக் குறைபட்ட ஒரு பக்கம் சார்பான கோட்பாட்டை முன்வைத்தார் கள். எளிமையான ஒரு கேள்வி. மனித விழைவுகளுக்கு சமூகம் அனைத்துச் சுதந்திரமும் கொடுத்துவிட்டது என்றே கொள்வோம். அவன் உடல் அந்தச் சுதந்திரத்தைக் கொடுக்க முடியாதல்லவா? அப்படியானால் மனிதன் மன நோயாளியாக மட்டும்தான் இருக்க முடியுமா? என்ன கேலிக்குரிய சிந்தனை!

ஐரோப்பாவில் இருந்து வந்தது என்ற ஒரே காரணத்துக்காக நாம் அதை நம்பி அதையே பேசிக்கொண்டிருக்கிறோம்.

மனிதனின் விழைவுகளை பிரம்மாண்டமாக ஆக்கும் அறிவுப் புலன் களைக் கட்டுப்படுத்துவதும் அதன் மூலம் செயற்புலன்களைக் கட்டுப்படுத்துவதும் தவிர்க்கவே முடியாத மானுடத் தேவைகள். சொல்லப் போனால் கட்டற்ற இச்சைதான் இயற்கைக்கு மாறானது. மனித உடலை இயற்கை கட்டுப்படுத்தும் தன்மையுடன், கட்டுப் படுத்தல் இன்றி வாழ முடியாததாகவே படைத்துள்ளது.

- ஜெ

# கிருஷ்ணன் என்னும் மனிதர்

**அ**ன்புள்ள ஜெயமோகனுக்கு,

தாங்கள் பூரி ஜகன்னாதர் கோயில் பற்றிக் கேள்விப்பட்டு இருப்பீர்கள். அந்த விக்கிரகத்தில் கிருஷ்ணரின் எரிந்து போகாத இதயம் இருப்பதாகச் சொல்லுகிறார்கள். சிலர் புத்தரின் பல் இருப்பதாக. அதேபோல் ஜகன்னாதர், சுபத்ரா, பலராம் என்று ஹிந்துக்கள் சொல்கிறோம். ஆனால், புத்தர்கள் அது புத்தம், தர்மம், சங்கம் ஆகிய வற்றை குறிப்பதாகச் சொல்லுகிறார்கள். ஜைன கதையும் உண்டு. கிருஷ்ணர் அம்பு பட்டு இறந்த பின் நடந்த நிகழ்வுகளாகச் சொல்வது எத்தனை உண்மை? அதைப் பற்றி தங்களால் சொல்ல முடியுமா?

- பன்னீர்செல்வம்

**அ**ன்புள்ள பன்னீர்செல்வம்,

எனக்கு பொதுவாக புராணங்கள் மற்றும் நம்பிக்கைகளில் ஈடுபாடு கிடையாது. கிருஷ்ணர் என்பது ஒரு புகழ் பெற்ற ஐதீகம். அதன் மீது நூற்றாண்டுகளாக மக்கள் தங்கள் நம்பிக்கைகளையும் கதைகளையும் சேர்த்துக்கொண்டே இருக்கிறார்கள். கிருஷ்ணன் என்ற மாபெரும் ஞானாசிரியனை அறியாத நிலையில் அந்த விக்ரகத்தை நம்புவதற்கு மக்களுக்குக் கதைகள் பல தேவையாகின்றன.

கிருஷ்ணன் ஒரு வரலாற்று கதாபாத்திரம். அவரது பிறப்பு, மரணம் இரண்டுமே ஏற்கெனவே நன்றாக அறியப் பட்டவையாக இருக்கலாம். ஆகவேதான் அவர் பின்னர் இறை வடிவமாக ஆக்கப்பட்ட பின்னரும் அந்தக் கதையை மாற்ற முடியவில்லை. அதை ‘கர்ம வினை’க் கோட்பாட்டின்படி விளக்கம் கொடுத்துவிட்டார்கள்.

- ஜெ

# ஆத்மாவும் அறிவியலும்

அன்புள்ள ஜெயமோகன்,

கீதை, சாங்கிய யோகம் குறித்த உங்கள் பதிவைப் படித்தேன். நீங்கள் செவ்வியல் நோக்கில் ஆத்மா குறித்த கேள்வியை அணுகுவதை நான் வரவேற்கிறேன். அந்தக் கட்டுரையில் நீங்கள் ஆத்மாவின் பொருளை விளக்கப் பல வழிகளைக் கையாள்கிறீர்கள். ஆனால், அறிவியல் சார்ந்த அணுகுமுறைகளைப் பற்றிய உங்கள் கருத்து முன்தீர்மானம் கொண்டதாக உள்ளது. அறிவியலின் தன்மைகளை நீங்கள் மேலோட்டமாக விளக்குகிறீர்கள். நீங்கள் தெரிந்தோ, தெரியாமலோ இந்து மதக் கோட்பாடு களைப் பிற கோட்பாடுகளுக்கு மேலாக ஆதரித்து வாதிடுகிறீர்கள் என்று படுகிறது. உங்கள் கட்டுரை ஒரு விஷயத்தைத் தெளிவாகவே காட்டுகிறது. உங்களால் தத்துவ, ஆன்மிகக் கோணத்தில் விஷயங்களை விளக்க முடிகிறது. அறிவியல் சார்ந்து முடியவில்லை.

ஆத்மா குறித்த உங்கள் தத்துவ விளக்கத்தை அளிப்பதற்கு முன்னால் மானுட மனம் என்பதைப் பற்றிய விளக்கம் ஒன்றை அளிக்க உங்களால் முடியுமா? மனித மனத்தின் இயல்புகள் என்ன? மனித இறப்புக்குப் பிறகு மனம் என்பது நீடிக்குமா? நம் உடலில் இருந்து மனம் பிரிக்கப் படக்கூடிய ஒன்றா?

நீங்கள் இன்றைய நவீன அறிவியல் ஆய்வுகளை கவனிக்கிறீர்களா என்றெல்லாம் எனக்குத் தெரியாது. மனித மனதைப் பற்றிய நவீன அறிவியல் கோட்பாடுகள் மேலும் மேலும் பொருள் முதல்வாத அடிப்படை

நோக்கியே செல்கின்றன. மனம் என்பதைப் பொருள் முதல்வாத அடிப்படையிலேயே தீர்த்துக்கொள்ள முடியும் என்றுதான் நான் நினைக்கிறேன். நீங்கள் அப்படி நினைக்கவில்லை என்றால் அது உங்கள் விருப்பம். ஆனால், அதுவல்ல உண்மை.

இன்றைய அறிவியலாளர்களும் தத்துவ ஞானிகளும் மனித மூளையை ஆராய்வதன் வழியாக மனித மனதைப் பற்றி அறிந்துவிட முடியும் என்று நம்புகிறார்கள். மூளை இல்லாமல் மனதுக்கு ஒரு தனித்த இருப்பு இல்லை. மனித மனம் என்பது மூளையின் ஒரு வெளிப்பாடு மட்டுமே. இந்த ஊகமானது மீண்டும் மீண்டும் பல்வேறு ஆய்வுகளால் நிரூபிக்கப்பட்டிருக்கிறது. நரம்பியல் தொடர்பமைப்புகள் மனம் - உடல் என்ற சிக்கலை சீக்கிரத்திலேயே தீர்த்துவிடும்.

உங்கள் கட்டுரையில் நீங்கள் உங்களை ஒரு அறிய முடியாமைவாதி அல்ல என்றும் உண்மையைத் தேடுபவன் என்றும் சொல்கிறீர்கள். என்ன வகையான ஞானத் தேடல் கொண்டவர் நீங்கள்? ஆன்மிகத்திலும் தத்துவத்திலும் ஆராய்ச்சியை நிகழ்த்தும் நீங்கள் அறிவியலை நிராகரிக்கிறீர்கள்.

கடைசியாக உங்களுக்கு ஒன்றைச் சொல்லிக்கொள்ள விரும்புகிறேன். உங்கள் எழுத்து ஆன்மிக தத்துவ ஆய்வுகளுக்குள் நுழையும் ஒருவருக்கு உதவிகரமானதாக இருக்கலாம். இந்தக் கடிதத்தை நான் உங்களுக்கு எழுதுவதற்கான நோக்கம் உங்கள் ஆய்வு இந்து மரபின் ஊகங்களை நோக்கி அதிகம் சாய்ந்துள்ளது என்று காட்டுவது மட்டும் அல்ல. மனம் என்ற கோட்பாட்டைப் பற்றிய அறிவியலின் பொருள் முதல்வாத நோக்கிலான ஆய்வுகளை உங்கள் கவனத்துக்குக் கொண்டுவருவதற் காகவும்தான். இதைப் பற்றி நாம் விவாதிப்பதாக இருந்தால் விவாதிப்போம்.

நானும் ஓர் அறிய முடியாமைவாதி அல்ல. சாத்தியமான எல்லாத் திசைகளிலும் தேடக்கூடிய ஒருவன். நிகழ்வதைப் புரிந்துகொள்வ தற்கும் என் பிரக்ஞையைப் புரிந்துகொள்வதற்கும். நான் என் செருப்பின் soleஐதான் அறிந்திருக்கிறேன். Soul எதையும் அறிந்ததில்லை.

அன்புடன்,
செந்தில்

**த**ங்கள் கடிதத்துக்கு நன்றி.

நான் ஓர் இலக்கியவாதி. தத்துவத்தில் ஆர்வம் உள்ளவன். இந்த தளம் சார்ந்ததே எனது கீதை உரை. நீங்கள் அறிவியல் கற்றவர் என அறிகிறேன். அறிவியல் என்னுடைய தளம் அல்ல. அங்கே ஒரு நிபுணனின் நுட்பத்துடன் நான் செல்ல முடியாது. ஒரு எளிய வாசகனாக

மட்டுமே நான் அதைக் கவனிக்க முடியும். அதைச் செய்துகொண்டு தான் இருக்கிறேன். அதன் எல்லைகள் என் சிந்தனைகளில் உண்டு.

என் எழுத்துகளில் என் சொந்த அனுபவத்தை நான் முன்னிறுத்தக் காரணமே என்னால் சற்றேனும் திட்டவட்டமாகச் சொல்லத்தக்கது அதுவே என்பதனால்தான். சாதகன் என்றால் அதுதான் பொருள். அவன் தன்னை அலகாக்கிப் பிறிதை அறிபவன்.

ஆனால், ஓர் ஆரம்பகட்ட அறிவியல் வாசகனாக நின்று நான் பார்க்கையில்கூட உங்கள் கடிதம் அறிவியல் சார்ந்த கருத்துகளைக் குறுக்கிப் புரிந்துகொண்டிருக்கிறது. நீங்கள் செல்லவேண்டிய தூரம் அதிகம் என்று என்னால் உணர முடிகிறது என்று சொன்னால் கோபம் கொள்ள மாட்டீர்களே.

விவாதங்களில் ஈடுபடும்போது எதிர்த் தரப்பில் என்ன சொல்லப் பட்டிருக்கிறது என்று கூர்ந்து கவனித்து அதைச் சார்ந்த வாதங்களை உருவாக்கிக்கொள்வது அறிவியல் முறைமையின் முதல் விதி. நாம் வாதங்களை உணர்ச்சி கலவாமல் முன்வைப்பது அடுத்த விதி. அதாவது அறிவியல் பயிற்சிகொண்ட ஒருவரின் விவாதம் முதல் தரப்பினனை 'நான் என்ன சொல்ல வந்தேன் என்றால்' என்று பதில் சொல்லும்படி வைக்காது. நீங்கள் என்னை அங்கே தள்ளுகிறீர்கள்.

ஒன்று, சாங்கிய யோகம் உரையில் அது நடைமுறை ஞானம் என்று மீண்டும் மீண்டும் சொல்கிறேன். அந்தப் பகுதியில் கிருஷ்ணன் சொல்லும் சொர்க்கம், ஆத்மா குறித்த கருத்துகள் பிற்பாடு வரும் நுண்தள விவாதங்களில் மேலும் பலவாறாக உருமாறுவதைக் கீதையிலேயே காணலாம் என்கிறேன். நீங்கள் கீதையில் உள்ள அப் பகுதியை இந்து ஞானத்தின் இறுதித் தரப்பாக, அது நிரூபிக்க முயலும் கருத்தாக எடுத்துக்கொண்டு விவாதிக்க ஆரம்பிக்கிறீர்கள்.

இரண்டு, உடம்புக்குள் ஆத்மா என்ற ஒன்று உள்ளது என்றெல்லாம் நான் எங்கும் சொல்லவில்லை. நான் முழுக்க அறியாத எதையும் திடமாகச் சொல்ல விரும்பவில்லை என்றுதான் நான் சொல்கிறேன்.

நான் பேசுவது மனம் பற்றி அல்ல என்பதை நீங்கள் அப்பகுதியைப் படித்தால் உணர்ந்துகொள்ளலாம். நான் பேசிக்கொண்டிருப்பது 'தன்னிலை' (subjectivity) பற்றி. அதற்கும் மனதுக்கும் பெரும் வேறுபாடு உண்டு. நான் என் குறுகிய வாசிப்பில் இன்று அறிவியலுக்குள் நான்கு தளங்களில் இது குறித்த விவாதம் நிகழ்ந்து கொண்டிருக்கிறது என்று அறிந்திருக்கிறேன்.

ஒன்று, மொழியியல். நவீன மொழியியல் தனக்குள் சமூகவியலையும் மானுடவியலையும் அடக்கிக்கொண்டு இந்தக் கேள்வியை மிக

விரிவாக எதிர்கொண்டு பல கோட்பாடுகளை உருவாக்கி இருக்கிறது. ரஸ்ஸல், விட்ஜென்ஸ்டைன் தொடங்கி இன்று தெரிதா வரை வளர்ந்து வந்துகொண்டிருக்கும் விவாதம் மிக விரிவானது.

இரண்டு, உளவியல். ஃப்ராய்டு, யுங் முதல் மூாக் லக்கான் வரை தன்னிலை சார்ந்து பல வகையான விளக்கங்களும் கோட்பாடுகளும் உருவாக்கப்பட்டுள்ளன.

மூன்று, நரம்பியல். அதிலும் இரு போக்கு. செயல்முறை நரம்பியல் (கிளினிகல் நியூராலஜி) மற்றும் கோட்பாட்டு நரம்பியல்.

நண்பரே, நீங்கள் பேசும் பொருள் முதல்வாத ஆய்வு என்பதெல்லாம், செயல்முறை நரம்பியல் எண்பதுகளின் இறுதியில் முன்வைத்த நம்பிக்கை மற்றும் உற்சாகத்தைத்தான். அப்போது மனம் என்பதை மட்டுமல்ல, பிரபஞ்சத்தில் உள்ள நிறம், தூரம், பருண்மை, ஏன் காலத்தையே கூட மூளை நரம்புகளின் அமைப்பைக்கொண்டு விளக்கி விடும் உத்வேகம் நிலவியது.

ரிச்சர்ட் ரீஸ்டாக், ஆலிவர் சாக்ஸ், ரோஜர் பென்ரோஸ் போன்ற பொது வாசகர்களுக்காக எழுதும் அறிவியலாளர்களின் நூல்களை வாசிப்பவர் களே கூட, இன்றைய நரம்பியல் 'மனம்' என்பதையும் 'தன்னிலை' என்பதையும் 'முழுமையாக' மண்டையோட்டுக்குள் இருக்கும் அந்த புரோட்டீன் காலிஃப்ளவரை மட்டும்கொண்டு விளக்கிவிடலாம் என்ற நம்பிக்கையைத் தாண்டி வெகுவாக விரிந்துவிட்டது என்பதைப் புரிந்துகொள்வார்கள். அந்த ஆரம்ப கால நம்பிக்கை குறைத்தல் வாதம் (Neuro Reductionism) என்று சொல்லப்படுகிறது இன்று. உங்கள் ஒட்டுமொத்தக் கடிதமும் அந்த ஒரு சொல்லில் அடங்கும்.

குறைந்தபட்சம் மூளை உருவான பரிணாமத்தை, அப்பரிணாமம் உருவான இயற்கையின் வலை விரிவைக் கணக்கில்கொள்ளாமல் மூளையின் செயல்பாட்டை, அதன் விளைவாக உருவாகியிருக்கும் மனம் என்பதைப் புரிந்துகொள்ள முடியாது. மூளை ஒவ்வொரு கணமும் இயற்கையுடன் எதிர்வினையாற்றித் தன்னை வளர்த்துக் கொண்டு இருக்கிறது.

ஓர் உதாரணம் மூலம் சொல்கிறேனே. ரிச்சர்ட் ரீஸ்டாக் Your Brain Has its own Mind என்ற ஜனரஞ்சக நூலில் எழுதிய உவமை. நம் உடலில் உள்ள ஒவ்வொரு செல்லையும் ஒரு தனி உயிராக எடுத்துக் கொள்ளலாம். அவை ஒவ்வொன்றுக்கும் உண்ணல் - வளரல் - இனப் பெருக்கம் - மரணம் வரை வாழ்க்கை. அவ்வாழ்க்கையை நீட்டிக்கும் இச்சை, அதற்கான வழிமுறைகளைச் செய்வதற்கான உடல் அமைப்பு, சேர்ந்து செயல்படும் தன்மை, அச்சம், ஆவல் போன்ற உணர்ச்சிகள்

அனைத்தும் உண்டு. அவை சேர்ந்தது உருவான நம் உடலுக்கும் அதே உணர்வுகள் உண்டு.

மூளையை மனமாகக் காணும் நீங்கள் அந்த மூளையில் உள்ள ஒவ்வொரு செல்லின் மனத்தையும் எப்படிப் பார்ப்பீர்கள்? ஒவ்வொரு செல்லின் மனதையும் தனித்தனியாக நரம்பியல் நோக்கில் விளக்குவீர்களா என்ன? அம்மனங்களின் ஒட்டுமொத்தமா நமது மனம்? இல்லை. நம் மனதை வைத்தே அவற்றின் மனதை விளக்குவீர்களா? நமது துளிகளா அவை? அவற்றுக்கும் நமக்குமான ஒத்திசைவை உருவாக்குவது எது? அதைப் பொருட்படுத்தாமல் நியூரான்களுக்குள் டோபோமின் என்ன செய்கிறது என்று சொல்லி நீங்கள் மனத்தையும் தன்னிலையையும் புறவயமாக விளக்கி விடுவீர்களா என்ன?

மனிதத் தன்னிலையை அத்தகைய விரிவான தளத்தில் இயற்கையின் பேரமைப்புடன் இணைத்துப் பார்க்கும்போதுதான் எளிய பொருள் முதல்வாதம் போதாமலாகிறது. எளிய பொருள் முதல்வாதத்துக்கு இன்றைய அறிவியலின் எந்தத் தளத்திலும் இடமில்லை - மோட்டார் மெக்கானிஸம் போன்றவை தவிர.

மொழி என்ற அமைப்பை கிட்டத்தட்ட இயற்கையின் நகல் வடிவமாக, பிரம்மாண்டமாக, உருவகித்து அதற்குள் தன்னிலை எப்படி உருவாகிறது என்று பார்க்கிறது மொழியியல். தமிழிலேயே நாகார்ஜுனர் போன்றவர்கள் இதைப் பற்றி விரிவாகப் பேசியிருக்கிறார்கள். இயற்கையை உளவியல் நோக்கில் அணுகி அதை முடிவிலாத ஒரு குறியீட்டு வெளியாகக் கண்டு அதில் ஒரு தன்னிலை எப்படி உருவகிக்கப்படுகிறது என்று பார்க்கிறது நவீன உளவியல்.

மனிதனையே இயற்கையின் ஒரு செல்தான் என்று உருவகிக்கும் நோக்குதான் கயா போன்ற கோட்பாடுகளை உருவாக்கிக்கொண்டு முன்னகர்கிறது. நரம்பியலை அல்லது வேறு ஓர் அறிவுத் துறையை அதன் செயல் தளத்தில் பிரித்து தனித்து ஆராயலாம். தத்துவார்த்தமாக அப்படிப் பிரித்துக் கற்கவும் விவாதிக்கவும் முடியாது. என் இணைய தளத்திலேயே முழுமையறிவு பற்றி கென் வில்பர் போன்றவர்கள் பேசி வருவனவற்றின் குறிப்புகளும் நண்பர்கள் எழுதியவற்றின் இணைப்புகளும் உள்ளன.

மனம் என்றால் என்ன என்று சொல்ல முடியுமா என்பது போன்ற சவால்களையெல்லாம் அறிவியல் அல்லது தத்துவ அறிமுகம் கொண்ட ஒருவர் செய்ய மாட்டார். அவை எவையும் புறவயமான பொருட்கள் அல்ல. அவை அக அனுபவம் சார்ந்த உருவகங்கள். எந்த உருவகத்தையும் அல்லது கருத்து நிலையையும் புறவயமாக முழுமையாக வரையறை செய்துவிட முடியாது. அவற்றைப் பற்றி

அறிவதற்காகச் சில கருத்து நிலைகளை உருவாக்கலாம். அவற்றை ஒரு விவாதச் சூழலுக்குள் தற்காலிகமாக வரையறை செய்துகொள்ளலாம். அவ்வளவுதான்.

உங்களுக்கு ஆர்வமிருந்தால், பொருள்முதல்வாதத்தை விட்டு கொஞ்சம் நகர உங்கள் empiricist religion அனுமதிக்குமென்றால் மனம் குறித்து மிக விரிவான கருத்து நிலைகளை பதஞ்சலி யோக சாஸ்திரமும் பௌத்த மெய்ஞானமும் உருவகித்திருப்பதை நீங்கள் கற்கலாம். நவீன மேலை உளவியல் மனம் சார்ந்த அதன் அடிப்படைகளை இவ்விரு மரபுகளில் இருந்துதான் பெற்றுக்கொண்டது. ஐயமிருந்தால் சி.ஜி.யுங்.கைப் படித்துப் பாருங்கள். ஒரு மனதைப் பற்றி அல்ல. மனங்களைப் பற்றிப் பேசுகிறார் நாகார்ஜுனர். அவரது நோக்கில் மனிதனின் பல வகை அறிதல்கள் (விக்ஞானங்களில்) ஒன்றுதான் மனோ விக்ஞானம். மனித மனம் அமைந்திருக்கும் மானுட மனதைப் பற்றி, அது அமர்ந்திருக்கும் இயற்கையின் மனதைப் பற்றி, அது தன்னுள்கொண்டிருக்கும் பிரபஞ்சத்தின் மனம் பற்றிப் பேசுகிறது பௌத்தம்.

கருத்துருவக தளத்தில் நிகழும் விவாதங்களை நிரூபண வாதத்துக்குக் கொண்டுசென்று புரிந்துகொள்ள முடியும் என்ற நம்பிக்கை அறிவியலில் இன்று இல்லை என்றே நான் புரிந்துகொண்டிருக்கிறேன். என்றுமே மனிதனின் தன்னிலை என்றால் இதுதான் என அறிவியலால் புறவயமாக நிரூபிக்க முடியாது. பெரும்பாலான விஷயங்களை விளக்கும் ஒரு கோட்பாடாக அதை முன்வைக்க முடியும். மனிதன் பிரபஞ்சத்தையும் இயற்கையையும் புரிந்துகொள்ளும்தோறும் அது விரிவாகும்.

தத்துவத்தை இகழும் அறிவியலாளன் ஸ்க்ரூ டிரைவர் திருக லாயக்கானவன். அறிவியலை இகழும் தத்துவவாதி தத்துவத்தை மதமாக ஆக்க முனைபவன். நான் என்றும் அறிவியலை இகழ்பவனோ, நிராகரிப்பவனோ அல்ல.

இனி மீண்டும் ஆத்மா பற்றி. பிரபஞ்சம், இயற்கை, தனி மனிதன் மூன்றுக்கும் பொதுவான ஒரு கொள்கையை முன் வைத்து மனிதனின் தன்னிலையை விளக்க முயல்வதே ஆத்மா என்ற கருத்துருவகம். அது ஒரு கருவி மட்டுமே. ஒரு உண்மை அல்ல. இதுவே என் புரிதல். கீதையிலும் அது ஒரு கருவியாக மட்டுமே கையாளப்பட்டுள்ளது. அது ஒரு மத நூல் அல்ல, தத்துவ நூல் என நான் சொல்வதற்கான காரணம் இதுவே.

தன்னிலை என்பதை பிரபஞ்சமளாவக் கொண்டுசெல்வதனால் ஆத்மா என்ற கருவி பிற கருவிகளை விட மேலும் நுட்பமானதாக உள்ளது

என்பதே என் எண்ணம். ஆத்மா என்ற கருத்து - ஒரே வரியில் விளக்க வேண்டுமானால் பிரபஞ்ச உருவாக்கத்தின் பின்னால் உள்ள கருத்து அல்லது ஆற்றல் அல்லது எதுவோ ஒன்றுதான் மனிதனுக்குள்ளும் இருக்கிறது என்ற கருத்து அது - நீங்கள் புரிந்து வைத்திருப்பதுபோல கால்பந்துக்குள் உள்ள காற்று அல்ல.

உங்கள் செருப்பின் அடிப்பகுதியைப் பற்றி அத்தனை திட்டவட்டமாக நீங்கள் அறிந்துவிட்டீர்களா என்ன?

- ஜெ

**அ**ன்புள்ள ஜெயமோகன்,

தங்கள் கடிதத்துக்கு நன்றி. முதலில் உங்கள் விரிவான கடிதத்துக்கு. இத்தனை விரிவான நல்ல கடிதத்தை இத்தனை விரைவில் எப்படி எழுத முடிகிறது என்று நான் வியக்கிறேன். உங்கள் கடிதம் சில தெளிவுகளை அளிக்கிறது. பிரபஞ்ச மனம் - அப்படி ஒன்று இருந்தால் - பற்றி மேலும் விவாதிக்கத் தூண்டுகிறது. பதஞ்சலி மற்றும் பௌத்தத்தின் மனம் பற்றிய விளக்கங்களை அறிய ஆவல் உண்டு.

நான் அமெரிக்காவில் கணிப்பொறி இயலில் முதுகலை படிக்கிறேன். மன-மூளை அறிவியல் சார்ந்து முனைவர் பட்டத்துக்கு ஆய்வு செய்யும் நோக்கில் இருக்கிறேன். மனம் பற்றிய என் அறிதல் எல்லைக்குட்பட்டது என்பதும் நான் செல்லவேண்டிய தூரம் அதிகம் என்பதும் எனக்கும் தெரியும்.

நான் சொன்னவை நரம்பியல் குறைத்தல் வாதத்திற்குள் வரக்கூடியவை என்பதை நான் அறிவேன். அதனுள் வரகூடிய சிக்கலான வினாக்களை நீங்கள் முன்வைத்திருக்கிறீர்கள். அதே சமயம் நரம்பியல் என்பது ஒரு புதிய அறிவியல் என்பதை நீங்கள் மறுக்க முடியாது. இயற்பியல் 19ஆம் நூற்றாண்டில் அடைந்த முழு வளர்ச்சியை இது அடையும்போது பிரக்ஞை - தன்னிலை பற்றிய பல அடிப்படைக் கேள்விகளுக்கு இது அந்த புரோட்டின் காலிஃப்ளவரை வைத்தே தக்க விடை அளிக்க முடியும் என்று நான் நினைக்கிறேன்.

பரிணாம உளவியல் உங்கள் பெரும்பாலான கேள்விகளுக்கு விடையளிக்கக்கூடும் என்று நினைக்கிறேன். அந்த விளக்கங்கள் இருந்தாலும் நம் மனம் என்பது ஒரு மின்தொடர்புக் குவியல் மட்டுமே என நான் நினைக்கவில்லை என்பதை சொல்லிக்கொள்கிறேன். மனித மூளையின் நியூரான் அமைப்பு மிக நெகிழ் தன்மைகொண்டது. சூழலின் தூண்டுகைக் காரணங்களினாலும் அதுவே உருவாக்கிக் கொள்ளும் தூண்டுகைக் காரணங்களாலும் அது தன்னைத் தொடர்ந்து உருமாற்றிக்கொள்கிறது. நரம்பியல் நெகிழ் தன்மை (Neuronal

Plasticity) சார்ந்த ஆய்வு என்பது பல்வேறு உளவியல் நரம்பியல் கருதுகோள்களை இணைத்து பொதுக் கோட்பாடுகளுக்கு வருவதற்கான முயற்சியாகும். மூளை நிபுணர்களுக்கே மூளையின் இந்த சுய அமைப்புத் திறன் இயல்பானதா, இல்லையா என்று சொல்ல முடியவில்லை இன்று.

ஒவ்வொரு நியூரானுக்கும் தனி பிரக்ஞை உண்டு என்று நான் நினைக்கவில்லை. நரம்பியலின்படி பிரக்ஞை என்பது பல வகையான சிக்கலான நரம்பியக்கங்களின் ஒட்டுமொத்த விளைவு. எளிமையான நரம்பிணைப்புகள் எப்படி பிரக்ஞையாக ஆயின என்று நீங்கள் கேட்கலாம். அதுதான் நரம்பியலின் மிகச் சிக்கலான கேள்வி என்று தான் நான் சொல்வேன். இன்றைய நரம்பியல் பிரக்ஞையில் உள்ள நரம்புகளின் இணைவியக்கத்தைப் பற்றி விரிவாகவே ஆராய்கிறது. குறிப்பாக காட்சி - கேள்வி சார்ந்த பிரக்ஞையைப் பற்றி.

எதிர்காலத்தில் இந்த வினாக்களுக்கான விடைகளுக்குள் நரம்பியல் வெற்றிகரமாகச் செல்லும் என்றே நான் நினைக்கிறேன். அதே சமயம் ஒரு அகவயமான புரிதல் இல்லாமல் ஒருவரும் இதற்குள் முழுமை யாகச் சென்றுவிட முடியாதென்பதையும் நான் ஏற்கிறேன்.

நான் தத்துவத்தை முழுமையாக மறுப்பவனோ அல்லது அறிவியலை முழுமையாகப் பின்தொடர்பவனோ அல்ல. எனது தொழில் முறை ஆர்வம் அறிவியல். என்னுடைய தனிப்பட்ட ஆர்வம் தத்துவம்.

ஆத்மா என்பதை ஒரு பொருளாகவோ இருப்பாகவோ எண்ணாமல் ஒரு அறியப்படாத கருத்து நிலையாக, அறிதலுக்கான கருவியாக மட்டும் காண்போம் என்றால் அதைப் பற்றிய எதிர்ப்பு ஏதும் எனக்கு இல்லை.

என் செருப்பின் அடிப்பகுதியைப் பற்றியும் அதிகமாக ஒன்றும் எனக்குத் தெரியாது. அந்தக் கூற்று உங்களைப் புண்படுத்தியிருந்தால் வருந்துகிறேன்.

பி.கு.: சமீபத்தில் விஷ்ணுபுரம் படித்து முடித்தேன். அதைப் பற்றி விவாதிக்க ஆசை உண்டு.

நன்றி.

- செந்தில்

**அ**ன்புள்ள செந்தில்,

உங்கள் வரி எதுவும் என்னை வருத்தப்பட வைக்கவில்லை. சற்று வேகமாக எழுதியதில் இருந்து நீங்கள் சற்று இளையவர் என்று ஊகித்தேன். உங்கள் வயதில் நான் இதைவிட இரு மடங்கு வேகத்தில் எழுதியிருப்பேன்! நீங்கள் மனம் - உடல் சார்ந்த உயர்தள ஆய்வைச்

செய்யக்கூடும் என்பதையும் நான் ஊகித்தேன். என் ஆசிரியர் நித்ய சைதன்ய யதி உளவியலாளரும்கூட என்பதை அறிவீர்கள் என நினைக்கிறேன். அவரைச் சந்திக்க வரும் உளவியலாளர்களிடம் விரிவாகப் பேசியிருக்கிறேன்.

1990களில் இரு அதீத உற்சாகங்கள் இருந்தன. கணிப்பொறி மொழி மிகவும் வளர்ந்து வந்த காலகட்டம் அது. செயற்கை அறிவு (AI) மூலம் எந்திரங்களைப் புரிந்துகொள்ளவும் சிந்திக்கவும் வைக்க முடியும் என்ற நம்பிக்கையைத் தீவிரமாக முன் வைத்த இரு ஜெர்மானிய அறிவியலாளர்களிடம் நான் ஊட்டி குருகுலத்தில் சேர்ந்து - பசுவின் சாணி அள்ளியபடி - பேசினேன். அவர்களின் நம்பிக்கையைக் கண்டு சிறு வயதாக இருந்த நானும் பரவசம்கொண்டு நான்கு காலில் பாய்ந்து, ‘‘குரு நித்யாவிடம் சென்று மனித சிந்தனையை இயந்திரங்கள் செய்யப் போகின்றன’’ என்று கிரீச்சிட்டேன்.

சிந்தனை என்பது பிரக்ஞையின் அலை. மனிதப் பிரக்ஞை என்பது மனிதனைவிடப் பெரிய இயற்கையின் பிரக்ஞையின் ஒரு பகுதி. கடல் இல்லாமல் அலையை மட்டும் உருவாக்க முடியாது என்றார் நித்யா. இவர்கள் என்ன செய்வார்கள் என்றேன். இவர்கள் சொற்களையும் சொற்றொடர் முறைகளையும் இலக்கண அமைப்பையும் உருவாக்கு வார்கள். ஆனால், கூறுவதும் தொடர்புறுத்துவதும் அதைவிடப் பிரம்மாண்டமான ஒரு அமைப்பின் செயல்பாடுகள் என்பதை உணர்வார்கள். மொழி என்பதன் மேல் மட்ட அமைப்புதான் இவர்கள் பேசிக்கொண்டிருப்பது. மொழியின் உள் அமைப்பு பிரக்ஞைதான். அது இயற்கையைக் குறியீடுகளாக மாற்றி, அக்குறியீடுகளைக் கொண்டு தன் புற அமைப்பை உருவகித்துக்கொண்டிருக்கிறது. இயற்கையின் குறியீடுகளே முடிவில்லாதவை. ஒவ்வொரு கணமும் புதிதாக நிகழ்பவை. அதற்கும் அப்பால் உள்ள பிரக்ஞை இயற்கையின் சாரமான செயல் தன்மையின் ஒரு பகுதி. இயற்கையின் சாரமாக உள்ள ஒன்று தன்னை ஒரு பிரக்ஞையாகப் பிரித்துக்கொண்டு அதே இயற்கையைப் பார்த்து குறியீடுகளாக மாற்றிக்கொண்டு ஆழ் மனம் என்ற கட்டமைப்பை உருவாக்கிக்கொண்டிருக்கிறது. அதன் வெளிப்பாடுகள் எண்ணற்றவை. அதில் ஒரு முறையே மொழி - என்றார் நித்யா.

பின்னர் தன்னிலை - பிரக்ஞை ஆகியவற்றைப் பற்றிய உளவியல் சார்ந்த உற்சாகம் கிளம்பியது. மூளையை நரம்புகளாகப் புரிந்து கொண்டால் எல்லாவற்றையும் விளக்கிவிடலாமென்ற பரபரப்பு. முதல் பரபரப்பு அளவுக்கு எனக்கு இதில் நம்பிக்கை வரவில்லை. மூளைக்கு அதைச் சூழ்ந்துள்ள இயற்கையுடனும் அதை உருவாக்கிய இயற்கையுடனும் எந்த உறவும் இல்லையா?

ரிக் வேத சூத்திரம் ஒன்று உண்டு. 'ஒளி வேட்கை கண்ணாகியது'. அதைப் பரிணாமம் மூலம் விளக்கலாம். ரிச்சர்ட் அட்டன்பரோவின் ஒரு நல்ல காட்சித் தொகுப்பே உள்ளது. பல சிறிய உயிரினங்களுக்கு உடலே கண் ஆக உள்ளது. ஒளி உள்ளே ஊடுருவும் தோல் உள்ளது. பின்னர் அந்தத் தோல் சில புள்ளிகளில் மேலும் ஒளி ஊடுருவும்படி ஆகியது. பின்னர் உள்ளே சென்ற ஒளியைப் புரிந்துகொள்ளும் நரம்புப் படலம் உருவாகியது. பின்னர் விழி ஆடிகள் உருவாயின. பின்னர் இரட்டைப் பிம்பம் உருவாகி முப்பரிமாணம் உருவாகியது. நமது கண் உருவாகியது. கண் மூளையின் பல்லாயிரம் பிம்பங்களை உருவாக்கியது. பிம்பங்கள் புற உலகை உருவாக்கின. நமது கண் பரிணாமத்தில் இப்படி உருவாவதற்கு சூரிய ஒளியின் இயல்பே காரணம். இப்படி ஒளி தன்னைப் பார்க்கும் கண்ணையும் காட்சியையும் தானே உருவாக்கியது என்று பார்த்தால் எந்த சக்தி மூளையை உருவாக்கியது?

நான் அக்காலத்தில் என் ஐயங்களை ரோஜர் பென்ரோஸுக்கே எழுதினேன். அவரிடமிருந்து சுருக்கமாக ஒரு கடிதம் வந்தது. தன் நூல் வெளிவந்த காலகட்டத்து அதீத நம்பிக்கைகளைத் தான் இப்போது கொண்டிருக்கவில்லை என்றும், பரிணாம உயிரியல் உருவாக்கும் புதிய வினாக்கள் மேலும் தீவிரமானவை என்றும் அதே சமயம் நரம்பியலாய்வுகள் நிகழ்த்தியிருக்கும் 'கிளினிக்கல்' சாதனைகளை 'தத்துவ அடிப்படை வாதம்' மறுக்கக் கூடாது என்றும் எழுதியிருந்தார். அந்த வயதில் அக்கடிதம் பெற்றதே ஒரு சாதனையாக இருந்தது. அக்கால சொல் புதிது இதழ்களில் இவ்விஷயம் குறித்து ஒரு சில எளிய கட்டுரைகள் வந்தன. ரோஜர் பென்ரோஸின் ஒரு பேட்டியின் மொழியாக்கமும் வந்தது. ஆனால், அதெல்லாம் அன்று தமிழில் பேசப்படும் சூழல் இருக்கவில்லை. இப்போது இணையம் வந்து புதிய வாசகர்கள் வந்த பிறகே அது சாத்தியமாகிறது.

பிரம்மம் - ஆத்மா - முக்தி மூன்றைப் பற்றியும் இந்து - பௌத்த மெய்ஞான நூல்களில் மிக மிகச் சிக்கலான விவாதமே உள்ளது. இறுதி முடிவுகள் ஏதும் இல்லை. மேலும் இந்து ஞானமும் பௌத்த ஞானமும் இந்த உயர் தளத்தில் தெளிவாகப் பிரிக்கக் கூடியவையாகவும் இல்லை. ஒன்றோடொன்று கலந்தே உள்ளன.

ரிக் வேதம் 10ஆம் மண்டலத்திலேயே பிரக்ஞை என்றால் என்ன, தன்னிலை என்றால் என்ன (நான் யார்?) என்ற கேள்வியும் அடிப்படை யான ஊகமும் உருவாகிவிட்டிருந்தன. சூழ உள்ள இவையெல்லாம் தான் நானுமா? அந்த எண்ணங்களே 'பிரக்ஞானம் பிரம்மாஸ்மி' 'தத்வமஸி' (பிரக்ஞையே பிரம்மம், அது நீயே) போன்ற தரிசனங்கள் ஆயின. இக்காலத்தில் உருவான மூல நூல் பதஞ்சலி யோக சூத்ரம்.

மிக முக்கியமான ஒரு உளவியல் தத்துவ நூல் இது. ஒரு தகவலுக்குச் சொல்கிறேன். மனதை ஓர் அமைப்பாக இது பார்க்கவில்லை. ஒரு நிகழ்வாகவே பார்க்கிறது. சித்த விருத்தி - மன நிகழ்வு என்று அதை விளக்குகிறது. பிரக்ஞை எப்படி மொழியாக மாறுகிறது என்பதை மீமாம்சகர்களும் பிரக்ஞை எப்படி தர்க்கமாக ஆகிறது என்று நியாயிகர்களும் பார்த்தார்கள். நியாய சூத்ரம், மீமாம்ச சூத்ரம் இரண்டுமே யோக சூத்ரத்துக்குத் துணை நூல்கள்போல.

பௌத்தர்கள்தான் யோகத்தை இன்று நாம் காணும் கட்டத்துக்குக் கொண்டுசென்றார்கள். லங்காவதார சூத்ரம் மிக முக்கியமான பௌத்த யோக நூல். இதுதான் சி.ஜி.யுங்குக்குக் கூட்டு நனவிலி பற்றிய அடிப்படையை அளித்தது என்று அவர் சொல்லியிருக்கிறார். நாகார்ஜுனர் எழுதிய எல்லா நூல்களுமே பிரக்ஞையை அறிவதற்கு முக்கியமானவை. இவை இப்போது ஒரே நூலாகக் கிடைக்கின்றன. நாகார்ஜுனரின் மாணவர் திக்நாகரின் கோட்பாடுதான் விக்ஞான வாதம் - அறிவக வாதம். அதன் வளர்ச்சி அல்லது நீட்சியே ஒரு வகையில் அத்வைதம்.

மேலை நாட்டு சிந்தனைகளைப் படிக்கும்போது நமது இந்திய மாணவர்கள் மட்டும் செய்யும் ஒரு பிழை உண்டு. ஒரு பழைய கருத்தைப் பற்றி பேசினால் அது மறுக்கப்பட்டுவிட்டது என்பார்கள். 'அதனாலென்ன, மறுக்கப்படாத கருத்து ஏதாவது பூமியில் உண்டா?' என்று நான் ஒருவரிடம் கேட்டேன். மேலை நாட்டில் சிந்தனை செய்து ஒரு முடிவுக்கு வந்து நம்மிடம் சொல்லிவிடுவார்கள் என்ற நம்பிக்கை. கூட்டு நனவிலி என்றதுமே அதை மறுத்துவிட்டார்கள் என்பார்கள். அப்படி மறுக்கும் கருத்தும் உடனடியாக மறுக்கப்படுமே. இவையெல்லாமே கருத்துக் கருவிகள். ஒரு பெரிய விவாதப் பரப்பை இவை உருவாக்குகின்றன. இந்த விவாதப் பரப்பை ஒட்டுமொத்தமாகப் புரிந்துகொள்ளவே நாம் முயலவேண்டும்.

இந்திய மெய்ஞான மரபும் அப்படி ஒரு விரிந்த விவாதப் பரப்பே. இங்கே மறுக்கப்படாத கருத்தே கிடையாது. மறுப்பு மூலம் கருத்துகள் பரிணாமம் பெற்றபடியே உள்ளன. கீதையில் முதலில் செத்த பின்பு ஆத்மா போகும் சொர்க்கம் பற்றி சொல்லப்பட்டுள்ளது. அதன்பின் தூய ஆத்மா பற்றிய பேச்சு. அதன் பின் ஆத்மா என்பதை ஞான வடிவமாகக் காணும் நோக்கு. அப்படியே சென்று விபூதி யோகத்தில் பிளவற்ற ஒரு தூய பிரக்ஞையைப் பற்றிய பேச்சு மட்டுமே உண்டு. அது ஆத்மா என்ற கருத்தின் பரிணாமத்தையும் காட்டுகிறது.

இது பற்றி விரிவான விவாதங்கள் கீதை உரையிலேயே தொடர்ந்து வரக் கூடும்.

நரம்பியல் அதன் உச்சத்தில் என்னென்ன நிகழ்த்தும் என்பதை என்னால் ஊகிக்க முடியவில்லை. மனிதனின் உடல் அவன் பிரக்ஞையிலும், மனிதப் பிரக்ஞை அவன் உடலிலும் நிகழ்த்தும் நூற்றுக்கணக்கான விளைவுகளை அது சீர்ப்படுத்தி விளக்கலாம். பல்லாயிரம் உள - மனச் சிக்கல்களை அது தீர்க்கலாம். அதன் பின்னரும் அடிப்படைப் பிரச்சினைகள் எஞ்சியிருக்கும். சரி, அது ரிக் வேதம் கேட்ட, 'நான் யார்? யாரால்?' என்ற கேள்விக்கே பதில் சொன்னாலும் சொல்லலாம். ஏன் நாம் நம்பிக்கையில்லாமல் இருக்க வேண்டும்?

அன்புள்ள செந்தில், நீங்கள் ஏன் தமிழில் எழுதக் கூடாது? உங்களைப் போல இத்தனை நவீன உயர் படிப்பு படிப்பவர்கள் எல்லாம் ஆங்கிலத்திலேயே எழுதிக்கொண்டிருந்தால் தமிழில் யார்தான் இதையெல்லாம் எழுதுவது?

- ஜெ

**அ**ன்புள்ள ஜெயமோகன்,

நான் தமிழ் மொழியில்தான் உங்களுக்கு மின் அஞ்சல் அனுப்பலாம் என்று எண்ணி இருந்தேன்.

ஆனால், தமிழ் மொழி கீ போர்டு எனக்கு அவ்வளவாக பரிட்சயம் இல்லாத காரணத்தால் நான் ஆங்கில மொழியில் தங்களுக்குக் கடிதம் எழுதவேண்டிய சூழ்நிலை உருவாகிவிட்டது.

மற்றபடி, ஆங்கில மொழி மோகம் என்பது எல்லாம் எனக்கு இல்லை. உண்மையைக் கூறவேண்டும் எனில் எனக்குத் தமிழில் எழுதுவதில் தான் ஆர்வம். உங்களுடைய எழுத்துகளை நான் சமீப காலமாக உங்களுடைய இணைய தளத்தில் வாசித்து வருகிறேன்.

மேலும் தங்களுடைய நாவல்களையும் தற்சமயம் வாசித்து வருகிறேன். தங்களுடைய விஷ்ணுபுரம் நாவல் பல அக விரிவுகளைத் தன்னகத்தே கொண்டுள்ளது. வாசிப்பதற்கு சற்று கடினமாகத்தான் உள்ளது. தொடர்ச்சியான வாசிப்பின் மூலம் அதன் அக விரிவுகளையும் மற்றும் அதன் படிமங்களையும் அறிய முடியும் என்று எண்ணுகிறேன்.

நான் இந்தியாவில் இருந்து அமெரிக்க தேசத்திற்கு கணிப்பொறி கற்க வந்த காரணமே செயற்கை அறிவு (AI) பற்றிய ஆராய்ச்சி முறைகளைக் கற்கத்தான். நான் செயற்கை அறிவு பற்றிய ஆராய்ச்சிக் கட்டுரைகளை வாசிக்க நேர்ந்த பொழுது, நான் கண்டடைந்தது நவீன அறிவியலின் செயற்கை அறிவு ஆராய்ச்சி, அறிவியலில் உள்ள எந்த விதமான நடைமுறைச் சிக்கலையும் தீர்க்க உதவாது என்பதே. ஆகவே,

செயற்கை அறிவு என்கின்ற ஆராய்ச்சித் தளத்தில் இருந்து விலகி அறிவு என்றால் என்ன? மனம் என்றால் என்ன? மனம் என்பது மூளையா அல்லது மனம் என்பது தனித்து இயங்கும் ஆற்றல் கொண்டதா என்பன போன்ற தத்துவார்த்த கேள்விகளுக்கு என்னை ஆட்படுத்திக் கொண்ட போதுதான் தத்துவத்தில் உள்ள பிரிவுகளான பொருள் முதல்வாதம், கருத்து முதல்வாதம் போன்ற தத்துவார்த்த சிந்தனைகள் எனக்கு அறிமுகம் ஆகின.

மனம் என்றால் என்ன பிரக்ஞை என்றால் என்ன போன்ற கேள்விகளுக்கு விடை காண முயன்ற பொழுது, தத்துவத்திலும் அறிவியலிலும் மனம் மற்றும் பிரக்ஞை பற்றி பல்வேறு வகையான கருத்துகளும், கோட்பாடுகளும் உருவாக்கப்பட்டு இருந்தன என்று காண நேர்ந்தது. அந்தக் காலகட்டத்தில் என்னுள் எழுந்த பல்வேறு விதமான கேள்விகளுக்கு விடை காணும் முயற்சியாக நான் அறிவியல், ஆன்மிகம் மற்றும் தத்துவம் போன்ற துறைகளில் நூல்களைக் கற்ற பொழுது மனம் பற்றிய அறிவியல் கோட்பாடுகள் என்னுடைய அறிவிற்கும், மனதிற்கும் ஏற்புடையதாக இருந்தன. ஆகவே, நான் என்னுடைய தன்னிலை அறிதல் என்பது எவ்வாறு உருவாக்கப்படுகிறது என்று ஆராய அறிவியலின் உதவியை நாடினேன். இலக்கியவாதிகள் என்பவர்கள் வாழ்க்கையைப் பற்றிய ஒரு புரிதலுடன் உண்மையை நாடுபவர்கள் என்று எனக்குத் தெரியும். ஆனால், 1990களில் பௌதிகம் மற்றும் மனம் பற்றிய ஆராய்ச்சியில் தலைசிறந்த விஞ்ஞானி ரோஜர் பென்ரோஸுக்குக் கடிதம் எழுதும் அளவு உங்களுடைய தேடுதல் இருந்தது என்று எண்ணும் பொழுது, ஒரு அறிவியல் மாணவனாக நான் இன்னும் கற்றுக்கொள்ள வேண்டியது நிறைய உள்ளது என்றே நான் எண்ணுகிறேன்.

லங்காவதார சூத்ரம் என்ற பௌத்த நூலைப் பற்றி உங்கள் கடிதத்தில் குறிப்பிட்டு உள்ளீர்கள். நான் அந்த நூலைக் கற்க ஆர்வமாக உள்ளேன்.

அந்த நூலின் முழுத் தொகுப்பின் பெயர் என்ன அதன் உரை ஆசிரியர் யார் போன்ற தகவல்களை எனக்கு அனுப்பினால் எனக்கு உதவியாக இருக்கும். உங்கள் குரு திரு நித்ய சைதன்யா எழுதிய மனம் மற்றும் பிரபஞ்ச மனம் பற்றிய நூல்கள் ஏதேனும் இருந்தால் அதையும் தெரியப்படுத்தவும். நரம்பியல் அதன் உச்சத்தில் என்னென்ன நிகழ்த்தும் என்பதை என்னாலும் ஊகிக்க முடியவில்லை. எனினும், தாங்கள் கூறியதுபோல நாம் ஏன் நம்பிக்கை இழக்க வேண்டும் என்ற எண்ணத்துடன் நான் சென்ற கடிதத்தில் கூறியதுபோல, அறிவியலின் துணையுடன் மனம் பற்றிய 'நரம்பு செல்களின் செயல்' பற்றிய தேடலுடன் மனம் மற்றும் பிரபஞ்ச மனம் பற்றிய அகவயமான தத்துவார்த்தத் தேடலிலும் ஈடுபடலாம் என்று எண்ணி உள்ளேன்.

- செந்தில்

**அ**ன்புள்ள ஜெ,

செந்தில் அவர்களுக்கு நீங்கள் எழுதிய இரு கடிதங்களும் எனக்கு நிறையவே தெளிவினை அளித்தன. நான் நெடுநாட்களாகவே இந்த மாதிரி சந்தேகங்களைக் கொண்டிருந்தேன். கீதையிலும் உபநிஷத்துக் கள் எல்லாவற்றிலும் ஆத்மாவைப் பற்றிய பேச்சு உள்ளது. ஆனால், எல்லாம் ஒன்றுக்கொன்று முரண்பாடாகக் காணப்படுகிறது. ஆத்மா உடலை விட்டு நீங்குவதும் வானத்தில் மிதந்துகொண்டிருப்பதையும் இன்னொரு உடலை அது எடுப்பதையும் எல்லாம் நாம் ஒரு இடத்திலே காண்கின்றோம். மற்ற இடத்தில் ஆத்மா மனிதனுக்குள் இருந்து கொண்டு ஜாக்ரம், ஸ்வப்னம், துரியம் ஆகிய முந்நிலைகளில் தன்னைக் கண்டுகொண்டிருக்கும் ஒரு அகம் மட்டிலுமே என்ற சிந்தனை உள்ளது என்பதைக் காண்கின்றோம். நம்முடைய நூல்கள் இரண்டையுமே மாறி மாறிச் சொல்கின்றன.

நீங்கள் அளித்த விளக்கம் பொருத்தமாக உள்ளது. அணு, குவாண்டம் போன்றவற்றைப் போலவே ஆத்மாவையும் ஒரு கருத்துக் கருவியாக, அதாவது intellectual tool ஆக, நம் மரபில் கையாண்டிருக்கிறார்கள். நான் என்ற கேள்விக்கு என்ன விடை இருக்க முடியுமோ அதுதான் இந்தப் பிரபஞ்சத்தின் அர்த்தம் என்ன என்ற கேள்விக்கும் விடையாக இருக்க முடியும். அங்ஙனம் ஒரே விடையாக இரண்டையும் பார்க்கும் போது உருவானதுதான் ஆத்மா என்ற கோட்பாடு - அது theory மட்டும்தான். நிரூபிக்கப்பட்ட truth அல்ல. நிரூபிக்கவும் முடியாது. ஒரு வேளை உணர முடியலாம் என்ற உங்கள் கருத்தைப் பற்றி நேற்றிரவெல்லாம் மீள் சிந்தனை செய்துகொண்டிருந்தேன். ஆத்மா உண்டா எனக் கேட்பதே பொருத்தமில்லாதது. ஆத்மா பொருத்தமான விளக்கமாக இருக்கிறதா இல்லையா என்ற கேள்வியே முக்கியமானது.

அப்படிப் பார்க்க முனையும்போது ஆத்மாவின் அழிவில்லாமையும் மறுபிறப்பும் எல்லாம் இன்னும் விரிவான பொருளில் அர்த்தப்படு கின்றன. நம்முடைய உடலில் கணம் தோறும் செல்கள் பிறக்கின்றன. கணம் தோறும் செல்கள் சாகின்றன. நாம் உயிருடன் தான் இருக்கிறோம். நாம் ஒவ்வொரு 15 நாளிலும் புதிதாகப் பிறந்து விடுகிறோம். இயற்கையின் சாரமாக உள்ள ஒரு அடிப்படை நோக்கம் அல்லது creative essence என்று வைத்துக்கொள்ளுங்கள். அது மனிதனுக்குள் இருக்கிறது என்றால் அவனைக் கொன்றால், அது சாவதில்லை. அவன் அழிந்தாலும் அது அழிவதில்லை. அவனிடம் இருந்து மீண்டும் பிறக்கும். அந்தச் சாராம்சத்துக்கு மனித உடல்களும் மிருக உடல்களும் பூச்சி உடல்களும் கிருமி உடல்களும் தேவைப் படுகிறது. அந்த உடல்கள் வழியாக அது நிகழ்ந்தபடியே இருக்கும். 'நா ஹன்யதே' என்று கீதையானது சொல்லும் அந்த மரணமின்மை -

கொல்லப்படாத தன்மை - இயற்கையில் அதன் ரகசியமான நோக்கமாக உள்ள அந்த very idea of natureதான் என்று சொல்லலாம். அப்படி எடுத்துக்கொண்டால் கீதையின் பிற் பகுதிகளில் வரக்கூடிய ஆத்மா கோட்பாட்டுக்கும் இந்த சாங்கிய யோகம் பகுதியிலே வரக்கூடியதான ஆத்மா கோட்பாட்டுக்கும் அருமையான இணைப்பு நிகழ்ந்து விடுகிறது.

அருமை ஜெ. உண்மையாகச் சொல்கிறேன். இதுவரை இப்படி ஒரு கீதை விளக்கம் வாசிக்க நேர்ந்ததில்லை. பாண்டித்திய விளக்கங்களும் பக்தி உபன்னியாஸங்களும் கேட்டும் வாசித்தும் சலித்தேவிட்டது. அனுபவம் quest இரண்டுமே ஈடு கலந்த உங்கள் விளக்கம் இன்றைய நவீன மனத்துக்கு உரியது. அடியேனின் மனமார்ந்த வாழ்த்துகள்.

- ராமகிருஷ்ணன்

# அறிவியலும் ஆன்மிகமும்

**அ**ன்புள்ள ஜெ,

நீண்ட நாட்களுக்குப் பிறகு எழுதுகிறேன். நலமா? அசோக வனம் வரும் நாளை எதிர்பார்த்துக்கொண்டு நான் இங்கு உலகின் மறு கோடியில் உள்ளேன். முதுகலைப் பட்டப் படிப்பிற்காக திங்கள் அன்று ராமச்சந்திரன் எங்கள் பல்கலைக் கழகத்திற்கு வருகிறார். அவரது புகழ் பெற்ற 'அழகனுபவத்தின் உயிரியல் அடிப்படை' என்ற தலைப்பில் (The Biological Basis of Aesthetic Experience) பேசுவதற்காக. எங்கள் கல்லூரியின் புகழ் பெற்ற பேராசிரியர் ஒருவரிடம் இதைப் பற்றிப் பேசிக் கொண்டிருந்தபோது அவர் புன்னகைத்தார். சாம்ஸ்கியின் முன்னாள் மாணவர் அவர். எண்பதுகளில் தான் இதே போல் 'The Cognitive Basis of Aesthetic Experience' என்ற ஆராய்ச்சிக் கட்டுரையின் மூலம் சினிமா மற்றும் ஓவியங் களை எல்லாம் structural பகுப்புகளின் மூலம் விளக்க முற்பட்டதையும், எப்படி இன்று தான் அவ்வகை நிலைப் பாட்டிற்கு நேர் எதிர்கோட்டில் நின்றுகொண்டிருப் பதையும் (Constructivism) பற்றிக் கூறிச் சிரித்தார்.

அறிவியக்கத்தின் ஆதாரச் செயல்பாடு இதுவே. அதன் பாய்ச்சலுக்கு முக்கிய காரணம் இவ்வகை முரணியக்கமே. அறிவியல் அறிஞர்கள் சொல்வதுபோல் அனுபவவாதமோ (empiricism), அறிவியல் முறைமையோ மட்டுமே அறிவியலின் பிரமிக்கத்தக்க பாய்ச்சலுக்குக் காரணம் அல்ல.

ஆனால், ஆராய்ச்சியாளரின் நிலைப்பாட்டோடு அவரது அடையாளமும் பின்னிப் படருவதால், உரையாடல்கள்

பல சமயங்களில் தன்னகங்கார வெளிப்பாடுகளாகத் தடம் மாறிச் செல்கின்றன. தன்னடையாளத்தையும், சுய நிலைப்பாடுகளையும் பிரித்தறியும் முறைமை சில காலமாக இருந்து வருகின்றது. ஆனால், அவை தோல்விகளாகவே முடிந்திருக்கின்றன. அடையாளமும், நிலைப்பாடுகளும், ஆராய்ச்சியும், தீவிர ஆவலுணர்வும் (passion) ஒன்றோடொன்று எப்போதும் கலந்தே இருந்திருக்கின்றன. ஒன்றின் தேவை மற்றொன்றின் இருப்பிற்கு அவசியம். இத்தகைய முரண் நோக்கை மதித்து, புரிந்துகொள்வதன் மூலமே இவற்றைத் தாண்டிச் சென்று சீரிய உரையாடல்களில் ஈடுபட முடியும். ஹாபர்மாஸ் போன்றோர் கூறும் 'Communicative Action' போன்றவையும் இந்தத் திசை நோக்கி நகர வழி செய்யும் சில முயற்சிகளே.

அன்புடன்,
அரவிந்த்.

**அ**ன்புள்ள அரவிந்த்,

எப்படி இருக்கிறீர்கள்?

அறிவுக்குரிய நிலம் என்று அழைக்கப்படும் ஒரு நாட்டில் இருக்கிறீர் கள். பண்டைக் கால காஞ்சி கடிகாஸ்தானம், நாளந்தா, தட்சசிலா போன்ற ஒரு இடத்தில். பொதுவாக இங்கிருந்து அங்கு செல்பவர்கள் தங்களை 'சாதாரண' உலகில் இருந்து துண்டித்துக்கொண்டு ஓர் அபூர்வ ஞானத்துக்கு உரியவர்களாக எண்ணிக்கொண்டிருப்பதைக் கண்டிருக்கிறேன் - நம்முடைய ஐ.ஐ.டி.க்களின் வாசலை ஒருவர் தாண்டிவிட்டால் பிறகு அவர் 'இந்தியப் புழுக்களே...' என்று சிந்திக்க ஆரம்பித்துவிடுவார். ஒரு இந்திய மரபார்ந்த மேதையைக் கூட எள்ளலும் நக்கலுமாகத்தான் அவரால் எதிர்கொள்ள முடியும். நம் முந்தைய தலைமுறையினரிடம் இருந்த அந்த மாயையைப் பற்றிய உங்கள் விழிப்புணர்வே எப்போதும் நல்லது.

காளிதாசனின் உவமை, விளக்கைச் சுற்றி நிழல் உண்டு. அறையைத் துலங்க வைக்கும் அதனால் தன்னைத் துலங்கச் செய்ய முடியாது. ஞானத்தின் ஆகப்பெரிய சுமையே ஞானம் மூலம் உருவாகும் அகங்காரம்தான்.

பொதுவாக உங்கள் கடிதம் பற்றி என்னுடைய சில அவதானிப்புகளைச் சொல்கிறேன். நம் மனம் ஒட்டுமொத்த உண்மைக்கான ஒரு ஏக்கத்தில் உள்ளது. அப்படி ஓர் உண்மை தட்டுப்படுமென்றால் நாம் பரவசம் கொள்கிறோம். நமக்கே அது தட்டுப்பட்டால் அது உண்மையா, இல்லையா என்ற கேள்வியைவிட அது நம்முடையது என்ற விஷயம் முன்னுக்குச் சென்றுவிடுகிறது. அதன்பின் அதை நாம் நிரூபித்தாக வேண்டும்.

பொதுவாக முழுமை நோக்கு - ஹோலிஸ்டிக் அப்ரோச் - அறிவார்ந்த தளத்தில் செய்யப்படுகையில் மிகக் கவர்ச்சியான ஒரு அறிவியக்கமாக ஆகிவிடுகிறது. கடலையே அள்ளும் ஒரு டீஸ்பூன்! ஆனால், அத்தகைய முழுமை ஞானத்தை ஏதேனும் ஓர் உள்ளுணர்வால், ஒரு அக வய உவமையாக மட்டும்தான் அறிய முடியுமோ என்று இப்போது தோன்றிக்கொண்டிருக்கிறது. இது வயதாகிக்கொண்டே செல்லும் ஒரு எழுத்தாளனின் மூளைச் சோர்வின் விளைவு என்று சொல்வீர்கள் என்றால், நான் வாதாடப் போவதில்லை. இருக்கலாம்.

முதல் முழுமையின் இதயத்தில் ஒரு முரண்பாடு பதுங்கியிருக்கிறது (There is a lurking paradox in the heart of Absolute) என்று நடராஜ குரு ஒரு இடத்தில் சொல்கிறார். அந்த முரண்பாட்டை எங்குமே காண முடிகிறது. கவித்துவம் மூலமும் உயர்தள அங்கதம் மூலமும் அதைத் தொடுவதுபோல தர்க்கத்தால் தொட முடியுமா?

ஆனால், அறிவியலும் தத்துவமும் கொள்ளும் உச்சகட்ட எழுச்சிகளை நான் சற்றும் குறைத்து மதிப்பிட மாட்டேன். நான்கு பக்கமும் கண்ணையும் கருத்தையும் திருப்பி பல்லாயிரம் வருடங்களாக எண்ணி எண்ணி அது உருவாக்கிய ஞானமே நம்மை இதுவரை கொண்டு சேர்த்திருக்கிறது. முழுக்க நிராகரிக்கப்பட்ட கோட்பாடுகள் உலக சிந்தனையில் எண்ணற்றவை. முழுக்கப் பயனற்றவை என்று ஒரு கோட்பாடுகூட கிடையாது. சிந்தனையின் எல்லாத் துளிகளுக்கும் அதற்கான பங்களிப்பு ஒன்று உண்டு. இன்று நரம்பியல், பரிணாம உயிரியல் சார்ந்து முன்வைக்கப்படும் பிரபஞ்ச விளக்கங்கள் ஒன்றோடொன்று மோதி ஒன்றையொன்று நிராகரித்து விவாதித்து ஒன்றையொன்று தின்றுகொண்டு, அந்த அறிவியக்கத்தின் விளைவாக பெரியதோர் முன்னகர்வை சாத்தியமாக்கக்கூடும்.

இந்தக் கடிதங்கள் விவாதங்களை அஜிதன் நேற்று அமர்ந்து படித்தான். அவனுக்கு 16 வயதுதான் இப்போது. அவன் மனம் அறிவியலின் எதிர்காலம் குறித்த கனவுகளால் விம்முவதைக் கண்டேன். ''நரம்பியலும், பரிணாம உயிரியலும், கரிம வேதியியலும் இணைந்தால் அதன் பிறகு இந்தப் பாறையடிக் காட்டில் நமக்குத் தெரியாததொன்றும் இருக்காது அப்பா'' என்றான். என்ன ஒரு நம்பிக்கை! வாழ்க. அப்படித்தானே ஒரு அப்பா சொல்லவேண்டும்.

- ஜெ

# மதம், கடவுள், பண்பாடு

அன்பு ஜெ,

மதம், பண்பாடு பற்றிய உங்கள் கருத்துகளை (கடவுள், மதம், குழந்தைகள்: ஒரு வினா) நண்பர்களிடம் விரிவாகவே விவாதித்தேன். நம் சமூகத்தில் எதை நம் குழந்தைகளுக்குக் கொடுப்பது என்பதே கேள்வி. நம்முடைய நம்பிக்கைகளைக் கொடுப்பதா அல்லது நம்முடைய நம்பிக்கையின்மையைக் கொடுப்பதா? நம்முடைய தேடலைக் கொடுக்கலாம் என்று நீங்கள் சொல்கிறீர்கள். நீங்கள் சொல்லத்தக்க பதில்தான் அது. பண்பாடு என்பது எப்படியோ நம் மதத்துக்குள்தான் உள்ளது. நான் மத நம்பிக்கை இல்லாதவன். ஆனால், சிறு வயதில் நான் கற்ற திருவாசகம்தான் என்னைத் தமிழார்வலனாக ஆக்கியது. நான் என் வாழ்க்கையில் பல்வேறு வகைகளில் அலைந்து திரிந்து பணம் சேர்த்தும் பணம் இழந்தும் வாழ்க்கையைத் தேடிக்கொண்டிருந்த நாட்களில் என்னை மீட்டது நான் கற்ற தமிழே. அதற்காக நான் என்னை நீறுபூசி திருவாசகம் ஓத வைத்த தாத்தாவுக்கு நன்றிக் கடன் பட்டிருக்கிறேன்.

- சிவசுப்ரமணியம்,
சென்னை.

அன்பு ஜெயமோகன்,

மதத்தை மறுப்பவர்கள் வாழ்வு சற்று வறண்டதே என்பது சரியே. மதக் கட்டுப்பாட்டின் காரணமாய் நெற்றியில் பொட்டு, கண்ணில் மை, கை கழுத்தில் (மெல்லியதாக வேனும்) வளையல், செயின் இல்லாத இளம்

பெண்களைப் பார்க்கும்போது ஒரு வறட்சி தோன்றும். அழகியலில் இவ்வளவு தூரம் வந்திருக்கிறோம். அலங்காரம் இல்லாத பெண்களை, குழந்தைகளை, கடவுளரை ரசிக்க முடியுமா? மதங்களின் தேவை பற்றி உங்கள் கருத்து அருமை. மதம் வேண்டாம் என்று ஓஷோ சொன்னாரா என்ன? இருக்கும் மதங்களே போதாது என்றார். எத்தனை மனிதர்களோ அத்தனை மதம் இருந்தாலும் தவறில்லை என்றார். நாரத முனியின் பக்தி சூத்திரம் பற்றிய ஓஷோவின் புத்தகம் (தமிழில் படித்தேன்) பக்திக்கு புதிய வழி காட்டும். கடவுள் இருக்கிறாரா இல்லையா என்ற சர்ச்சைக்கு, ஜக்கி சொல்வார்: ''இருக்கிறார் என்று நம்புவதாலோ, இல்லை என்று வாதிப்பதாலோ உங்கள் வாழ்வில் என்ன மாற்றம் வந்துவிடும்? 'தெரியாது' என்று உண்மையை ஒத்துக் கொண்டு தேடலை ஆரம்பித்தீர்களானால்தானே ஏதாவது தெரிய வர வாய்ப்பு வரும்?'' இது என்னைக் கவர்ந்த கருத்து.

- ரகுநாதன்

**அ**ன்புள்ள ஜெயமோகன்,

கோகுலுக்கான உங்கள் பதிலைப் படித்தபோது எனக்குள் இன்னும் சில சந்தேகங்கள் உதிக்கின்றன. நம்முடைய சிந்தனைகள், கலைகள், வாழ்க்கை முறைகள் அனைத்தும் மதம் என்ற வடிவிலேயே தொகுக்கப்பட்டிருக்கின்றன.

பிரான்ஸிலும் ஜெர்மனியிலும் இங்கிலாந்திலும் இருக்கும் இந்துக் கோயில்களின் தினசரி பூஜைக்குக் கரும்பும், வெத்திலையும், அருகம்புல்லும், வாழை இலையும், இளநீரும் விமானத்தில் வந்து இறங்குகின்றன. இன்னும் இப்புலம் பெயர்ந்த நாடுகளில் இங்கே சூரன்போர் கூட ஆட்டுகிறார்கள். இது ஒரு absolute waste என்று ஏன் உங்களுக்குத் தெரிவதில்லை. மூட நம்பிக்கையையும் சேர்த்தல்லவா இறக்குமதி செய்கிறீர்கள் என்று கேட்கும் எங்கள் பிள்ளைகளுக்கு என்ன பதில் சொல்லுவது? இவையெல்லாம் மதம் என்கிற பெயரால் அறியாமை செய்யும் பேய்க் கூத்து என்று ஏன் அவர்களுக்குச் சொல்லப் படாது?

பௌத்தம் மற்றும் அத்வைதத்தின்படி (நான் × அது) என்ற பேத புத்தியே அறியாமை. அறியாமையே நரகம். அதிலிருந்து விடுபடுதலே முக்தி. அதை 'ஒவ்வொன்றாய் தொட்டு எண்ணி எண்ணும் பொருள் ஒடுங்கையில் நின்றிடும் பரம்' என்கிறார் நாராயணகுரு. அவ்வாறு ஒவ்வொன்றாய் தொட்டு எண்ணுவதையே நான் செய்து வருகிறேன் என்று சொல்லலாம்.

ஒவ்வொன்றாய் தொட்டு ஒடுங்கும் பொருள் அதாவது சடம் ஒடுங்கும் போது பரம் தெளியும் என்று சொல்லப்படுகிறது. ஸ்தூல பிண்டங்கள் அனைத்துமே மாயை என்பதல்லவா பௌத்தம்? சடம் எப்போதுதான் ஒடுங்கும்? மரணத்திலா? சடத்தை உணர முடியாத நிலை மரணத்தில் தானே உண்டாகும். இன்னும் முக்தி பற்றி பௌத்தம் எங்காவது பேசுகிறதா?

குருவோ, சிஷ்யனோ, சாமானியனோ ஞானம் என்பது மனுஷப் பிறவிக்குத்தானே உண்டு? ஸ்தூலம் எல்லாம் மாயை என்றாகும்போது ஞானம் என்பதுவும் ஒரு நிலையில் மாயை என்றுதானே ஆகிறது. மனிதனின் மரண பயம்தான் ஆன்மிக சிந்தனையை, தேடலை உண்டு பண்ணுகிறதோ என்பதும் என் சந்தேகம். இவ்விடத்தில் விளக்கம் போதவில்லை. மற்றபடி பதில் பூராவும் நிறைந்த தந்தைமையை உணர்ந்தேன்.
நன்றி

அன்பு,
கருணாகரமூர்த்தி.

**அ**ன்புள்ள கருணாகரமூர்த்தி அவர்களுக்கு,

நலம்தானே?

உங்கள் கடிதத்தில் சொன்ன முதல் விஷயம், பூஜைகளிலும் ஆசாரங்களிலும் செலவிடப்படும் செல்வ விரயம், உழைப்பு விரயம் குறித்தது. அதை நாம் இன்னும் விரிவான பொருளிலேயே காண வேண்டும். மனித குலத்தில் மிகப் பெரிய உழைப்பும் செலவும் குறியீடுகளை உருவாக்கவும் பேணவும்தான் செலவிடப்படுகிறது. குறியீடுகளுக்கு அதைச் சார்ந்தவர்களுடைய தளத்தில் பயன் இருக்கும் என்றால் அவை தவிர்க்க முடியாதவையே. வெளியே நிற்பவர்களுக்கு அதன் பொருளும் பயனும் புரிவதில்லை. ஜனநாயகத்தில் உள்ள பேரணிகள், பொதுக் கூட்டங்கள், சிலைகள் போன்றவற்றையும் நாம் இப்படியே காண வேண்டும்.

மதம் என்பது குறியீடுகளின் பெரும் தொகுப்பு. தேங்காய், பழம், பூ, கரும்பு, பொங்கல், பட்டு, மாலைகள், தேர், நாதஸ்வரம் என அது விரிந்துகொண்டே செல்கிறது. ஆசார அனுஷ்டானங்களும் குறியீடுகளே. மதம் தேவையென்றால் குறியீடுகளும் தேவையே. குறியீடுகளைத் தவிர்த்தால் மதத்தில் எஞ்சுவது அருவமான தத்துவமே. அதை ஒரு சமூக ஆழ்மனம் உள்வாங்கிக்கொள்ள முடியாது. ஆகவே என் நோக்கில் ஒரு ஃபிரான்ஸ் கோயிலில் கரும்பு கொண்டு வரப்படுவது எனக்குத் தவறானதாக, மூட நம்பிக்கையாகத் தோன்றவில்லை. புத்தர் கோயிலுக்கு வெண்ணிறப் பூக்கள் கொண்டு செல்வதும் அதைப் போலத்தான்.

எண்ணிப் பார்ப்போம். ஒரு சமூகத்து மக்களுக்குத் தங்கள் பண்பாட்டை அந்நிய மண்ணில் பேணிக்கொள்ள வேண்டுமென்றால் இவ்வாறு குறியீடுகளைப் பேணித்தானே ஆகவேண்டும். அவற்றை எல்லாம் தவிர்த்து விட்டால் பேணுவதற்கு பண்பாட்டில் எஞ்சுவது என்ன? எளிமையாகவே யோசிக்கலாம். நம் சிற்பங்கள், ஆசாரங்கள், வழிபாடுகள் அவை சார்ந்த பொருட்கள் ஆகியவை குறித்த எந்த ஞானமும் இல்லாத ஒரு சமூகத்துக்கு தமிழ் இசை புரியுமா? தமிழ் இலக்கியம் புரியுமா? ஒரு கட்டத்தில் தமிழே புரியுமா? அதன்பின் அவன் தமிழன் என்பதற்கு அவனில் என்ன எஞ்சும்? பெயர் என்ற ஒலியடையாளம் மட்டுமா? உண்மையிலேயே யோசிக்க வேண்டிய கேள்வி இது.

ஆனால், நீங்கள் சொல்வதில் உள்ள சாரம் எனக்குப் புரிகிறது. ஒரு பண்பாட்டின் சிந்தனைகள், கலைகள் ஆகியவற்றைப் பற்றிய ஞானம் இல்லாமல் சடங்குகளை மட்டுமே பேணுவதில் உள்ள வறட்டுத்தனம் பற்றிச் சொல்கிறீர்கள். அது உண்மை. அத்தகைய சடங்குகள் நாளடைவில் ஒரு வகையான அபத்தச் செயல்பாடுகளாக ஆகிவிடும். அவை பண்பாட்டுச் செயல்பாடுகள் என்ற பிரக்ஞையுடன் அவற்றின் பின் உள்ள மரபைப் பற்றிய மன விழிப்புடன் அவை செய்யப்படு மென்றால் அவற்றுக்கு பல்லாயிரமாண்டு கால பெரும் பண்பாடு ஒன்றின் அடையாளங்களாக நிற்கும் வல்லமை உண்டு.

நான் பக்தன் அல்ல. ஆனால், கன்யாகுமரி அம்மன் சந்நிதியில் விஷு (சித்திரை ஒன்று) அன்று காலையில் முதற்கதிர் எழும்போது முன்னே கொன்றை மலர்களும், நெற்கதிர்களும், பொன்னும் பட்டும் பரப்பி 'கணி' (மங்கலக் காட்சி) நிறைத்து குத்துவிளக்கு ஏற்றி வைக்கப் பட்டிருக்கும் காட்சி எனக்கு அற்புதமான மன எழுச்சி ஒன்றை உருவாக்குகிறது. அந்தக் காட்சியின் அறுபடாத பல்லாயிரம் ஆண்டு காலத் தொன்மை, அதில் உறையும் என் முன்னோர்களின் வளம் குறித்த கற்பனை என்னை மனம் விரியச் செய்கிறது. கொன்றை குறித்த பல நூறு சங்கப் பாடல்கள் என் பிரக்ஞையில் கொந்தளிக்கின்றன. ஒரு மாபெரும் மரபின் தொடர்ச்சியாக என்னை உணரும் தருணம் அது.

இந்த உணர்வை இழந்த ஒரு சமூகத்துக்கு கவிதையின் ஆழம் புரியாது. நுண்கலைகள் அதைத் தொடாது. அது வணிக வெற்றிகளை அடையலாம். அடிப்படையாக உள்ள பலவற்றை இழந்துவிடும். ஆகவே சம்பலும், கருவாடும் மட்டுமல்ல, கரும்பும் வரட்டும். பரவாயில்லை.

- ஜெ

# கடவுள், மதம், குழந்தைகள்

**அ**ன்புள்ள ஜெயமோகன்,

நான் உங்கள் எழுத்துகளை பல வருடங்களாக விடாமல் வாசித்து வருகிறேன். இப்பொழுது இணையத்திலும் மிகவும் விருப்பத்துடன் உங்கள் எழுத்துகளைப் படித்து வருகிறேன். உங்கள் சிறுகதைகள்/நாவல்கள் எனக்கு மிகவும் பிடித்தமானவை. உங்களுடைய பல எழுத்துகள் நான் என் வாழ்க்கையைப் பார்க்கும் விதத்தை பாதித்திருக்கின்றன.

நான் சமீப காலங்களாக ஒரு விதமான மன உறுத்தலில் இருக்கிறேன். அதை உங்களிடம் கூறி, உங்கள் ஆலோசனையைப் பெறலாம் என நினைக்கிறேன். இதைப் பற்றிய உங்கள் கருத்துகளைக் கூறினால் அது மிகவும் பயனுடையதாய் இருக்கும் என நம்புகிறேன்.

நான் படித்து வளர்ந்தது எல்லாம் சென்னையில். தற்பொழுது மென்பொருள் துறையில் லண்டனில் வேலை செய்து வருகிறேன். சமீபத்தில் திருமணம் செய்து கொண்டேன். காதல்/கலப்புத் திருமணம். (நான் ஐயர், என் மனைவி நாயுடு). நான் கடவுள் நம்பிக்கையைத் தொலைத்து வெகு நாட்கள் ஆகிறது. ஓஷோ, கிருஷ்ண மூர்த்தி போன்றவர்களின் தன்னை அறிதல் என்ற கோட் பாட்டையே ஆன்மிகம் என்று நம்புகிறேன். கலப்புத் திருமணம் என்பதால் சாதி குறித்தும் கவனத்துடன் இருக்கிறேன். அம்பேத்கர் எழுத்துகள் மூலமாகவும் இணையத்தில் கிடைக்கும் சில பெரியாரிய எழுத்துகள்

மூலமாகவும் என் சாதி அடையாளத்திலிருந்து முடிந்த வரையில் மன அளவில் விலகியிருக்க முயல்கிறேன்.

அ) இதனால் குடும்பத்தில் என்ன விதமான அடையாளத்தைப் பேணுவது என்று சற்றுக் குழப்பமாகத்தான் உள்ளது. உதாரணமாக குழந்தைகளுக்குக் கடவுள் நம்பிக்கையைச் சொல்லித்தர வேண்டுமா? அவர்களுக்கு ஒரு சாதி அடையாளத்தைக் கொடுக்க வேண்டுமா? சாதி அடையாளம் இல்லாவிட்டால் அவர்கள் தனிமைப்பட்டுப் போய் விடுவார்களா? மேலும் கடவுள் நம்பிக்கை என்பது பொய்யாகவேனும் ஒரு மன ஆசுவாசத்தைப் பல பேருக்கு அளிக்கிறது அல்லவா? இதைச் சொல்லித் தராவிட்டால் அவர்களுக்கு அந்த வசதியை மறுப்பதாகி விடாதா?

ஆ) உங்களது ஆன்மிகம் என்ன? உங்களுக்குக் கடவுள் நம்பிக்கை இல்லை என்பது எனக்குத் தெரியும். ஆனால், நீங்கள் தியானம் அல்லது வேறு பயிற்சிகள் செய்கிறீர்களா? எனக்குப் பரிந்துரைக்க உங்களுக்கு ஏதேனும் குரு அல்லது ஆசிரியர் இருக்கிறார்களா?

இதைப் பற்றி உங்கள் கருத்துகளைக் கூற முடியுமா?

அன்புடன்,
கோகுல்.

**அ**ன்புள்ள கோகுல்,

என்னுடைய மாமனார் இரா. சற்குணம் அவர்கள் திராவிடர் கழகத்தைச் சேர்ந்தவர். அவர் தன் வாழ்க்கையைக் கடுமையான நாத்திக நோக்கிலேயே அமைத்துக்கொண்டார். தி.க.வுக்குரிய எதிர்மறை நிலைப்பாடு அவருடையது. இந்து மதம் சார்ந்த எந்த விழாவையும் கொண்டாடுவதில்லை. தீபாவளி நாட்களில் ஊரே விழாக் கோலத்தில் இருக்கும் போது தன் வீட்டில் வேண்டுமென்றே விளக்கு கூட போடாமலிருப்பார். பொங்கல் அன்றுகூட பொங்கலை சமையலறையில் வைத்து செய்து மத்தியானம் சாப்பிடுவார் - சூரியனை வழிபடக் கூடாதாம்.

அவரது இந்த மன நிலை என் மனைவியின் மனதில் அழுத்தமான ஒரு வடுவை உருவாக்கிவிட்டது. தன் இளமைப் பருவத்தைத் தன் தந்தை அவரது பிடிவாதங்கள் காரணமாக நிறங்களில்லாததாகச் செய்து விட்டதாக அவள் உணர்கிறாள். இந்தியப் பண்பாட்டுடன் உணர்வு பூர்வமான தொடர்பு தனக்கு ஏற்படாது போய்விட்டதாக நினைக்கிறாள். அவளுக்கு ஆர்வமிருந்த மரபிசை, பரத நாட்டியம் முதலியவற்றில் கூட அவளுக்கு அறிமுகம் உருவாகவில்லை. தஞ்சை மண்ணில் பிறந்து வளர்ந்தபோதும்கூட அவள் தஞ்சை பெருவுடையார் ஆலயமன்றி எதையும் பார்த்ததில்லை. அதற்காக இன்றும் அவள் தன் தந்தையை மன்னிக்கவில்லை.

ஆனால், என் மாமனார் என் மகனுக்குக் காதுகுத்து உட்பட எல்லா மதச் சடங்குகளையும் செய்தார். அதில் அவருக்கு நம்பிக்கை இருக்க வில்லை. ஆனால், அதில் மென்மையான ஒரு கவித்துவம் இருப்பதை வயோதிகத்தில் மனம் நெகிழ்ந்த நிலையில் அவர் புரிந்துகொண்டார். காசிக்குப் போய் கங்கையைப் பார்த்துவிட்டு வந்தார். ஏன் வட இந்தியர்கள் கூட்டம் கூட்டமாக ராமேஸ்வரம் வருகிறார்கள் என்பதைப் புரிந்துகொண்டார்.

என் மனைவிக்கு இப்போதும் மத நம்பிக்கையோ, இறை நம்பிக்கையோ இல்லை. பிரார்த்தனை, வழிபாடு, நோன்பு எதையும் அவள் செய்வதில்லை. அவளே வாசிக்க ஆரம்பித்த பின் உருவான தெளிவு அது. ஆனால், இந்தியப் பண்பாடு என்பது மதமென்னும் வடிவிலேயே உள்ளது என்ற எண்ணம் அவளுக்கு உண்டு. ஆகவே கோயில்களுக்குச் சென்றுகொண்டே இருக்கிறோம். விழாக்கள், கொண்டாட்டங்கள் எதையுமே விடுவதில்லை. கிறிஸ்துமஸ், ஈஸ்டர் உட்பட எல்லாப் பண்டிகைகளையும் நாங்கள் வீட்டில் குழந்தை களுடன் விமரிசையாகக் கொண்டாடுவோம்.

நம்முடைய கொள்கைகளை நம் குழந்தைகளிடம் திணிக்கக் கூடாது என்றே நான் எண்ணுகிறேன். நம்மை விட மேலான சிந்தனையாளர் களாக அவர்கள் இருக்கலாம் அல்லவா? ஆனால், நம்முடைய சிந்தனைகளை அவர்களிடம் பகிர்ந்து கொள்ளலாம். பொதுவாக குடும்பத்துக்குள் எப்போதும் உரையாடல் இருக்க வேண்டும் என்று நான் மீண்டும் மீண்டும் சொல்லி வருகிறேன். தமிழ்நாட்டில் பிராமணக் குடும்பங்கள் தவிர பிறவற்றில் பொதுவாக குடும்பத் தலைவருக்கும் பிறருக்கும் இடையே உரையாடலே இருப்பதில்லை. அதிகாரம் மிக்க ஒரு இடத்தில் குடும்பத் தலைவர் விலக்கி தனிமைப் படுத்தப்பட்டிருப்பார். அவரது ஆளுமையும் அப்படி ஒதுங்கியதாகத்தான் இருக்கும். என் அண்ணா அப்படிப்பட்டவர். அவரது குடும்பத்தில் ஒரு மாற்று எண்ணம் இருப்பதை அவரால் தாங்கவே முடியாது. நான் கூட அவரிடம் எதையுமே பேச முடியாது.

இந்த நிலையே குடும்பத்தில் பலவித புரிதல்களுக்கும், சிக்கல் களுக்கும் மன அழுத்தங்களுக்கும், குடும்ப வன்முறைகளுக்கும் காரணமாகிறது. பிராமணக் குடும்பங்கள் அல்லாத தமிழ்க் குடும்பங் களில் உக்கிரமான வன்முறை நிகழ்ந்தபடியே இருக்கிறது என்பது ஓர் உண்மை. அதை உரையாடல் மூலம் தளர்த்தவேண்டிய கட்டாயம் அடுத்த தலைமுறையினருக்கு உருவாகிவிட்டிருக்கிறது. ஆகவே, குடும்பத்தில் உள்ளவர்களிடம் நேர்மையாகவும் வேடிக்கையாகவும் உங்கள் நம்பிக்கைகளை, ஐயங்களை, தேடல்களை விவாதியுங்கள். அது போதும். அவர்கள் அச்சூழலில் வளரட்டும். உங்கள் நீட்சியாக இயல்பாகவே அவர்கள் உருவெடுப்பார்கள். அவர்களுக்கு ஓர்

கருத்துலகை உருவாக்கிக் கொடுக்கவேண்டிய சுமை ஏதும் உங்களுக்கு இல்லை. அது உங்களால் இயலவும் இயலாது. உங்கள் கருத்துலகை அவர்களிடம் பகிர்ந்துகொள்ளுங்கள்.

என் மகனிடமும் மகளிடமும் எனக்குத் தெரிந்த அனைத்தையும், இலக்கியம் முதல் அத்வைதம் வரை, பேசிக்கொண்டிருப்பதே என் பாணியாகும். அவர்களுக்குப் புரியும்படி பேச முடிந்தால் அதை நான் எனக்கு அவ்விஷயத்தில் தெளிவிருப்பதற்கான ஆதாரமாகக் கொள்வேன். அது அவர்களுக்கு என் மீதான நெருக்கத்தை உருவாக்கவும், தங்களைப் பற்றிய பெருமித உணர்வை உருவாக்கவும் உதவியாக இருக்கிறது. என் நிழலாக அவர்கள் உருவாகக் கட்டாயப் படுத்துவதில்லை. என் நீட்சியாக அவர்கள் இயல்பாக மலரக்கூடும்.

மதத்தை நிராகரிப்பதென்பது மரபை நிராகரிப்பதாகும் என்பதே என் எண்ணம். நம்முடைய சிந்தனைகள், கலைகள், வாழ்க்கை முறைகள் அனைத்தும் மதம் என்ற வடிவிலேயே தொகுக்கப்பட்டிருக்கின்றன. மதத்தை முழுக்க நிராகரிப்பவர்கள் வறண்டதொரு வாழ்க்கையையே தேர்வு செய்கிறார்கள். மதத்தை குழந்தைகளுக்குக் கொடுப்பதன் மூலம் நாம் ஒரு பெரும் மூதாதையர் சொத்தை அவர்களுக்கு அளிக்கிறோம். ஆனால், மத நம்பிக்கையை நீங்கள் குழந்தைகளுக்குக் கொடுத்தால் அவர்களுக்கு ஒரு சுமையாகவே இருக்கும். அது அவர்களிடமிருந்து பலவற்றை மறைத்துவிடும். ஆகவே கடவுளை குழந்தை மனதில் நிறுவ வேண்டிய தேவை இல்லை என்பதே என் எண்ணம்.

ஒற்றைப்படையாக கடவுளையோ, மத நம்பிக்கையையோ குழந்தை களுக்கு அளிப்பது தவறானது என்பதே என் எண்ணம். இந்துக்களில் மிகச் சிலர் மட்டுமே அப்படிச் செய்கிறார்கள். மற்றவர்கள் இயல்பாக ஒரு மதச் சூழலில் குழந்தைகளை வளரவிடுவதுடன் நின்று விடுகிறார்கள். அது ஆரோக்கியமாகவும் இருக்கிறது. ஆனால், இஸ்லாமிய கிறித்தவ மதங்களில் தீவிர மத நம்பிக்கைகளுடனும் இறை நம்பிக்கைகளுடனும் குழந்தைகளை வளர்த்து அவர்களின் வளர்ச்சிக்குப் பன்முக வாய்ப்புகள் இல்லாமல் செய்துவிடுகிறார்கள். மிக வலுவான ஆளுமைகொண்ட குழந்தைகள் மட்டுமே அதிலிருந்து மீறி வெளிவர முடிகிறது. இஸ்லாமியர் உக்கிரமான மதக் காழ்ப்பு களை குழந்தைகளிடம் உருவாக்கி அவர்கள் எத்தனை கற்றாலும் அதிலிருந்து வெளியே வர முடியாமல் செய்துவிடுகிறார்கள். கிறித்தவர்களில் கேரளாவின் தொன்மையான கிறித்தவர்கள் மட்டுமே பெரும்பாலும் சமரச நோக்குள்ளவர்களாக இருக்கிறார்கள்.

குழந்தைகளுக்குச் சாதியை அளிக்க வேண்டுமா என்ற கேள்விக்கே பொருள் இல்லை. நாம் இப்போது சாதி சார்ந்த வாழ்க்கையை

வாழ்வதில்லை. என் குடும்பத்தில் சாதி இல்லை. ஏனென்றால், நாங்கள் வெவ்வேறு சாதியைச் சேர்ந்தவர்கள். சாதி பற்றிய விஷயங்களை நாங்கள் எங்கள் குழந்தைகளுக்கு அவர்கள் ஓரளவு வளர்ந்த பின்னர் விளக்கமாகச் சொன்னோம்.

என்னுடைய ஆன்மிகம் பற்றிக் கேட்டிருந்தீர்கள். அதை நான் விளக்கமாக மீண்டும் மீண்டும் எழுதிக்கொண்டிருக்கிறேன். ஆன்மிகம் என்று நான் சொல்வது இதுதான். மனிதனின் ஞானம் என்பது சாதாரணமாக அவனுடைய தேவைகள் சார்ந்து அவன் அடையும் அறிதல்களினால் ஆனது. அடுத்த கட்டத்தில் அவனுடைய இருப்பு சார்ந்து அவன் அடையும் ஞானம் உள்ளது. கற்றல் மூலம் அடையும் ஞானம் இந்தத் தூரம் வரை மட்டுமே செல்ல முடியும். இதை வைத்து இப்பிரபஞ்சத்தின் முழுமையை அவனால் உணர முடியாது. அது குறைபட்டதாகவும் அவனுடைய அகங்காரத்தை வளர்ப்பதாகவுமே இருக்கும். ஏதோ ஒரு புள்ளியில் அதன் போதாமையை அவன் உணர்ந்த படியே இருப்பதனால் ஏமாற்றம்கொண்டவனாக இருப்பான். ஏதோ ஒரு இடத்தில் அது செயலற்று முறியும்போது அவன் கடும் துயரையும் அடைவான்.

ஆன்மிகம் என்பது முக்தியை அதாவது வீடுபேறை அளிப்பது என்றே நம்முடைய எல்லா நூல்களும் எல்லாத் தரப்புகளும் சொல்லி வருகின்றன. முக்தி என்பது என்ன என்று அவை விதவிதமாக விளக்குகின்றன. நம் தத்துவ நூல்களின்படி அறியாமை அளிக்கும் துயரில் இருந்து பெறும் விடுதலையே முக்தியாகும். அவ்விடுதலையை அளிப்பதே ஆன்மிகம். அது ஒரு முழுமையான ஞானத்தை அளிக்கவேண்டும். அறிவின் இரு படிகளைக் கடந்து அடுத்த படியை அளிப்பதே ஆன்மிகம். அது நம் இருப்பைத் தவிர்த்து நாம் அடையும் ஞானம் என்று சொல்லலாம். இப்பிரபஞ்சத்தை ஒரு முழுமையாக அறிவதும் அதில் நம்மை அறிவதும் என்று வகுக்கலாம். நம்மை வைத்து பிரபஞ்சத்தை அறியாமல் பிரபஞ்சத்தை மட்டும் அறிவது அது. ஒரு கருத்தாக அதை நம் மனம் உள் வாங்காது. ஓர் அனுபவமாகவே அது நிகழ முடியும். அந்த முழுமை அனுபவம் அளிக்கும் அறிவே ஆன்மிக ஞானம். அது பிரபஞ்சத்தை, இயற்கையை, வாழ்க்கையை நாம் ஒரு முழுமை நோக்கில் அணுக உதவுகிறது.

இதை பௌத்தம், கேவல ஞானம் என்கிறது. கைவல்யம் என்ற சொல் அதையே குறிக்கிறது. பௌத்தம் மற்றும் அத்வைதத்தின்படி நான் - அது - என்ற பேத புத்தியே அறியாமை. அறியாமையே நரகம். அதிலிருந்து விடுபடுதலே முக்தி. அதை 'ஒவ்வொன்றாய் தொட்டு எண்ணி எண்ணும் பொருள் ஒடுங்கையில் நின்றிடும் பரம்' என்கிறார் நாராயணகுரு. அவ்வாறு ஒவ்வொன்றாய்த் தொட்டு எண்ணுவதையே நான் செய்து வருகிறேன் என்று சொல்லலாம்.

என் குரு நித்ய சைதன்ய யதி. நாராயணகுருவின் மூன்றாம் தலை முறைச் சீடர். இப்போது அவர் இல்லை. என் குருவை நான் பதினெட்டு வருடம் தேடியபின் கண்டடைந்தேன். ஒரு குரு கற்பிப்பதை நூல்கள் கற்பிக்க முடியாது. நூல்களில் ஞானத்தின் பாதை உள்ளது. குரு அப்பாதை சென்றடையும் இடமாகவே இருப்பவர். குருவை அவரவர் தேடிக் கண்டடையலாம். குரு அமையாதபோது நூல்களே பாதை காட்டிகள்.

நாம் இறை நம்பிக்கையை குழந்தைகள் மனதில் நிறுவினாலும் கூட பதின்பருவத்தில் அது முற்றாக உடையும். மறுபடியும் அப்பருவம் கழித்து அவர்களின் ஆளுமைகள் தொகுக்கப்படும்போது அவர்களுக்குக் கிடைத்த வாழ்க்கை அனுபவங்கள் மற்றும் அவர்களின் மன அமைப்பு சார்ந்து, அவற்றில் இருந்து அவர்கள் பெற்றுக் கொண்டது ஆகியவற்றுக்கு ஏற்ப அவர்கள் நாத்திகர்களாகவோ ஆத்திகர்களாகவோ உருவாகப் போகிறார்கள். நம்முடைய பல நாத்திகர்கள் ஆத்திகக் குடும்பத்தில் பிறந்தவர்களே. அதற்கு என்ன செய்யமுடியும்? மேலும் நீங்கள் நம்பாத ஒன்றை உங்கள் குழந்தை களுக்குக் கொடுக்க முடியுமா என்ன?

ஆனால், பண்பாட்டுக் கூறுகளை ஒரு குழந்தை வளர்ந்த பின்னர் அதற்கு அளிப்பது மிக மிகக் கஷ்டமானது. என் மனைவியைப்போல முற்றிலும் வேறு சூழலுக்கு அறிமுகமாகித் தன்னைத் தீவிரமாக ஈடுபடுத்திக்கொண்டால் ஒழிய - அதுவும் பெண்களுக்கே அது சாத்தியம். ஆண்கள் நம் சூழலில் அத்தனை எளிதாக மறுவார்ப்பு பெறுவதில்லை.

ஆகவே கோயில்களை, சடங்குகளை, விழாக்களை, மத இலக்கியங் களை, தத்துவங்களை, கலைகளை, இசையை குழந்தைகளுக்கு அளியுங்கள். அவற்றின் மீது உங்களுக்கு இருக்கும் நம்பிக்கைகள், மறுப்புகள், ஐயங்களுடனேயே அளியுங்கள். அவர்களை மரபின் வளமான மண்ணில் ஊன்றி வையுங்கள். அவர்கள் எப்படி வேண்டு மானாலும் வளரட்டும். ஆத்திகரானாலும் நாத்திகரானாலும் அவர்கள் இந்தியப் பண்பாட்டுக்குள்ளேயே இருப்பார்கள். இரண்டுமே இங்கு நிகரான இடமுள்ளவையே. அந்த வேர்நிலம் அவர்களை அசலான ஆளுமையும் சிந்தனையும் கொண்டவர்களாக ஆக்கும்.

- ஜெ

# வேதாந்தமும் தமிழிலக்கியமும்

**அ**ன்புள்ள ஜெயமோகன்,

சமீபத்தில் நான் வாசித்த தமிழ் கட்டுரைகளில் முக்கிய மானது உங்களுடைய 'வேதாந்த மரபும் இலக்கியப் போக்குகளும்'. ஒரு பக்கம் விரிவான தகவலறிவும் மறு பக்கம் நுண்ணிய மூலக் கருத்துகளும்கொண்ட கட்டுரை அது. அதன் இரு கருத்துகளைப் பற்றி விரிவாகவே சிந்தனை செய்துகொண்டிருக்கிறேன். ஒன்று — அத்வைத வேதாந்தத்தின் சாரமாகிய 'வெளியே இருப்பவை எல்லாமே உள்ளே இருப்பவற்றின் விரிவே' என்ற நோக்கு அடிப்படையில் தமிழ்ப் பண்பாட்டில் உருவான ஒன்றே என்பது. இரண்டு — மணிமேகலையில் அளவைவாதி என்று குறிப்பிடப்படுபவர் வேத ஞானத்தைத் தன்னுள் அடக்கிய வேதாந்தியே என்பது. எனது கேள்வி ஏன் இந்தக் கட்டுரையை நீங்கள் இணையத்தில் மட்டும் வெளியிட வேண்டும் என்பதே.

- திவாகர்

**அ**ன்புள்ள திவாகர்,

உங்கள் கடிதம் நீங்கள் அமெரிக்காவில் தமிழ்நாட்டைப் பற்றி ஒன்றும் தெரியாமல் இருப்பதையே காட்டுகிறது. இந்தக் கட்டுரையை தமிழில் எவரும் வெளியிட மாட்டார்கள். என்னிடம் கட்டுரை கேட்டு காத்திருக்கும் இதழ்கள்கூட பிரசுரிக்காது. இது ஒரு நடைமுறை உண்மை. அமெரிக்காவில் நிகழும் ஒரு சாதாரண விஷயத்தைப் பற்றி நாலைந்து ஞாயிறு மலர்

கட்டுரைகளைத் தொகுத்து ஒரு பதினெட்டுப் பக்க கட்டுரையை எழுதி அனுப்பினால் எல்லா சிற்றிதழ்களும் ஆர்வத்துடன் போடுவார்கள். இதுதான் இங்குள்ள நிலைமை.

ஏன்? அமெரிக்கா, ஐரோப்பா சம்பந்தமான விஷயங்கள் அனைத்துமே 'நவீன உலகம் சார்ந்தவை' என்ற மனப் பிரமை நம்மில் உள்ளது. இது நூற்றைம்பது வருடங்களாக மெல்ல மெல்ல உருவாகி ஆழமாகப் பதிந்துவிட்டிருக்கும் ஒன்று. இந்திய சிந்தனை மரபு சார்ந்த அனைத்துமே பழமையானவையாக, காலாவதியானதாகக் கருதப்படு கின்றன. அவற்றில் நிகழும் புதுச் சிந்தனைகளைக் கூட அப்படித்தான் நோக்குகிறார்கள். எந்தச் சிற்றிதழிலாவது நீங்கள் இவ்வகைப்பட்ட எந்தக் கட்டுரையையாவது கண்டதுண்டா?

நம் எழுத்தாளர்களில் மேலை நாட்டு விஷயங்கள் மேல் விசித்திரமான மோகம்கொண்டவர்களே அதிகம். அதில் அவர்களுக்கு தேர்வோ, சுயமான ருசியோ கூட இருப்பதில்லை. அதிகமான தகவல்களைத் தெரிந்திருப்பதே அதிகமான தேர்ச்சி என்பதுபோல ஒரு வகை எண்ணம். இந்திய ஞான மரபு குறித்து - எதிர்மறையாகவேனும் குறிப்பிடும்படி தெரிந்திருப்பவர்கள் அனேகமாக யாருமில்லை. வாசகர்களும் அப்படித்தான். அவர்கள் மேலை நாட்டைப் பற்றி மட்டுமே தெரிந்துகொள்ள ஆசைப்படுகிறார்கள். ஆகவே இதழ்கள் அப்படி இருக்கின்றன.

என்னுடைய இக்கட்டுரையை எழுத என் ஒட்டுமொத்த கல்வியைத் தவிர்த்து நோக்கினால் கட ஒரு மாதம் ஆகியிருக்கிறது. பலருடன் பல கோணங்களில் விவாதித்தும் இருக்கிறேன். ஆனால், ஐரோப்பாவின் பரபரப்பான விஷயம் ஒன்றைப் பற்றி அதேபோல ஒரு கட்டுரையை ஒரே நாளில் எழுதிவிட முடியும். கருத்துகளும் தகவல்களும் எங்கும் கிடைக்கும். இதற்கு இருக்கும் வரவேற்பும் மதிப்பும் என் கட்டுரைக்கு இருக்காது என்னும்போது அவற்றை எங்கே எதிர்பார்க்க முடியும்?

ஆகவே இணையத்தில் மட்டுமே இவை வெளியாக முடியும். வேறு வழியில்லை. வசதிப்பட்டவர்கள் படித்தால் போதும். பிறகு எப்போதாவது நூலாக வரக்கூடும். அவ்வளவுதான்.

- ஜெ

**அ**ன்புள்ள ஜெ,

தமிழிலக்கியத்தில் வேதாந்தம் பற்றிய கட்டுரையில் ஜெயகாந்தனைப் பற்றி ஏதாவது எழுதுவீர்கள் என எதிர்பார்த்தேன்.

- நாராயணன் அச்வின்

அன்புள்ள அச்வின்,

ஜெயகாந்தனை நான் வேதாந்தச் சாயல்கொண்ட சிந்தனையாளராக எண்ணவில்லை. அவர் பாரதியின் வேதாந்த வரிகளை அடிக்கடி மேற்கோள் காட்டுவதுண்டு என்பது உண்மையே. பொதுவாக அகவயமான நோக்குகொண்ட எவரிலும் ஓரளவு வேதாந்த சார்பு உண்டு. ஆனால், ஜெயகாந்தனின் கருத்துகளின் ஊற்றுமுகம் திருவள்ளுவர், சித்தர்கள், வள்ளலார், பாரதி என்றே முறைப்படி வகைப்படுத்த முடியும். ஜெயகாந்தனின் நோக்கில் உலகியல் சார்ந்த ஓர் அறவுணர்வு உண்டு. அதை அவர் குறளில் இருந்து பெற்றுக் கொண்டிருக்கிறார். அதுவே அவரது சாரம். அவரில் அறவுணர்வு ஓங்கி நிற்கும் அளவுக்கு தத்துவ நோக்கு ஓங்கி நிற்கவில்லை என்றே எனக்குப் படுகிறது. இதைப் பற்றி விரிவாக விவாதிக்கலாம்.

- ஜெ

அன்புள்ள ஜெயமோகன்,

பாரதியின் காலகட்டத்தில் சுத்த அத்வைதம் தமிழக சிந்தனையில் ஆழமான செல்வாக்கு செலுத்தும் ஒன்றாக இருந்து வந்தது. அதற்கு ராமகிருஷ்ண இயக்கமும் ஒரு முக்கியமான காரணம். வ.வே.சு. அய்யர் உள்ளிட்ட பலரும் அத்வைதிகளே. பாரதி காலகட்டத்தில் வாழ்ந்த, இன்று அறியப்படாத பல இலக்கியவாதிகள் சுத்த அத்வைத நோக்கை வெளிப்படுத்தி பாரதிக்கு வழிகாட்டியாக இருந்துள்ளார்கள். குறிப்பாக தென்காசி கடையத்தைச் சேர்ந்த 'அக்கா' என்று அழைக்கப் பட்ட பெண் கவிஞர் ஆவுடையக்கா. இவர் ஒரு துறவி. புரட்சிகரமான சமூக சீர்திருத்தக் கருத்துகளையும் சுத்த வேதாந்தக் கருத்துகளையும் நிறைய எழுதியிருக்கிறார். அவரைப் பற்றி மதுரை பேராசிரியர் சு. வெங்கடராமன் எழுதியிருக்கிறார். பாரதியின் அத்வைத சார்பு பற்றி பெ.சு. மணி எழுதிய கட்டுரைகளும் முக்கியமானவை.

- ராமலிங்கம்

அன்புள்ள ராமலிங்கம் அவர்களுக்கு,

பாரதியின் வேதாந்த நோக்கு விரிவான ஆய்வுக்கு உரியது. குறிப்பாக அவர் வேதாந்தத்தில் இருந்து பின்னர் சக்தி வழிபாட்டுக்கு நகர்ந்தது, உபாசனை முதலியவற்றில் ஈடுபட்டது, அவரது பல்வேறு ஆன்மிக வழிகாட்டிகள், பாதிப்புகள் முதலியவற்றை விரிவாகவே ஆராயலாம். என் கட்டுரை ஒரு கோடிகாட்டல் மட்டுமே. ஆவுடையக்கா பற்றி ஏற்கெனவே நான் அங்கிங்காக எழுதியிருக்கிறேன். விரிவாக எழுதுமளவுக்கு ஆழ்ந்து படித்ததில்லை. நூல்கள் கிடைப்பதில்லை.

- ஜெ

# மகாபாரதம்

**ம**திப்பிற்குரிய ஜெயமோகன்,

தங்களை மிகவும் கவர்ந்த நூலாக மகாபாரதத்தைக் கூறி உள்ளீர்கள். என் போன்றவர்களுக்கு மகாபாரதம் ஒரு ஆன்மிக நூல். சுவாரசியமான கதை மற்றும் அதிகம் எளிதில் புரியாத தத்துவங்களைக்கொண்ட நூல் என்பதாக ஒரு மதிப்பீடு மட்டுமே உண்டு. ஒரு ஆழ்ந்த இலக்கிய வாசிப்பு மற்றும் படைப்பூக்கம்கொண்டவர் என்ற முறையில் மகாபாரதத்தை எப்படி வாசிக்கிறீர்கள்? மற்றும் அது பற்றிய உங்கள் பார்வை என்ன என்பதனை பகிர்ந்துகொள்ள முடியுமா?

அன்புடன்,
மதி.

**அ**ன்புள்ள மதி,

வியாச மகாபாரதம் அடிப்படையில் ஒரு மத நூல் அல்ல. மதம் என்றால் உறுதியான தரப்பு என்றே வடமொழியில் பொருள். அப்படிப்பட்ட ஒரு தரப்பை முன்னிறுத்தும் நூல் அல்ல அது. நெடுங்காலம் சூதர்களால் பாடப்பட்டு வந்த வம்ச வழி - வீர கதைகள் எப்போதோ கிருஷ்ண துவைபாயனன் என்று அழைக்கப்படும் முதல் வியாசனால் தொகுக்கப்பட்டன. பின்னர் குறைந்தது இரு முறையாவது வேறு வியாசர்களால் அது மறு தொகுப்பு செய்யப் பட்டுள்ளது. வியாசர் என்றால் தொகுப்பாளன் என்றுதான் பொருள். வியாச மகாபாரதம் முழுக்க முழுக்க இலக்கியமே ஆகும்.

எந்தப் பண்டைப் பேரிலக்கியங்களையும் போலவே மகாபாரதத்தின் பேசுபொருள் 'அறம்'தான். (தர்மம்) அரச அறம், குடும்ப அறம், தனி மனித அறம் என விரிந்து, 'பேரறம்' என்று ஒன்று உண்டா என வினவிச் செல்லும் பயணம் அதில் உள்ளது.

காலப்போக்கில் அந்நூலில் உள்ள அற விவாதங்களை ஒட்டி தனியான அற நூல்கள் விரித்து எழுதப்பட்டன. அவை அந்நூலிலேயே சேர்க்கப் பட்டன. அதில் ஒன்றே கீதை. அவ்வாறாக மகாபாரதத்துக்கு ஒரு தர்ம சாஸ்திரத்தின் இடம் உருவாகியது. கிருஷ்ண வழிபாடு ஒரு பெரு மதமாக வளர்ந்தபோது மத நூலாகவே அடையாளம் காணப்பட்டது.

இன்றைய நவீன வாசகன் மகாபாரதத்தை ஒரு இலக்கிய நூலாக மட்டுமே காண முடியும். இந்நூற்றாண்டில் முன்னோடித் திறனாய் வாளர்கள் பலர் அத்தகைய விரிவான இலக்கிய வாசிப்பை மகாபாரதத்துக்கு அளித்துள்ளனர். மிகச் சிறந்த உதாரணம் கேரள விமரிசகர் குட்டி கிருஷ்ண மாரார் எழுதிய 'பாரத பரியடனம்'. அது ஒரு மகத்தான நூல்.

வியாச மகாபாரதம் ஒரு செவ்விலக்கிய நூல் (கிளாசிக்). செவ்விலக்கியம் என்றால் ஓர் அறிவுச் சூழலில் பிற்பாடு வரும் எல்லா ஆக்கங்களுக்கும் அடிப்படையாக அமையக் கூடிய படைப்பு என்று டி.எஸ். எலியட்டின் புகழ் பெற்ற விளக்கம் சொல்கிறது. மகாபாரதம் பல நூற்றாண்டுகளாக தன்னிலிருந்து பெரும் படைப்புகளை உருவாக்கியிருக்கிறது. காளிதாசனின் 'சாகுந்தலம்' முதல் பாரதியின் 'பாஞ்சாலி சபதம்' வரை இதற்கு ஏராளமான உதாரணங்களைச் சொல்லலாம்.

நவீன இலக்கியத்திலும் மகாபாரதம் தொடர்ந்து மறு ஆக்கம் செய்யப்படுகிறது. தமிழிலேயே கிடைக்கும் நூல்களான வி.ஸ. காண்டேகரின் 'யயாதி' (மராத்தி), ஐராவதி கார்வேயின் 'ஒரு யுகத்தின் முடிவு' (இந்தி), எஸ்.எல். பைரப்பாவின் 'பருவம்' (கன்னடம்), பி.கெ. பாலகிருஷ்ணனின் 'இனி நான் உறங்கலாமா?' (மலையாளம்), எம்.டி. வாசுதேவன் நாயரின் 'இரண்டாமிடம்' (மலையாளம்), எம்.வி. வெங்கட்ராமின் 'நித்ய கன்னி' (தமிழ்), எஸ். ராமகிருஷ்ணனின் 'உபபாண்டவம்' (தமிழ்) போன்ற நாவல்களை நீங்கள் வாசித்துப் பார்க்கலாம்.

ஏன் இவை மகாபாரதத்தை அடித்தளமாகக்கொள்கின்றன? இரண்டு காரணங்கள். ஒன்று, மகாபாரதம் அடிப்படை அற விவாதங்களை வாழ்க்கை சார்ந்து முன்வைக்கிறது. அந்த அற அடிப்படைகளை இன்றைய நோக்கில் மறு மதிப்பீடு செய்ய விரும்பும் படைப்பாளிகள் மகாபாரதத்தை மறு ஆக்கம் செய்கிறார்கள்.

இரண்டு, மகாபாரதத்தின் கதைகள் நூற்றாண்டுகளாகச் சொல்லப்பட்டு நம் மனதில் பதிந்து ஆழ் மனதில் ஊடுருவிச் சென்றவை. அப்படி ஆழத்துக்குச் செல்லும் ஒரு விஷயம் 'ஆழ் படிமமாக' (ஆர்கிடைப்) மாறுகிறது. அதற்கு நம் மனதில் பற்பல அர்த்தங்கள் உருவாகி வளர்ந்த படியே உள்ளன. இவ்வாறாக மொத்த மகாபாரதமே குறியீடுகளின் பெருவெளியாக மாறியிருக்கிறது. உதாரணமாக அர்ஜுனனின் வில் காண்டீபம். ஆனால், அது நம் மனதில் ஒரு படிமமும் (இமேஜ்) கூட இல்லையா?

நாம் மரபில் உள்ள படிமங்களைக்கொண்டுதான் படைப்புகளை உருவாக்குகிறோம். உதாரணம் தாலி. அதைப் போலவே மகாபாரதத்தின் கதாபாத்திரங்களும் பொருட்களும் எல்லாம் படிமங் களாக ஆகியிருக்கின்றன. அவற்றை இன்றைய நோக்கில் இலக்கியப் படைப்புகளுக்கு அடிப்படைகளாக ஆக்கிக்கொள்கிறார்கள் படைப்பாளர்கள்.

செவ்விலக்கியங்களின் முக்கியத்துவம் இப்படிதான் உருவாகிறது. இன்றைய வாசகனுக்கு அடிப்படையான வினாக்களை எழுப்பும் மூல நூல்களகவும், ஆழ்மனப் படிமங்களை உருவாக்கும் மொழிப் பிராந்திய மாகவும் அவை விளங்குகின்றன.

மகாபாரதத்தை பக்திப் பரவசத்துடன் படிப்பவர்கள் படிக்கட்டும். இலக்கிய வாசகன் அதை ஒரு செவ்விலக்கியமாக எண்ணிப் படிக்க வேண்டும். அது பல்லாயிரம் விதைகள் உறங்கும் ஒரு நிலம். வாசகனின் கற்பனையின் நீர் பட்டு அவையெல்லாம் முளைக்க வேண்டும்.

- ஜெ

# விவாதம் என்னும் முரணியக்கம்

**அ**ன்புள்ள ஜெயமோகன்,

தங்களுக்கு வரும் பெரும் எண்ணிக்கையிலான கடிதங்களில் குறிப்பிடப்பட்டுள்ளதைப் போலவே நானும் உங்கள் வலைப் பூவைப் படிப்பது எனது தினசரித் தேவைகளில் ஒன்றாக ஆகிப் போனதை உணர்கிறேன். அதற்காக நீங்கள் கூறும் எல்லாக் கருத்துகளுடனும் என்னால் உடன்பட்டுப் போக முடிவதாக அர்த்தம் அல்ல. ஆனால், ஒன்றை நான் உண்மையுடன் ஒத்துக்கொள்கிறேன். என்னில் மாறுபாடான கருத்துகளைக் காணும்போதும், தங்களின் நேர்மையான பார்வையும் இன்றைக்கு அரிதாகிப்போன அசலான சிந்தனை வெளிப்பாடுகளும் என்னில் மறு சிந்தனையைத் தேற்றுவிப்பதையும் புதிய கருத்தாக்கங்களை உருவாக்குவதையும் நான் உணர்கிறேன். என் தலைமுறையின் தவிர்க்க முடியாத சமூக சிந்தனாவாதியாக தாங்கள் உருவெடுப்பதையும் நான் புரிந்துகொள்கிறேன். ஆயினும் உங்கள் கருத்துகளை நிறுவுவதில் காணப்படும் வேகமும், ஒற்றைப் போக்கும், அக்கருத்துகளின் பன்முகத் தன்மைகளை நீங்கள் புறக்கணிக்கும் அபாயத்தைக் கொண்டுள்ளன என்பதையும் மெத்தப் பணிவுடன் சுட்டிட ஆசைப்படுகிறேன்.

- ரவிச்சந்திரன்

**அ**ன்புள்ள ரவிச்சந்திரன்,

என்னுடைய விவாதங்களைச் சார்ந்து இந்தக் கோணத்தில் பலரும் எழுதியிருக்கிறார்கள். நான் திட்டவட்டமாகப் பேசுகிறேன் என்றும் அதன் மூலம் மறு தரப்பை முற்றாக

நிராகரித்து விடுகிறேன் என்றும். அதை நான் ஒரு குறையாக எண்ண வில்லை. மாறாக அதுவே எந்த ஒரு விவாதத்துக்கும் இயல்பான முறை என்றே எண்ணுகிறேன். சிந்தனை என்பது ஒன்றைத் தெளிவுபடுத்திக் கொள்வதில் தான் இருக்கிறது. தெளிவுபடுத்திக்கொள்வதென்பது அதை முறையாகப் பகுத்து வகுத்துக்கொள்வதே. அறிந்த விஷயங் களை முறையாகப் பகுத்து வகுத்துக்கொண்ட பின்னரே அறியாத விஷயங்களை நோக்கிச் செல்ல முடியும் என்பது என் எண்ணம். தெளிவுபடுத்திக்கொள்வதன் மூலம் தெளிவு தேவையாகும் புதிய இடங்களை நோக்கி நாம் நகர்கிறோம்.

ஆகவே, ஒரு நல்ல எழுத்தில் தெளிவும் திட்டவட்டமுமான ஒரு பகுதி இருக்கும்போதே ஒரு பகுதி குழப்பமான சிக்கலான பகுதியை நோக்கி நீண்டுமிருக்கும். என் எழுத்தில் அந்த அம்சம் இருப்பதை நான் எனக்கு வரக்கூடிய கடிதங்கள் வழியாகக் கண்டுகொண்டிருக்கிறேன். அந்தத் தெளிவற்ற பகுதியை நோக்கியே அதிகமும் நல்ல விவாதங்கள் எழுகின்றன. ஏனென்றால், அது நான் புதிதாகச் சிந்திக்கும் பகுதி. நானே பல இடங்களில் முட்டி மோதி முன்னகரும் பகுதி. அப்பகுதி நோக்கித் தன் கேள்விகளைத் தொடுப்பவர் என்னுடன் இணைந்து தானும் சிந்திக்கிறார். எங்களுக்குள் நிகழ்வது ஓர் உரையாடல். அதே சமயம் எனக்குத் தெளிவுள்ள பகுதி எப்போதும் திட்டவட்டமாகவே இருக்கும். அது என் கல்வி மூலமும் என் அனுபவம் மூலமும் என் படைப்பூக்கம் மூலமும் நான் கண்டுகொண்டது, வகுத்துக்கொண்டது. இப்பகுதி நோக்கித் தன் விமரிசனத்தைத் தொடுப்பவர் என் அஸ்திவாரத்தை மறுக்கிறார். ஆகவே, அவர் என்னை உடைத்தாக வேண்டும். அத்தகைய கடுமையான தர்க்கங்களுடன்தான் அவர் வந்தாக வேண்டும். அதை நான் எதிர்பார்ப்பது இயல்பானதே. நான் எழுதும்போது என்னை மீண்டும் மீண்டும் தொகுத்துக்கொள்கிறேன். ஆகவே என் எழுத்து தெளிவாக இருப்பது எனக்கே அவசியமானது. அதாவது இப்படிச் சொல்கிறேன். தெளிவாகவும் திட்டவட்டமாகவும் இருப்பது என்பதே ஓர் எழுத்தாளன் எப்போதும் முயன்றடைய வேண்டிய நிலை. தெளிவின்மையும் மாறும் தன்மையும் அவன் சென்று தொடும் சிக்கல்கள் சார்ந்து இயல்பாகவே உருவாகக் கூடியவையாக இருக்க வேண்டும். அப்படி ஒரு தெளிவற்ற நுனி ஒரு நல்ல சிந்தனையாளனின் உலகில் இருந்துகொண்டே இருக்கும். ஆனால், மொத்த சிந்தனையும் ஒருவருக்குத் தெளிவற்று மாறிக் கொண்டிருக்கும் என்றால் அவர் சிந்திப்பதில் ஏதோ சிக்கல் இருக்கிறதென்றே பொருள். என்னுடைய சிந்தனையை நான் திரும்பிப் பார்த்துக்கொள்ளும்போது இவ்விரு கேள்விகளைத் தான் கேட்டுக் கொள்கிறேன். என் சிந்தனை உலகம் முன்னகரும் தெளிவின்மை

இல்லாமல் நிலைத்த உறுதியுடன் இருக்கிறதா? இல்லை என்றே எனக்குப் படுகிறது. தொடர்ச்சியாக நான் என்னால் வகுத்துச் சொல்லி விட முடியாத முனைகளில் சிக்கிக்கொண்டே இருக்கிறேன். ஆகவே தான் ஒன்றைத் தீவிரமாக எழுதிச் செல்லும் போது அதை விடப் பெரிதான இன்னொன்றைச் சென்றடைந்து நின்று விடுகிறேன். உதாரணமாக அயன் ராண்ட் பற்றிய என் விவாதம். அதை தெளிவுறச் சொல்லிச் செல்கிறேன். ஆனால், நடைமுறைவாதத்தின் எல்லை வரை சென்ற பின் இனிமேல் புதிய கோணத்தில் விரிவாகவே அதைப் பற்றிப் பேச முடியும் என்ற இடம் வந்து நின்றுவிடுகிறேன்.

மாற்றுத் தரப்புகளை இரு வகையாகப் பார்க்கலாம். மாற்று நம்பிக்கை, மாற்று நிலைப்பாடு. மாற்று நம்பிக்கைகளுடன் விவாதிப்பதில்லை என்பதே என் வழி. உலகின் கடைசி ஞானி முகமதுதான்; மேற்கொண்டு மனித சிந்தனையில் எந்த முன்னேற்றமும் தேவையில்லை என்று ஒருவர் நம்பினால் அது அவரது நம்பிக்கை. அதை நான் மறுக்கக்கூட போவதில்லை. தன் சாதி மேன்மையால் தனக்கு இயல்பாகவே ஞானம் உருவாகும் என இன்னொருவர் நம்பினால் அது அவரது நம்பிக்கை. அதை நான் பொருட்டாக எண்ணப் போவதில்லை. நம்பிக்கைகளுடன் விவாதிப்பதில்லை என்பது என் வழி. அதைத் திட்டவட்டமாகச் சொல்லிவிட்டு விலகிவிடுவேன். மாற்று நிலைப்பாடுத் தரப்புகளைப் பொறுத்தவரை தன் நிலைப்பாடுகளைச் சொல்லி என்னுடைய வாதங்களை உடைக்கும் அல்லது மாற்றியமைக்கும் பொறுப்பை ஒருவர் ஏற்றுக்கொண்டாக வேண்டும். அது சிந்தனைத் தளத்தில் நான் முன்வைக்கும் சவால். அந்தச் சவாலை நான் குறைத்து அளிக்க வேண்டும் என்று கோர ஒருவருக்கு உரிமை உண்டா என்ன? என்னால் முடிந்தவரை தீவிரமாக அச்சவாலை அளிப்பதுதானே என் பணியாக இருக்க முடியும்? நான் என் தரப்பில் தேங்கியிருக்கிறேனா என நானே அறிந்துகொள்ள முக்கியமான முறை ஒன்று உள்ளது. இத்தனை கால அறிவுலகச் செயல்பாட்டில் என் தரப்பை என் எதிர்தரப்பினர் மாற்றியமைக்க நான் அனுமதித்திருக்கிறேனா என்னும் கேள்விதான் அது. பின்னால் திரும்பிப் பார்க்கும்போது அது பலமுறை நிகழ்ந்திருப்பது தெரிய வருகிறது. அந்த மாற்றங்கள் வழியாக நான் வளர்ந்திருப்பதும் தெரிய வருகிறது. சிந்தனையில் வளர்ச்சி என்பது இவ்வாறு மட்டுமே அமைய முடியும். அது ஒரு முரணியக்கம். இரு உதாரணங்கள். நான் விஷ்ணுபுரம் எழுதிக்கொண்டிருந்த நாட்களில் தமிழில் அமைப்பு வாதம் முன்வைக்கப்பட்டது. அமைப்பியல் என்பது அப்போதைய பெயர். ஆனால், இயல் என்பது ஒரு தனி அறிவுத் துறையைச் சுட்டுவதற்கான சொல்லாட்சி. அமைப்புவாதம் என்பது மொழியியலுக்குள் முன்வைக்கப்பட்ட ஒரு கோணம். ஆகவே

அமைப்புவாதம் என்பதே சரியான சொல். தமிழவன் எண்பதுகளில் ஸ்ட்ரக்சுரலிசம் என்ற நூலை எழுதினார். இந்நூலை ஒட்டி உருவான விவாதம் இலக்கியத்தில் ஓர் அலையை உருவாக்கியது. நாகார்ஜுனர், பிரேம் ரமேஷ், க. பூரணசந்திரன் போன்றவர்கள் இந்தப் புதிய சிந்தனை முறையைத் தமிழில் முன்வைத்தார்கள். அவர்கள் சொன்னதைத் தங்கள் போக்கில் புரிந்துகொண்டு பலர் தங்களையும் அமைப்பு வாதிகளாக முன்வைத்தார்கள்.

நான் இலக்கிய விவாத அரங்குகளிலும் சிற்றிதழ்களிலும் கேட்ட தெல்லாம் இந்த இரண்டாம் நிலைக் குரல்களைத்தான். சாரு நிவேதிதா, கௌதம சித்தார்த்தன், எஸ். சண்முகம், முத்துக்குமார் போல. இவர்கள் ‘சுந்தர ராமசாமியின் எழுத்தும், சரோஜா தேவி எழுத்தும் ஒன்றுதான்’ ‘இலக்கியவாதி என்பவனுக்கு இனிமேல் முக்கியத்துவமே இல்லை - அவன் இறந்துவிட்டான்’ ‘கலை என்பது ஒருவகை சமூக உற்பத்தி மட்டுமே’ என்றெல்லாம் சில எளிய கோஷங்களாக அமைப்பு வாதத்தை முன்வைத்தார்கள். இந்தச் சிந்தனைகளை எதிர்கொள்ளும் போது இவை ஒரு வகை வெற்றோசைகள் என்ற எண்ணம் எனக்கு ஏற்பட்டது. ஏனென்றால், எந்த ஆழமான சிந்தனை மரபும் இப்படிப் பட்ட வரிகளைச் சொல்ல முடியாது என நான் நன்றாகவே அறிவேன். இதையொட்டி நாகார்ஜுனர், பிரேம் போன்றவர்களுடைய கட்டுரை களுக்குள் சென்ற போது அவை மிக மிகச் சிக்கலான செயற்கையான நடையில் எழுதப்பட்டிருந்தன. மேலும் அக்காலத்தில் அவர்கள் இலக்கியக் கோட்பாடுகளை முன்வைத்து இலக்கிய ஆக்கங்களை எள்ளி நகையாடும் ஒரு தோரணையையும் கொண்டிருந்தார்கள். ஒரு மொழியில் தன்னிச்சையாக எழும் இலக்கியப் படைப்பை ஒட்டுமொத்தமாக நிராகரிக்கும் ஒரு கோட்பாடு என்பது அபத்தமான ஒன்று என்று நான் எண்ணினேன். அத்துடன் இந்த விவாதங்களின் விளைவாக அறம், தரம், அழகியல், கலை போன்ற விழுமியங்களை ஒட்டுமொத்தமாக நிராகரிக்கும் ஒரு போக்கு தமிழில் உருவானது. தமிழில் எப்போதுமே நுண்ணிய இலக்கிய ஆக்கங்களுக்கு எதிரான மேலோட்டமான எழுத்தாளர்கள் எண்ணிக்கையில் அதிகம். இத்தகைய நிராகரிப்புகளை அவர்கள் உடனே தலை மேல் சுமக்க ஆரம்பிப்பார்கள். ஆக, அந்தக் குரல்கள் சூழலை நிறைத்தன. இந்த அலைக்கு எதிராக நான் கடுமையாக விவாதித்திருக்கிறேன். திட்ட வட்டமாக என் தரப்புகளை முன்வைத்திருக்கிறேன். இந்நிலையில் தான் விஷ்ணுபுரம் எழுதி முடித்தபின் இந்தச் சிந்தனைகளை இவர்களை நம்பாமல் நானே கற்றுக்கொள்ளலாம் என முடிவு செய்து முதலில் மதன் சரூப் என்பவர் ஆங்கிலத்தில் எழுதி ஆக்ஸ்போர்ட் பிரஸ் வெளியீடாக வந்த புகழ் பெற்ற அறிமுக நூலை வாசித்தேன். முதல்

ஆச்சரியம் எனக்கு அச்சிந்தனைகளில் இருந்த படைப்பூக்கம்தான். அவை தமிழ்ச் சூழலில் முற்றிலும் மாறாக அபத்தமான புரிதல்களுடன் முன்வைக்கப்பட்டன என்ற எண்ணம் ஏற்பட்டது. உதாரணமாக அமைப்புவாதம் சுந்தர ராமசாமி எழுதுவதையும் சரோஜா தேவி எழுதுவதையும் பிரதி என்னும் மொழிக் கட்டுமானமாகவே பார்க்கும். அதைத்தான் இரண்டும் ஒன்றே என்ற கோஷமாக சாருநிவேதிதா புரிந்துகொண்டு முழங்கினார். ஆனால், அமைப்புவாதம் நோக்கில் பிரதி உருவாக்கும் குறியீட்டு ஒழுங்கின் பன்முகத் தன்மை சார்ந்து அதன் முக்கியத்துவம் வேறுபடுகிறது. பழைய விமர்சனத்தில் 'ஆழம்' என்று சொல்லப்படுவதை பார்த் முன்வைத்த அமைப்புவாதம் 'குறியீட்டு ஒழுங்கின் முடிவற்ற பன்முகத் தன்மை' என்று சொல்லும். அவ்வளவுதான் வேறுபாடு.

அதேபோல் பார்த் 'ஆசிரியனின் மரணம்' என்று சொல்வது ஆசிரியனை நிராகரிப்பதல்ல; ஆசிரியனை வெறும் ஒரு தனி மனிதனாக மட்டுமே பார்க்கும் நோக்குக்கு எதிரான ஒன்று. அவனுடைய படைப்பு மொழி என்பது ஒரு சூழலின் மொழியமைப்பின் ஒரு பகுதியாக இருப்பது. ஆகவே அவன் அம்மொழிச் சூழலின் ஒரு பகுதியாக இயங்குபவன். எழுத்தை உற்பத்தி என்று அமைப்புவாதம் சொன்னது படைப்பு என்ற சொல்லில் முன்பு இல்லாமலிருந்து புதிதாக உருவானது என்ற பொருள் வருவதனாலேயே. பொருள் உற்பத்தியில் உள்ள இயந்திரத்தனத்தை பார்த் ஏற்றுக்கொண்டவரல்ல.

இதைத் தொடர்ந்து நான் என்னுடன் விவாதிப்பதற்கான எதிர்த் தரப்பைத் தேடி நானே சென்றேன். முதலில் டெல்லி சென்று சச்சிதானந்தனைச் சந்தித்து விரிவாக உரையாடினேன். அதன்பின் பெங்களூருக்கு மூன்று முறை சென்று டி.ஆர். நாகராஜுடன் உரையாடினேன். அவர்கள் அப்போது இந்தியச் சூழலில் அமைப்பு வாதத்தையும் பின் அமைப்புவாதத்தையும் முன்வைத்துப் பேசியவர்கள். இவர்களுடனான என் உரையாடல்களை நான் காலச் சுவடு இதழில் பிரசுரித்தேன். அக்காலத்தில் சூழலில் இருந்த குழப்பத்தையும் தடுமாற்றத்தையும் சட்டென்று தெளிவுபடுத்திய பேட்டிகள் அவை. இன்றும் அவை மிக ஆர்வமூட்டும் பேட்டிகளாக உள்ளன. காலச்சுவடில் பிறகெப்போதும் அத்தகைய தரமான பேட்டிகள் வந்ததில்லை. அவற்றுக்குப் பின் பல மாத கால உழைப்பு இருந்தது. பின்னர்தான் பிரேமுடன் எனக்கு நெருக்கமான உறவு உருவாகியது. அதுவும் குற்றாலத்தில் பதிவுகள் இலக்கியச் சர்ச்சையில் கடுமையான மோதலில் தொடங்கிய அந்த உறவு சட்டென்று நட்பாக மாறியது. இன்றும் பிரேமுடனான என் நட்பை எனக்குக் கிடைத்த ஒரு நல்வாய்ப்பாகவே எண்ணுகிறேன். நாகார்ஜுனர் அப்போது இந்தியாவில் இல்லை. இருந்திருந்தால் அவருடனும் ஒரு நல்ல நட்பு

உருவாகியிருக்கும். பிரேம் என் வீட்டுக்கு வந்து பல நாள் தங்கியிருக்கிறார். நான் அவர் வீட்டுக்குச் சென்று தங்கியிருக்கிறேன். தொடர்ச்சியாக விவாதித்திருக்கிறோம். விளைவாக அமைப்புவாதம் - பின் அமைப்புவாதம் சார்ந்த என் நோக்கு மாறியது. அதேபோல என் தரப்பைப் பற்றிய அவர்களின் எண்ணமும் மாறியது. நான் இந்திய சிந்தனை மரபை ஒரு பெரும் உரையாடலாக அதன் பன்மைத் தன்மையுடன் முன்வைப்பவன் என்பதை அவர்கள் புரிந்து கொண்டார்கள். பின்னர் நான் கடுமையாக விவாதித்து வந்த பூரண சந்திரனுடனும் அத்தகைய நட்பும் உறவும் சாத்தியமாகியது.

தமிழில் அமைப்புமையவாதிகள் - பின் நவீனத்துவக் கோட்பாட்டாளர்கள் செய்த பிழை என்னவென்றால் வலுவான ஒரு தரப்பாக இருக்க வேண்டும் என்பதற்காகத் தங்களை ஆதரித்தவர்களை எல்லாம் சேர்த்துக்கொண்டதுதான். பிரேம் பேசியதை எல்லாம் அரைகுறையாக உள்வாங்கிக்கொண்டு அவற்றை அபத்தமான கோஷங்களாக மாற்றிய சாரு நிவேதிதா, கௌதம சித்தார்த்தன் போன்றவர்கள் ஆற்றிய தீங்கு மிகப் பெரிது. பிரேம் சிக்கலாக முன்வைத்த சிந்தனைகளை சாரு மற்றும் கௌதம சித்தார்த்தனின் அபத்தமான ஒற்றை வரிகளாக வாசகர்கள் புரிந்துகொண்டார்கள். இரண்டாவதாக தமிழவன், நாகார்ஜுனர், பிரேம் போன்றவர்கள் அவர்களே பின்நவீனத்துவப் படைப்புகளை எழுதி அவற்றைப் பின் நவீனத்துவ எழுத்தின் உதாரணங்களாக முன் வைத்து வாதாடினார்கள். இந்த ஆக்கங்கள் பெரும்பாலும் உண்மையான படைப்பூக்கம் இல்லாத பரிசோதனை முயற்சிகளாக இருந்தன. ஆகவே, ஒரு பலவீனமான இலக்கிய எழுத்து முறைக்கான வாதங்களாக நம் சூழலில் அமைப்புவாதம் சிறுத்துப் போனது. அதைவிட முக்கியமாக ஒரு சிக்கல் இருந்தது. அது தவிர்க்க முடியாதது. இச்சிந்தனைகளைத் தமிழில் புதிதாகச் சொல்ல வரும் போது கலைச் சொல்லாக்கம், புதிய சொற்றொடர் அமைப்பு ஆகியவற்றில் பல விதமான தடுமாற்றங்கள் உருவாயின. ஆகவே, யார் சரியான விஷயங்களைச் சொல்ல முயன்றார்களோ அவர்கள் சொல்வது யாருக்கும் புரியவில்லை. நாகார்ஜுனர் புரியாமல் சொல்லி விட்டு விலகினார். பிரேம் சொல்லிச் சொல்லி பழகி தெளிவானார். இந்தத் தடைகளை மீறி இவர்களுடன் விவாதித்ததன் வழியாக மெல்ல மெல்ல நான் என் தரப்பை அவர்களை நோக்கி நகர்த்தி விரிவாக்கிக் கொண்டேன். பக்தினின் ருஷ்ய உருவ வாதம், அல்தூசர் போன்றவர்களின் மேலை மார்க்சிய அமைப்புவாதம் போன்றவை இலக்கியம் சார்ந்த என் சிந்தனைகளின் கோணத்தையே மாற்றின. கிளிந்த் புரூக்சின் அமெரிக்க புதுத் திறனாய்வுக் கோட்பாடுகளையும் (பிரதி மைய விமரிசனம்), ரஸ்ஸல், விட்ஜென்ஸ், டீன் போன்றவர்களின் மொழி

சார்ந்த கோட்பாடுகளையும் இவற்றில் இருந்து முன்னால் சென்று புரிந்துகொள்ள அவை எனக்கு வழியமைத்தன. வெறும் அனுபவ வாதத்தில் இருந்து நான் வெளியேற அவை உதவின.

இப்படிதான் எதிர்த்தரப்பு நம்மை மாற்றியமைக்க முடியும். நாம் அவற்றுடன் நம் முழு வீச்சாலும் போராடிப் பேராடிதான் அவற்றை நோக்கி நகர முடியும். இப்படிப்பட்ட மாற்றத்தையே ஒரு எதிரி என்னில் நிகழ்த்த முடியும். அவர் என்னைவிட மேலான ஆயுதங் களுடன் என் தரப்பை விட வலுவான தரப்புடன் என்னைச் சந்திக்க வேண்டும். இதேபோல சேலம் ஆர். குப்புசாமி (ஆர்.கே.) அவர்களின் நீண்ட உரையாடல்கள்; அதன் பின் சோதிப் பிரகாசம் அவர்களின் விவாதங்கள் மூலம் நான் மெல்ல மெல்ல தமிழியம் நோக்கி நகர்ந்திருக்கிறேன். தமிழியம் என்பது ஒரு பண்பாட்டுத் தேடல். அதைத் திராவிட இனவாத அரசியல் போன்றவற்றுடன் தொடர்பு படுத்தாமல் யோசிக்க முடியும் என்று அவர்கள் மூலம் தெளிவடைந்தேன். அது பல வருடங்கள் நீடித்த விவாதம். அதுவே கொற்றவை போன்ற ஒரு நாவலுக்கு அடிப்படை அமைத்தது. இந்த மாற்றங்களை பரிணாம கதி என்றே எண்ணுகிறேன். இந்தப் பரிணாமமே இயல்பானது. நான் என் தரப்பை இறுக்கமான மத நம்பிக்கையாகக் கொள்ளவில்லை; தொடர்ச்சியாக சீராக என் எதிர்த் தரப்புடன் உரையாடி வளர்கிறேன் என்பதற்கான ஆதாரம். ஆனால், நான் எதிர்பார்ப்பது என்னளவே ஆற்றல்கொண்ட எதிர்த்தரப்பை.

- ஜெ

# குருகுலமும் கல்வியும்

## 1

உலகம் முழுக்க குருகுலக் கல்வி முறையே நெடுங்காலம் கல்விக்கான உகந்த வழிமுறையாக இருந்து வந்துள்ளது. கீழை நாடுகளில் குறிப்பாக கீழை ஆன்மிக அமைப்புகளில் குருகுலக் கல்வி அதன் உச்ச நிலை நோக்கி எடுத்துச் செல்லப்பட்டுள்ளது. மாதா, பிதா, குரு, தெய்வம் என்று வகுக்கும் இந்திய மரபு தெய்வத்துக்கு அடுத்தபடியில் குருவையே வைக்கிறது. அதாவது மானுடரில் உயர்ந்தவர் குருவே. குருவே பிரம்மா, குருவே விஷ்ணு, குருவே மகாதேவன் என்ற பிரபலமான மந்திரம் குருவை 'ஆக்கிக் காத்தழிக்கும்' முத்தெய்வங்களும் ஒன்றானவன் என்கிறது. இதற்கு இணையான முக்கியத்துவம் ஜென் மரபிலும் குருவுக்கு இருப்பதைக் காணலாம். நாமறிந்த பெரும்பாலான ஜென் கதைகள் குரு சீட உறவு குறித்தவை.

இன்றைய பள்ளி என்ற அமைப்பின் ஆரம்ப நிலைகளை புராதன வேத பாடசாலைகளில் காண்பது பொது வழக்கம். ஆனால், தொல்தமிழ் நாகரிகத்தின் முதல் தெய்வமே குருதான் - தட்சிணாமூர்த்தி என்னும் தென்றிசை முதல்வன். மரத்தடியில் அமர்ந்து கல்வியளிக்கும் ஆசிரியனே ஆலமர்ச் செல்வனாக இறைவனானான்.

குருகுலம், பாடசாலை இரண்டும் முற்றிலும் வேறுபட்டவை. அப்பெயர்களே குறிப்பதுபோல ஒன்று குலம். அதாவது வீடு, இன்னொன்று சாலை அல்லது பொது இடம். ஒரு குருவுடன் சேர்ந்து வாழ்ந்து மெல்ல மெல்ல அவர் அடைந்த மெய்ஞானத்தை அவரது ஆளுமையுடன் சேர்த்துப் பெற்றுக்கொள்வதே குருகுலக் கல்வி.

பாடசாலையில் கூட்டமாகச் சேர்ந்து ஏதேனும் ஒரு விஷயத்தை ஒரே தரமான முறையில் பாடம் செய்கிறோம். கல்வி, பாடம் செய்தல் இரண்டும் வேறு வேறு வேத பாடசாலைகளில் சிந்திப்பதற்கோ ஆராய்வதற்கோ இடமில்லை. வேதங்களைக் கற்பதில் தனி மனித சிந்தனைக்கோ, தனி மனித கற்பனைக்கோ இடமில்லை. வேதங்களின் உச்சரிப்பு, சைகைகள், அமர்தல், சேர்ந்துச் செய்யும் சடங்குகள் எல்லாமே முற்றாக வகுக்கப்பட்டவை. மாற்ற முடியாதவை. அனைவருக்கும் அவை ஒன்றுதான். பிற்காலத்தில் பௌத்த விஹாரங்களில் மூல நூல்கள் சார்ந்து இப்படிப்பட்ட அடிப்படைப் பயிற்சி அளிக்கப்பட்டது. கல்வியை மக்களிடம் பரவலாக்கிய சமண முனிவர்கள் இன்றைய பள்ளிக்கூடங்கள் போன்ற அமைப்பை உருவாக்கினர். சமணப் பள்ளி என்ற சொல்லில் இருந்தே நமது பள்ளிக் கூடம் என்ற சொல் வந்திருக்கிறது.

இன்றைய பள்ளியின் சிறப்பம்சம் அது தரப்படுத்தப்பட்ட சீரான கல்வியை அனைவருக்கும் அளிக்கிறது என்பதே. ஒரு சமூகத்தை முழுக்க ஒரே விதமான கல்வியை அளித்து தரப்படுத்துவதற்கு இதுவே சிறந்த வழி என்பதை மறுக்க முடியாது. இன்றைய கல்வியின் முதல் நோக்கம் சமூக உருவாக்கமே. சீரான மதிப்பீடுகளும் சமூகப் பழக்க வழக்கங்களும் அடிப்படை நம்பிக்கைகளும்கொண்ட சமூகம் ஒன்றைப் பயிற்றுவித்து எடுப்பதே இன்று கல்வி மூலம் இலக்காக்கப் படுகிறது. கல்வி என்பது ஒரு சமூகத்திற்கு ஒட்டுமொத்தமாக அளிக்கப்படும் பயிற்சி என்று பொருள்கொள்ளப்பட்டால் இன்றைய கல்வி முறையே அதற்குப் பெரிதும் உகந்தது என்பதில் ஐயமில்லை.

இன்றைய கல்வி முறை ஜனநாயகத் தன்மைகொண்டது. ஆகவே தரப்படுத்தப்பட்ட கல்வியையும் ஜனநாயகத்தையும் பிரிக்க முடியாது. நாம் நன்றாக அறியும் ஒரு விஷயம் உண்டு. இந்திய சமூகத்தில் அனைவரும் சமம் என்ற நிலையை நாம் முதலில் உணர்வது பள்ளியில் தான். ஒரு இந்திய கிராமத்தில் சமத்துவம் இருக்கும் ஒரே இடம் வகுப்பறையே. வகுப்பறைதான் தீண்டாமை, சாதிப் பாகுபாடு, பொருளியல் ஏற்றத் தாழ்வு ஆகியவற்றுக்கு எதிரான முதல் அமைப்பாக நம்மிடம் இன்று உள்ளது. சமத்துவத்துக்கான முதல் குரல் எழுவதும் முதல் போராட்டம் எழுவதும் அங்கிருந்துதான். இந்தியாவில் எந்தெந்த மாநிலங்களில் அடிப்படைக் கல்வி பரவலாக்கப்பட்டதோ அங்கேதான் மானுட உரிமைக்கான குரல்கள் முதலில் எழுந்தன. அங்கேதான் சமமான சமூக வளர்ச்சியும் அனுபவப்பட்டது.

ஆயினும் இந்தக் கல்வி முறையில் சில அடிப்படைப் பிரச்சினைகளும் உள்ளன. இது பொதுத் திறனைக் குறி வைத்து இயங்குவதனால் தனித்

திறனைப் பொருட்படுத்துவதில்லை. சராசரிகளையே இது கணக்கில் கொள்கிறது. தனித்துவங்களை அந்த சராசரி மூலம் நசுக்குகிறது. அனைவருக்குமாக வகுக்கப்பட்ட பாடத் திட்டத்தில் தனித்த தேடலும் ஐயங்களும்கொண்ட மாணவனின் ஆத்மா அவநம்பிக்கைகொள் கிறது. கல்வியை, தனி மனிதனுக்கான அறிவுத் தேடலை நிறைவு செய்யும் வழிமுறை என எடுத்துக்கொண்டால் இன்றைய கல்விமுறை அவனுக்குப் பெரிதாக எதையும் அளிப்பதில்லை.

இதை நான் என் அனுபவம் மூலமே சொல்கிறேன். என் வாழ்வில் ஏறத்தாழ பதினாறு வருடங்களை முறைப்படுத்தப்பட்ட கல்வியில் வீணடித்தேன் என்றே எனக்குப் படுகிறது. பள்ளியில் கற்ற எதுவுமே என்னிடமில்லை இன்று. நான் கற்றுக்கொண்டவை எல்லாமே என் சொந்தத் தேடல் மூலம் கல்விக் கூடத்துக்கு வெளியே கற்றுக் கொண்டவையே. மிகுந்த தாராள நோக்குடன் பார்த்தால்கூட பள்ளி எனக்களித்தவை என ஒரு சில விஷயங்களையே சொல்ல முடியும். ஆரம்ப மொழிப் பயிற்சி, பல வகை மனிதர்களிடையே பழகுவதற் கான பயிற்சி, இவ்வளவுதான். அதாவது என்னை பள்ளி சமூகப் படுத்தியிருக்கிறது. அதற்குத் தேவையான குறைந்தபட்ச பயிற்சியை எனக்கு அளித்திருக்கிறது. எனது தனித் தன்மையை நானே பள்ளிக்கு வெளியே உருவாக்கிக்கொண்டது.

சிறு வயதில் நான் பள்ளியை வெறுத்தேன். சமூகப்படுத்துதல் என்பதை என் ஆளுமை உருவாக்கத்துக்கு நேர் எதிரான ஒன்றாகவே கண்டேன். அதற்கு முடிந்த வரை எதிர்ப்பை அளித்தேன். அப்போது பள்ளி என்ற அமைப்பு என்னைத் திருப்பித் தாக்கியது. அதனால் நான் வதைக்கப் பட்டேன். என்னை வெறுக்காத ஆசிரியர்கள் குறைவு. நான் அடி வாங்காத வகுப்புகள் மிக மிகக் குறைவு. என் நூலகப் புத்தகங்களைப் பிடுங்கிக் கிழித்து வீசிய ஆசிரியர்கள் உண்டு. என் அப்பா என்னை நூலகம் முதல் வீடு வரை துரத்தித் துரத்தி அடித்திருக்கிறார். எட்டாம் வகுப்பு படிக்கையில் 'ரத்ன பாலா' இதழில் என் முதல் கதை வெளிவந்தபோது என் ஆசிரியர் ஒருவர் என்னை அடித்து, சட்டையைக் கழற்றி பெஞ்ச் மீது நிற்க வைத்தார். இன்று என் மகனும் அதேபோல அந்நியனாக இருப்பதைக் காண்கிறேன். 'நீ இதன் வழியாகக் கடந்து போயாக வேண்டும்; வேறு வழியில்லை' என்று சொல்லிக் கொள்கிறேன்.

ஆனால், எனக்கு பள்ளியில் சில நல்ல ஆசிரியர்கள் அமைந்தனர். என் நினைவில் நிற்கும் முதல் ஆசிரியர் திரு. சத்திய நேசன் அவர்கள். எனக்குத் தமிழ் இலக்கியத்தில் ஆர்வத்தை ஊட்டி செய்யுள் எழுதக் கற்றுத் தந்தவர். அதன்பின் நான் சந்தித்த முக்கியமான ஆசிரியர் சுந்தர

ராமசாமிதான். சுந்தர ராமசாமி வழியாக ஆற்றூர் ரவி வர்மா, கடைசியாக நித்ய சைதன்ய யதி. இவர்களிடமிருந்தே நான் கற்றுக் கொண்டேன். நான் கல்வி கற்ற குருகுலங்கள் இவர்களின் இல்லங்களே.

பள்ளி என்ற அமைப்புக்கும் இத்தகைய குருகுலங்களுக்கும் என்ன வேறுபாடு? முக்கியமான வேறுபாடு ஒன்றுதான். பள்ளியில் பாடம் உள்ளது; ஆசிரியர் இல்லை; ஆசிரியர் அங்கு அப்பாடத்தை ஒலிக்கும் குரல் மட்டுமே. பள்ளியில் ஆசிரியருக்கும் மாணவனுக்கும் இடையே தனிப்பட்ட உறவே இல்லை. ஆசிரியர் மாணவனுக்கு ஒரு குரல். மாணவன் ஆசிரியருக்கு ஒரு முகம் அல்லது எண். ஆகவேதான் பெரும் பாலும் மாணவர்களை ஆசிரியர்கள் நினைவு வைத்துக்கொள்வதே யில்லை. ஆசிரியர்களை மாணவர்கள் நக்கலாகவே எண்ணிக்கொள் கிறார்கள். ஒருவரோடொருவர் கொள்ளும் இந்த உதாசீனத்தின் வடிவமாக அங்கே கல்வி உள்ளது. கல்வி அங்கே அவர்களை விலக்கும், ஒருவரிடமிருந்து ஒருவரை மறைக்கும் ஊடுதிரையாக உள்ளது. நமது கணித ஆசிரியரை நம்மிடமிருந்து மறைப்பது அவர் நமக்குக் கற்பிக்கும் கணிதமே.

ஒரு குருகுல அமைப்பில் ஆசிரியனும் மாணவனும் தனிப்பட்ட உறவுடன் உள்ளனர். மண்ணில் இரு உயிர்களிடையே உருவாகும் உறவுகளில் மிக மிக நெருக்கமான, மிக உணர்ச்சிகரமான உறவுகளில் தலையாயது அதுவே. அங்கு அவர்களை இணைக்கும் ஊடகமாக உள்ளது அவர்கள் கற்கும் கல்வி. ஆசிரியன் மீது மாணவனுக்கு ஏற்படும் மீளாக் காதலுக்கு நிகராக ஒருபோதும் சாதாரணக் காதலைச் சொல்லி விட முடியாது. நான் வருடக்கணக்காக என் ஆசிரியர்களை அல்லும் பகலும் எண்ணிக்கொண்டிருந்திருக்கிறேன். இன்றும் ஒரு நாளாவது அவர்களை எண்ணாமல் என் நாட்கள் மறைவதில்லை. அந்தக் காதல் அக்கல்வியிலிருந்து உருவாவதா இல்லை. அக்காதலில் இருந்து கல்வி அத்தனை நெருக்கமாக ஆகிறதா என்று சொல்லிவிட முடியாது.

ஆசிரியர் ஓர் ஆளுமையாக முன்னுதாரணமாக மாணவன் முன் நிற்கிறார். தன்னையே அவர் அவனுக்கு அளிக்கிறார். அவன் ஆக விரும்பும் பிம்பம். அவனுடைய எதிர்காலமே அவன் முன் மானுட வடிவமாக நிற்கிறது. அந்த இளம் பருவத்தில் எப்படிப்பட்ட மன எழுச்சியை அது அளிக்கும் என்று கற்பனை செய்து பாருங்கள். எதிர்காலம். விதி! அது கடவுளன்றி வேறென்ன? அதன் மறுபக்கம்தான் ஆசிரியர். அவரைப் பொறுத்தவரை மாணவன் அவரது எதிர்காலமே தான். அவன் வழியாக அவர் காலத்தைத் தாண்டிச் செல்ல முடியும். அவரது மரணமின்மையின் தடயம் அவன். அந்தப் பரஸ்பர

பிரியத்திலிருந்தே உண்மையான கல்வி உருவாக முடியும். ஞானத்தைத் தொடர்புபடுத்தும் ஊடகமாக இருப்பதற்குத் தகுதி படைத்தது அன்பே.

கடமைக்காகக் கற்பிக்க வரும் ஆசிரியனுக்கும் குருவுக்கும் எவ்வளவு வேறுபாடு? 'இன்று முழுக்க உன்னைப் பற்றி நினைத்துக் கொண்டிருந்தேன்' என்று என் ஆசிரியர்கள் என்னிடம் பலமுறை சொல்லியிருக்கிறார்கள். 'இப்போதெல்லாம் உன்னிடம் பேசுவது போலவே நான் சிந்திக்கிறேன்' என்று சுந்தர ராமசாமி ஒரு முறை சொன்னார். ஒரு நாள் பேசவில்லை என்றால், இரு வருகை தவறி விட்டதென்றால் என் ஆசிரியர்கள் மனம் வருந்தியிருக்கிறார்கள். சினம்கொண்டிருக்கிறார்கள். இந்தக் கல்வி நமக்கென்றே தயாரிக்கப் படுவது. நமது ருசிகளுக்காக நமது திறன்களையும் நமது தேடல் களையும் கணக்கில்கொண்டு கனிந்த அன்புடன் உருவாக்கப்பட்டு நமக்கு மிக மிகப் பிரியமான முறையில் பரிமாறப்படுவது. இதற்கு ஈடு இணை வேறெதுவும் இல்லை. இதன் ஒவ்வொரு கணமும் நமக்குப் பேரின்பம் அளிக்கிறது. இந்தக் கல்வியில் நாம் ஒரு தருணத்தில்கூட சிறிதேனும் களைப்பையும் சலிப்பையும் உணர்வதில்லை. மானுடனுக்கு மண்ணில் உள்ள பேரின்பங்களில் ஒன்று மெய்யான கல்வி.

எல்லா உறவுகளும் இருகூரானவை. ஆசிரியர்களிடம்கொண்ட உறவில் உக்கிரமான வலிகளையும் நினைவுகூர்கிறேன். அன்பளவே மனத் தாங்கல்களும் தீவிரமானவை. யமுனாச்சாரியார் ஏன் தன் மாணவர் ராமானுஜரைக் கொல்ல முயன்றார்? ஆசிரிய மாணவ உறவின் கதைகளில் பல சமயம் அந்தப் பெருங்கசப்பு வெளியே வருகிறது. கௌடபாதருக்கும் சங்கரருக்கும் அப்படிப்பட்ட கசப்பு உருவான கதை உள்ளது. தோதாபுரிக்கும் ராமகிருஷ்ண பரமஹம்சருக்கும் கூட அந்தக் கசப்பு உருவாகியிருக்கிறது. குரு-சீட உறவின் உக்கிரத்துக்கு வெளியே நின்று அதைப் புரிந்துகொள்ள இயலாது. எனக்கு நித்யாவிடம் மட்டுமே கசப்பில்லாத உறவு சாத்தியமாயிற்று.

நூல்களும் நமக்குக் கற்பிக்கும். இறந்த ஆசிரியர்கள் எவருமே மறைவதில்லை. அவர்கள் சொற்கள் அழிவதில்லை. ஆனாலும் நூலுக்கும் மனிதருக்கும் இடையே உள்ள வேறுபாடு பிரம்மாண்ட மானது. நூல்கள் சிந்தனைகளைக் கற்பிக்கின்றன. ஆசிரியர் சிந்தித்தல் என்னும் செயலைக் கற்பிக்கிறார். ஒரு முறை நித்யாவிடம் கேட்டேன். ''இங்கே உங்கள் மாணவர்களுக்கு நீங்கள் என்ன கற்பிக்கிறீர்கள்?'' என்று. ''நான் அவர்களை என்னுடன் வாழ அனுமதிக்கிறேன்'' என்றார் நித்யா. அவருடன் நடந்து, அவருடன் அமர்ந்து, உண்டு, அவருடன் வேலை செய்து, அவர்கள் அவரை அறிகிறார்கள். அவர் அடைந்த ஞானமே அவர். ஒருவரின் ஞானம் மெய்யானது என்றால் அது அவரது ஆளுமையிலிருந்து வேறானதாக இருக்காது.

சுந்தர ராமசாமி, ஆற்றூர் ரவிவர்மா, நித்யா ஆகியோரின் நீண்ட உரையாடல்களை நினைவுகூர்கிறேன். அவ்வுரையாடல்கள் மூலம் நான் கற்றுக்கொண்டது கருத்துகளையும் தகவல்களையும் அல்ல. அவற்றை அவர்கள் நினைவுகூறும் விதத்தை. அவற்றைத் தொகுத்து முடிவுகளுக்கு வரும் முறைமையை. அம்முடிவுகளை அவர்கள் பரிசீலிக்கும் வழிகளை. எண்ணங்கள் முளைத்து முளைத்து வரும் விதம். தர்க்கம் கருத்துகளைத் தொட்டுத் தொட்டுச் செல்லும் அழகு ஆகியவற்றில் மயங்கி அதைப் பின்தொடர முயன்றேன். அவர்களின் மொழியும் முக பாவனைகளும் உடலசைவுகளும்கூட என்னில் கூடிய நாட்கள் உண்டு. சுந்தர ராமசாமி சிந்திக்கும்போது விரல்களால் காற்றில் எழுதுவார். அதையே நானும் என்னை அறியாமல் செய்வதை உணர்ந்து சிரித்துக்கொண்டிருக்கிறேன்.

நிறுவனங்கள் ஒருபோதும் சிந்தனையைக் கற்றுத் தர இயலாது. மனிதர்களே கற்றுத் தர இயலும். ஆகவேதான் நிறுவனங்களுக்குள் கூட உயர் கல்வித் தளத்தில் தனிப்பட்ட குரு-சீட உறவுகள் சாத்தியமாகும்படியான அமைப்புகளை உருவாக்கியுள்ளார்கள். ஆய்வுக் கல்வியில் இன்று குரு-சீட உறவு நிகழும்படியே நம் கல்வி அமைப்பு உள்ளதா, நிகழ்கிறதா என்பது வேறு விஷயம். ஏனெனில், ஏற்கெனவே சொன்னதுபோல் சிந்திப்பதை ஒரு மனிதன் மட்டுமே இன்னொரு மனிதனுக்குக் கற்றுத் தர இயலும். காரணம் சிந்தனைக்கு எந்த விதமான கட்டுகளும், அமைப்பும் இருக்காது. நேரமும் சூழலும் அதைக் கட்டுப்படுத்தாது. காலையில் பத்திலிருந்து பதினொன்று வரை ஒருவர் சிந்தனையைக் கற்றுத் தர இயலாது. நித்ய சைதன்ய யதி பாஸ்டன் மற்றும் ஹவாய் பல்கலைகளில் ஆசிரியராக இருந்தபோது அதிகாலையில்தான் தன் வகுப்புகளை நடத்தியிருக்கிறார். ஒரு ஆசிரியருடன் மாணவன் கூடவே இருப்பது மட்டுமே ஒரே வழி. அவரது கோபம், மகிழ்ச்சி, மன எழுச்சி, சோர்வு எல்லாவற்றையும் கூடவே அமர்ந்து கவனித்தல். இந்தப் பொருளில்தான் உபநிடதம் என்ற சொல்லுக்கு 'அருகே அமர்தல்' என்று பொருள்.

இன்னுமொன்று உள்ளது. சிந்தனை என்பது பதில். சிந்திப்பது என்பது தேடல், கேள்வி. ஆகவே நூல்களின் வழியாக நாம் அடைவது முடிவுற்ற ஒன்றை. குருவிடமிருந்து நாம் அடைவது ஒரு பயணத்தை. அவர் செல்லும் தூரமெல்லாம் நாமும் சேர்ந்து பயணம் செய்கிறோம். அவரது தத்தளிப்புகளையும் கண்டடைதலின் உவகைகளையும் நாமும் பங்கிடுகிறோம். கடோபநிஷதத்தின் புகழ் பெற்ற தொடக்கப் பாடலே அன்றும் இன்றும் எல்லா குருகுலங்களிலும் தொடக்கப் பாடலாக குரு-சீடர்களால் இசைக்கப்படுகிறது. ''ஓம் சஹனாவவது சஹனௌ புனக்துஃ சஹவீர்யம் கரவாவஹை'' என்ற அப்பாடல், ''மெய்யான உண்மை என்றால் என்னவென நாம் இருவரும் சேர்ந்து தேடுவோமாக'' என்று குரு சீடனை அழைப்பதாகும்.

குரு-சீட உறவின் வழியாக சிந்தனை முறைகள் தொடர்ச்சி பெறுகின்றன. இந்தியாவில் நாம் அறியும் முக்கிய சிந்தனை முறைகள் அனைத்துமே குரு-சீடச் சங்கிலி வழியாகப் பரிணாமம் பெற்று வந்தவை என்பதைக் காணலாம். ஒரு சிந்தனை முறையின் காலம் தோறுமான பரிணாம வளர்ச்சி குரு-சீட உறவின் மூலமே நிகழ இயலும். பொதுவான கல்வி ஒரு சிந்தனையை ஓர் அமைப்பாக மாற்றி நிலைநிறுத்தக்கூடும். ஆனால், குருவிடமிருந்து தகுதியுள்ள சீடன் பெற்றுக்கொள்ளும் சிந்தனை அவனில் அடுத்தகட்ட வளர்ச்சியை அடைகிறது. அவ்வாறாக, அது காலத்தில் வளர்ந்து செல்கிறது. தத்துவ சிந்தனைக்கு இம்முறை இன்றும் இன்றியமையாததாகவே உள்ளது.

## 2

நம் சம கால இந்தியாவில் தொடர்ச்சியாக நான்காவது தலைமுறையை எட்டியிருக்கும் ஒரு தத்துவ சிந்தனை மரபு என்று நாராயணகுருவின் சீட பரம்பரையைச் சொல்லலாம். தமிழ் சித்தர் மரபு இந்திய நவீன மயமாதலுக்கு அளித்த பங்களிப்புகள் என்று நாராயணகுரு, ராமலிங்க வள்ளலார் இருவரையும் கூற இயலும். கேரளத்தில் 1854ல் செம்பழஞ்சி என்ற சிற்றூரில் கள் இறக்கும் ஈழவர் என்னும் சாதியில் பிறந்தவர் நாராயணகுரு. தந்தை மாடன் ஆசான். தாய் குட்டியம்மா. அச்சாதி அன்று தீண்டத் தகாததாகக் கருதப்பட்டது. சிறு வயதிலேயே தமிழ் கற்று நூல்களை வாசிக்க ஆரம்பித்த நாராயணகுரு அன்று திருவனந்தபுரம் சாலைத் தெருவில் இருந்த தைக்காடு அய்யாவு ஆசான் என்ற ஹடயோகியிடம் யோகம் கற்றார். பின்னர் இருபத்து மூன்றாம் வயதில் ஊரை விட்டுக் கிளம்பி துறவு பூண்டு தமிழகத்தில் அலைந்தார். இக்காலகட்டத்தில் பல சித்தர்களை இவர் கண்டதாக ஊகிக்க முடிகிறது. பிற்காலத்தில் கேரள அறிவுத் துறையின் தலைமைப் பேரறிஞராக நாராயணகுருவை நிலைநாட்டிய சாஸ்திரக் கல்வி, இக்காலத்தில் அவர் பெற்றதேயாகும். வேதங்கள், உபநிடதங்கள், புராணங்கள், அறுவகை மதங்கள், பௌத்த சமண மரபுகள், மூவகை வேதாந்தங்கள் ஆகியவற்றில் நிகரற்ற கல்வி அவருக்கு இருந்தது. தமிழ், சமஸ்கிருதம் ஆகிய மொழிகளில் பெரும் புலமை பெற்றார்.

பின்னர் நாராயணகுரு வெளிப்பட்டது 1888ல். அவரது சொந்த ஊரின் அருகே உள்ள அருவிக் கரை என்ற சிற்றூரில் ஒரு குருகுலத்தை நிறுவி, ''ஜாதி பேதம், மத வெறுப்பு இன்றி அனைவரும் சமமாக வாழும் உதாரணமான இடம் இது'' என்று அவர் பொறித்து வைத்தார். அன்று சமூக விடுதலைக்குப் போராடிக்கொண்டிருந்த ஈழவர்களை அவர்பால் ஈர்த்தது. அவரை மையமாக்கி 1903ல் 'ஸ்ரீ நாராயண தர்ம பரிபாலன சபா'' (எஸ்.என்.டி.பி.) என்ற அமைப்பு உருவாயிற்று. அது சமூக சீர்திருத்தத்துக்காகவும் மத மறுமலர்ச்சிக்காகவும் கல்வி

வளர்ச்சிக்காகவும் போராடிய பெரும் அமைப்பாக வளர்ந்தது. ஆகவே, நாராயணகுரு கேரள மறுமலர்ச்சியின் தந்தை என்று அழைக்கப் படுகிறார். 1928ல் நாராயணகுரு தம் சீடர்களைத் திரட்டி 'தர்ம சங்கம்' என்ற அமைப்பை உருவாக்கினார். இதன் தலைமையகம் கேரளத்தில் வற்கலா என்ற ஊரில் சிவகிரி என்னும் குன்று மீது உள்ளது.

நாராயணகுரு இரு வகை நூல்களை இயற்றியுள்ளார். சுப்ரமணிய சதகம், காளீ நாடகம், சாரதா தேவி ஸ்துதி முதலியவை கவித்துவமான தோத்திரப் பாடல்கள். ஆத்மோபதேச சதகம், தரிசன மாலா, அறிவு முதலியவை ஆழமான வேதாந்த தரிசனம்கொண்ட தத்துவ நூல்கள். அடிப்படையில் நாராயணகுரு வேதாந்தி. சங்கரரின் அத்வைத நோக்கை விரிவுபடுத்தியவர். அனைத்து தரிசனங்களையும் தன் தனித்துவம்கொண்ட நோக்கின் அடிப்படையில் ஒன்றிணைத்து ஒரு இணைவை (சமன்வயம்) கொண்டுவந்தார் என்பதே தத்துவ ரீதியாக அவரது சாதனையாகும்.

நாராயணகுருவிற்கு கேரள மரபின் பல தளங்களில் பெரும் பங்களிப்பாற்றிய மாணவர்கள் பலர் உண்டு. பிற்காலத்தில் கேரள வரலாற்றின் சிற்பிகளாக அறியப்பட்டவர்களில் பெரும்பாலானவர் கள் அவரை ஆதர்சமாகக்கொண்டு இயங்கியவர்களே. ஆயினும் அவரது முதல் சீடர் என்றும் அவரது தரிசனத்தை முன்னெடுத்தவர் என்றும் சொல்லத்தக்கவர் நடராஜ குருவே. எஸ்.என்.டி.பி. அமைப்பை ஏற்படுத்தியவரான டாக்டர் பல்புவின் மகனாக 1895ல் பிறந்தார். நிலவியலில் பட்ட மேற்படிப்பை முடித்தபின் உலகப் புகழ் பெற்ற சார்போன் பல்கலைக் கழகத்தில் (ஃப்ரான்ஸ்) தத்துவ மேதை ஹென்றி பெர்க்ஸனின் மாணவராக தத்துவத்தில் முனைவர் ஆய்வை நிகழ்த்திப் பட்டம் பெற்றார். கல்வியியல் குறித்த அவரது முனைவர் பட்ட ஆய்வேடு யுனெஸ்கோ முன் வரைவுக்காக ஏற்கப்பட்டது. 1930ல் ஜெனிவா தேசியக் கல்லூரியில் உயர் பௌதிக ஆசிரியராகப் பணியாற்றினார் (இண்டர்நேஷனல் ஃபெல்லோஷிப் ஸ்கூல், ஜெனிவா).

நாடு திரும்பி நாராயணகுருவுடன் குருகுலத்தில் தங்கி கீழைத் தத்துவங்களைக் கற்றார். நாராயணகுருவின் தத்துவ நூல்கள் பல நடராஜ குருவின் கோரிக்கைக்கு இணங்க உருவாக்கப்பட்டவை என்று சொல்லப்படுகிறது. மூன்று வருடம் சென்னையில் அத்வைத ஆசிரமம் என்ற அமைப்பின் சார்பில் தலித்துகள் மத்தியில் பணியாற்றினார். ஆறு வருடம் இந்தியாவெங்கும் பிச்சையேற்று அலைந்து திரிந்தார். 1923ல் ஊட்டி ஃபெர்ன்ஹில் பகுதியில் அன்பளிப்பாகக் கிடைத்த நிலத்தில் தன் கையாலேயே குடிசை கட்டித் தங்கி நாராயண குருகுலம் என்னும் அமைப்பை உருவாக்கினார்.

நடராஜகுரு அதிகமும் ஆங்கிலம், ஃபிரெஞ்சு மொழிகளில்தான் எழுதியிருக்கிறார். மலையாளத்தில் அவருக்குப் பயிற்சி குறைவு. The Word of Guru, One Hundred Verses of Self Instruction, Wisdom. Man Woman Dialectics, The Autobiography of an Absolutist ஆகியவை அவரது முக்கிய நூல்கள். நாராயணகுருவின் சிந்தனைகளை நடராஜகுரு ஆங்கிலத்தில் விரிவாக அறிமுகம் செய்தார். கீதைக்கு நடராஜகுரு எழுதிய உரை ஒரு கிளாசிக் என்று சொல்லப்படுகிறது. நாராயணகுருவின் அத்வைத சமன்வய நோக்கை மேலைத் தத்துவங்களுடன் இணைத்து வளர்த்தெடுத்தார். இதன் பொருட்டு நடராஜகுரு ஐரோப்பா முழுக்க விரிவாகப் பயணம் செய்துள்ளார். அவருக்கு பிற்காலத்தில் பெரும் புகழ் பெற்ற பல மாணவர்கள் அமைந்தனர்.

நடராஜகுருவின் மாணவர்களில் முதன்மையானவர் நித்ய சைதன்ய யதி. 1923ல் பந்தளம் என்னும் ஊரில் புகழ் பெற்ற ஈழவக் குடியில் பிறந்த நித்ய சைதன்ய யதியின் இயற்பெயர் ஜெயச்சந்திரப் பணிக்கர். அவரது தந்தை பந்தளம் ராகவப் பணிக்கர் ஒரு புகழ் பெற்ற கவிஞர். இளம் வயதிலேயே துறவு பூண்ட நித்யா, காந்தியின் சபர்மதி ஆசிரமத்திலும் ரமணரின் குருகுலத்திலும் இருந்திருக்கிறார். பிச்சையெடுத்து இந்தியாவெங்கும் அலைந்திருக்கிறார். கொல்லம் எஸ்.என். கல்லூரியில் தத்துவத்தில் முதுகலைப் படிப்பை முடித்து அங்கேயே ஆசிரியராக வேலை பார்த்தார். சென்னை விவேகானந்தா கல்லூரியில் தத்துவப் பேராசிரியராக வேலை பார்த்தபோது நடராஜகுருவின் மாணவராக ஆனார். பம்பாயில் விழியிழந்தோர் உளவியலில் முனைவர் படிப்பை முடித்தார். நடராஜகுருவின் குருகுலத்திலும் அவரது ஆணைப்படி வட இந்திய குருகுலங்கள் சிலவற்றிலும் இந்தியத் தத்துவத்தில் பயிற்சி பெற்றார்.

1969ல் ஆஸ்திரேலியா சென்று உலகப் பயணத்தைத் தொடங்கினார். அமெரிக்கா சென்று போர்ட்லண்ட், சிகாகோ, ஹவாய் பல்கலைக் கழகங்களில் கவிதை, உளவியல், இந்தியத் தத்துவம் ஆகியவற்றைக் கற்பித்தார். 1984ல் இந்தியா திரும்பி ஃபெர்ன்ஹில் குருகுலத்தில் தங்கி நடராஜகுரு தொடங்கிய பணிகளை முன்னெடுத்தார். ஆங்கிலத்தில் எண்பது, மலையாளத்தில் நூற்றைம்பது நூல்களை எழுதியிருக்கிறார். உயர் பௌதிகம், மேலைத் தத்துவம், இலக்கியம், நுண்கலை, உளவியல், ஆன்மிகம் சார்ந்த நூல்கள் அவை. கீதை, பிருகதாரண்ய உபநிடதம், ஆத்மோபதேச சதகம், தரிசன மாலை ஆகியவற்றுக்கான உரைகள் முக்கியமானவை. குரு நித்ய சைதன்ய யதி 1997ல் மரணமடைந்தார்.

நடராஜகுருவின் அடுத்த மாணவரான முனி நாராயண பிரசாத் இன்று நாராயண குருகுலத்தின் தலைவராக உள்ளார். கீழை மெய்யியல், கிரேக்க மெய்யியல் ஆகியவற்றில் விரிவான ஆய்வு செய்தவரான முனி

நாராயண பிரசாத் ஏறத்தாழ நூறு நூல்களை இவ்வரிசையில் எழுதியுள்ளார். கொழும்பு, பாலி பல்கலைகளில் கீழைத் தத்துவம் கற்பித்திருக்கிறார். தலைமை குருகுலத்தில் (ஸ்ரீ நாராயண குருகுலம், சிவகிரி, வற்கலா) வாழ்கிறார். இன்னொரு மாணவரான வினய சைதன்யா, பெங்களூர் சோமனஹள்ளி குருகுலத்தில் வாழ்கிறார். ஆங்கில இலக்கியம், கன்னட இலக்கியம் ஆகியவற்றில் விரிவான பயிற்சி உடையவர். நித்ய சைதன்ய யதியின் மாணவர்களில் சுவாமி தன்மயா, சுவாமி வியாசப் பிரசாத், ராமகிருஷ்ணன் ஆகியோர் ஊட்டி குருகுலத்தில் உள்ளனர். சுவாமி தன்மயா மேலை மருத்துவத்தில் பட்டம் பெற்றவர். இன்று ஆயுர்வேத ஆய்வில் முக்கியமானவராக அறியப்படுகிறார். இன்று நான்காவது தலைமுறையாக நாராயண தரிசனம் முன்னெடுத்துச் செல்லப்படுகிறது.

## 3

நாராயணகுருவின் குருகுல உரையாடல்கள் பற்றி ஓரளவே எழுதப் பட்டுள்ளது. மூர்க்கோத்து குஞ்சப்பா, குமாரன் ஆசான், சகோதரன் அய்யப்பன் போன்றோர் எழுதிய குறிப்புகள் முக்கியமானவை. நடராஜ குருவின் வகுப்புகளைப் பற்றி நித்யாவைப் போலவே சிதம்பரானந்த சுவாமி எழுதியிருக்கிறார். உண்மையில் அந்நூல் இந்த நூலை விட சுவாரசியமானது. அதையும் தமிழாக்கம் செய்யும் எண்ணம் உள்ளது.

ஆக்கபூர்வமான குருகுலம் எப்படி இருக்கும் என்பதற்கான விரிவான சித்தரிப்பை அளிக்கிறது நித்ய சைதன்ய யதி அவரது சிறு வயதில் எழுதிய இந்நூல். இந்நூலை எழுதும்போது அவருக்கு முப்பத்தைந்து வயதுதான். அவர் பிற்காலத்தில் எழுதிய பெரும் தத்துவ நூல்களின் தொடக்கப் புள்ளிகள் இந்நூலில் உள்ளன. குருவும் சீடனும் சேர்ந்து பயணம் செய்கிறார்கள். குரு பேசிக்கொண்டே இருக்கிறார். வேடிக்கையாக. திடீரென்று சினம்கொண்டவராக. பெரும்பாலான சமயங்களில் ஆழ்ந்த தத்துவ நோக்குகொண்டவராக, எல்லாத் தருணங்களிலும் பிரபஞ்சக் கூரை வேய்ந்த வகுப்பறை ஒன்றில்தான் இருவரும் உள்ளனர்.

இவ்வுரையாடல்களில் மூன்று கூறுகள் காணப்படுகின்றன. ஒன்று, நடராஜகுருவின் அன்றாடச் செயல்பாடுகள், அதைச் சார்ந்த உரையாடல், வேடிக்கையாகவும் தத்துவார்த்தமாகவும் அவர் கூறும் சொற்கள். இரண்டு, ஆழ்ந்த தத்துவக் கருத்துகளை அவர் பிறரிடம் விவாதிக்கும் தருணங்கள். மூன்று, அவர் பிற நூல்களை ஒட்டியும் வெட்டியும் சொல்லும் கருத்துகள். இம்மூன்றிலும் தொடர்ந்து நடராஜகுரு வெளிப்படுகிறார். அவரது தரிசனம் விவரிக்கப்படுகிறது.

நடராஜகுருவின் நோக்கு அடிப்படையில் முரணியக்கம் சார்ந்தது (டைலடிக்கல்). இதை அவர் யோகாத்ம நோக்கு என்கிறார். இந்திய

ஞான மரபு பல்லாயிரம் வருடங்கள் முன்னரே விரிவாக்கம் செய்து எடுத்த இந்த ஆய்வு முறை மிகவும் பிற்பாடுதான் மேலை நாட்டு ஆய்வாளர்களுக்குப் புரிந்தது. மானுட உணர்வுகள், சிந்தனைகள், இயற்கையின் இயக்கம், வரலாற்று இயக்கம் எல்லாமே 'நேர் × எதிர்' இயக்கங்களால் நிகழ்பவை என்பது அவரது கோட்பாடு. இந்நூலில் அவர் அது சார்ந்து ஆராயும் இடங்களை வாசகர் தொட்டுச் செல்லலாம். தத்துவ ஆய்வு சம்பந்தமான சில பகுதிகள் வாசகர்களுக்குப் புரியாமல் போகலாம். அதற்கு நடராஜகுருவின் மூல நூல்களையே நாட வேண்டும். இவை ஒரு தத்துவ ஞானி எப்படித் தன் மாணவனுக்குக் கற்பிப்பார் என்பதைக் காட்டும் இடங்களாக அவற்றைக் காண்பதே நலம்.

தத்துவ ஆய்வு என்பது நிலையான உயர் விழுமியங்களை அடையும் நோக்குகொண்டதாகவும் அதன் விளைவு பயனளிப்பதாகவும் இருக்க வேண்டுமெனச் சொல்லும் நடராஜகுரு தத்துவம் என்பது தர்க்கம் மூலம் முழுமையாக ஆராயக்கூடியதல்ல என்று சொல்கிறார். தத்துவத்தின் அடிப்படையான தரிசனத்தை நாம் யோகாத்ம உள்ளுணர்வு மூலமே உணர முடியும். அது தர்க்கத்துக்கு அப்பாற்பட்டது. அதாவது தரிசனங்களை விளக்கவே தத்துவம் பயன்படும். தரிசனம் தியானம் மூலம் பெறப்படுவதாகும். இந்நோக்குடன் இங்கே அவர் தன் ஆய்வுகளையும் முடிவுகளையும் அளித்துள்ளார்.

நித்ய சைதன்ய யதி ஒரு முறை இக்குறிப்புகள் எழுதிய காலங்களை நினைவுகூர்ந்தார். ராமகிருஷ்ண பரமஹம்சரின் குருகுல நிகழ்ச்சிகளை மகேந்திரநாத தத்தர் விரிவாக எழுதியதை (ராம கிருஷ்ண கதாம்ருதம்) படித்த நித்யா அதைப் போல எழுத ஆசைப்பட்டு இவற்றை எழுதினார். ஆனால், தொடர்ந்து எழுத முடியவில்லை. முக்கியமாக நடராஜகுரு சொன்னவற்றின் மேலான தன்னுடைய எதிர் வினைகளைத் தவிர்க்க அவரால் இயலவில்லை. இரண்டாவதாக நடராஜகுரு சொன்னவை மிக மிகச் சிக்கலான தத்துவக் கோட்பாடுகள். ஏற்கெனவே தத்துவ விவாதத்தில் இவற்றின் மூலங்களைக் கற்று அறிந்துள்ள மாணவர்களுக்குச் சொல்லப்பட்டவை. பொதுவான மனிதர்களுக்காக அவர் பேசியது குறைவுதான். அதாவது குருகுலப் பதிவுகள் என்பவை குரு மட்டும் செய்யும் உபதேசங்கள் அல்ல. அவை சீடர்களும் சம அளவில் பங்கு பெறுபவை. அவற்றைப் பதிவு செய்வது அரைகுறைப் பதிவாகவே அமைய முடியும். ஆகவே, நித்யா இரண்டாம் கட்டமாக எழுதி வைத்த குறிப்புகளை ஒரு முறை ரயிலில் செல்லும்போது அப்படியே பறக்கவிட்டுவிட்டார். இக்குறிப்புகள் அரைகுறையானவையாக இருப்பது அதனாலேயே.

ஆயினும் இக்குறிப்புகள் ஒரு குருகுலம் எப்படி இருக்கும், ஒரு மகாகுருவின் ஆளுமை எப்படி மாணவன் மீது குவியும் என்பதற்கான

சிறந்த ஆவணமாகக்கொள்ள இயலும் என்று எனக்குப் படுகிறது. அவ்வண்ணம் சில வாசகர்களுக்காவது இவை தூண்டுதலாக இருக்கும்.

## 4

பேராசிரியர் ஜேசுதாசனை நான் சில வருடங்கள் நன்கறிந்திருந்தேன். அவரது வீட்டில் அவரது குரு கோட்டாறு குமரேச பிள்ளை அவர்களின் பெரிய படம் ஒன்று எப்போதும் துடைத்து சுத்தமாக இருக்கும். தன் ஆசிரியர் பற்றிச் சொல்லும்போது முதிர்ந்த வயதில் பேராசிரியர் கண்ணீர் விட்டு அழுததை நினைவுகூர்கிறேன். ஆசான் கம்ப ராமாயணத்தைக் கற்பிக்கும் விதத்தைப் பெரும் பரவசத்துடன் அவர் எனக்கு நடித்துக் காட்டினார் (பேராசிரியரின் பேட்டி ஒன்றை நான் எடுத்தேன். அது என் 'உரையாடல்கள்' என்ற பேட்டித் தொகுப்பில் உள்ளது). ஜேசுதாசனின் பிரியத்துக்குரிய மாணவர்கள் எம். வேத சகாய குமார், அ.கா. பெருமாள், ராஜமார்த்தாண்டன் ஆகியோர் இன்று தமிழில் தங்கள் இடத்தை நிறுவிக்கொண்டவர்கள்.

எம். வேதசகாயகுமாரை நான் பத்து வருடங்களாக அறிவேன். எந்நிலையிலும் அவர் ஆசிரியர்தான். எனக்கும் அவர் ஆசிரியர் என்ற நிலையில் இருப்பவரே. தமிழ் இலக்கிய மரபு குறித்து அவரிடம் எப்போதும் கற்றுக்கொண்டிருக்கிறேன். அவர் தன் ஆசிரியரிடம் கொண்டிருந்த மட்டற்ற காதலை அருகே நின்று கண்டிருக்கிறேன். மரணம் வரை பேராசிரியர் ஜேசுதாசன் தன் மகன்களைவிட மேலாக வேத சகாய குமாரையே அனைத்துக்கும் நம்பியிருந்தார். அதற்கு இணையாகச் சொல்ல வேண்டுமென்றால் குமார் தன் மாணவர்களிடம் கொண்டுள்ள அன்பைச் சொல்லவேண்டும். சஜன், மனோகரன் போன்ற அவரது மாணவர்கள் எதிர்காலத்தில் பேசப்படுவார்கள்.

எம். வேதசகாயகுமாரின் பிரியத்துக்குரிய மாணவியான ப. சாந்தி இந்தச் சிக்கலான நூலை மிகக் கடுமையான உழைப்பின் விளைவாக மொழியாக்கம் செய்தார். அந்த விடாப்பிடியான சிரத்தை என்னை பிரமிக்கச் செய்தது. அது ஒரு வகையான குருகுலக் கல்வியின் விளைவென்றே எனக்குப் படுகிறது. தலைமுறைகளின் வழியாக நீளும் ஒரு பண்பு நலன் அது. நவீனத் தமிழிலக்கியத்தில் இரண்டாம் உலகப் போரின் பங்களிப்பு என்ற தலைப்பில் எம். வேதசகாய குமாரின் வழிகாட்டலில் திருவனந்தபுரம் பல்கலைக் கழகக் கல்லூரியில் முனைவர் பட்ட ஆய்வு செய்கிறார். அவருக்கு என் வாழ்த்துகள்.

(எனி இண்டியன் பதிப்பகம் வெளியிட்டிருக்கும் 'குருவும் சீடனும், ஞானத் தேடலின் கதை' - தமிழாக்கம் ப. சாந்தி - என்ற நூலுக்கான முன்னுரை.)

# குறளறம்

**அ**ன்புள்ள ஜெ,

நலமா? தங்களிடம் நெடுநாட்களாகக் கேட்க வேண்டும் என்று நினைத்திருந்த கேள்வி ஒன்று.

பின்தொடரும் நிழலின் குரல் நாவலுக்கு முன் 'அறத்தாறு இதுவென வேண்டா' என்ற குறளைக் குறிப்பிட்டிருப்பீர்கள். அந்தக் குறள் பரிமேலழகர் உள்ளிட்ட உரையாசிரியர்கள் குறிப்பிடும் வழமையான அர்த்தத்தில் பொருள் தராமல் வேறொரு பொருளில் இந்த நாவலில் இயங்குவதாக நினைக்கிறேன். உண்மையில் பரிமேலழகர் அந்தக் குறளை சிவிகை பொறுப்பவனுக்குச் சாதகமாகப் பொருள் கூறுவதாகவும், தாங்கள் அதன் வேறொரு பக்கமான ஊர்பவனுக்கும் சாதகமாக இருக்க சாத்தியமான மற்றும் யார் ஒருவருக்கும் சாதகமற்ற நடுநிலையான, உண்மையைத் தேடுகிற கவித்துவப் பொருளை வலியுறுத்துவதாகவும் நான் புரிந்துகொண்டுள்ளேன். இது சரியா? உண்மையில் உங்களது பொருளே (எனது பார்வையில்) அந்தக் குறளை மேலும் அதிக ஆழமாக்குகிறது என நினைக்கிறேன். பொறுப்பவனையும், ஊர்பவனையும்கொண்டு அறத்தாறு இதுவென முடிவு செய்ய நாம் யார்?

உங்களில் யார் பாவம் செய்யவில்லையோ அவர்கள் முதல் கல்லை எறியுங்கள் என்ற வசனத்தை கிறிஸ்து தலையைக் கவிழ்ந்தவாறு நிலத்தில் எதையோ கிறுக்கியபடி சொல்வதாக ஒரு திரைப்படத்தில் காட்டுவார்கள். உண்மையில் அந்த வசனம் சொல்லப்பட்டது

கூட்டத்திற்கன்று. தனக்கே. அவள் பாவப்பட்டவள் என தீர்மானிக்கும் அதிகாரம் எனக்கு எப்படி வந்தது என்ற குற்றவுணர்வின் வெளிப்பாடு அந்த வசனம் என்பதாகக் காட்டுவார்கள். தீர்ப்பு என்பதுதான் முதல் கல் அன்றோ.

இதற்கிணையான அல்லது இதைப் போன்ற ஒரு மன ஆழத்திலேயே அந்தக் குறள் உங்கள் படைப்பில் மேற்கோள் காட்டப்பட்டதாக உணர்கிறேன். தங்கள் கருத்தை அறிய ஆவலாக உள்ளேன்.

- இளங்கோ கிருஷ்ணன்

அன்புள்ள இளங்கோ கிருஷ்ணன்,

தமிழின் கவனிக்கப்படும் கவிஞர்களில் ஒருவர் நீங்கள். உங்கள் கவிதைகள் நீங்கள் உத்தேசிக்கப்படாத தளத்தில் வாசிக்கப்பட்டால் என்ன செய்வீர்கள்? அதை உங்கள் கவிதையின் வெற்றி என்றே சொல்வீர்கள் இல்லையா? குறளாசிரியனும் கவிஞனே.

பன்முகப் பொருளை அளிக்கும்போதுதான் கவிதை கவிதையாகிறது. முடிவிலாத வாசிப்புச் சாத்தியத்தை அளிப்பதே நல்ல கவிதை. முடிவில்லாத வாசிப்புச் சாத்தியத்தைக் கண்டுகொள்வதே நல்ல வாசிப்பு.

நல்ல கவிதை என்பது சொல்லமைவினால் மட்டுமல்ல, சொல் மயக்கத்தால் கூட மேலும் பெருள் அளிக்க வல்லது. வில்லியம் எம்சன் என்னும் திறனாய்வாளர் சென்ற நூற்றாண்டில் பொருள் குழப்பம் கவிதைக்கு அளிக்கும் புதிய வாசிப்புச் சாத்தியக்கூறுகளைப் பற்றி விரிவாகவே எழுதியிருக்கிறார்.

கவிதையை ஒரு குறிப்பிட்ட கருத்துத் தளத்தில் நின்றபடி ஒரு குறிப்பிட்ட பொருளை வாசகனுக்கு அளிக்கும் பொருட்டு நிகழ்த்தப் பட்ட முயற்சி என்று எடுத்துக்கொள்ளக் கூடாது. அது மொழியின் புறவயமான சமூகக் கட்டுமானமும் மொழி என்னும் அகவயமான அந்தரங்க நிகழ்வும் ஒரு தருணத்தில் சந்தித்துக்கொள்ளும் நிகழ்வு. மொழியின் சாத்தியங்கள் வழியாக ஒரு அகம் தன்னை முன்வைக்கும் முயற்சி. மொழியின் சாத்தியங்கள் எப்படி முடிவிலி வரை செல்லுமோ அப்படியே அகத்தின் சாத்தியங்களும் செல்லக்கூடும்.

ஆனால் தத்துவ, நீதி நூல்களின் இயல்பு அது அல்ல. அவை திட்டவட்டமான செய்தி ஒன்றைச் சொல்லக்கூடியவை. பொருள் மயக்கம் அவற்றில் கருத்துக் குழப்பமாகவே அர்த்தப்படும். அவை

கூறும் நீதியை அவை முன்வைக்கப்பட்ட காலத்தைக் கருத்தில் கொண்டு அச்சொற்கள் வழியாக கறாராக வாசித்தெடுப்பதை மட்டுமே ஒரு வாசகன் செய்ய வேண்டும்.

குறளை ஒரு கவிதை நூலாக எடுத்துக்கொள்வதா, இல்லை தத்துவ - நீதி நூலாக எடுத்துக்கொள்வதா என்னும் குழப்பம் நெடுங்காலமாகவே தமிழில் இருந்து வந்துள்ளது. பொதுவாக, அதை ஒரு நீதி நூலாகவே எடுத்துக்கொள்கிறார்கள். அதே சமயம் அதில் உள்ள கவித்துவத்தை ஓர் உபரியான கொடையாக எண்ணுகிறார்கள். ஆகவே குறள் சொல்வ தென்ன என்ற கேள்வியே எப்போதும் முக்கியமானதாகப்படுகிறது.

ஒரு வகையில் இது சரிதான். ஆனால், இதையே வறட்சியாகச் செய்து, 'அமுதினும் ஆற்ற இனிதே தம் மக்கள் சிறு கை அளாவிய கூழ்' என்ற குறளையெல்லாம் கறாரான நீதியாகக்கொள்ளும் தமிழ்ப் பண்டிதர்கள் உருவாகி குறள் மேல் உட்கார்ந்துகொண்டு குறளின் எல்லா கவித்துவ சாத்தியங்களையும் உலரச் செய்துவிட்டார்கள். இன்று தமிழில் குறளின் அரிய கவித்துவத்தை அடையாளம் காட்டும் ஒரு உரை கூட கிடைப்பதில்லை. குறளை இந்தியன் பீனல் கோடு போல விளக்கும் உரைகள் ஏராளமாகக் குவிந்து கிடக்கின்றன.

கூடவே நம் பள்ளி ஆசிரியர்கள், குறள் மனப்பாடம், குறள் ஒப்புவித்தல், குறள் அரும்பதவுரை, குறள் பொழிப்புரை, மூன்று பக்கத்துக்கு மிகாமல் நின்று எழுதுதல் என குறளை ஒரு வகை உலோகக் கட்டுமானமாக ஆக்கிப் பிரித்து மாட்டி அதற்குக் கோனார் 'பயனர் கையேடு'களும் போட்டு விருகிறார்கள். ஆகவே இன்று குறளின் கவித்துவத்தைப் பற்றிப் பேசினாலே, 'எந்தக் குறளைச் சொல்றீங்க? திருவள்ளுவர் எழுதி, இந்தப் பஸ்ஸிலே எல்லாம் எழுதிப் போட்டிருப்பாங்களே, அதானே?'' என்று கேட்கும் அளவுக்கு ஆகியிருக்கிறது.

குறளை எப்போதுமே கவிதையாக மட்டுமே காண்பதை நான் ஜெயகாந்தனிடம் மட்டுமே கண்டிருக்கிறேன். அவரைப் பொறுத்த வரை குறள் வாசிப்பு என்பது குறளில் இருந்து சிறகடித்துக் கிளம்பிச் செல்வதுதான். அவரது உரையாடல்களில் குறள் பற்பல ஆழமான அர்த்தங்கள்கொண்டு விரிவதைக் கேட்டிருக்கிறேன்.

குறளை நீதி நூல் என்றே எடுத்துக்கொண்டு அந்த நீதியை அது கவிதையாக முன்வைக்கிறது என்று புரிந்துகொள்வதே குறளை உள்வாங்குவதற்கான ஆகச் சிறந்த வழிமுறை என்பது என்னுடைய எண்ணம். அதாவது குறள் சொல்வது ஒரு மாபெரும் மானுட நீதியை என்று எடுத்துக்கொண்டு அந்த நீதியின் பல்வேறு சாத்தியங்களுக்குள் செல்வதாக அதன் வரிகளை வாசிப்பது.

‘தொட்டனைத்தூறும் மணற்கேணி மாந்தர்க்கு கற்றனைத்தூறும் அறிவு’ என்ற வரியைக் கற்கும்தோறும் அறிவு, தோண்டும்தோறும் ஊற்று என்று புரிந்துகொள்ளலாம். ஆனால், வள்ளுவர் மணற்கேணி என்கிறார். தோண்டுவதை நிறுத்தினால் விரைவிலேயே தூர்ந்து இல்லாமலாகிவிடும் ஊற்று அது என எண்ணும்போது மேலதிகப் பொருள் சாத்தியமாகிறது. என்னுடைய கட்டுரைகளில் குறள் மீதான இந்த அணுகுமுறை இருப்பதைக் கவனிக்கலாம்.

குறள் மீதான தமிழ்ச் சமூகத்தின் வாசிப்பு மூன்று பொதுக் காலகட்டங் களாகப் பிரிக்கத்தக்கது. அது ஒரு சமண - ஆசீவக நூல் என்றே நான் எண்ணுகிறேன். சமணர்களின் கல்விச் சேவை நீதி நூல்களையும் இலக்கண நூல்களையும் உருவாக்கியது. அவ்வாறு உருவான நூல்களில் முதன்மையானது குறள். சமணத்தை மீறி அது ஒரு பொது நீதி நூலாகத் தனியிடம் பெற்றது. அக்காலத்தில் குறள் வாசிக்கப் பட்டது சமணக் கோணத்தில்.

பின்னர் சோழர் காலகட்டத்தில், பத்தாம் நூற்றாண்டுக்குப் பின்னர், அது உரையாசிரியர்களால் மறு கண்டுபிடிப்பு செய்யப்பட்டது. பரிமேலழகர், நச்சினார்க்கினியர் உரைகள் குறளை மிக விரிவான ஒரு தத்துவ தளத்தில் பொருத்தி விளக்கின. ஆனால், இக்காலகட்டம் சைவ, வைணவப் பெருமதங்களின் காலகட்டம். ஆகவே குறள் அந்தப் பெருமதங்களால் முன்வைக்கப்பட்ட நீதித் தத்துவங்களின் ஒளியில் விளக்கப்பட்டது.

பின்னர் குறள் இருபதாம் நூற்றாண்டின் தொடக்கத்தில் அச்சு வடிவுக்குக் கொண்டுவரப்பட்டது. அப்போது அதற்குப் புதிய வகையான வாசிப்புகள் உருவாயின. இவ்வாசிப்பை இரு வகையாகப் பிரிக்கலாம். ஒன்று அன்று மேலோங்கியிருந்த சைவ நோக்கில் குறளை ஒரு சைவ நூலாகச் சுட்டும் முயற்சி. வெள்ளக்கால் சுப்ரமணிய முதலியார் போன்றவர்கள் இதன் தொடக்கப் புள்ளிகள். ஜமீந்தாரிணி உரை (திருக்குறள் தீபாலங்காரம்) கா.சு. பிள்ளையின் ‘திருக்குறளும் சைவமும்’ போல ஏராளமான சைவ விளக்க நூல்கள் அக்காலத்தில் வெளிவந்துள்ளன.

தமிழ்நாட்டில் சமணர்களுக்கும் சைவத்துக்கும் இடையேயான உறவு சிக்கலானது. சமணத்தை மறுத்து வென்று உருவானது தமிழ்நாட்டின் இன்றைய சைவமும் அதன் அடிப்படைத் தத்துவமான சைவ சித்தாந்தமும். இக்காரணத்தால் அவற்றில் ஒரு ‘போரிடும் தன்மை’ இன்றும்கூட இருந்துகொண்டே இருப்பதைக் காணலாம். ஆனால், தமிழ்நாட்டுச் சைவர்களில் பெரும்பாலானவர்கள் சமணர்களாக இருந்து மாறியவர்கள். ஆகவே சமணர்களின் ஆசாரங்கள் - சைவ

உணவு சிறந்த உதாரணம் - அவர்களிடம் நீடித்தன. மன நிலைகள், சடங்குகள், தத்துவங்கள் ஆகியவையும் நீடிக்கின்றன.

ஆகவே சமண நூலான குறள் அவர்களுக்கு மிக உவப்பானதாகவும், சைவ நூலாக விளக்கத்தக்கதாகவும் இருந்தது. அவர்களின் விளக்கங்கள் வழியாகவே நவீன காலகட்டத்தில் குறள் மறுபிறப்பு எடுத்தது. திருவள்ளுவரின் இன்றைய தோற்றம் என்பது அவர் சமணராக அடையாளப்படுத்தப்படக் கூடாது என்ற நோக்கில் சைவர்களால் உருவாக்கப்பட்ட ஒன்று. திருவள்ளுவ நாயனார் புராணம் போன்ற பல கதைகளும் திருவள்ளுவர் குறித்து உருவாக்கப்பட்டன.

இன்னொரு நவீன வாசிப்பு இந்தியாவில் மதச் சார்பற்ற ஜனநாயகப் பண்புகள் உருவானபோது அதற்குரிய நூலாகக் குறள் அடையாளப் படுத்தப்பட்டதுதான். அதற்கான எல்லா அடிப்படைகளும் கொண்ட நூல் என்றே குறளைச் சொல்ல முடியும். குறள் சமண தெய்வங்களைச் சொல்லும் வரிகள் பொதுவான கடவுள் உருவகத்துக்கு உரியன வாகவே உள்ளன. அதன் நீதி என்பது பெரும்பாலும் காலம் கடந்த விவேகத்தைச் சார்ந்ததாகவே உள்ளது.

சைவ அறிஞர்களின் உரையில் இருந்து மேலெழுந்து உருவாக்கப்பட்ட உரைதான் இந்த நவீன ஜன நாயக உரை. கச்சிதமான உதாரணம், மு. வரதராஜனின் பெரும் புகழ் பெற்ற உரைதான். கா.சு. பிள்ளை உரையில் இருந்து மு.வ. உரை வரையிலான இடைவெளியில் குறைந்தது 100 உரைகளையாவது காண முடியும். இந்தப் பண்பாட்டுப் பரிணாமம் விரிவாக ஆராயத்தக்க ஒன்றாகும்.

இந்த வாசிப்புகளில் விடுபட்ட அல்லது சேர்க்கப்பட வேண்டிய இரு கூறுகள் என நான் நினைப்பவை இரண்டு. ஒன்று குறள் மீதான சமண நோக்கு தமிழில் அரிதாகவே உள்ளது. சமண சூத்திரங்களுக்கும் பிற முக்கியமான சமண நெறி நூல்களுக்கும் இடையேயான ஆழமான ஒப்பீட்டு வாசிப்பு இன்று வரை நிகழவில்லை. அது குறளின் தமிழ்த் தனித் தன்மையை இல்லாமலாக்கிவிடும் என தமிழாய்வாளர் அஞ்சுகிறார்கள் என நினைக்கிறேன். அந்த ஒப்பீட்டு ஆய்வு குறள் மீதான பல புதிய திறப்புகளைச் சாத்தியமாக்கும்.

குறளை நவீனக் கவிதை வாசிப்பின் வழிமுறைகளைக்கொண்டு வாசிப்பதென்பது அதைக் கிட்டத்தட்ட புதிதாகக் கண்டுபிடிப்பதுதான். அதன் சாத்தியங்களை எல்லாம் திறந்துவிடுவதுதான். அதன் மூலம் நாம் குறளை முழுமையாக வாசிக்க ஆரம்பிக்கிறோம் என நினைக்கிறேன்.

நீங்கள் குறிப்பிட்ட குறள் மீதான என் வாசிப்பு என்பது இந்த இரண்டு சாத்தியங்களையும் ஒட்டியது. அக்குறள் அதிகமாகப் புகழ் பெற்ற

ஒன்றல்ல. ஏனென்றால் விதி வலிமையைச் சொல்லும் எளிய குறளாக மட்டுமே அது அடையாளப்படுத்தப்பட்டிருந்தது. ஆனால், அது மட்டும்தானா?

தமிழில் குறள் மீதான உரைகளில் வடமொழி அறிவு இ;ஞீமையின் பெரும் பிழைகளும், இந்திய ஞான மரபில் பழக்கம் இல்லாததனால் இந்திய ஞான மரபின் விவாதங்களில் வைத்து குறளைப் பார்க்க முடியாமையின் விடுபடல்களும் நிறைந்திருக்கின்றன.

பரிமேலழகர் ''அறத்து ஆறு இது எனல் வேண்டா. அறத்தின் பயன் இதுவென்று யாம் ஆகம அளவை யான் உணர்த்தல் வேண்டா, சிவிகை பொறுத்தானோடு ஊர்ந்தான் இடை - சிவிகையைக் காவு வானோடு செலுத்துவானோடு காட்சியளவை தன்னானே உணரப்படும்'' என்று சொல்கிறார்.

இதில் இருந்து எளிமையான ஓர் உரையைப் பிற்காலத்தவர் தருவித்துக்கொண்டார்கள். அதாவது 'அறத்தின் வழி இது என்பதற்குச் சான்றாக பல்லக்கு தூக்குபவனையும் அதில் ஏறிச் செல்பவனையும் எடுத்துக்கொண்டாலே போதுமே' என்பதே அக்குறளின் பொருள் என்று கொண்டார்கள். பரிமேலழகர் சொல்லுவதாக இவர்கள் எடுத்துக்கொண்ட அந்த உரையையே நாம் இன்று வரை எல்லா நூல்களிலும் காண்கிறோம். கணிசமான குறள் உரைகள் ஒரு அடுப்பில் தீ வாங்கி ஊரே சமைப்பது போன்றவை.

அக்காலத்து தத்துவ விவாதத்தின் தளத்தில் வைத்துப் பார்க்கவேண்டிய குறள் இது. அறத்தின் பயன் இதுவென்று யாம் ஆகம அளவையான் உணர்த்தல் வேண்டா என்கிறார் பரிமேலழகர். ஆகம அளவை என்றால் என்ன?

அளவைவாதம் என்பது மீமாம்சத்துக்குத் தமிழில் சுட்டப்பட்ட பெயர். இதை நாம் மணிமேகலையில் காணலாம். இதில் ஆகம அளவைவாதம் என்பது பூர்வ மீமாம்சை. வேதங்களைத் தன் முழு முதல் அடிப்படையாகக்கொண்ட 'வேத முதன்மைவாதம்' அல்லது 'வேள்விமையவாதம்' என்று பூர்வ மீமாம்சையைச் சொல்லலாம்.

பூர்வ மீமாம்சையின் அடிப்படையான கருத்துகளில் ஒன்று 'அபூர்வம்' என்பது. ஒரு செயலைச் செய்தால் அதற்கான பயன் உண்டு என்பதும் அந்தப் பயன் செய்தவனும் செய்யப்பட்டவனும் இல்லாமலான நிலையில் கூட இருந்துகொண்டிருக்கும் என்றும் மீமாம்சகர் சொன்னார்கள். அவ்வாறு திகழும் செயல் பயனே அபூர்வம். இது வேள்விக் கருமங்களை விளக்கும் கருதுகோள். வேள்விகளின் மூலம் கிடைக்கும் 'பயன்' அல்லது'லாபம்'. எங்கோ ஓர் இடத்தில் இருந்து உரிய நேரத்தில் வந்து சேரும் என்று மீமாம்சம் சொன்னது.

அபூர்வம் என்னும் கருத்து பிறவிவினை வாதத்துக்குச் சமானமானதாகச் சிலரால் இப்போது கொள்ளப்படுகிறது. அது பிழை. வேள்வி செய்தால் அதன் பயன் ஒருவனை அடுத்த பிறவியானாலும் வந்து சேரும் என்று பூர்வ மீமாம்சம் தன் அபூர்வம் கோட்பாட்டில் சொல்கிறது என்பது உண்மை. ஆனால், அது பிறவி வினைவாதம் அல்ல.

பிறவி வினைவாதம் என்பது ஒருவனின் எல்லா நன்மை தீமைகளும் அவன் முற்பிறவியில் செய்தவற்றின் விளைவுகளே என்கிறது. அபூர்வவாதம் ஒருவன் எந்தப் பிறவி எடுத்தாலும் வேள்விகள் செய்தால் அப்பிறவியிலேயே எல்லா மேன்மைகளையும் அடையலாம் என்கிறது. அசுரர்களும் ராட்சதர்களும்கூட வேள்வி செய்து பயன் பெற்றார்கள். அது சிலருக்கு வேள்விகளைத் தடை செய்ததுகூட அவ்வேள்விகளை அவர்கள் செய்தால் தங்களைவிட மேலே சென்று விடுவார்கள் என்பதனால்தான்.

பூர்வ மீமாம்சத்தின் அபூர்வம் அல்லது வேள்விப் பயன் வாதத்துக்கு எதிராக வள்ளுவர் பிறவிவினை வாதத்தை முன்வைக்கிறார் என்றுதான் தன் உரையில் பரிமேலழகர் சொல்கிறார். அளவைவாத அடிப்படையில் பார்க்காதே. முன்னை வினையின் பயன் என்ன என்பதை சிவிகை சுமப்பவனையும் ஏறுபவனையும் கண்ணால் பார்த்தாலே தெரிகிறதே என்பதுதான் குறளின் பொருள் என்கிறார் அவர். இந்த விவாதம் சமணத்துக்கும் சைவத்துக்கும் நடுவே அக்காலத்தில் தீவிரமாக நடந்த ஒன்று.

வள்ளுவர் அப்படிச் சொல்கிறாரா, அது உண்மையா என்பது வேறு விஷயம். ஆனால், நம் பிற்கால உரைகாரர்களுக்கு அளவை வாதம் என்றால் என்னவென்றே தெரியாததன் விளைவே அவர்களின் எளிமையான புரிதல். இன்று வரை ஒரு தட்டையான வரியை இக்குறளின் பொருள் என்று கொடுத்துவிட்டுப் போய்க்கொண்டே இருக்கிறார்கள்.

உரைகளுக்குள் போகாமல் ஒரு நவீன வாசகன் வாசிப்பானாகில் அவனுக்குக் கிடைப்பவை இரண்டு விஷயங்கள். ஒன்று, இவ்வரிகளின் சொற்கள். இப்பிரதி. இரண்டு, திருவள்ளுவர் சமணராக இருந்திருக்கக்கூடும் என்ற ஊகம். இவ்விரண்டின் அடிப்படையில் அவன் தன் வாசிப்பை நிகழ்த்தலாம். நான் செய்திருப்பது அதைத்தான்.

சமணர்களுக்குப் பிறவிப் பயன் என்பது முக்கியமான கோட்பாடு. இப்பிறவியில் அடையும் நன்மைகள் எல்லாம் முற்பிறவிப் பயனே என்பது அவர்களின் நம்பிக்கை. ஆனால், சமணம் தமிழகத்தில் ஒரு பெரிய விடுவிக்கும் சக்தியாக வந்த ஒன்று. அதை சிரமண மதம் என்று

சொன்னார்கள். உழைப்பவர்களின் மதம். அந்நிலையில் பல்லக்கு சுமப்பதை மாற்ற முடியாத விதி என்றா அது சொல்லியிருக்கும்?

அவ்வரிகளைப் பார்க்கும்போது, ‘அறத்தின் வழி இது என்று நினைத்தல் வேண்டாம்’ என்கிறார் வள்ளுவர். யாருடன்? ‘இதுவே அறத்தின் மாற்றமில்லா வழி’ என்று நம்புகிறவர்களிடம்தானே. அப்படியானால் மாற்றம் உண்டு என்பதைத்தானே அவர் சொல்கிறார்? அவ்வரிகள் அளிக்கும் பொருள் அதுதானே? சிவிகை பொறுப்பவனுக்கும் ஊர்பவனுக்கும் நடுவே உள்ள வழியே அறத்தின் வழி என்று எண்ண வேண்டாம் என்பதே அக்குறள் என்பதுதான் கவிதையின் தரிசனம் என்பதே என் வாசிப்பு.

- ஜெ

# பொம்மையும் சிலையும்

**அ**ன்புள்ள ஜெயமோகன்,

இந்து மதத்தின் வழிபாட்டுச் சிலைகளை ஒவ்வொருவரும் தங்களுக்குத் தோன்றியபடி விளக்கிக்கொள்ளலாம் என்று நீங்கள் சொல்கிறீர்களா? அவ்வாறு ஆளுக்காள் அதை மாற்றுவார்கள் என்றால் அதன் பின்னர் நம்முடைய விக்ரகங்கள் எப்படி இருக்கும்? வழிபடுவதற்கு சாமிகளே இருக்காதல்லவா? ஒரு மதத்தின் அடிப்படைகளை மாற்றிக்கொண்டே இருப்பது எப்படிச் சரியானதாக ஆகும்?

- நா. ஸ்ரீதர்

**கொ**ஞ்ச நாள் முன்னர் மாலை, வீட்டில் பாத்திரங்கள் கழுவிக்கொண்டிருந்தேன். அருகே பிள்ளைகள் அமர்ந்து பேசிக்கொண்டிருந்தார்கள். சமையலறையில் அருண்மொழி சமையல் செய்துகொண்டு, காய்கறி நறுக்கிக் கொண்டு, பாட்டு கேட்டுக்கொண்டு, செல்ஃபோனை காதில் இடுக்கியபடி 'டெலிவரி நோட் போட்டு ரிஜிஸ்டரிலே என்ட்ரி போட்டிருங்க. நான் வந்து ஜி ஓ போடறேன்' என்று பேசிக்கொண்டிருந்தாள். நடுவே பாய்ந்து வந்து வாஷிங் மெஷினை அணைத்துவிட்டு வழியில் நாலைந்து பாத்திரங்களை என்னிடம் கொண்டு வந்து போட்டுவிட்டுப் போனாள்.

நான் அப்போது காளியைப் பற்றிப் பேசிக் கொண்டிருந்தேன். சிரித்தபடி சொன்னேன், ''காளிக்கு

பதினாறு கையின்னா ஆச்சரியப்படறியே. இப்பப் பார், உங்கம்மாவுக்கு எத்தனை கை இருக்குன்னு.'' சைதன்யா சிரிக்க ஆரம்பித்துவிட்டாள். நாம் ஒவ்வொருவரும் அன்றாட வாழ்க்கையில் கைகள் பெருகும் அனுபவத்தை அடைவதில்லையா என்ன? பதினாறு கை கொண்ட காளி திசைகளாக கைகள் கொண்டவள்.

காளி எத்தனை மகத்தான உருவகம்! பெண்மையின் கருணையும் கொடூரமும் எந்தப் புள்ளியில் இணைகின்றன? இருபது வருடம் முன்பு நான் காளியைக் கண் முன் கண்டேன். தருமபுரி தொலைபேசி நிலையம் முன்னால் டீ குடித்துக்கொண்டிருந்தேன். ஒரு மிகப் பெரிய தாய்ப் பன்றி ஏழு குட்டிகளுடன் சென்றது. முலைக் கொத்து இழுபட்டு மண்ணில் உரசியாடியது. பிடரி மயிர் முள்ளாக நின்றது. சிறிய தந்தங்கள் போல கோரைப் பற்கள்.

அம்மிக் குழவிகள்போல குட்டிகள் வாலைச் சுழற்றி வைத்துக் கொண்டு, ஒன்றுடன் ஒன்று முட்டி மோதி 'மிரக்', 'மிரக்' என்று சத்தம் போட்டு ஓடின. ஓடும்போதே தாயிடம் பால் குடிக்க முயன்றது ஒரு சவலை. அதற்கு வேறு நினைப்பே கிடையாது. ஒன்று இன்னொன்றின் மேலே ஏறி எளிதாகப் பயணம் செல்ல முடியுமா என்ற சோதனையில் இருந்தது. அன்னை 'ர்ர்ர்ரம்' என்று சுருக்கமான ஒற்றைச் சொல்லில் ஏழு குட்டிச் சுதந்திரங்களையும் கட்டுக்குள் வைத்திருந்தாள். போகும் வழி முழுக்க மண் சாலையில் சாக்கடை சொட்டி கருமையாக ஒரு தடம் நீண்டு போயிற்று.

பன்றிக் குட்டிகளில் எப்போதுமே ஓர் அதிகப் பிரசங்கி இருக்கும். அது அம்மாவை இரண்டடி தூரத்துக்கு மீறும். எதையாவது நோண்டியபடி நின்றுவிட்டு அதட்டல் கேட்டதும் குடுகுடுவென ஓடும். அல்லது முன்னால் ஓடிப் போய் முகம் தூக்கி மூக்கு விடைக்க நடந்து போகிற டீச்சரைப் பார்த்து, 'ஓடறேன், பிடிச்சிருவியா?' என்று சவாலாக கால் பரப்பி நின்று பார்க்கும். அவ்வப்போது அன்னை அதன் வாலைக் கவ்வி இழுத்துப் பின்னால் போடுவாள்.

தண்ணீர்த் தொட்டி அருகே சென்ற அன்னை குப்பைக் குவியலில் எதையோ ஆராய்வதற்காக நின்றாள். குட்டிகள் அம்மா வாய் வைத்த இடத்தில் பாய்ந்து குப்பைக்குள் புகுந்து வெளிவந்து ஆட்டம் போட்டன. சட்டென்று டீக்கடைக்காரி, ''குட்டீ, குட்டீ'' என்று கத்தினாள். அவள் கையில் இருந்த டம்ளரை வீசி எறிந்ததைப் பார்த்தேன். ஒரு சிவலை நாய் முன்னால் ஓடிச் சென்ற குட்டிப் புரட்சியாளனைக் கவ்விக்கொண்டு ஓடியதை மறுகணம் கண்டேன்.

டீ குடித்துக்கொண்டிருந்த அத்தனை பேரும் அனிச்சையாகவே கூச்சலிட்டார்கள். அதற்குள் அன்னை பார்த்துவிட்டாள். அந்த

முதுகெலும்பைச் சிலிர்க்கச் செய்யும் உறுமல் ஒலி இன்றும் என் கனவுகளில் எழுவதுண்டு. அத்தனை பெரிய உருவத்தில் அவ்வளவு வேகம் கூடுமென எவரும் ஊகிக்க முடியாது. கரிய ஓர் அசைவு. அவ்வளவுதான். இருநூறடி தூரம் காற்றில் சீறிச் சென்று அதே வேகத்தில் நாயைத் தண்ணீர்த் தொட்டியின் தூணோடு வைத்து பேனைக் கொல்வதுபோல நசுக்கிவிட்டாள். வாயிலிருந்த குட்டியுடன் நாயின் உள்ளுறுப்புகள் அனைத்தும் குருதிச் சதுப்பாகப் பிதுங்கி வெளியே கொட்டின. குதம் வழியாகக் குடல் சிதறியது. ஒரு சிறு ஒலிகூட இல்லாமல் நாய் சிவப்புச் சகதியாக ஆகி விழித்த கண்களுடன் கிடந்தது.

'ம்ம்' என்ற உறுமலுடன் குட்டியைக் கவ்வித் தூக்கிப் போட்டாள் கரிய அன்னை. முள் முள்ளாகப் பிடரி சிலிர்த்து நிற்க செவ்விழிகளுடன் திரும்பினாள். கன்னத்திலும் கழுத்திலும் கம்பி முடிகளில் குருதியின் கொழுந்துளிகள் சிதறிச் சொட்டின. சொல்லிழந்து அந்தக் கூட்டமே பார்த்து நின்றது. ''பின்ன? சாமியில்ல கூட இருக்கு?'' என்றார் ஒரு கிழவர்.

ஏழு அன்னையரில் (சப்த மாதாக்கள்) ஒருத்தி பன்றி முகம்கொண்ட வராஹி. உழு படையுடன் நிற்கும் தேவி. என் கனவிலிருந்து எழுந்து கதை ஒன்றில் மாகாளி வராஹியாக உருவம்கொண்டு வந்தாள். அதற்கு நம் மரபில் இடமுண்டா? மதவாதிகள் மீறல் என்பார்கள். ஃபத்வா எல்லாம் விதிக்க இந்து மதத்தில் இடமில்லை என்றாலும் ஆலோசனைகள் சொல்ல நிறைய பேர் வருவார்கள். ஆனால், இந்து மெய்ஞான மரபில் அதற்கு முழுமையாகவே இடமுள்ளது. ஏன், அதை நான் செய்தாக வேண்டும் என்றே நம் மரபு ஆணையிடுகிறது.

எந்தச் சிலைக்கும் இறுதிப் பொருள் என ஒன்றில்லை. அவை படிமங்கள். படிமங்களின் பொருள் என்பது அவற்றை நோக்குபவனின் கற்பனையில், தியானம் மூலம் திறக்கும் அக ஆழத்தில் இருந்து எழுந்து வருவது. என் சமையலறைக்குள் எட்டுக் கரங்களுடன் என் கிருஹலட்சுமி குடிகொள்கிறாள் என நான் உணரலாம். அவள் என் சொல்லில் பேரழகுடன் அமரலாம். அதுவே என் தரிசனமாக ஆகலாம். நமது சிலைகளெல்லாம் அதற்காகவே உருவாக்கப்பட்டவை.

பொதுவாக கவிதைக்குள் நுழைந்து படிமங்களை அறிமுகம் செய்து கொள்ளும் ஆரம்ப காலத்தில் இந்த வினா எழும். ஒரு கவிதையின் படிமங்களை வாசகன் அர்த்தப்படுத்திக்கொள்ள வேண்டும் என்றால் அந்தப் படிமங்களுக்கு எந்தப் பொருளும் இல்லையா என்ன? எந்த வரியையும் எப்படி வேண்டுமானாலும் அடையாளப்படுத்திக் கொள்ளலாமா? அப்படிப் பார்த்தால் நல்ல கவிதை, மோசமான

கவிதை என்று ஏன் சொல்ல வேண்டும்? ஏன், கவிதையே எதற்காக எழுத வேண்டும். எந்த வரியையும் கவிதையாக ரசிக்கலாமே? பெரும்பாலான விவாதங்களில் ஆரம்ப கால வாசகர்கள் இந்தக் கேள்வியைக் கேட்பார்கள்.

ஒரு நல்ல கவிப் படிமம் நமக்கு அர்த்தங்களை அளிப்பதில்லை. அர்த்தங்களை நாமேதான் கற்பனை செய்துகொள்கிறோம். ஆனால், அது நமக்கு உணர்ச்சிகளை அளிக்கின்றது. நாம் அதன் உணர்ச்சிகளின் அடிப்படையில்தான் அர்த்தங்களை உருவாக்கிக்கொள்கிறோம். அதுதான் படிமங்களின் தனித் தன்மை என்பது. அவை நேரடியாக நம் மனதுள் நுழைந்து நமக்கு உவகையை, மன எழுச்சியை, துயரத்தை உருவாக்குகின்றன. அவ்வுணர்ச்சிகளை அவை ஏன் உருவாக்குகின்றன என்ற சிந்தனை மூலமே நாம் அர்த்தங்களைக் கண்டடைகிறோம்.

**காவியம்**

சிறகிலிருந்து பிரிந்த
இறகு ஒன்று
காற்றின்
தீராத பக்கங்களில்
ஒரு பறவையின் வாழ்வை
எழுதிச் செல்கிறது

என்ற பிரமிளின் கவிதை ஒரு படிமம் மட்டுமே. இவ்வரிகளைப் படித்ததுமே நாம் அகக் கண்ணில் ஒரு காட்சியை அடைந்து விடுகிறோம். காற்றின் அலைகளில் ஒரு இறகு சுழன்று இறங்குகிறது. சுழற்சிச் சுழற்றி எவரோ இறகால் எழுதுவதுபோல. அது எழுதுவது ஒரு பறவையின் வாழ்க்கையை - சென்று விட்ட, இப்போது காட்சியில் இல்லாத, ஏதோ ஒரு பறவை. உடனடியாக ஓர் மன அதிர்வை, நுட்பமான பரவசத்தை நாம் அடைகிறோம். கவிதை நிகழ்ந்து விடுகிறது.

அதன் பின்னர்தான் நாம் தலைப்புக்குச் செல்கிறோம். 'காவியம்'. அந்த இறகு எழுதுவது அப்பறவையின் வாழ்க்கை என்னும் காவியத்தை! எல்லாக் காவியங்களும் சென்று மறைந்த ஒன்றைப் பற்றியவைதானா? காற்றின் தீராத பக்கங்கள் என்ற வரி அருவ வடிவான காலத்தைச் சுட்டுகிறதா? ஒரு சின்னஞ்சிறிய பறவையின் வாழ்க்கைகூட அழியாத காலத்தில் எங்கோ இருக்கத்தான் செய்கிறதா என்ன? நம் சிந்தனைகள் விரிந்து விரிந்து செல்கின்றன. நமக்கே உரிய ஒரு ஆழமான அக அர்த்தத்தை அடைகிறோம்.

ஆனால் நம்மருகே நின்று இக்கவிதையை வாசிக்கும் ஒருவர் முற்றிலும் மாறான இன்னொரு அர்த்தத்தை அடையக்கூடும். அந்த

இறகு வானத்தில் இருந்து மண்ணை நோக்கி இறங்குகிறது. எல்லாக் காவியங்களும் உயர்ந்த இலட்சியத்தின் மேக ஒளியில் இருந்து மண்ணின் யதார்த்தம் நோக்கி இறங்குகின்றனவா?

ஆனால், எல்லா அர்த்தங்களும் அந்தப் படிமம் உருவாக்கும் ஆதார உணர்ச்சி என்ற விதையில் இருந்து முளைத்தவையே. அந்த உணர்ச்சியை அது ஏன் உருவாக்குகிறது? அதைப் பற்றி முற்று முடிவாக விளக்குவது கடினம். அகப் பிரபஞ்சத்துக்கும் புறப் பிரபஞ்சத்துக்கும் இடையேயான உறவாடல் மூலம் என்று பொது வாகச் சொல்லலாம். மேலைச் சிந்தனையிலும் கீழைச் சிந்தனையிலும் அந்நிகழ்வைப் பற்றி மிக நுட்பமான பல கோட்பாடுகள் உள்ளன. அவையெல்லாம் ஏதேனும் ஒரு கோணத்தில் அந்நிகழ்வை விளக்குவன. விளக்கப்படாத ஒரு தளம் எப்போதும் எஞ்சும்.

மேலைச் சிந்தனையில் உள்ள குறிப்பிடத்தக்க அணுகுமுறை முழுவுரு கோட்பாடு (Gestalt theory) என்று சொல்லப்படுகிறது. மனித மனம் உதிரி வடிவங்களைக் கற்பனைமூலம் இணைத்து முழுமையான வடிவங்களை உருவாக்கும் இயல்புகொண்டது. அவ்வாறு உருவாக்கு வதற்கான காரணம் அது வெளியே உள்ள வடிவங்களை அகவயமாக அர்த்தப்படுத்திக்கொள்ள விரும்புகிறது என்பதே. மரத்தின் மீது பறவை அமர்ந்திருந்தால் 'மரம் நிலையானது. பறவை பறப்பது' என மனித மனம் அவ்விரண்டையும் இணைத்துப் பொருள்கொள்கிறது.

இவ்வாறு வெளியே தெரியும் தனித் தனிப் பொருட்களான அனைத்தையும் மனித மனம் அர்த்தபூர்வமாக இணைத்துக்கொண்டே இருக்கிறது. சூழல், வீடு, ஊர், நாடு, இயற்கை, பிரபஞ்சம் என நாம் சொல்லும் அனைத்துமே இவ்வாறு நாம் இணைத்து உருவாக்கிக் கொள்வனவே. அந்த மன நிலையே கவித்துவம் என்பது. கவித்துவம் மனிதன் பயின்று உருவாக்கிக்கொண்ட ஒன்றல்ல. அவனுடைய மனத்தின் இயல்பே அதுதான். ஆகவேதான் ஒரு மொழி எந்த அளவு பழங்குடித் தன்மையுடன் இருக்கிறதோ அந்த அளவுக்கு அது கவித்துவமாக இருக்கிறது. அதில் நேரடி அர்த்தமே இருப்பதில்லை. கவிப் படிமங்கள் மட்டுமே இருக்கும்.

மரத்தில் இலை நாக்குகள் அசையும். யானையின் வால் அதன் காம்பு ஆகும். ஆட்டின் காது இலையாகும். வானத்தில் எரிகள் தலைகீழாக மிதக்கும். முளைக்கும் செடிகள் வானம் நோக்கிப் பெய்யும் தலைகீழ் பச்சை மழையாக ஆகும். இதுவே கவிதையின் பிறப்பிடம். நம் அனைவரின் மொழி கவிதையின் வண்டல்கொண்டது. நம் சமகாலக் கவிதைகள் அந்த வண்டலில் இருந்து பிறக்கின்றன.

இந்திய ஞான மரபில் இவ்விஷயம் குறித்து மிக விரிவான கோட்பாடுகள் உள்ளன. இரு கோட்பாடுகள் முக்கியமானவை. வைசேஷிக மரபில் உருவாகி பௌத்தத்தில் முழுமைகொண்ட ‘அந்தகரண - சப்தாகரண - ததாகரண விருத்தி’ முக்கியமான ஒரு கோட்பாடு. தென்னகத்தில் உருவான அகம் - புறம் கோட்பாடு இன்னொரு முக்கியமான அணுகுமுறை. அது சைவ சித்தாந்தத்தில் நான்கு நிலைகளாக விளக்கம்கொண்டது.

நாமும் நாமறியும் புறப்பொருளும் இணைந்ததே பிரபஞ்சம் என்பது. நமக்கு வெளியே நாம் காண்பது எதுவாக இருந்தாலும் அது நம் உள்ளே இருக்கும் பிரக்ஞையால் அடையாளப்படுத்தப்பட்டதுதான். ஆகவே பிரக்ஞையின் கூறு கலக்காமல் புறப்பொருள் இல்லை. அதையே சைவ சித்தாந்தம் புறம் என்கிறது. அதேபோல நம் அகவுலகம் என்பது வெளியே உள்ள பொருட்களின் வடிவில் மட்டுமே நம்மால் அறியப்பட முடிவதாகும். அதை சைவ சித்தாந்தம் அகப்புறம் என்றது.

நம் பிரக்ஞைக்கு அப்பாற்பட்ட, நம்மால் ஒருபோதும் அறியவே முடியாத பொருள்வய உலகம் வெளியே இருக்கிறது. அது புறப்புறம் எனப்பட்டது. நம்மால் அறியவே முடியாத முற்றிலும் அருவ வடிவமான அகவுலகமும் நமக்குள் உள்ளது. அதுவே அகம். கைவல்ய நிலையில் அகம் தூய்மையாக வெளிப்படும். புறப் புறமும் அப்போதே தன்னைக் காட்டும். இது சித்தாந்தம்.

அதாவது நாம் சாதாரணமாக அறியும் எல்லாப் புறப்பொருட்களும் நம் மனம் கலந்தவையே. நம் மனம் என்பது நம்மைச் சூழ்ந்துள்ள பொருளால் ஆனதே. கவிதை நிகழ்வது இந்தச் சந்திப்புப் புள்ளியில்தான். நாம் ஒரு சிறகைப் பார்க்கையில் அதில் நம் மனதின் ஒரு கூறு கலந்துள்ளது. சிறகுக்கு நாம் கொடுக்கும் அர்த்தம் ஒன்றுடன் சேர்த்தே சிறகைப் பார்க்கிறோம்.

மென்மை, பறக்கும் தன்மை, காற்றுடன் உறவு, ஆற்றல் என எத்தனையோ நுண்மையான கருத்துகளுடன் சேர்த்தே நம்மால் சிறகை அறிய முடியும். இந்தக் கருத்துகளுடன் நம் வாழ்க்கை மூலம் நாம் கொண்டுள்ள உறவுகள்தான் அந்த உணர்ச்சியை உருவாக்குகின்றன. தன்னால் பறக்க முடியும் என நம்பும் ஒரு குழந்தை பார்க்கும் சிறகுகளும் வீட்டை விட்டு வெளியே செல்லவே அனுமதிக்கப்படாத ஒரு பெண் பார்க்கும் சிறகுகளும் வேறு வேறு உணர்ச்சிகள் கொண்டவை.

நூறு ரூபாய்த் தாளுக்கு நம் மனம் ஒரு மதிப்பைக் கொடுத்திருக்கிறது. பத்து தேங்காய், ஐந்து கிலோ அரிசி, மதுரைக்கு ஒரு டிக்கெட், இவ்வாறு. அவ்வாறு நாம் சிறகுக்கு நமக்கு உள்ளே ஓர் அர்த்த

மதிப்பை வைத்திருக்கிறோம். அதே போல காற்றுக்கு, தூரிகைக்கு, பறவைக்கு. இக்கவிதை அத்தனை அகப் படிமங்களையும் ஒரே கணத்தில் ஒன்றாக இணைத்து ஒரு புதிய படிமத்தை உருவாக்கி விடுகிறது. இதுவே நமக்கு உணர்வெழுச்சியை உருவாக்குகிறது.

காட்சிப் படிமங்கள் நேரடியாக நம் ஆழ்மனத்துடன் பேசுகின்றன. அங்கே உணர்ச்சிகளை எழுப்புகின்றன. அதன் பின்னரே நாம் அவற்றை பிரக்ஞைக்குக் கொண்டுவருகிறோம். இதுவே எல்லாப் படிமங்களுக்கும் உரிய இயக்க விதி. ஓவியப் படிமங்களுக்கு, சிற்பப் படிமங்களுக்கு, இசைப் படிமங்களுக்கு, சிற்பமும் இசையும் இணையும் நடனப் படிமங்களுக்கு.

விக்ரகம் என்றால் வி + கிரஹம் என்று பிரிந்து கிரகிப்பதற்கானது என்று பொருள்படும். நமது அகம், புறத்தை கிரகிப்பதற்கான வழிதான் அது. ஒரு தரிசனத்தை நம் மூளையின் தர்க்க அமைப்பைத் தொடாமல் நம் ஆழ் மனதுக்கு அனுப்புவதற்கான வழிமுறையே படிமங்கள். விக்ரகங்கள் அதற்காகவே உருவாக்கப்பட்டன.

விக்ரகங்கள் நமக்குள் உருவாக்கும் அகப் பதிவுகளை நாம்தான் எண்ணங்களாக, கருத்துகளாக ஆக்கிக்கொள்கிறோம். அவை நமக்கே உரியவை. நம் அருகே நின்று அதே விக்ரகத்தைப் பார்க்கும் ஒருவர் அதே எண்ணங்களை அடைவார் என்று சொல்ல முடியாது. அதன் ‘பொருள்’ இன்னது என்று வகுத்துச் சொன்னால்கூட அவரது ஆழ் மனம் அதை ஏற்கும் என்று சொல்ல முடியாது. அது அவரது அது வரையிலான அனுபவ மண்டலம் சார்ந்து, சிந்தனை வளர்ச்சி சார்ந்து, சொந்த அர்த்தத்தை மட்டுமே உருவாக்கிக்கொள்ளும்.

ஒரு கருத்தைச் சொல்ல அதை எழுதி வைத்தாலே போதும். ஒரு தரிசனத்தை ஒருபோதும் தர்க்கபூர்வமாகச் சொல்லிவிட முடியாது. காரணம் அந்தத் தரிசனம் மூளையால் புரிந்துகொள்ளப்படுவதில்லை. அந்தத் தரிசனத்தை அடைந்தவரின் அகம் ஒரு கணத்தில் விழிப்படைந்து அந்தத் தரிசனத்தை அடைகிறது. அதே தரிசன கணத்தை கொஞ்சமேனும் அடையாமல் இன்னொருவர் அதை உள்வாங்க முடியாது. ஆகவே தான் படிமங்கள் உருவாகின்றன. படிமங்கள் மூலம் சென்று அந்த அக விழிப்பின் தருணத்தை இன்னொருவரும் தொடலாம்.

‘தொலைந்து போன ஆட்டுக் குட்டி’ என்ற ஏசுவின் படிமம் அவரது ஞான தரிசனத்தின் எல்லாத் தளங்களுக்கும் தியானிக்கும் ஒருவனைக் கொண்டுசெல்லும். மானுடத்துக்கு ஏசுவின் கொடையே அதுதான். உலகின் பெரும்பாலும் எல்லா மதங்களும் தகுதியானவனை நோக்கிப் பேசின. அறிஞனை, ஞானத் தேடல் கொண்டவனை, சான்றோனை, நல்லவனை அவை முன்னிலையாக்கின. தீயவனை, கடையனை, எளியவனை முன்னிலையாக்கினார் கிறிஸ்து. அந்தப்

பெருங்கருணையின் தரிசனம் அந்த ஒரே ஒரு படிமத்தில் உள்ளது. ஆட்டுக்குட்டியை மார்போடணைத்த ஏசுவின் ஒரு ஓவியம் தினம் அதைக் காணும் ஒருவனை அவருக்கு மிக அருகே கொண்டுசெல்ல முடியும்.

அவ்வாறுதான் இந்து ஞான மரபில் உள்ள விக்ரகங்கள் உருவாகின. அவற்றைத் தியானிக்கும் ஒருவன் அவற்றைக் கண்டடைந்தவனின் தரிசனம் நிகழ்ந்த கணத்தை தன் அகத்தில் நிகழ்த்திக்கொள்ள முடியும். வழிபாடும் ஒரு தியானமேயாகும். நாம் விக்ரகங்களை வழிபட வில்லை. விக்ரகங்களால் சுட்டப்படுவதையே வழிபடுகிறோம். இந்துக்கள் விக்ரகங்களைக் கும்பிடுகிறார்கள் என்பது இந்து மரபைப் பற்றிய அடிப்படைப் புரிதல் கூட இல்லாத, இந்து மதத்தின் தத்துவ தளத்துக்கு வெகுவாகக் கீழே இருக்கிற, பிறர் சொல்லும் அறியாமைக் கூற்று. தர்க்கத்தால் சொல்லப்பட முடியாத ஒன்றை உள்ளுணர்வுக்கு உணர்த்தும் பொருட்டே விக்ரகங்கள் உருவாக்கப்பட்டன.

ஆகவேதான் நம் விக்ரகங்கள் வளர்ந்துகொண்டே இருக்கின்றன. பிற விக்ரகங்களுடன் கலந்து புது வடிவம்கொள்கின்றன. வினாயகர் என்ற ஒற்றை விக்ரகத்தை எடுத்துக்கொள்ளலாம். நம் ஆலயங்களில் எத்தனை நூறு வகையான விக்ரகங்கள் உள்ளன. மூன்று மாதக் கைக் குழந்தையின் உடல் கொண்ட கணபதிகள் உண்டு. நன்றாக மத்தகம் முற்றிய முது கணபதி உண்டு. நடனமாடும் கணபதி உண்டு. தேவியருடன் அமர்ந்த கணபதி உண்டு. ஏன் இத்தனை கணபதிகள்? நிலையான அர்த்தம் போதும் என்றால் ஒரே சிலை போதுமே. கணபதியின் ஒவ்வொரு சிலையும் அந்தச் சிற்பியின் அகத்தில் கணபதி என்ற விக்ரகம் கொண்ட வளர்ச்சியைக் காட்டுகின்றன.

அந்த வளர்ச்சி ஒரு புள்ளியில் நிலைத்துவிட வேண்டும் என்று யார் சொல்ல முடியும்? அது மேலும் மேலும் வளர்ந்துதான் செல்லும். நவீனக் கலைகளில் அது ஊடுருவும். அதன் ஒவ்வொரு கூறும் புதிய புதிய தளங்களை அடையும். அவற்றில் அபத்தங்கள் இருக்கும். பிழைகள் இருக்கும். அசட்டு முயற்சிகள் இருக்கும். ஏனென்றால் கலை என்பது சீரான ஒரு செயல்பாடு அல்ல. அகத்தில் உன்னதமாக நிகழ்ந்த ஒன்று வெளியே பதிவாகும்போது அசட்டுத்தனமாக ஆகும் வாய்ப்பு கூட கலையில் உண்டு. எது நம் அகத்துக்குள் சென்று இறங்குகிறதோ, அது நீடிக்கும், மற்றது காலத்தில் அழியும்.

கலையும் தத்துவமும் மெய்ஞானமும் சந்திக்கும் ஒரு புள்ளியில் விக்ரகம் நிகழ்ந்துகொண்டிருக்கிறது. அதை மதத்தின் சம்பிரதாயங் களினாலோ, சட்டங்களினாலோ கட்டுப்படுத்த முடியாது. கட்டுப் படுத்தினால் நமக்கு எஞ்சுவது பொம்மைகள் மட்டுமே.

www.ingramcontent.com/pod-product-compliance
Lightning Source LLC
LaVergne TN
LVHW060434051026
849518LV00002B/451